AF527349

"నెవర్ స్ప్లిట్ ది డిఫరెన్స్" పుస్తకానికి ప్రశంసలు

'ఇది FBI చర్చలకు మాత్రమే సంబంధించిన గొప్ప పుస్తకం కాదు; నా భాగస్వామితో ఉన్న సంబంధానికి, నా వ్యాపారానికి, మరియు వాటి మధ్య ఉన్న ప్రతిదానికి సంబంధించినదిగా ఉంది. నేను కలిగిన ప్రతి మానవ సంబంధ పరస్పర చర్యలో ఇది ఉపయోగపడుతుంది. ప్రపంచవ్యాప్తంగా ఇది ఎందుకు అంతగా అమ్ముడయ్యిందన్నదానికి ఇది సాక్ష్యం.'

— స్టీవెన్ బార్ట్లెట్, వ్యాపారవేత్త మరియు డైరీ ఆఫ్ ఏ సీఈఓ పాడ్‌కాస్ట్ హోస్ట్

'నెవర్ స్ప్లిట్ ది డిఫరెన్స్' అనేది FBI బందీల ప్రధాన చర్చాధికారిగా వాస్ పనిచేసినప్పుడు నేర్చుకున్న పాఠాలపై ఆధారపడిన చర్చల మార్గదర్శక గ్రంథం... ఆయన నేరస్థులు, ఉగ్రవాదులతో వ్యవహరించిన అద్భుతమైన కథలు చెబుతారు. ఆయన అందించిన ప్రతీ అవగాహన రోజువారీ జీవితంలోనూ ఆచరణాత్మకంగా ఉండటం నాకు చాలా నచ్చింది.'

— జేక్ హమ్‌ఫ్రీ, వ్యాఖ్యాత మరియు హై పర్ఫార్మెన్స్ పుస్తక సహరచయిత

'ఈ పుస్తకం నా మనసును వికసింపజేసింది. ఇది ఉత్కంఠభరితంగా కూడా ఉంది. అందువల్ల చదవదగినది. వెంటనే ఉపయోగించగల సూచనలతో నిండినది — కేవలం పెద్ద-ప్రమాద చర్చలకే కాదు, పనిలోను ఇంట్లోనూ జరిగే దినసరి విభేదాల పరిష్కారానికీ సహాయపడుతుంది.'

— ఆడమ్ గ్రాంట్, వాటన్ ప్రొఫెసర్ మరియు ఆరిజినల్స్ మరియు థింక్ అగేన్ పుస్తకాల బెస్ట్‌సెల్లింగ్ రచయిత

'ఇంత ఆసక్తికరంగా, వినోదభరితంగా ఉండే పుస్తకం కూడా ప్రయోజనాత్మకంగా ఉండటం అరుదు, ముఖ్యంగా వ్యాపార పుస్తకాలలో. కొన్ని పేజీలకోసారి నేను చర్చల చిట్కాలు, ఆలోచనలు రాసుకునేంతగా ఆసక్తిగా చదివాను.'

— ఇంక్

'బందీల మాజీ చర్చాధికారిగా — "లేదని" సమాధానం తీసుకోని వ్యక్తి కలం నుంచి వచ్చిన పుస్తకం — ఇది ఆసక్తికరమైన పఠనం మాత్రమే కాదు, అత్యంత ఆచరణాత్మకమూ కూడా. ఈ పుటల్లో మీరు కోరుకున్న ఒప్పందాన్ని పొందేందుకు కావలసిన సాంకేతికతలు కనుగొంటారు.'

— *డానియల్ హెచ్. పింక్, టు సెల్ ఈజ్ హ్యూమన్ మరియు డ్రైవ్ పుస్తకాల బెస్ట్‌సెల్లింగ్ రచయిత*

'రోజువారీ చర్చలకు వర్తించే లోతైన అవగాహనలతో నిండిన పుస్తకం.'

— *బిజినెస్ ఇన్సైడర్*

'ప్రేరేపణలో నిపుణుడు.'

— *ఫోర్బ్స*

'అద్భుతమైన పుస్తకం.'

— *షర్మడీన్ రీడ్*

'మాజీ FBI బందీల చర్చాధికారి క్రిస్ వాస్, అధిక-ప్రమాద చర్చలలో సాటిలేని వ్యక్తి. మీ వ్యాపారానికి గానీ, వ్యక్తిగత జీవితానికి గానీ ఆయన పద్ధతులు అద్భుతంగా పనిచేస్తాయి.'

— *జో నవర్రో, మాజీ FBI ఏజెంట్ మరియు వాట్ ఎవ్రి బాడీ ఇజ్ సేయింగ్ పుస్తక రచయిత*

'FBI బందీల చర్చాధికారిగా, క్రిస్ వాస్ కిడ్నాపర్లు, బ్యాంక్ దొంగలు, ఉగ్రవాదులు వంటి నేరస్థులతో ముఖాముఖీ ఎదుర్కొన్నాడు. ఈ పుస్తకంలో, ఆయన జీవితం ఫణంగా ఉన్నా కూడా ఉపయోగించగల చర్చా తంత్రాలు నేర్పిస్తారు.'

— *ఫార్చూన్ – అల్టిమేట్ బిజినెస్ బుక్ లిస్ట్*

'అద్భుతమైన పుస్తకం.'

— *ది వీక్*

‘ఒక మాస్టర్ నెగోషియేటర్... [వాస్] తన అధిక-ప్రమాద బందీల చర్చల అనుభవాన్ని వ్యాపార ప్రపంచానికి బోధించేందుకు ఉపయోగిస్తారు!’

— ఇంక్

‘ఎవరో చెప్పినట్టు, “నెగోషియేషన్ అనేది ఎదుటివారిని మీ విధానంలోనే పనిని చేయించుకునే కళ.” నేర్చుకోవదగిన కళ అది. ప్రాణాలను కాపాడి, విపత్తులను నివారించిన క్రిస్ వాస్‌కి మించిన గురువు ఎవరు?’

— డైలీ మెయిల్

‘కొన్ని పుస్తకాలు మన జీవితంలో భాగమైపోతాయి. నాకు ఇటీవల మార్గదర్శకంగా మారిన పుస్తకం క్రిస్ వాస్ రాసిన నెవర్ స్ప్లిట్ ది డిఫరెన్స్. ఆయన నాకు కస్టమర్ల సమస్యలకు పరిష్కారాలు అమ్మడమే ముఖ్యమని, ఫీచర్లను కాదు అని చూపించారు. అంతేకాకుండా, అధిక-ప్రమాద చర్చల నుండి సాధారణ ఈమెయిల్స్ వరకూ నా కమ్యూనికేషన్ శైలిని మెరుగుపరిచారు.’

— ఫోర్బ్స్

రచయిత గురించి

క్రిస్ వోస్, ప్రపంచంలోనే ప్రముఖమైన చర్చల నైపుణ్యాల నిపుణులలో ఒకరు. ఆయన 'ది బ్లాక్ స్వాన్ గ్రూప్' అనే కన్సల్టింగ్ కంపెనీ స్థాపకులు, ప్రిన్సిపాల్ కూడా. ఇది ఫార్చ్యూన్ 500 కంపెనీలకు శిక్షణ అందించడం, క్లిష్టమైన చర్చల సమయంలో సలహాలు ఇవ్వడం వంటి సేవలు అందిస్తుంది. వోస్ అనేక బిజినెస్ స్కూల్స్‌లో బోధించారు. వాటిలో యూనివర్శిటీ ఆఫ్ సదరన్ కాలిఫోర్నియా యొక్క మార్షల్ స్కూల్ ఆఫ్ బిజినెస్, జార్జ్‌టౌన్ యూనివర్సిటీ యొక్క మెక్‌డొనొ స్కూల్ ఆఫ్ బిజినెస్, హార్వర్డ్ యూనివర్సిటీ, MIT యొక్క స్లోన్ స్కూల్ ఆఫ్ మేనేజ్‌మెంట్, నార్త్‌వెస్టర్న్ యూనివర్సిటీ యొక్క కెల్లాగ్ స్కూల్ ఆఫ్ మేనేజ్‌మెంట్ వంటివి ఉన్నాయి. ఆయన తన కంపెనీ వెబ్‌సైట్ www.blackswanltd.com ని సందర్శించాలని ఆహ్వానిస్తున్నారు.

తాహిల్ రాజ్, పెద్ద పెద్ద ఆలోచనలు, గొప్ప కథనాలను ఆవిష్కరిస్తారు. ఇవి వ్యక్తులలోనూ, సంస్థలలోనూ మార్పును, అభివృద్ధిని ప్రేరేపిస్తాయి. ఆయన అవార్డ్ విజేత అయిన జర్నలిస్ట్. న్యూయార్క్ టైమ్స్ బెస్ట్‌సెల్లర్ "నెవర్ ఈట్ అలోన్" యొక్క సహ-రచయిత. పరిశోధన లేదా రచన, యీ రెండూ కాకపోతే, ఆయన ఎగ్జిక్యూటివ్‌లను కోచ్ చేస్తారు. పని ప్రపంచాన్ని కొత్తగా మార్చుతున్న శక్తులపై విస్తృతంగా లెక్చర్లు ఇస్తారు. కొన్ని జాతీయ సంస్థలకు ఎడిటోరియల్ కన్సల్టెంట్‌గా పనిచేస్తారు. ఆయన తన వెబ్‌సైట్ www.tahlraz.com ను సందర్శించాలని పాఠకులను ఆహ్వానిస్తున్నారు.

నెవర్ స్ప్లిట్ ది డిఫరెన్స్

మీ జీవితమే దానిపై ఆధారపడి ఉన్నట్టుగా చర్చలు జరపడం

క్రిస్ వోస్

తాహిల్ రాజ్ తో కలిసి

తెలుగు అనువాదం: ఆకురాతి భాస్కర్ చన్ద్ర

MANJUL

మంజుల్ పబ్లిషింగ్ హౌస్

First published in India by

MANJUL

Manjul Publishing House

Corporate and Editorial Office

• 2nd Floor, Usha Preet Complex, 42 Malviya Nagar,
Bhopal 462 003 – India

Sales and Marketing Office

• C-16, Sector 3, Noida, Uttar Pradesh 201301 – India
Website: www.manjulindia.com

Distribution Centres

Ahmedabad, Bengaluru, Kochi, Kolkata, Chennai,
Hyderabad, Mumbai, New Delhi, Pune

Telugu translation of *Never Split the Difference: Negotiating as If Your Life Depended on It* by Chris Voss

English edition first published in 2016

This Telugu edition first published in 2026

ISBN 978-93-7317-258-3

Translated by Akurathi Bhaskar Chandra

Printed and bound in India by Repro India Limited

The opinions expressed in this book are solely those of the author, and not of the FBI.

నా తల్లికి, తండ్రికి
వారు నాకు అవ్యాజమైన ప్రేమను చూపించారు
తోడుగా, కఠినమైన శ్రమ,
నైతికవర్తనలోని జీవన విలువలను నేర్పించారు.

విషయసూచిక

నెవర్

స్ప్లిట్ ది డిఫరెన్స్

అధ్యాయం 1

కొత్త నియమాలు

నేను భయపడ్డాను.

నేను ఎఫ్‌బిఐలో ఇరవై ఏళ్లు పైగా పనిచేశాను. అందులో పదిహేను సంవత్సరాలు న్యూయార్క్ నుండి ఫిలిప్పీన్స్, మిడిల్ ఈస్ట్ వరకు బందీలుగా పట్టుబడిన వారి సందర్భాలలో చర్చలు జరిపే నైపుణ్యాలలో నేను శ్రేష్ఠమైన స్థాయిలోనే ఉన్నాను. ఎలాంటి సమయంలోనైనా, బ్యూరోలో పదివేల మంది, ఎఫ్‌బిఐ ఏజెంట్లు ఉంటారు. కానీ అంతర్జాతీయ బందీలుగా పట్టుబడిన వారి చర్చలకోసం ఒకే ఒక ప్రధాన నిపుణుడు ఉంటాడు. అది నేను మాత్రమే.

అలాంటి చర్చల సమయాలను నేను ఎప్పుడూ వ్యక్తిగతమైనదిగానూ, ఒత్తిడికి గురిచేసేదిగానూ భావించలేదు.

"మేము మీ కొడుకును బందీగా పట్టుకున్నాం, వోస్. మాకు ఒక మిలియన్ డాలర్లు ఇవ్వాలి లేదంటే అతను చనిపోతాడు"

విరామం. కళ్లు టపటపా కొట్టుకుంటాయి. గుండె దడను మళ్ళీ సాధారణ స్థాయికి తీసుకెళ్ళే ప్రయత్నం జరుగుతుంది.

ఇది నిజమే, ఇలాంటి పరిస్థితుల్లో నేను ఇంతకు ముందు కూడా ఉన్నాను. లెక్కలేనన్ని సందర్భాలు! జీవితం కోసం డబ్బు. కానీ ఇలా కాదు. నా కొడుకు జీవితం ఫణంగా ఉన్నప్పుడు కాదు. ఒక మిలియన్ డాలర్లు కాదు. జీవితాంతం చర్చల నైపుణ్యం గల ఫ్యాన్సీ డిగ్రీలతో ఉన్న వ్యక్తుల ఎదురుగా కాదు.

మీరు గమనించండి, టేబుల్ కి ఎదురుగా ఉన్న వ్యక్తులు – నా చర్చలో ప్రత్యర్థులు – హార్వార్డ్ న్యాయ విభాగపు స్కూల్ ప్రొఫెసర్లు.

నేను హార్వార్డ్ కు ఒక చిన్న ఎగ్జిక్యూటివ్ చర్చ కోర్సు కోసం వచ్చాను. వ్యాపార ప్రపంచ దృక్పథం నుండి ఏదైనా నేర్చుకోగలుగుతానా అని చూడడానికి.

ఇది శాంతియుతంగా, కాస్త ప్రొఫెషనల్ దిశగా ఉండాలని, ఒక ఎఫ్‌బిఐ ఉద్యోగి దిగంతాలను మరింత విస్తృత పరుచుకోవాలని అనుకున్నప్పుడు!

కానీ హార్వార్డ్ నెగోషియేషన్ రీసెర్చ్ ప్రాజెక్ట్ డైరెక్టర్ రాబర్ట్ మ్నూకిన్ నేను క్యాంపస్ లో ఉన్నట్లు తెలుసుకుని, ఆయన తన ఆఫీస్ కు కాఫీ కోసం నన్ను ఆహ్వానించాడు. కేవలం పిచ్చాపాటీ మాట్లాడుకోవడం కోసం అని చెప్పాడు.

నేను గౌరవంగానే భావించాను. అయితే భయపడ్డాను. మ్నూకిన్ అద్భుతమైన వ్యక్తి. నేను ఆయనను కొన్ని సంవత్సరాలుగా అనుసరిస్తున్నాను: ఆయన కేవలం హార్వార్డ్ లా ప్రొఫెసర్ మాత్రమే కాదు, వివాదాలను సర్దుబాటు చేసే విషయాలలో అతి పెద్ద వ్యక్తి. అంతేకాకుండా, *Bargaining with the Devil: When to Negotiate, When to Fight!*[1] పుస్తకం రచయిత కూడా.

నిజం చెప్పాలంటే, మ్నూకిన్ నన్ను, ఒక మాజీ కెన్సాస్ సిటీ పోలీస్ అయిన నన్ను, చర్చలకు ఆహ్వానించడం అసమానంగా అనిపించింది. కానీ అప్పుడు పరిస్థితి మరింత కఠినమైంది. మ్నూకిన్, నేను కూర్చున్న వెంటనే, మరో హార్వార్డ్ ప్రొఫెసర్ తలుపు తెరుచుకుని వచ్చారు. ఆ ప్రొఫెసర్ గబ్రియెల్లా బ్లమ్. అంతర్జాతీయ చర్చలు, సేనా సంఘర్షణలు, కౌంటర్–టెర్రరిజమ్ లో నిపుణురాలు. ఆమె ఇజ్రాయెల్ నేషనల్ సెక్యూరిటీ కౌన్సిల్ మరియు ఇజ్రాయెల్ డిఫెన్స్ ఫోర్సెస్ లో ఎనిమిది సంవత్సరాలు చర్చల నిపుణురాలిగా పనిచేసారు. IDF కు చెందిన అత్యంత కఠినమైన మనిషి.

సూటిగా, మ్నూకిన్ యొక్క కార్యదర్శి వచ్చి టేబుల్ పై టేప్ రికార్డర్ పెట్టారు. మ్నూకిన్, బ్లమ్ నా వైపు చూసి చిరునవ్వు నవ్వారు.

నేను మోసపోయాను.

"మేము మీ కొడుకును బందీగా పట్టుకున్నాం, వోస్. మాకు ఒక మిలియన్ డాలర్లు ఇవ్వండి లేదంటే అతను చనిపోతాడు" మ్నూకిన్ చిరునవ్వుతో అన్నాడు. "నేనే కిడ్నాపర్ని. మీరిప్పుడు ఏం చేయబోతున్నారు?"

నా లోపల చిన్న భయం కలిగింది. కానీ అది సాధారణమే. అది ఎప్పటికీ మారదు: ఇరవై ఏళ్ళుగా మానవ హక్కుల కోసం చర్చించినా, మీరు భయాన్ని ఇంకా అనుభూతి చెందుతూనే ఉంటారు. మీరు మీ పాత్రను పోషించే (role-play) సందర్భంలో కూడా.

నేను నిశ్శబ్దంగా ఉండిపోయాను. నిజమే, నేను స్ట్రీట్ పోలీస్ నుండి **FBI** ఏజెంట్ అయ్యాను. భారీస్థాయి వ్యక్తులపై ఆడుతున్నాను. నేను మేధావిని కాదు. కానీ ఈ రూమ్ లో నాకు ఒక కారణం ఉంది. ఎన్నో సంవత్సరాలుగా నేర్చుకున్న నైపుణ్యాలు, వ్యూహాలు, మరియు మానవ సంబంధాల పద్ధతులు కేవలం అవతలి వాళ్ల జీవితాలను కాపాడటమే కాకుండా, ఇప్పుడు వెనక్కి చూసుకుంటే, నా జీవితాన్ని కూడా మార్చడం ప్రారంభించాయని గుర్తించాను. నా చర్చల అనుభవం కస్టమర్ సర్వీస్ ప్రతినిధులు నుంచి తండ్రిగా నేను చేయవలసిన శైలి వరకు ప్రతిదాని పైనా ప్రభావం చూపించింది.

"కమాన్! డబ్బు ఇవ్వండి లేకపోతే నేను మీ కొడుకు గొంతును ఇప్పుడే కత్తితో కోస్తాను" మ్నూకిన్ పలికాడు. పరీక్షించే విధంగా.

నేను ఆయనను సూటిగా, తటస్థంగా చూశాను. ఆ తరువాత చిరునవ్వుతో అన్నాను.

"నేను అది ఎలా చేయగలను?"

మ్నూకిన్ ఆగాడు. ఆయన ముఖంలో ఒక అద్భుతమైన సానుభూతి తేలికగా కనిపించింది. పిల్లి పిల్లను వెంబడించిన కుక్కకు, పిల్లి వెనక్కి తిరిగి దానిని వెంబడించడానికి ప్రయత్నిస్తున్నట్లుగా అయ్యింది. అది వేర్వేరు ఆటలు, వేర్వేరు నియమాలతో ఆడుతున్నట్లే అనిపించింది.

మ్నూకిన్ తన స్థితిని మళ్లీ నిలదొక్కుకున్నాడు. కనుబొమ్మలు తీక్షణంగా ముడి వేసి పైకి లేపి నన్ను చూశాడు, ఇంకా ఆట ఆడుతున్నాము అని గుర్తు చేయడానికి.

"అయితే, మీ కొడుకును నేను చంపినా మీకు అభ్యంతరం లేదా, మిస్టర్ వోస్?"

"క్షమించండి, రాబర్ట్, నా కొడుకు యింకా బ్రతికి వున్నాడని నాకు ఎలా తెలుస్తుంది?" నేను క్షమాపణతో పాటు ఆయన మొదటి పేరును ఉపయోగించి, మనసులో సానుభూతిని కలిగిస్తూ interaction ను కాంప్లికేట్ చేసాను. ఇది నేను మా చదరంగం ఆటలో వేసిన తొలి అడుగు! "నన్ను నిజంగా క్షమించండి. నా కొడుకు బ్రతికి వున్నట్లు నాకు తెలియకపోతే, మీకు డబ్బు ఎలా ఇస్తాను? అది కూడా ఒక మిలియన్ డాలర్లు! ఎలా ఇవ్వగలను?"

అంత తెలివైన వాడు కూడా ఆ క్షణంలో కొద్దిగా అసహాయపడినట్టుగా చూడడం ఆశ్చర్యంగా ఉంది. కానీ, నా ఎత్తు అసహాయపరిచేది కాదు. నేను **FBI** యొక్క అత్యంత శక్తివంతమైన చర్చల పద్ధతిలో ఒకటి ఉపయోగించాను: ఓపెన్-ఎండెడ్ ప్రశ్న. (సమాధానం క్లుప్తంగా కాకుండా వివరణాత్మకంగా ఉండాలి)

కొన్నేళ్ల క్రితం తరువాత, నా కన్సల్టెన్సీ ది బ్లాక్ స్వాన్ గ్రూప్ లో ఈ వ్యూహాలను ప్రైవేట్ సెక్టార్ కోసం అభివృద్ధి చేసినప్పుడు, దీనిని క్యాలిబ్రేటెడ్ ప్రశ్నలు అంటాము: ప్రత్యర్థి సమాధానం చెప్పగలిగేవే అయినప్పటికీ, కానీ నిర్ణీత సమాధానాలు లేని ప్రశ్నలు. ఇది మీకు సమయం ఇస్తుంది. ఇది ప్రత్యర్థికి నియంత్రణ భ్రమను ఇస్తుంది — వారు సమాధానాలు యివ్వగలిగిన శక్తి కలిగినవారే — అయితే, దానిని అలా చేయడంలో వారు ఎంత పరిమితం ఉన్నారో తెలియదు.

మ్నూకిన్, నేను ఆశించినట్లుగా, బేరం తప్పించుకోవడం ప్రారంభించాడు. ఎందుకంటే సంభాషణ యొక్క దృక్పథం మారిపోయింది — నా కొడుకు హత్య ప్రమాదం గురించి నేను ఎలా స్పందిస్తానో అనే దాని నుండి, డబ్బు పొందడంలో ప్రొఫెసర్ ఏ విధమైన తార్కిక సమస్యలను ఎలా స్పందిస్తాడో అనే దాని పైకి మళ్లింది. ఆయన నా సమస్యలను ఎలా పరిష్కరిస్తాడు. ఆయన చేసిన ప్రతి హెచ్చరిక, ప్రతి డిమాండ్ కు, నేను ఎలా డబ్బు చెల్లించాలో, నా కొడుకు బ్రతికున్నాడో లేదో ఎలా తెలుసుకోవాలో అడుగుతూ కొనసాగించాను.

మూడు నిమిషాలు ఇలా చేసిన తర్వాత, గాబ్రియెల్లా బ్లమ్ మధ్యలో జోక్యం చేసుకుంది.

"ఆయనను మీపై అలా చేయనివ్వకండి" ఆమె మ్నూకిన్ కు చెప్పారు.

"సరే, మీరు ప్రయత్నించండి" ఆయన చేతులు పైకి ఎత్తుతూ చెప్పారు.

బ్లిమ్ విషయంలోకి దుమికింది. మధ్య ప్రాచ్యంలో చాలా సంవత్సరాలు గడిపిన అనుభవం వల్ల ఆమె కఠినంగా ఉన్నారు. అయినప్పటికీ, ఆమె ఇంకా బుల్డోజర్ దృక్పథాన్ని పాటిస్తూ ఉంది. ఆమెకు కూడా నేను అవే ప్రశ్నలు వేసాను.

మ్నూకిన్ మళ్ళీ మా సమావేశాన్ని కొనసాగించారు. కానీ ఆయనకు ఎక్కడా ప్రయోజనం కనబడలేదు. కోపంతో ఆయన ముఖం ఎరుపు రంగులోకి మారింది. విసుగు పుట్టిన తరువాత ఆలోచన చేయడం అనేది చాలా కష్టం అని నాకు తెలుసు.

"సరే, సరే, బాబ్. అంతే" అన్నాను నేను ఆయన పడుతున్న యిబ్బంది చూడలేక.

ఆయన తల ఆడించాడు. నా కొడుకు మరొక సూర్యోదయాన్ని చూడగలుగుతాడు.

"సరే" ఆయన మళ్లీ అన్నాడు. "నాకు అనిపిస్తోంది, FBI మనకు ఏదో నేర్పించవచ్చని"

నేను హార్వార్డ్ యొక్క ఇద్దరు ప్రతిష్ఠాత్మక నాయకులు మాత్రమే కాదు, అత్యుత్తములపై ఎదురు నిలిచాను. వారి నుంచి విజయవంతంగా బయటపడ్డాను.

కానీ ఇది కేవలం అదృష్టమా? ముప్పయ్యేళ్లుగా, హార్వార్డ్ అనేది యిటువంటి చర్చల సిద్ధాంతం మరియు ప్రాక్టీస్ విషయంలో ప్రపంచ కేంద్రంగా ఉంది. FBI లో మేము ఉపయోగించిన పద్ధతులు పనిచేస్తాయని మాత్రమే నాకు తెలుసు. బ్యూరోలో గడిపిన ఇరవై సంవత్సరాల్లో, మేము దాదాపు ప్రతి హోస్టేజ్ సందర్భాన్ని విజయవంతంగా పరిష్కరించిన వ్యవస్థ రూపొందించాము. కానీ మాకు ఒక ప్రత్యేకమైన సిద్ధాంతాలు లేవు.

మా పద్ధతులు ఏవిటంటే అవి కేవలం మా అనుభవం ద్వారా నేర్చుకున్న ఫలితాలు; ఫీల్డ్ లో ఏజెంట్లు సంక్షోభం సమయంలో చర్చించుతూ, విజయం మరియు వైఫల్యాలను షేర్ చేస్తూ అభివృద్ధి చేశారు. ఇది సుదీర్ఘ శిక్షణ ప్రక్రియ. మేధోపరమైనది కాదు. రోజూ ఉపయోగించిన టూల్స్ ని మేము

మెరుగుపరుచుకుంటూ ముందుకు అడుగువేస్తాం. ఇది అత్యవసరం. మా పద్ధతులు పని చేయాల్సిందే! అవి పని చేయకపోతే, ఎవరో మరణించడం తప్పదు.

అయితే, అవి ఎందుకు పనిచేస్తాయి? ఇదే ప్రశ్న నన్ను హార్వార్డ్ కు రప్పించింది. మ్నూకిన్, బ్లమ్ ఆఫీస్ కు రావటానికి సహకరించింది. నా ఇరుకైన ప్రపంచం వెలుపల నాకు స్థియిర్యం లేదు. ముఖ్యంగా, నా జ్ఞానాన్ని స్పష్టంగా వ్యక్తం చేసి, వారి జ్ఞానంతో కలిపి, ఒక పద్ధతిగా, విస్తరించడానికి నేర్చుకోవాలి.

అవును, మా పద్ధతులు కిరాయి సైనికులు, డ్రగ్ డీలర్లు, టెర్రరిస్ట్‌లు మరియు భయంకరమైన హంతకుల దగ్గర స్పష్టంగా పనిచేశాయి. అయితే, సాధారణ మానవులతో ఎలా అని నేను ఆశ్చర్యపడ్డాను.

హార్వార్డ్ యొక్క ప్రఖ్యాత సమావేశాలలో నేను త్వరలో కనుగొన్నది ఏమిటంటే, మా పద్ధతులు మేధోపరంగా అద్భుతంగా సరిపోతాయి, అదే విధంగా ప్రతీ ప్రదేశంలో పనిచేస్తాయి.

మా చర్చల దృక్పథం, ప్రతి మానవ సంబంధంలోవున్న లాభదాయకమైన మానవ పరస్పర సంబంధాలను ఆవిష్కరించే తాళాలను తెరుస్తుంది.

ఈ పుస్తకం అది ఎలా పనిచేస్తుందో వివరిస్తుంది.

గదిలోనే అత్యంత తెలివైన మూగ వ్యక్తి

నా ప్రశ్నలకు సమాధానం తెలుసుకోవడానికి, సంవత్సరం తర్వాత, 2006లో, నేను హార్వార్డ్ లా స్కూల్ వింటర్ నెగోషియేషన్ కోర్సులో చేరాను. ఈ క్లాస్ లో చేరడానికి అత్యుత్తములు, ఎంతో తెలివిగలిగిన వాళ్లు పోటీ పడతారు. ఇది అత్యంత తెలివిగలిగిన హార్వార్డ్ విద్యార్థులు, లా మరియు బిజినెస్ డిగ్రీలు పొందుతున్న వారు, మరియు మాస్ ఇన్స్టిట్యూట్ ఆఫ్ టెక్నాలజీ, టఫ్ట్స్ వంటి బోస్టన్ టాప్ యూనివర్సిటీల నుండి హాట్‌షాట్ విద్యార్థులతో నిండి ఉంటుంది. చర్చలలో ఒలింపిక్ ట్రయల్స్ అనుకోవచ్చు. అలాంటి చోట నేను ఒక్కడినే బయటివాణ్ణి.

కోర్సు మొదటి రోజు, మేము 144 మంది లెక్చర్ హాల్ లో చేరాము. ఒకరినొకరు పరిచయం చేసుకున్నాక మేము నాలుగు గ్రూప్‌లుగా విభజించబడ్డాము. ప్రతి గ్రూప్ కి ఒక negotiation instructor కేటాయించబడింది. మా instructor పేరు షీలా హీన్, ఆమె నాకు యిప్పుడు మంచి స్నేహితురాలు. మేము జంటలుగా విభజించబడిన తర్వాత మాకు 'చర్చల అనుకరణ' (Mock negotiations) కేటాయించబడింది. అది చాలా సులభంగానే ఉంటుంది. మా యిద్దరిలో ఒకరు ఉత్పత్తి అమ్ముతారు. మరొకరు కొనుగోలు చేస్తారు. ప్రతి వాళ్ల దగ్గర వాళ్ల ధరల పరిమితులు స్పష్టంగా ఉంటాయి.

నా ఎదురుగానున్న వాడు ఆండీ (ఒక ఊహానామం). వాడి మొహం అలసిపోయినట్టుగా కనిపిస్తూంటుంది. ఎర్ర జుట్టుతో ఉన్నాడు. అతను తన మేధోప్రతిభను ఖాకీ ప్యాంటు వేసుకున్నట్టే సౌకర్యంగా మోసుకుంటూ తిరిగే వారిలో ఒకడు. మేమిద్దరం హార్వర్డ్ క్యాంపస్‌లోని ఇంగ్లీష్ శైలిలోని ఒక చతురస్రంలాంటి ఖాళీ క్లాస్‌రూంలోకి వెళ్లి, మా దగ్గర ఉన్న పరికరాలను వాడుకున్నాం. ఆండీ ఒక ఆఫర్ చేస్తూ అది ఎందుకు మంచిదో తార్కికంగా ఎటువంటి లోపం లేని వివరణ ఇస్తాడు—ఒక తప్పించుకోలేని లాజిక్ ఉచ్చు. నేను మాత్రం "నేను అది ఎలా చేస్తాను?" అనే చిన్నపాటి తేడాతో సమాధానం చెబుతూనే వుండేవాడిని.

ఇలా మేము చాలాసార్లు ప్రయత్నాలు చేసి చివరి మొత్తానికి వచ్చాము. బయటకు వచ్చిన తరువాత నేను సంతోషపడ్డాను. నేను ఒక మూర్ఖుడినని అనుకున్నప్పటికీ బాగా చేసానని అనిపించింది.

అందరం తిరిగి క్లాస్‌రూంకి వచ్చిన తర్వాత, షీలా ప్రతి విద్యార్థిని అడిగి వారు ఏ ధరపై ఒప్పందం చేసుకున్నారో బోర్డుపై రాసింది.

చివరగా నా వంతు వచ్చింది.

"క్రిస్, నీకు ఆండీతో ఎలా జరిగింది?" అని ఆమె అడిగింది. "ఎంత తీసుకున్నావు?"

ఆండీ ఎంత చెల్లించడానికి ఒప్పుకున్నాడో నేను చెప్పగానే, షీలా ముఖంలో కనబడిన భావం నేను ఎప్పటికీ మర్చిపోలేను. ముందుగా ఆమె ముఖం ఎర్రగా మారింది, ఊపిరి పీల్చుకోలేనట్టుగా. ఆ తరువాత ఒక చిన్నపాటి ఆడపక్షి పిల్ల ఆకలితో కూత వేయడం లాంటి నులివెచ్చని శబ్దం

వచ్చింది. చివరికి ఆమె నవ్వడం మొదలుపెట్టింది. ఆండీ అసౌకర్యంగా కదిలాడు. "అతని దగ్గరున్న ప్రతి పైసా నువ్వు తీసుకున్నావు" అంది. "అతనికి చెప్పిన దాని ప్రకారం, భవిష్యత్తు పనికోసం కనీసం పావు భాగం మిగుల్చుకోవాల్సింది"

ఆండీ కుర్చీలో కూరుకుపోయాడు.

తరువాత రోజు మరో భాగస్వామితో కూడా అదే జరిగింది. అంటే, నేను అతని బడ్జెట్‌ను పూర్తిగా ధ్వంసం చేశాను.

ఇది నాకు అర్థం కాలేదు. ఒక్కసారిగా లభించిన అదృష్టం అనేది వేరే విషయం. కానీ ఇది ఒక పద్ధతిగా మారింది. నా పాత పద్ధతి అనుభవజ్ఞానంతోనే, పుస్తకాల్లో చదువుకున్న అత్యాధునిక తంత్రాలు తెలిసిన వాళ్లను నేను ఓడిస్తున్నాను.

నిజానికి, వారు వాడుతున్న "అత్యాధునిక" పద్ధతులన్నీ చాలా పాతకాలపు వాటిలా అనిపించాయి. నేను రోజర్ ఫెడరర్ మాదిరిగా, టైమ్ మెషీన్‌లో ఎక్కి 1920లకి వెళ్లి, తెల్లని ప్యాంట్లు వేసుకున్న గొప్ప వాళ్లయిన జెంటిల్‌మెన్‌లతో టెన్నిస్ పోటీ ఆడుతున్నట్టుంది. వారు పాతకాలంనాటి చెక్క రాకెట్లతో, పార్ట్‌టైమ్ ట్రైనింగ్‌తో ఆడుతుండగా, నేను టైటానియం అలాయ్ రాకెట్, వ్యక్తిగత శిక్షకుడు, కంప్యూటర్–ఆధారిత వ్యూహాలతో ఉన్నాను. మేము ఒకే ఆట ఒకే నియమాలతో ఆడుతున్నప్పటికీ, నా దగ్గర వారికి లేని నైపుణ్యం ఉంది.

"నీ ప్రత్యేక శైలికి పేరు సంపాదిస్తావు, క్రిస్" అని షీలా అంది, రెండో రోజు నా ఫలితాలు చెప్పిన తర్వాత చెషైర్ పిల్లి లాగా నేను చిరునవ్వు నవ్వాను. గెలవడం సరదాగా ఉంది.

"క్రిస్, నీ విధానాన్ని అందరికీ ఎందుకు చెప్పకూడదు? " అని షీలా అంది. "హార్వర్డ్ లా స్కూల్ విద్యార్థుల ముందు నువ్వు 'కాదు' అని చెబుతూ కూర్చుంటే అవతలి వాళ్లు కుదేలయిపోతున్నారు. అలా చెప్పడం నిజంగానే అంత సులభమా?"

ఆమె మాటల్లో అర్థం ఏమిటంటే: నేను నిజంగా 'కాదు' అని అనకపోయినా, నేను వేసిన ప్రశ్నలు అలాంటి భావం కలిగించేవి. అవి ఎదుటివాడు అబద్ధం చెబుతున్నాడనో లేదా అన్యాయంగా ఉన్నాడనో

అనుమానాన్ని రేకెత్తించేవి. అది చాలు! వారు తడబడిపోయి తమతో తామే వాదన జరుపుకుని తగ్గిపోతారు. నేను సూటిగా వేసే ప్రశ్నలకు సమాధానం ఇవ్వడం అంటే లోతైన భావోద్వేగ బలం, వ్యూహాత్మక మానసిక అవగాహన అవసరం అవుతుంది. కానీ వాళ్ల దగ్గరున్న పరికరాలలో అది లేదు.

నేను భుజాలు ఎగురవేసాను.

"నేను ప్రశ్నలు మాత్రమే వేస్తున్నాను" అన్నాను. "ఇది ఒక పాసివ్-అగ్రెసివ్ పద్ధతి. అదే మూడు లేదా నాలుగు ఓపెన్-ఎండెడ్ ప్రశ్నలను మళ్లీ మళ్లీ మళ్లీ అడుగుతూనే ఉంటాను. సమాధానం చెబుతూ వారు అలసిపోతారు. చివరికి నాకు కావలసినదంతా చెప్పేస్తారు".

ఆండీ ఒక్కసారిగా తేనెటీగ కుట్టినట్టుగా కుర్చీలో ఎగిరిపడ్డాడు.

"అయ్యో!" అన్నాడు. "అవును. అదే జరిగింది. నాకే మాత్రం తెలియలేదు."

హార్వర్డ్‌లో నా శీతాకాలపు కోర్సు ముగిసేసరికి, కొందరు సహ విద్యార్థులతో నాకు నిజంగానే స్నేహం కలిసింది. ఆండీతో కూడా!

హార్వర్డ్‌లో గడిపిన కాలం నాకు ఏదైనా నేర్పిందంటే, అది ఏమిటంటే — చర్చల విషయంలో ప్రపంచానికి చెప్పదగిన అనేక పాఠాలు ఎఫ్‌బిఐ దగ్గర ఉన్నాయన్నది.

అక్కడ గడిపిన అతి తక్కువ కాలంలోనే నేను గ్రహించాను: మానవ మానసిక శాస్త్రాన్ని లోతుగా అర్థం చేసుకోకుండా, మనమందరం కొంత పిచ్చి, అవివేకం, ఆకస్మిక ఉత్సాహం, భావోద్వేగ ప్రేరణలతో నడిచే జంతువులమే అన్న సత్యాన్ని అంగీకరించకుండా, ఈ లోకంలోని మొత్తం మేధస్సు, గణిత తర్కం అంతా ఉపయోగపడవు. ఎందుకంటే చర్చ అనేది ఇద్దరి మధ్య జరిగే ఒక మారుతున్న, ఉద్రిక్తతలతో నిండిన ఆట.

అవును, బహుశా మనుషులమే పంచుకోవడం (హాగ్లింగ్) చేసే జంతువులం కావచ్చు – ఒక కోతి తన అరటిపండులో కొంత భాగం కాయల కోసం వేరే కోతికి ఇవ్వదు. కానీ మనం చర్చలను ఎంతగానో గణిత సిద్ధాంతాల ముసుగులో దాచుకున్నా, మనం ఎప్పుడూ జంతువులమే – మనలోపల వున్న గాఢమైన, ఎక్కువగా కనిపించని, అస్పష్టమైన భయాలు,

అవసరాలు, భావాలు, కోరికలతో ముందుగా స్పందిస్తూ, వెనుకాడుతూ ఉంటాం.

అయితే, హార్వర్డ్‌లో వాళ్లు నేర్చుకున్నది ఇది కాదు. వారి సిద్ధాంతాలు, పద్ధతులు అన్నీ మేధస్సు ఆధారంగా ఉండేవి: తర్కం, BATNA మరియు ZOPA వంటి అధికారిక సంక్షిప్త నామాలు, విలువ అనే తార్కిక భావనలు, ఏది న్యాయం ఏది అన్యాయం అనే నైతిక సూత్రాలు.

ఈ తప్పుడు "తర్కం" అనే కట్టడం మీద ఒక 'ప్రక్రియ'ను కూడా కట్టేశారు. వారికి ఒక స్క్రిప్ట్ ఉండేది – ఒక నిర్ణీత క్రమంలో చర్యలు, ప్రతిపాదనలు, ఎదురు ప్రతిపాదనలు వేసి ఒక నిర్దిష్ట ఫలితం రావాలని. అది రోబోటుతో వ్యవహరిస్తున్నట్టే. మీరు a, b, c, d క్రమంలో చేస్తే ఫలితంగా x వస్తుందని భావన. కానీ నిజజీవితంలో చర్చలు అంత ఊహించదగినవి కావు. కొన్ని సార్లు మీరు a చేసి, తరువాత d చేసి, మరి కొన్ని సందర్భాల్లో q చేయవలసి రావచ్చు.

నేను ఉగ్రవాదులు, అపహరణదారులతో వాడిన నా భావోద్వేగ ఆధారిత పద్ధతుల్లో ఒకటే ఉపయోగించుకుని, దేశంలోని అత్యుత్తమ విద్యార్థులను సులభంగా గెలవగలిగినప్పుడు, దాన్ని వ్యాపారంలో ఎందుకు వాడకూడదు? చివరికి, బిలియన్ డాలర్ల ఒప్పందంలో ధర తగ్గించడానికి కఠిన వ్యూహాలు వాడే CEOలకూ, బందీలను పట్టుకున్న దొంగలకూ ఏమిటి తేడా?

అంతిమంగా, అపహరణదారులు కూడా మంచి ధర కోసం ప్రయత్నించే వ్యాపారస్తులే.

పాత పద్ధతులలో చర్చలు

బందీలను పట్టుకోవడం, బందీల కోసం చర్చలు జరపడం అనేవి చరిత్రలోని మొదటి లిఖిత పత్రాల నుంచే ఉన్నాయి. పాత నిబంధనలో ఇశ్రాయేలీయులు, వారి శత్రువులు ఒకరి పౌరులను ఒకరు బందీలుగా పట్టుకున్న కథలు ఉన్నాయి. రోమీయులు కూడా ఆధీన రాజ్యాల యువరాజులను రోమ్‌కు విద్యార్థులుగా పంపేలా బలవంతం చేసేవారు – అది వారి విధేయతను కొనసాగించడానికే.

కానీ నిక్సన్ ప్రభుత్వం వరకు, బందీల సమస్య పరిష్కారం అంటే సైనికులను పంపి, అపహరణదారులపై కాల్పులు జరిపి తద్వారా బందీలను విముక్తం చేయడమే. చట్టాన్ని అమలు చేయడంలో, మన విధానం ప్రధానంగా తుపాకీతో వాళ్లను ఎలా తొలగించాలి అనే చర్చలతోనే ఉండేది. ఒక మృగం మాదిరిగా బలవంతం చేయడం!

తరువాత జరిగిన కొన్ని వరుస బందీ విపత్తులు మనల్ని మార్చేలా చేశాయి.

1971లో, న్యూయార్క్ రాష్ట్రంలోని అటికా జైలులో జరిగిన అల్లర్లను పోలీస్‌లు తుపాకులతో అణచివేయడానికి ప్రయత్నించగా, ముప్పై తొమ్మిది మంది బందీలు మరణించారు. 1972 మ్యూనిక్ ఒలింపిక్స్‌లో, జర్మన్ పోలీస్‌ల విఫల రక్షణ యత్నం తరువాత పదకొండుమంది ఇజ్రాయెలీ క్రీడాకారులు, కోచ్‌లు చనిపోయారు.

కానీ అమెరికన్ చట్టం అమలుకు అతి పెద్ద మార్పుకు ప్రేరణ ఇచ్చింది 1971 అక్టోబర్ 4న ఫ్లోరిడాలోని జాక్సన్‌విల్ విమానాశ్రయంలో జరిగిన ఘటన.

అప్పుడు యునైటెడ్ స్టేట్స్‌లో విమాన అపహరణలు మెల్లమెల్లగా వ్యాప్తి చెందుతున్నాయి. 1970లో మూడు రోజుల్లో ఐదు అపహరణలు జరిగాయి. ఆ వాతావరణంలోనే జార్జ్ గిఫ్ జూనియర్ అనే మానసిక స్థితి చెడిపోయిన వ్యక్తి, టెన్నెస్సీ రాష్ట్రంలోని నాష్‌విల్లే నుండి బయలుదేరిన ఒక చార్టర్డ్ విమానాన్ని బహామాస్‌కి వెళ్ళాలని అపహరించాడు.

ఆ సంఘటన ముగిసేసరికి, గిఫ్ యిద్దరు బందీలను చంపాడు. అతను – తన భార్యను, పైలట్‌ను – చంపి తనను తానే చంపుకున్నాడు.

కానీ ఈసారి నింద అపహరణదారుడిపై కాకుండా, నేరుగా ఎఫ్‌బిఐ పై పడింది. ఇద్దరు బందీలు గిఫ్‌ను ఒప్పించి జాక్సన్‌విల్ విమానాశ్రయంలో ఇంధనం నింపేందుకు మాట్లాడుకున్నారు. కానీ ఏజెంట్లు అసహనంతో విమానం ఇంజిన్‌పై కాల్పులు జరిపారు. ఆ క్షణమే గిఫ్ ఘోర నిర్ణయం తీసుకున్నాడు.

ఎఫ్‌బిఐ పై నింద అంతలా పడింది. కాబట్టి, పైలట్ భార్య, గిఫ్ కుమార్తె వేసిన “తప్పు మరణం” కేసులో కోర్టులు ఎఫ్‌బిఐ నిర్లక్ష్యాన్ని అంగీకరించాయి.

1975లో డౌన్స్ వి. యునైటెడ్ స్టేట్స్ అనే చారిత్రక తీర్పులో, అమెరికా అప్పీల్ కోర్టు ఇలా పేర్కొంది: "బందీల సంక్షేమాన్ని కాపాడటానికి మంచి ప్రత్యామ్నాయం ఉండేది" అని. ఇంకా, ఎఫ్‌బిఐ "ఇద్దరు సురక్షితంగా బయటకు వచ్చిన విజయవంతమైన 'నిరీక్షణ గేమ్'ను, ముగ్గురు చనిపోయిన 'షూటింగ్ మ్యాచ్'గా మార్చేసిందని" అన్నది. చివరగా కోర్టు "సైనిక చర్యకు ముందు సమంజసమైన చర్చా ప్రయత్నం జరగాలి" అని తేల్చింది.

డౌన్స్ అపహరణ ఘటన 'సంక్షోభంలో ఏమి చేయకూడదో' చూపేందుకు ఉదాహరణగా నిలిచింది. ఆధునిక అపహరణ చర్చల సిద్ధాంతాలు, శిక్షణలు, పద్ధతుల అభివృద్ధికి ప్రేరణ ఇచ్చింది.

గిఫ్ విషాదం తరువాత తక్కువ సమయంలోనే, న్యూయార్క్ సిటీ పోలీస్ డిపార్ట్‌మెంట్ (NYPD) దేశంలోనే మొదటి ప్రత్యేక బృందాన్ని రూపొందించి సంక్షోభ చర్చలకు ఒక విధానం ఆవిష్కరించింది. తరువాత ఎఫ్‌బిఐ మరియు ఇతర సంస్థలు కూడా అదే మార్గాన్ని అనుసరించాయి.

ఒక కొత్త యుగం చర్చలకు ఆరంభమైంది.

హృదయం vs. మేధస్సు

1980ల ప్రారంభంలో, మాసాచుసెట్స్‌లోని కేంబ్రిడ్జ్, చర్చల ప్రపంచంలో ఒక హాట్‌స్పాట్‌గా మారింది. వివిధ శాస్త్ర విభాగాల పండితులు ఒకరినొకరు కలుసుకుని కొత్త విధానాలను అన్వేషించడం ప్రారంభించారు. 1979లో హార్వర్డ్ నెగోషియేషన్ ప్రాజెక్ట్ స్థాపనతో యిది ముందడుగు వేసింది. దీని లక్ష్యం చర్చల సిద్ధాంతం, బోధన, ఆచరణలో మెరుగులు దిద్ది, ప్రజలు శాంతి ఒప్పందాల నుంచి వ్యాపార విలీనాల వరకు అన్నింటినీ సమర్థవంతంగా ఎదుర్కొనగలిగేలా చేయడం.

రెండు సంవత్సరాల తరువాత, ఈ ప్రాజెక్ట్ స్థాపకుల్లో రోజర్ ఫిషర్, విలియం యూరి Getting to Yes2 అనే పుస్తకాన్ని ప్రచురించారు. ఇది చర్చల రంగంలో విప్లవాత్మకమైన మార్పు తెచ్చింది.

ఫిషర్, యూరిల విధానం మౌలికంగా సమస్యల పరిష్కారాన్ని వ్యవస్థీకృతం చేయడమే. చర్చించే రెండు పక్షాలు పరస్పరం లాభదాయకమైన

ఒప్పందానికి రావాలని (పుస్తకంలోని Yes అందుకే). వారి ప్రధాన ఊహ ఏమిటంటే: భావోద్వేగ మెదడు – ఆ జంతువులా, అవిశ్వసనీయమైన, అవివేకమైన స్వభావం – దీన్ని అధిగమించడానికి మరింత తార్కికంగా, కలిసికట్టుగా సమస్య పరిష్కరించే ధోరణి అవసరమని తెలియజేస్తుంది.

వారి వ్యవస్థ ఆకర్షణీయంగా, అనుసరించడానికి సులభంగా ఉండేది. అది నాలుగు మౌలిక సూత్రాలతో నిర్మించబడింది: ఒకటి, వ్యక్తిని (భావోద్వేగాన్ని) సమస్య నుండి వేరు చేయాలి. రెండు, ఎదుటివారి స్థానానికి (వారు ఏమి కోరుతున్నారు) కాకుండా వారి ఆసక్తులకు (ఎందుకు కోరుతున్నారు) దృష్టి పెట్టాలి. మూడు, కలిసికట్టుగా పని చేసి రెండు పక్షాలకు లాభదాయకమైన గెలుపుల ఎంపికలు సృష్టించాలి. నాలుగు, ఆ పరిష్కారాలను అంచనా వేయడానికి పరస్పరం అంగీకరించిన ప్రమాణాలను ఏర్పాటు చేయాలి.

ఆ కాలంలోని అత్యాధునిక గేమ్ థియరీ, న్యాయ ఆలోచనల సమ్మేళనంగా అది అద్భుతంగా నిలిచింది. పుస్తకం ప్రచురితమైన తర్వాత అనేక సంవత్సరాల పాటు – **FBI, NYPD** కూడా – బేరసారాలను సమస్యల పరిష్కార విధానంగా చూడటం మొదలుపెట్టాయి. ఇది ఆధునికంగానూ, తెలివిగానూ అనిపించింది.

అమెరికాలోని మరో మూలలో, షికాగో విశ్వవిద్యాలయంలో ఇద్దరు ప్రొఫెసర్లు వేరే కోణం నుండి ఆర్థిక శాస్త్రం, చర్చలను పరిశీలించారు. వారు ఆర్థిక శాస్త్రవేత్త అమోస్ ట్వెర్‌స్కీ, మానసిక శాస్త్రవేత్త డేనియల్ కానెమన్. ఈ ఇద్దరూ కలిసి బిహేవియరల్ ఎకానమిక్స్ అనే కొత్త రంగానికి శ్రీకారం చుట్టారు. కానెమన్ తరువాత నోబెల్ బహుమతి కూడా గెలిచాడు. వారు కనుగొన్నది ఏమిటంటే – మనిషి వాస్తవంగా ఒక అవివేకమైన జంతువు.

భావోద్వేగం అనేది ఆలోచనకు ఒక రూపమే అని వారు నిరూపించారు.

1980లలో హార్వర్డ్ బిజినెస్ స్కూల్ వంటి సంస్థలలో చర్చలు బోధించినప్పుడు, దాన్ని ఒక సూటి ఆర్థిక విశ్లేషణగా చూపేవారు. ఆ సమయంలో అగ్రశ్రేణి ఆర్థికవేత్తలు మనం అందరం "రేషనల్ యాక్టర్లు" అని ప్రకటించారు. చర్చల తరగతుల్లో కూడా ఇదే ధోరణి: ఎదుటివారు తమ లాభాన్ని గరిష్టం చేసుకోవాలని తార్కికంగా, స్వార్థపూర్వకంగా

వ్యవహరిస్తారని ఊహించి, తాము కూడా ఎలా లాభం పొందాలో లెక్కపెట్టడం.

కానీ ఇది కానెమన్‌ను అయోమయానికి గురి చేసింది. ఎందుకంటే ఆయనకు మానసిక శాస్త్ర అనుభవం ద్వారా తెలిసిన విషయం ఏమంటే: "మనుషులు పూర్తిగా తార్కికులుకాదు, పూర్తిగా స్వార్థపరులుకాదు, వారి అభిరుచులు స్థిరంగా ఉండవు" అని.

ట్వెర్‌స్కీతో కలిసి దశాబ్దాల పరిశోధనలో కానెమన్ నిరూపించాడు: మనమందరం కాగ్నిటివ్ బయాస్ అనే దాని బారిన పడతాం. అంటే మన అచేతనమైన, అవివేకి మెదడు ప్రక్రియలు మనం ప్రపంచాన్ని ఎలా చూస్తామన్నదాన్ని వక్రీకరిస్తాయి. కానెమన్, ట్వెర్‌స్కీ 150 కంటే ఎక్కువ బయాస్‌లను కనుగొన్నారు.

ఫ్రేమింగ్ ఎఫెక్ట్: ఒకే ఎంపికను ఎలా చూపించామన్నదానిపై ఆధారపడి ప్రజలు వేరే విధంగా స్పందిస్తారు. ఉదా: 90% నుంచి 100%కి (ఖచ్చితత్వం) మార్పును 45% నుంచి 55%కి మార్పు కంటే ఎక్కువగా విలువ పెడతారు. అయినప్పటికీ రెండూ పది శాతం పెరుగుదలే. ప్రాస్పెక్ట్ థియరీ: అనిశ్చిత నష్టాల సందర్భంలో మనం ఎందుకు అప్రామాణికమైన రిస్కులు తీసుకుంటామో వివరిస్తుంది. అన్నిటికంటే ఎక్కువ ప్రాచుర్యం పొందింది లాస్ అవర్షన్: ఒక లాభం సాధించడానికి కంటే నష్టాన్ని నివారించడానికి మనుషులు గణాంకపరంగా ఎక్కువగా స్పందిస్తారు.

2011లో కానెమన్ తన పరిశోధనను Thinking, Fast and Slow అనే పుస్తకంలో వివరించాడు. ఆయన ప్రకారం, మనిషికి రెండు ఆలోచనా వ్యవస్థలు ఉన్నాయి: సిస్టమ్ 1: జంతువులా, వేగంగా, సహజసిద్ధంగా, భావోద్వేగంతో పనిచేసేది. సిస్టమ్ 2: నెమ్మదిగా, ఆలోచనాత్మకంగా, తార్కికంగా పనిచేసేది. అసలు ఎక్కువ ప్రభావం చూపేది సిస్టమ్ 1 మాత్రమే. అదే మన తార్కిక ఆలోచనలను నడిపిస్తుంది.

సిస్టమ్ 1లోని అపరిశుద్ధమైన నమ్మకాలు, భావాలు, అభిప్రాయాలే సిస్టమ్ 2లోని స్పష్టమైన నమ్మకాలు, నిర్ణయాలకు మూలం. ఒక ప్రశ్న, సూచనకు ముందుగా మనం భావోద్వేగంగా (సిస్టమ్ 1) స్పందిస్తాము. ఆ తర్వాత అదే స్పందన సిస్టమ్ 2 తార్కిక సమాధానాన్ని నిర్మిస్తుంది.

దీని గురించి ఆలోచించండి: మీరు ఎదుటివారి సిస్టమ్ 1 భావోద్వేగ ఆలోచనను ప్రభావితం చేయగలిగితే – ప్రశ్నను, మాటలను ఎలా చెప్పారన్నదానితో – ఆయన సిస్టమ్ 2 తార్కికతను కూడా దారితీస్తారు. అలా ఆయన సమాధానాన్ని మార్చగలరు. అదే హార్వర్డ్‌లో ఆండీకి జరిగింది. నేను "నేను అదెలా చేయగలను?" అని అడగడం ద్వారా అతని సిస్టమ్ 1 భావోద్వేగాన్ని ప్రభావితం చేశాను. దాంతో అతను ఆఫర్ సరిపోదని ఒప్పుకున్నాడు. తర్వాత అతని సిస్టమ్ 2 దానికి తార్కిక సమాధానం ఇచ్చింది – అంటే నాకు మంచి ఆఫర్ ఇవ్వడం.

కానెమన్ మాటలు మనం నమ్మితే, సిస్టమ్ 1ను చదవడానికి, అర్థం చేసుకోవడానికి, ప్రభావితం చేయడానికి సాధనాలు లేకుండా సిస్టమ్ 2 ఆధారంగా చర్చలు చేయడం అంటే, గుడ్డు పగలగొట్టడం తెలియకుండానే ఆమ్లెట్ వేయటంలాంటిదే.

FBI భావోద్వేగం పొందింది

1980ల, 90లలో FBIలోని కొత్త బందీ చర్చల బృందం సమస్య పరిష్కార నైపుణ్యాలను అభ్యసించేసరికి, ఒక కీలకమైన పదార్థం మన సిస్టమ్‌లో లేదని స్పష్టమైంది.

ఆ సమయంలో, మనం Getting to Yes లో బాగా మునిగిపోయాం. ఒక చర్చయొక్క కర్త, కన్సల్టెంట్, బోధకుడిగా నేను ఇప్పటికీ ఆ పుస్తకంలోని అనేక శక్తివంతమైన వ్యూహాలను అంగీకరిస్తాను. అది సహకార సమస్య పరిష్కారంలో విప్లవాత్మకమైన ఆలోచనలను అందించింది. ముఖ్యంగా BATNA (Best Alternative To a Negotiated Agreement) కాన్సెప్ట్ వంటి అనివార్యమైన సూత్రాలను స్థాపించింది.

అది అద్భుతమే.

కానీ 1992లో ఐడాహోలోని రాండీ వీవర్ కేసులో రూబీ రిడ్జ్ వద్ద, 1993లో టెక్సాస్‌లోని వాకో వద్ద డేవిడ్ కొరెష్ సెక్ట్‌పై జరిగిన ఘోర విఫల ముట్టడుల తరువాత, ఒక సత్యం బయటపడింది: ఎక్కువ బందీ చర్చలు అసలు తార్కిక సమస్య పరిష్కారాలు కానే కావు.

నేను చెప్పేది ఏమిటంటే – మీరు ఎప్పుడైనా తనను మెస్సయ్యా అనుకునే వ్యక్తితో గెలుపు పరిష్కారం అన్వేషించడానికి ప్రయత్నించారా?

ఇప్పుడది స్పష్టంగా ఉంది – Getting to Yes అనేది అపహరణదారుల వద్ద పనిచేయదు. ఎంతమంది ఏజెంట్లు ఆ పుస్తకాన్ని హైలైటర్‌లతో చదివినా, అది మన బందీ చర్చల పనితీరును మెరుగుపరచలేదు.

ఆ పుస్తకంలోని అద్భుతమైన సిద్ధాంతం, రోజువారీ చట్టాల అమలులోని అనుభవాల మధ్య ఘోరమైన విరుద్ధత కనబడుతుంది. అందరూ ఆ పుస్తకాన్ని గొప్ప చర్చల పాఠ్యగ్రంథమని ప్రశంసించారు. అయినప్పటికీ నిజంగా దాన్ని విజయవంతంగా అనుసరించిన వారు చాలా కొద్దిమంది మాత్రమే ఎందుకున్నారు?

"మనం అంత మూర్ఖులమా?"

రూబీ రిడ్జ్, వాకో సంఘటనల తర్వాత ఆ ప్రశ్న చాలా మందిని వేధించింది. ముఖ్యంగా అమెరికా డిప్యూటీ అటార్నీ జనరల్ ఫిలిప్ బి. హెయ్‌మన్ మన హోస్టేజ్ నెగోషియేషన్ పద్ధతులు ఎందుకు ఇంత దారుణంగా విఫలమవుతున్నాయి? అని తెలుసుకోవాలని అనుకున్నారు. 1993 అక్టోబరులో ఆయన "లెసన్స్ ఆఫ్ వాకో: ప్రపోజ్డ్ ఛేంజెస్ ఇన్ ఫెడరల్ లా ఎన్ఫోర్స్‌మెంట్" అనే నివేదికను విడుదల చేశారు. అందులో నిపుణుల ప్యానెల్ ఇచ్చిన విశ్లేషణను సమీక్షిస్తూ, క్లిష్టమైన హోస్టేజ్ పరిస్థితులను సమర్థవంతంగా ఎదుర్కొనడంలో ఫెడరల్ లా ఎన్ఫోర్స్‌మెంట్ వైఫల్యాలను వివరించారు.

దాని ఫలితంగా, 1994లో ఎఫ్‌బీఐ డైరెక్టర్ లూయిస్ ఫ్రీ 'క్రిటికల్ ఇన్సిడెంట్ రెస్పాన్స్ గ్రూప్ (CIRG)' అనే ప్రత్యేక విభాగాన్ని ప్రారంభించారు. ఇందులో క్రైసిస్ నెగోషియేషన్, క్రైసిస్ మేనేజ్‌మెంట్, బిహేవియరల్ సైన్సెస్, హోస్టేజ్ రెస్క్యూ విభాగాలను కలిపి, సంక్షోభ చర్చా పద్ధతులను పూర్తిగా మార్చాలని నిర్ణయించారు.

అయితే సమస్య ఏమిటంటే – ఏ పద్ధతులు ఉపయోగించాలి?

ఈ సమయంలో, ఎఫ్‌బీఐలో అత్యంత గౌరవనీయులైన నెగోషియేటర్లలో ఇద్దరు – నా సహచరుడు ఫ్రెడ్ లాన్స్‌లీ మరియు నా మాజీ అధికారి గ్యారీ నొవెస్నర్ – కాలిఫోర్నియాలోని ఒక్లాండ్‌లో హోస్టేజ్ నెగోషియేషన్

క్లాస్ బోధిస్తున్నప్పుడు, 35 మంది అనుభవజ్ఞులైన లా ఎన్ఫోర్స్‌మెంట్ అధికారులను ఒక సులభమైన ప్రశ్న అడిగారు: "సాధారణ బేరసారాల (ప్రాబ్లం సాల్వింగ్) పద్ధతి ఉపయోగపడిన క్లాసిక్ పరిస్థితిని ఎప్పుడైనా మీరు ఎదుర్కొన్నారా?"

ఒక్కరి చేయి కూడా పైకి లేవలేదు.

తర్వాత దానికి అనుబంధంగా, వారు మరో ప్రశ్న వేశారు: "ఎంతమంది విద్యార్థులు భావోద్వేగ ఆవేశంలో ఉన్న, స్పష్టమైన డిమాండ్లు కూడా లేని ఒక హోస్టేజ్-టేకర్‌తో, గందరగోళంగా, ఒత్తిడిగా, అనిశ్చిత వాతావరణంలో చర్చించాల్సి వచ్చిన సందర్భం ఎదుర్కున్నారా?"

ఈసారి ప్రతి ఒక్కరి చేయి పైకి లేచింది.

ఇప్పుడిక స్పష్టమైంది: ఎక్కువశాతం పోలీస్ నెగోషియేటర్లు ఎదుర్కొనే సంఘటనలు తర్కబద్ధమైన బేరసారాలు కాకుండా భావోద్వేగపూరితమైనవి. కాబట్టి మన చర్చా నైపుణ్యాలు జంతువులా, ఆవేశపూర్వకంగా, అనిశ్చితంగా వ్యవహరించే మనసును అర్థం చేసుకోవడంపై దృష్టి పెట్టాలి.

ఆ క్షణం నుంచి మన ప్రాధాన్యం 'క్విడ్ ప్రో క్వో' (quid pro quo) బేరసారాలు (నువ్వు ఇది ఇస్తే నేను అది ఇస్తా అన్న లావాదేవీ పద్ధతులు) కాకుండా, సంక్షోభ మానసిక శాస్త్ర నైపుణ్యాలపై ఉండాలి. విజయవంతమైన చర్చ కోసం భావోద్వేగాలు, ఎమోషనల్ ఇంటెలిజెన్స్ ప్రధాన కేంద్రం కావాలి – వాటిని అధిగమించాల్సిన అడ్డంకులుగా చూడకూడదు.

అవసరమైనవి ఏమిటంటే, పరిస్థితుల్లో పనిచేసే సులభమైన మానసిక తంత్రాలు మరియు వ్యూహాలు – ప్రజలను శాంతింపజేయడం, అనుబంధాన్ని ఏర్పరచడం, నమ్మకం పొందడం, వారి అవసరాలను మాటల్లో వ్యక్తం చేయించేలా చేయడం, అలాగే మనం సహానుభూతితో ఉన్నామని ఎదుటివారిని నమ్మించేలా చేయడం. మనకు కావలసింది బోధించడానికి సులభమైనది, నేర్చుకోవడానికి సులభమైనది, అమలు చేయడానికి సులభమైనదే.

ఇవన్నీ చూసినప్పుడు, వారు పోలీసులే, ఏజెంట్లే, వారికెప్పుడూ విద్యావేత్తలు లేదా థెరపిస్టులు కావాలనే ఆసక్తి లేదు. వాళ్లు కోరుకున్నది ఏమిటంటే, బందీదారుడి ప్రవర్తనను మార్చడం, అతను ఎవరో, అతనికి ఏమి కావాలో సంబంధం లేకుండా, సంక్షోభం చుట్టూ ఉన్న భావోద్వేగ

వాతావరణాన్ని కొంచెం మార్చి, అందులో భాగమైన ప్రతి ఒక్కరి భద్రతను కాపాడటం.

ప్రారంభ సంవత్సరాలలో, ఎఫ్‌బీఐ కౌన్సెలింగ్ వృత్తి అభివృద్ధి చేసిన పాత, కొత్త చికిత్సా పద్ధతులను ప్రయోగాత్మకంగా ప్రయత్నించింది. ఇవి ఎదుటివారు ఏం అనుభవిస్తున్నారో, వారి భావాలు ఎలా ఉన్నాయో అర్థం చేసుకున్నామనే భావనను కలిగించి, వారితో సానుకూల సంబంధాన్ని పెంచే లక్ష్యంతో రూపొందించబడ్డాయి.

ఇది ఒక సర్వసాధారణ సత్యంతో ప్రారంభమవుతుంది, మనుషులు అర్థం చేసుకోబడాలని, అంగీకరించబడాలని కోరుకుంటారు. వినడం అనేది అత్యంత చవకైనప్పటికీ, అత్యంత ప్రభావవంతమైన రాయితీ. గాఢంగా వినడం ద్వారా, ఒక చర్చాకర్త ప్రతిస్పందన తెలియజేస్తాడు. అవతలి వారు అనుభవిస్తున్నదాన్ని మరింత బాగా అర్థం చేసుకోవాలన్న నిజమైన కోరికను వ్యక్తపరుస్తాడు.

మానసికచికిత్స పరిశోధనలు చూపిస్తున్నాయి: ఎవరైనా ఎదుటివారిని శ్రద్ధగా విన్నారని భావించినప్పుడు, వారు తమను తాము మరింత శ్రద్ధగా వింటారు. తమ ఆలోచనలు, భావాలను స్పష్టంగా అంచనా వేస్తారు. అదేవిధంగా, వారు తక్కువ రక్షణాత్మకంగా, తక్కువ వ్యతిరేకంగా మారతారు. ఇతరుల అభిప్రాయాలను మరింతగా వినడానికి సిద్ధంగా ఉంటారు. ఇది వారిని ప్రశాంతమైన, తార్కికమైన స్థితికి తీసుకువెళుతుంది. అక్కడ వారు మంచి "Getting to Yes" సమస్య పరిష్కారకులుగా మారగలరు.

ఈ పుస్తకానికి కేంద్రబిందువుగా మీరు నేర్చుకునేది "Tactical Empathy" అనే భావన. (ఒక చర్చలో (negotiation) లో అవతలి పక్షం వాళ్లు కోపంగానో లేదా భయంతోనో ఉంటే, అంటే వారి భావాలను గుర్తించి "మీరు చాలా ఒత్తిడిగా ఉన్నారని నాకు అనిపిస్తోంది" అని చెప్పడం ద్వారా వారిని శాంతింపజేసి, మనకు అనుకూలంగా పరిస్థితిని మలచడం "Tactical Empathy" అవుతుంది. అను.) ఇది ఒక విధంగా 'వినడాన్ని' ఒక యుద్ధకళగా మలచడం—సూక్ష్మమైన భావోద్వేగ బుద్ధి ప్రవర్తనలను, ఆత్మవిశ్వాసంతో కూడిన ప్రభావ నైపుణ్యాలను సమతుల్యం చేస్తూ, మరో వ్యక్తి మనసులోకి ప్రవేశించడం. సాధారణంగా 'నమ్మినట్లుగా వినడం'

ఒక నిర్జీవ చర్య కాదు. అది మీరు చేయగల అత్యంత క్రియాశీలకమైన పని.

ఒకసారి, మనం యీ కొత్త పద్ధతులను అభివృద్ధి చేయడం ప్రారంభించినప్పుడు, చర్చల ప్రపంచం రెండు ప్రవాహాలుగా విడిపోతుంది: దేశంలోని అగ్రపాఠశాలలో నేర్చుకున్న చర్చలు తార్కిక సమస్య పరిష్కార మార్గంలో కొనసాగగా, అందుకు విరుద్ధంగా, మేము FBIలో సైకాలజీ, కౌన్సెలింగ్, క్రైసిస్ ఇంటర్వెన్షన్ మీద ఆధారపడి నిరూపించబడని విధానంలో ఏజెంట్లకు శిక్షణ ఇవ్వడం ప్రారంభించాము. ఐవీ లీగ్ గణితం, ఆర్థిక శాస్త్రాన్ని బోధిస్తే, మేము సహానుభూతి చూపడంలో నిపుణులమయ్యాము. మా మార్గమే పనిచేసింది.

జీవితం అనేది చర్చ (LIFE IS NEGOTIATION)

మీరు FBI చర్చాకర్తలు ప్రపంచంలోని కఠినమైన నేరస్తులతో చర్చించి ఏ విధంగా బందీలను విడిచిపెట్టేలా చేస్తారో తెలుసుకోవాలనుకోవచ్చు. కానీ యిలాంటి చర్చలకు మీ జీవితంతో ఏమిటి సంబంధం అని ఆశ్చర్యపోవచ్చు. అదృష్టవశాత్తూ, చాలా కొద్దిమంది మాత్రమే ఇస్లామిక్ తీవ్రవాదులు తమ ప్రియమైన వారిని అపహరించిన సందర్భంలో వ్యవహరించవలసి వస్తుంది.

కానీ నేను మీకు ఒక రహస్యం చెబుతున్నాను: జీవితం అనేది బేరసారాలు చేయడమే!

మనం ఆఫీసులో, ఇంట్లో చేసే ఎక్కువ భాగం పరస్పర చర్యలు – చర్చలే. ఇవన్నీ ఒక సాధారణ, జంతుప్రాయమైన కోరికల కోవకు వస్తాయి: "నాకు కావాలి."

"నువ్వు బందీలను విడిచిపెట్టాలి" – ఈ పుస్తకానికి చాలా దగ్గరి సంబంధమున్న కోరిక.

కానీ అలాగే:

'నువ్వు ఆ $1 మిలియన్ కాంట్రాక్టును అంగీకరించాలి'

"ఆ కారు కోసం నేను $20,000 చెల్లించాలి"

"నాకు 10 శాతం జీతం పెంపు ఇవ్వాలి"

"నువ్వు రాత్రి 9 గంటలకు నిద్రపోవాలి"

చర్చ అనేది రెండు ముఖ్యమైన, అత్యవసర జీవన విధులను నెరవేర్చుతుంది – సమాచారం సేకరించడం మరియు ప్రవర్తనను ప్రభావితం చేయడం – దాదాపు ప్రతి పరస్పర చర్యలో, ఒకరికి మరొకరితో ఏదో అవసరం ఉంటుంది. మీ వృత్తి, మీ ఆర్థిక పరిస్థితి, మీ ఖ్యాతి, మీ ప్రేమ జీవితం, మీ పిల్లల భవితవ్యం—ఇలాంటివన్నీ మీ చర్చా సామర్థ్యంపై ఆధారపడి ఉంటాయి.

చర్చ అంటే సింపుల్‌గా ఫలితాలుతో కూడిన సమాచారం. జీవితంలో మీరు కోరుకున్నది పొందడం అంటే – మరియు ఇతరుల నుండి/తో – మీకు కావలసినది పొందడం. ప్రతి సంబంధంలో ఘర్షణ అనివార్యం. కాబట్టి ఆ ఘర్షణలో మీకు కావలసినది దెబ్బతీయకుండా పొందడం నేర్చుకోవడం ఉపయోగకరమే కాదు – అత్యవసరం.

ఈ పుస్తకంలో, నేను FBIలో రెండు దశాబ్దాలకు పైగా అనుభవం నుండి నేర్చుకున్న సూత్రాలు, పద్ధతులను మీకు అందిస్తున్నాను – ఇవి దాదాపు ఎలాంటి చర్చలోనైనా మీ ప్రత్యర్థిని నిరాయుధం చేయడానికి, మార్గం మళ్లించడానికి, నిర్వీర్యం చేయడానికి సహాయపడతాయి. అది కూడా సంబంధాలను బలపరిచే రీతిలో.

అవును, ఎందరో బందీలను సురక్షితంగా విడుదల చేయించడానికి మేము ఎలా చర్చించామో నేర్చుకుంటారు. అదే సమయంలో, మీరు ఒక కారును తక్కువ ధరకు కొనడానికి, ఎక్కువ జీతం పొందడానికి, ఒక పిల్లవాడి పడుకునే సమయాన్ని సర్దుబాటు చేయడానికి మానసికశాస్త్రాన్ని ఎలా ఉపయోగించాలో కూడా నేర్చుకుంటారు. ఈ పుస్తకం మీ జీవితాన్ని, వృత్తిని ప్రభావితం చేసే సంభాషణలను మళ్లీ నియంత్రించుకోవడానికి మీకు సహాయపడుతుంది.

రోజువారీ చర్చలో నైపుణ్యం సాధించడానికి మొదటి అడుగు, చర్చ పట్ల మీ వ్యతిరేక భావాన్ని వదిలేయడం. మీకు అది నచ్చాల్సిన అవసరం లేదు; కానీ ప్రపంచం అలా పనిచేస్తుందని అర్థం చేసుకోవాలి. చర్చ అనేది ఎవరినైనా నలిపేయడం లేదా బలవంతపెట్టడం కాదు. అది మానవ సమాజంలో నిర్మించబడిన భావోద్వేగ ఆటలను ఆడటమే. ఈ ప్రపంచంలో మీరు అడిగినదే మీకు దొరుకుతుంది; కానీ మీరు సరైన విధంగా అడగాలి.

కాబట్టి మీరు సరైనదని అనుకున్నదాన్ని అడగడానికి మీ హక్కును వినియోగించుకోండి.

ఈ పుస్తకం గురించి అసలు విషయానికి వస్తే, చర్చను మీరు అంగీకరించేలా చేయడం, దాని ద్వారా మానసికంగా అవగాహనతో మీరు కోరుకున్నది సాధించుకోవడం నేర్పడం. మీరు ఏ సందర్భంలోనైనా మీ భావోద్వేగాలు, సహజప్రవృత్తులు, అవగాహనను ఉపయోగించి ఇతరులతో బాగా కలవడం, వారిని ప్రభావితం చేయడం, మరింత సాధించడం నేర్చుకుంటారు.

ప్రభావవంతమైన చర్చ అంటే ప్రజలతో వ్యవహరించే తెలివి – జీవితంలోని ప్రతి రంగంలో ఒక మానసిక ఆధిక్యం: అవతలి వారిని ఎలా అంచనా వేయాలి, వారు మిమ్మల్ని ఎలా అంచనా వేయాలని ప్రభావితం చేయాలి, ఆ జ్ఞానాన్ని ఉపయోగించి మీరు కోరుకున్నది ఎలా పొందాలి.

కానీ జాగ్రత్త: ఇది మరొక సాధారణ "పాప్–సైక్" పుస్తకం కాదు. ఇది FBIలో ఇరవై నాలుగు సంవత్సరాల కెరీర్, అలాగే ప్రపంచంలోని అగ్ర బిజినెస్ స్కూల్స్, సంస్థలలో పదేళ్ల బోధన, కన్సల్టింగ్ అనుభవాల నుండి వడపోసిన, లోతైన, గాఢమైన, ఆలోచనాత్మక, ముఖ్యంగా ఉపయోగకరమైన మానసిక సిద్ధాంతాల సమాహారం.

ఇది ఒక సాధారణ కారణం వల్ల పనిచేస్తుంది: ఇది వాస్తవ ప్రపంచంలో రూపుదిద్దుకుంది. ఇది తరగతి గది లేదా శిక్షణా కేంద్రంలో పుట్టలేదు. అనుభవాల ద్వారా, నిరంతరం మెరుగుపడుతూ, దాదాపు పరిపూర్ణతను చేరుకుంది.

గమనించండి, ఒక నిర్బంధితుల చర్చాకర్త ప్రత్యేక పాత్రను పోషిస్తాడు: అతను గెలవాల్సిందే. అతను ఒక బ్యాంక్ దొంగకు ఇలా చెప్పగలడా? – "సరే, నువ్వు నలుగురిని బందీలుగా పట్టుకున్నావు. మనం పంచుకుందాం. ఇద్దరిని విడిచిపెట్టు, ఇక సరిపోతుంది" అని?

లేదు. విజయవంతమైన నిర్బంధితుల చర్చాకర్త తాను అడిగిన ప్రతిదాన్నీ తిరిగి ఏదీ ఇవ్వకుండా సాధించాలి. అది కూడా ప్రత్యర్థులు గొప్ప సంబంధం కలిగినట్లు భావించే విధంగా చేయాలి. అతని పని అంటే భావోద్వేగ మేధస్సును (Emotional Intelligence) అత్యధిక స్థాయిలో ఉపయోగించడం. ఇవే మీరు ఇక్కడ నేర్చుకునే సాధనాలు.

పుస్తకం (THE BOOK)

ఒక కాంట్రాక్టర్ ఇల్లు నిర్మించినట్లే, ఈ పుస్తకం కూడా అడుగడుగునా నిర్మించబడింది. మొదట పునాదులు, తర్వాత అవసరమైన గోడలు, తర్వాత సొగసైన, బలమైన పైకప్పు, చివరికి అందమైన అంతర్గత అలంకరణలు.

ప్రతి అధ్యాయం, ముందటి అధ్యాయాన్ని విస్తరించుకుంటూ వెళుతుంది. మీరు సక్రియ వినికిడి (Active Listening) యొక్క సాంకేతికతలను నేర్చుకుంటారు. తర్వాత ప్రత్యేక సాధనాలు, వాక్య నిర్మాణ పద్ధతులు, చివరి దశ – ఆఖరి ఒప్పందం (haggling) యొక్క లోతులు నేర్చుకుంటారు. చివరికి నిజమైన చర్చా విజయాన్ని అందించే అరుదైన అంశం—"బ్లాక్ స్వాన్" – ను కనుగొనడం నేర్చుకుంటారు.

అధ్యాయం 2 లో గుడ్డిగా అనుసరించే విధానాలను ఎలా నివారించాలో నేర్చుకుంటారు. దాని బదులుగా ప్రతిబింబించడం (Mirroring), నిశ్శబ్దం (Silences), లేట్-నైట్ FM DJ వాయిస్ వంటి సక్రియ వినికిడి (Active Listening) పద్ధతులను నేర్చుకుంటారు. మీరు విషయాలను నెమ్మదిగా చేయడం వల్ల, ప్రత్యర్థి తాను సురక్షితంగా ఉన్నానని భావించి తనను తాను బయటపెట్టుకునేలా చేయడం నేర్చుకుంటారు. అలాగే కోరికలు (wants/aspirations) మరియు అవసరాలు (needs/minimum for deal) మధ్య తేడాను గుర్తించడం, ప్రత్యర్థి ఏమి చెబుతున్నాడో దానిపై లేజర్-ఫోకస్ చేయడం నేర్చుకుంటారు.

అధ్యాయం 3 లో Tactical Empathy లోతుగా నేర్చుకుంటారు. ప్రత్యర్థి దృష్టికోణాన్ని గుర్తించడం, దానిని లేబెలింగ్ (Labeling) ద్వారా తిరిగి చెప్పడం ద్వారా నమ్మకం, అవగాహన పొందడం నేర్చుకుంటారు. ప్రతికూల వాతావరణాలను వెలికితీసి వాటిని నిర్వీర్యం చేయడం, అలాగే ప్రత్యర్థి మీపై చేసే ఆరోపణలను మీరు ముందుగానే గట్టిగా పలకడం ద్వారా అవతలి వాళ్లలో తప్పుపట్టే ధోరణి, (Accusation Audit) నేర్చుకుంటారు.

అధ్యాయం 4లో చర్చలో ప్రత్యర్థి అర్థం చేసుకున్నట్లు, గౌరవించబడినట్లు భావించేలా చేయడం నేర్చుకుంటారు. ఇక్కడ మీరు "అవును (Yes)" కంటే "అదే కదా (That's right)" అన్న సమాధానాన్ని లక్ష్యంగా పెట్టుకోవడం

ఎందుకు ముఖ్యమో తెలుసుకుంటారు. అలాగే ప్రత్యర్థి ప్రపంచ దృష్టిని క్లుప్తంగానూ, (Summaries), వివరణలతోనూ (Paraphrasing) ద్వారా పునఃవ్యక్తీకరించడం నేర్చుకుంటారు.

అధ్యాయం 5 లో "Getting to Yes" కు విరుద్ధమైన కోణాన్ని నేర్పుతుంది. నిజమైన చర్చ "కాదు (No)" తో ప్రారంభమవుతుందని, "కాదు" ఎందుకు కీలకమో తెలుసుకుంటారు. మీ అహంకారాన్ని పక్కన పెట్టి ప్రత్యర్థి ఆలోచనా ప్రపంచంలో చర్చించడం నేర్చుకుంటారు. చర్చలో ప్రత్యర్థి ఎంపిక హక్కును గుర్తించడం ద్వారా వారిని ఎలా చురుకుగా ఉంచాలో, ఇకపై మీ ఇమెయిల్‌ను ఎప్పటికీ నిర్లక్ష్యం చేయనీయని ఒక పద్ధతిని నేర్చుకుంటారు.

అధ్యాయం 6 లో వాస్తవాన్ని గ్రహించడం (Bending Reality) నేర్పుతుంది. మీ చర్చను మీరు పెట్టిన పరిమితులలోనే ప్రత్యర్థి అవగాహన లేకుండా అంగీకరించేలా ఎలా ఫ్రేమ్ చేయాలో తెలుసుకుంటారు. డెడ్‌లైన్స్‌ను వాడి అత్యవసరత సృష్టించడం, న్యాయసూత్రాన్ని (Fairness) ఉపయోగించి వాడి ప్రత్యర్థిని ప్రేరేపించడం, ఆఫర్‌ను అంగీకరించకపోతే నష్టంగా అనిపించేలా భావోద్వేగాలను ఆంకర్ చేయడం నేర్చుకుంటారు.

అధ్యాయం 7 లో హార్వర్డ్‌లో ఉపయోగించిన శక్తివంతమైన సాధనం – క్రమాంకితమైన ప్రశ్నలు (Calibrated Questions) పై ఉంటుంది. ఇవి "ఎలా? (How)", "ఏమిటి? (What)"తో ప్రారంభమవుతాయి. "అవును/కాదు" సమాధానాల బదులు ఇవి ప్రత్యర్థిని మీ సమస్యను పరిష్కరించేలా ఆలోచింపజేస్తాయి.

అధ్యాయం 8 లో అమలు దశలో విఫలమవకుండా కాపాడడానికి ఈ క్యాలిబ్రేటెడ్ ప్రశ్నలను ఎలా ఉపయోగించాలో చూపుతుంది. "అవును" అనేది "ఎలా" లేకుండా అర్థరహితం అని మీరు నేర్చుకుంటారు. మాటల కంటే శరీర భాష (nonverbal communication) ప్రాముఖ్యత, "ఎలా" ప్రశ్నల ద్వారా మృదువుగా "కాదు" అనడం, ప్రత్యర్థిని తనకే వ్యతిరేకంగా సిద్ధం చేయించడం, టేబుల్ వద్ద లేని "డీల్ కిల్లర్స్"పై ప్రభావం చూపడం నేర్చుకుంటారు.

ప్రతి చర్చ ఒక దశలో పాత పద్ధతి 'ఆఖరి ఒప్పందం' (Haggling) ఉంటుంది. ఇక్కడ సమర్థవంతమైన బేరసారాల కోసం దశలవారీ

మార్గదర్శనం అధ్యాయం 9 లో ఉంటుంది – ఎలా సిద్ధం కావాలి, దూకుడు ప్రత్యర్థిని ఎలా తప్పించుకోవాలి, ఎప్పుడు దాడి చేయాలి. మీరు FBI అత్యంత ప్రభావవంతమైన పద్ధతి అయిన 'స్టీరింగ్ నియంత్రణ పద్ధతి' (Ackerman System) నేర్చుకుంటారు.

అధ్యాయం 10 లో చర్చలో అత్యంత అరుదైన విషయం – బ్లాక్ స్వాన్ (Black Swan) గురించి ఉంటుంది. ప్రతి చర్చలో మూడు నుంచి ఐదు సమాచారం భాగాలు దాగి ఉంటాయి. అవి బయటపెట్టగానే అన్నీ మారిపోతాయి. ఇవి గేమ్-చేంజర్స్. అందుకే నా కంపెనీకి నేను The Black Swan Group అని పేరు పెట్టాను. ఈ అధ్యాయంలో మీరు బ్లాక్ స్వాన్‌లను ఎలా గుర్తించాలో, వాటిని ఉపయోగించి చర్చలో అనుకూలమైన లాభం పొందడం, అసాధారణ ఒప్పందాలను సాధించడం నేర్చుకుంటారు.

ప్రతి అధ్యాయం ఒక వేగవంతమైన నిర్బంధకుల చర్చ కథతో మొదలవుతుంది. ఆ తర్వాత ఏమి పనిచేసింది, ఏమి పనిచేయలేదో విశ్లేషణ ఉంటుంది. నేను సూత్రాలు, సాధనాలు వివరించిన తర్వాత, మీరు వాస్తవ జీవిత ఉదాహరణలు తెలుసుకుంటారు – జీతం గురించి చర్చించడం, కారు కొనడం, ఇంట్లో సమస్యలు పరిష్కరించడం వంటి సందర్భాల్లో వీటిని విజయవంతంగా ఉపయోగించినవారి కథలు.

ఈ పుస్తకం మీరు పూర్తిచేసేసరికి, మీ వృత్తి, జీవితం మెరుగుపడటానికి మీరు ఈ కీలక సాంకేతికతలను ఉపయోగిస్తేనే నేను విజయం సాధించినట్టవుతుంది. మీరు ఖచ్చితంగా సాధిస్తారని నాకెంతో నమ్మకం. కానీ గుర్తుంచుకోండి: విజయవంతమైన చర్చకు సిద్ధం కావడం అత్యంత ముఖ్యం. అందుకే అనుబంధంలో, నేను నా విద్యార్థులు, కస్టమర్లందరితో ఉపయోగించే Negotiation One Sheet అనే అమూల్య సాధనాన్ని మీ కోసం యివ్వటం జరిగింది. ఇది దాదాపు అన్ని వ్యూహాలు, తంత్రాల సంక్షిప్త సమాహారం – దానిని మీరు మీ అవసరాలకు అనుగుణంగా మార్చుకుని ఏ ఒప్పందానికైనా సిద్ధమవ్వవచ్చు.

ఇది నాకు అత్యంత ముఖ్యమైన విషయం – మీరు అర్థం చేసుకోవలసింది ఏమిటంటే, చర్చలు ఎంత అత్యవసరమో, అవసరమో, ఇంకా ఎంత అందమైనవో తెలుసుకోవాలి. చర్చలలోని ఈ రూపాంతర శక్తిని మనం అంగీకరిస్తే, మనకు కావలసింది ఎలా సాధించుకోవాలో

మాత్రమే కాకుండా, ఇతరులను కూడా మంచి దిశలోకి ఎలా నడిపించాలో నేర్చుకుంటాం.

చర్చ అనేది సహకారానికి హృదయం. అది సంఘర్షణను ప్రతిభావంతంగా, అందరికీ ప్రయోజనకరంగా మార్చగల ఒక సాధనం. అది మీ జీవితాన్నే మార్చగలదు – అది నా జీవితాన్ని మార్చినట్లే.

నేను ఎప్పుడూ నన్ను ఒక సాధారణ మనిషిగా భావించేవాణ్ణి. కష్టపడి పనిచేసేవాణ్ణి, నేర్చుకోవడానికి సిద్ధంగా ఉండేవాణ్ణి. అవును – అయితే, ఏదైనా ఒక ప్రత్యేక ప్రతిభ కలిగినవాణ్ణి కాను. అయినప్పటికీ జీవితం అద్భుతమైన అవకాశాలతో నిండి ఉందని ఎప్పుడూ అనిపించేది. కానీ నా చిన్న వయసులో ఆ అవకాశాలను ఎలా వినియోగించుకోవాలో తెలియదు.

కానీ నేర్చుకున్న నైపుణ్యాలతో, నేను అసాధారణమైన పనులు చేయడం తెలుసుకున్నాను. వాటిని నా నుంచి నేర్చుకున్న వారు, వారి జీవితాన్ని మార్చే ఫలితాలను సాధించడం గమనించాను. గత మూడు దశాబ్దాలుగా నేర్చుకున్నదాన్ని ఉపయోగించినప్పుడు, నా జీవితం ఎటు వెళ్తుందో మార్చగల శక్తి నాలో ఉందని నాకు తెలుసు. అలాగే ఇతరులకూ సహాయం చేయగలను. ముప్పయ్ సంవత్సరాల క్రితం, ఇది సాధ్యమేనని అనిపించేది. కానీ ఎలా అనేది నాకు తెలియదు.

ఇప్పుడు నాకు తెలుసు. 'ఎలా?' అనేది ఇక్కడ ఉంది.

అధ్యాయం 2

అద్దంలా ఉండండి

సెప్టెంబర్ 30, 1993

ఒక చల్లని శరదృతు ఉదయం, సమయం సుమారు ఎనిమిదిన్నర. ఇద్దరు ముసుగు వేసుకున్న బ్యాంకు దొంగలు బ్రూక్లిన్‌లోని సెవెన్త్ అవెన్యూ, క్యారెల్ స్ట్రీట్ వద్ద ఉన్న చేస్ మాన్‌హాటన్ బ్యాంక్ లోకి దూసుకెళ్లారు. పెద్దగా అలారం మోగింది. లోపల ఇద్దరు మహిళా టెల్లర్లు, ఒక పురుష సెక్యూరిటీ గార్డు మాత్రమే ఉన్నారు. దొంగలు ఆయుధం లేని అరవై ఏళ్ల సెక్యూరిటీ గార్డును .357 తో తలపై కొట్టి, అతన్ని పురుషుల మరుగుదొడ్డిలోకి లాగి లోపల పడేసి తాళం వేసేశారు. ఒక టెల్లర్‌ని కూడా అదే విధంగా పిస్టల్‌తో కొట్టేశారు.

ఆ తర్వాత దొంగల్లో ఒకడు మరో టెల్లర్ వైపు తిరిగి, ఆమె నోట్లో తుపాకీ పెట్టి ట్రిగ్గర్ నొక్కాడు – "క్లిక్" – రివాల్వర్ నుంచి బుల్లెట్ రాలేదు.

"తర్వాతది నిజమే" అని చెప్పి, "ఇప్పుడు వాల్ట్ తీయి" అన్నాడు.

ఒక బ్యాంక్ దోపిడి, బందీలతో. సినిమాల్లో తరచుగా జరిగేదే కానీ, న్యూయార్క్‌లో ఇలాంటిది దాదాపు ఇరవై సంవత్సరాల తర్వాత మొదటిసారి జరిగింది – నిర్బంధితుల కోసం చర్చలు ఎక్కువగా జరిగే నగరం అదే.

ఇది నా జీవితంలో మొదటి నిజమైన 'కాళ్లకింద మంటలు' అంటుకున్నట్లైన బందీల సంఘటన.

సుమారు ఏడాదిన్నర పాటు నిర్బంధితుల కోసం జరిగే చర్చలపై శిక్షణ పొందాను కానీ నా నైపుణ్యాలను ఉపయోగించే అవకాశం రాలేదు. 1993 నాకు ఇప్పటికే అద్భుతమైన, గందరగోళమైన ప్రయాణం. FBI యొక్క జాయింట్ టెర్రరిజం టాస్క్ ఫోర్స్‌లో పని చేస్తూ, హోలండ్ టన్నెల్, లింకన్ టన్నెల్, యునైటెడ్ నేషన్స్, 26 ఫెడరల్ ప్లాజా (FBI న్యూయార్క్ కార్యాలయం) లపై బాంబుల దాడి యత్నాన్ని అడ్డుకున్న దర్యాప్తులో సహ-ఏజెంట్‌గా పనిచేశాను. మేము దాన్ని విరమింపజేసినప్పుడు ఉగ్రవాదులు సేఫ్‌హౌస్‌లో బాంబులు తయారు చేస్తున్నారు. ఆ కుట్రదారులు "బ్లైండ్ షేక్" తో సంబంధం ఉన్న ఒక ఈజిప్షియన్ సెల్‌కు చెందినవారు.

అటువంటి పెద్ద కుట్రతో పోలిస్తే బ్యాంక్ దోపిడి చిన్నది అనిపించవచ్చు. కానీ అప్పటికి నాకు ఒక విషయం అర్థమైంది – నిర్బంధిత చర్చలు చేయడం నా జీవితకాల వృత్తి. నా కొత్త నైపుణ్యాలను పరీక్షించడానికి ఉత్సాహంగా ఉన్నాను. అంతేగాక, ఈ పరిస్థితి చిన్నది ఏమీ కాదు.

పిలుపు రాగానే, నా సహచరుడు చార్లీ బొడోయిన్‌తో కలిసి సంఘటన స్థలానికి పరిగెత్తి, అతని బ్లాక్ క్రౌన్ విక్టోరియా కారులోంచి దిగిపోయి కమాండ్ పోస్ట్‌కి చేరుకున్నాం. ఈ ఘటనకు మొత్తం దళమే వచ్చేసింది – NYPD, FBI, SWAT – అంటే న్యాయ అమలు వ్యవస్థకు ఉన్న శక్తి, తెలివితేటలన్నీ ఒక్కచోట చేరాయి. అవి, తాము ఏమీ చేయలేని పరిస్థితిలో చిక్కుకున్న ఇద్దరు బ్యాంకు దొంగల ఆవేశపూరిత, హఠాత్ నిరాశతో తలపడుతున్నాయి.

న్యూయార్క్ పోలీసులు మరో బ్యాంక్‌లో నుండి రక్షణ కవచం సృష్టించి నిలబడ్డారు. SWAT బృంద సభ్యులు పక్కనే ఉన్న భవనాల పైకప్పులపై నుండి రైఫిల్ స్కోప్స్‌తో ముందువైపు, వెనకవైపు తలుపులపై కళ్లుపెట్టారు.

అనుమానాలు అంధత్వం కలుగజేస్తే, ఊహలు మార్గం చూపుతాయి

మంచి చర్చలు చేసేవాళ్లు ముందే అనుకోని విషయాలకు సిద్ధంగా ఉండాలి అని తెలుసుకుంటారు; గొప్ప చర్చలు చేసేవాళ్లు మాత్రం తమ

నైపుణ్యాలను ఉపయోగించి తప్పకుండా ఆశ్చర్యాలను వెలికితీయడానికి ప్రయత్నిస్తారు.

అనుభవం వారికి ఒకేసారి పరిస్థితి, ప్రత్యర్థి కావలసినది, ఇంకా అనేక వేరువేరు అంశాలపై అనేక ఊహలను మనసులో ఉంచుకోవాలని నేర్పుతుంది. వాస్తవంలో ఉండి, అందుతున్న ప్రతి కొత్త సమాచారాన్ని ఉపయోగించి నిజమైన ఊహలను తప్పుడు వాటి నుండి వడపోత చేస్తారు.

చర్చలో ప్రతి కొత్త మానసిక అవగాహన లేదా సమాచారం ఒక ముందడుగు. అది ఒక ఊహను వదిలి మరొకదాన్ని స్వీకరించే అవకాశం ఇస్తుంది. చర్చను ఎప్పుడూ ఆవిష్కరణ దృక్పథంతో ప్రారంభించాలి. మొదట లక్ష్యం ఎంత సమాచారం బయటకు తీయగలమో, గమనించగలమో అదే. దాంతోనే తెలివైనవారికి చర్చలు కష్టమవుతాయి – ఎందుకంటే వాళ్లు అంత తెలివిగా ఉంటారు. తాము ఏం కొత్తగా నేర్చుకోవాల్సిన అవసరం లేదని భావిస్తారు.

చాలాసార్లు ప్రజలు తాము నమ్ముతున్నదానికే కట్టుబడి ఉంటారు. విన్నదాని ఆధారంగా లేదా తమ పక్షపాతం వల్ల, ఇతరుల గురించి కలిసే ముందు నుంచే నిర్ణయాలు తీసుకుంటారు. తాము గ్రహించిన దానినే పట్టించుకోకుండా ముందే ఏర్పరచుకున్న అభిప్రాయాలకు తగ్గట్టుగా మార్చేస్తారు. ఈ అనుమానాలు మన దృష్టిని అడ్డుకుంటాయి, వాస్తవానికి విరుద్ధంగా, మారని – తప్పు – రూపాన్ని చూపిస్తాయి.

గొప్ప చర్చలు చేసేవాళ్లు ఇతరులు విశ్వాసంతోనో అహంకారంతోనో అంగీకరించిన అనుమానాలను ప్రశ్నించగలరు. అందువల్ల వారు భావోద్వేగపరంగా అన్ని అవకాశాలను తెరిచి ఉంటారు, మేధోపరంగా కూడా మారిపోతున్న పరిస్థితికి చాకచక్యంగా స్పందించగలరు.

దురదృష్టవశాత్తు, 1993లో నేను అలాంటి స్థాయికి చాలా దూరంగా ఉన్నాను.

అందరూ ఈ సంక్షోభం త్వరగానే ముగుస్తుందని అనుకున్నారు. బ్యాంక్ దోపిడీదారులకు లొంగిపోవడం తప్ప మరో మార్గం లేదని – మేము అలా అనుకున్నాం. నిజానికి, ఆ రోజు ఉదయం మేము పొందిన సమాచారమేమిటంటే దోపిడీదారులు లొంగిపోవాలని అనుకుంటున్నారని. కానీ అది వారి నాయకుడు వేసిన వల అని మాకు తెలియదు. రోజంతా,

ఇతర నలుగురు దోపిడీదారుల ప్రభావాన్ని చూపిస్తూ మాట్లాడుతూనే ఉన్నాడు. నేను అప్పటివరకు ప్రతిపక్షం వ్యక్తిగత సర్వనామాలను – "మేము/వాళ్లు" లేదా "నేను/నాకు" – ఎక్కువగా ఉపయోగించడం గమనించలేదు. ఒకవేళ అతను తనను తాను తక్కువగా చూపిస్తే, అతడే ఎక్కువ ప్రాధాన్యం కలిగినవాడు కావచ్చు (మరియు వ్యతిరేకమూ నిజమే). తరువాత మాకు తెలిసింది ఏమిటంటే, వాస్తవానికి ఇంకో ఒక్క దోపిడీదారుడు మాత్రమే ఉన్నాడు. అతడిని మోసం చేసి ఈ దోపిడీకి లాగారు. నిజానికి ముగ్గురు – ఎందుకంటే పారిపోయిన డ్రైవర్‌ను కూడా లెక్కలోకి తీసుకుంటే. మేము అక్కడికి చేరేలోపే అతడు పారిపోయాడు.

"లీడ్" బందీలను పట్టుకున్నవాడు తనకంటూ ఒక "కౌంటర్-ఇంటెలిజెన్స్ ఆపరేషన్" నడిపిస్తున్నాడు. మాకు అబద్ధపు సమాచారాన్ని అందిస్తూ, అతనితో పాటు అనేక దేశాల నుండి వచ్చిన కుట్రదారులు ఉన్నారని నమ్మించాలని ప్రయత్నించాడు. అంతేకాకుండా తన భాగస్వాములు తనకంటే చాలా క్రూరులు, ప్రమాదకరులని అనిపించడానికి కూడా చూశాడు.

తరువాత ఆలోచిస్తే, అతని ఆటపట్టింపు స్పష్టంగా కనిపించింది – అతను తప్పించుకునే మార్గం దొరికే వరకు మమ్మల్ని ఎంతగానో గందరగోళంలో పడేయాలని చూశాడు. ప్రతి నిర్ణయం "ఇతర వాళ్లది" అని చెబుతూ తాను బాధ్యత వహించనట్టు నటించాడు. కొన్ని విషయాలు అడిగితే భయపడ్డట్టు, లేక కనీసం కొంచెం వెనుకడుగు వేసినట్టు చూపించేవాడు. కానీ అతను ఎప్పుడూ పూర్తి శాంతియుతంగా, సంపూర్ణ ఆత్మవిశ్వాసంతో మాట్లాడేవాడు. ఇది నాకు, నా సహోద్యోగులకూ ఒక గుర్తు – "నువ్వు ఏం ఎదుర్కొంటున్నావో తెలుసుకునే వరకు, నువ్వు ఏం ఎదుర్కొంటున్నావో తెలియదు."

కాల్ ఉదయం ఎనిమిదిన్నర ప్రాంతంలో వచ్చింది. కానీ మేము బ్యాంక్ ఎదురుగా ఉన్న వీధిలోకి చేరి సంప్రదించేసరికి పదిన్నర అయ్యింది. మేము అక్కడికి చేరుకున్నప్పుడు అందరూ ఇది చాలా సులభంగా పూర్తవుతుందని అనుకున్నారు. కమాండర్లు దీన్ని "పుస్తకం ప్రకారం" జరిగే, చిన్నదైన ఆపరేషన్‌గా భావించారు. పది నిమిషాల్లో ముగుస్తుందని, ఎందుకంటే దోపిడీదారులు లొంగిపోవాలనుకుంటున్నారని. కానీ ఆ మొదటి అపోహలు తరువాత పెద్ద సమస్యలుగా మారాయి. చర్చలు ఆగిపోవడంతో కమాండ్‌కు

సిగ్గుపడే పరిస్థితి ఏర్పడింది – ఎందుకంటే వారు ఆ తొలినాళ్ల సమాచారం ఆధారంగా మీడియాకు కూడా అతి ఆశావహమైన వ్యాఖ్యలు చేశారు.

మేము అక్కడికి వాళ్ల లొంగుబాటును స్వీకరించడానికి వెళ్లాము. కానీ పరిస్థితి వెంటనే తారుమారైంది.

మేము తెలిసినదని అనుకున్న ప్రతిదీ తప్పే.

మనస్తాపంతో ఉన్నవాడిని శాంతపరచు

మా Negotiation Operation Center (NOC) ని చేజ్ బ్యాంక్ ఎదురుగా ఉన్న మరో బ్యాంక్‌లో ఏర్పాటు చేశారు. మేము బందీల దగ్గరికి చాలా దగ్గరగా వచ్చేశాం. ఇది పెద్ద లోపం. సంక్షోభం చోటుచేసుకున్న స్థలం ముప్పై గజాల దూరంలోనే ఉంది. సాధారణంగా ఇలాంటి సందర్భాల్లో కొంచెం దూరం ఉంచుకోవడం మంచిది – ఏదైనా అత్యవసర పరిణామం చోటుచేసుకున్నా కొంత బఫర్ ఉంటుందని.

నా భాగస్వామిని నేను కలుసుకోగానే, నన్ను వెంటనే ఫోన్‌లో అక్కడే ఉన్న పోలీస్ విభాగం తరఫున చర్చ నడిపే వ్యక్తిని గైడ్ చేయమని నియమించారు. అతని పేరు జో. అతను బాగానే చేస్తున్నాడు – కానీ ఇలాంటి సందర్భాల్లో ఎవరూ ఒంటరిగా పనిచేయరు. మేము ఎల్లప్పుడూ జట్టుగా పనిచేస్తాం. దాని వెనుక ఉన్న ఆలోచన ఏమిటంటే, ఎక్కువ మంది వినేవారు ఉంటే ఎక్కువ సమాచారం అందుతుంది. కొన్నిసార్లు ఒక లైన్‌పై ఐదుగురి వరకు కూడా ఉండేవారు – ప్రతి మాటను విశ్లేషిస్తూ, నోట్స్ రాసుకుంటూ, గందరగోళాన్ని అర్థం చేసుకోవడానికి ప్రయత్నిస్తూ ఉన్నాం. మాలో ఒకరు ప్రత్యర్థి స్వరంలో "మూడ్" పట్టుకోవడానికి, మరొకరు మాటలలో దాగి ఉన్న సంకేతాలను గుర్తించడానికి. ఇక్కడ కూడా అలాగే ఏర్పాటు చేశారు – జో ఫోన్‌లో ముందుండి మాట్లాడుతున్నాడు. మిగతా వాళ్లు పక్కనే వింటూ సూచనలు ఇస్తున్నారు.

నా విద్యార్థులు తరచుగా అడుగుతారు: "అసలు, ఒకరు చెప్పేది విని అర్థం చేసుకోవడానికి అంతమంది అవసరమా?" నేను వారితో చెబుతాను – FBI కూడా అలా నిర్ణయించిందంటే అది ఒక హెచ్చరిక లాంటిది. బాగా వినడం అంత ఈజీ కాదు.

మన దృష్టి సులభంగా మరలిపోతుంది. మనకు ఏది కావాలని అనుకుంటామో, దానినే వింటాము. నిజం కన్నా మన మనసు స్థిరత్వ పాక్షికత ఆధారంగా పనిచేస్తుంది. అది ఆరంభం మాత్రమే.

చాలామంది చర్చలకు తమ వాదనలతోనే వస్తారు. దానివల్ల వారు శ్రద్ధగా వినలేరు. మానసిక శాస్త్రంలో అత్యధికంగా సూచించబడే పరిశోధనల్లో ఒకటైన జార్జ్ ఏ. మిల్లర్ పత్రంలో ఒక విషయం ఉంది – మన మెదడు ఏ సమయంలోనైనా గరిష్ఠంగా ఏడు సమాచారాలను మాత్రమే ప్రాసెస్ చేయగలదు. అంటే మనం సులభంగా మునిగి పోతాం.

చర్చను వాదనల యుద్ధంగా భావించే వారికి, వారివారి తలలో వినిపించే స్వరాలే వారిని యిబ్బంది పెడతాయి. వారు మాట్లాడకపోతే తమ వాదనల గురించి ఆలోచిస్తుంటారు, మాట్లాడితే ఆ వాదనలనే చెబుతుంటారు. చాలాసార్లు టేబుల్‌కి ఇరువైపులా ఉన్నవారు కూడా ఇలాగే చేస్తారు. అందుకే నేను దానిని ఒక రకమైన స్కిజోఫ్రీనియా స్థితి అని పిలుస్తాను: ప్రతి ఒక్కరూ తమ తలలో వినిపించే స్వరాన్నే వింటున్నారు (అదికూడా బాగా కాదు, ఎందుకంటే వారు ఒకేసారి మరో ఏడు–ఎనిమిది పనులు చేస్తున్నారు). అది బయటికి చూస్తే ఇద్దరు మాత్రమే సంభాషణలో ఉన్నట్లు కనిపిస్తుంది, కానీ వాస్తవానికి ఒకేసారి నలుగురు మాట్లాడుతున్నట్లే ఉంటుంది.

నీ తలలోని గొంతుని, వారి తలలోని గొంతుని ఒకేసారి నిశ్శబ్దం చేయడానికి ఒక శక్తివంతమైన మార్గం ఉంది: రెండు స్కిజోఫ్రెనిక్స్‌కు ఒక మాత్రతో చికిత్స చేయడం లాంటిది. నీ వాదనను ముందుకు పెట్టడం బదులుగా – నిజానికి, ప్రారంభంలో ఏం చెప్పాలి అని తలలో ఆలోచించకపోవడం బెటర్ – నీ ఏకైక దృష్టి, సంపూర్ణ దృష్టి ఇతర వ్యక్తిపైన, వాళ్లు చెప్పే మాటలపైన ఉండాలి. అలాంటి నిజమైన active listening మోడ్‌లో – ఈ తర్వాతి అధ్యాయాల్లో నేర్చుకునే పద్ధతుల సాయంతో – నువ్వు ఎదుటివారిని అస్త్రహీనులను చేస్తావు. వాళ్లు సురక్షితంగా ఉన్నారన్న భావన కలుగుతుంది. వారి తలలోని గొంతు క్రమంగా నిశ్శబ్దమవుతుంది.

లక్ష్యం ఏమిటంటే, నీ ప్రత్యర్థులకు నిజంగా కావలసినది (డబ్బు పరంగా, భావోద్వేగ పరంగా, లేదా మరేదైనా) గుర్తించడం. వాళ్లు సురక్షితంగా ఉన్నట్టు అనిపించి మరింత మాట్లాడేలా చేయడం. వాళ్లు ఏమి కోరుకుంటున్నారు అని ఎక్కువగా మాట్లాడితే, వాళ్లకు నిజంగా

అవసరమైనది ఏమిటో మనం తెలుసుకుంటాం. కోరికలు (wants) గురించి మాట్లాడటం సులభం, అవి మనం మనదైనదాన్ని సాధించాలనే ఆశయాలను సూచిస్తాయి, అలాగే మనకు ఉందనుకునే నియంత్రణ భ్రమను కూడా నిలబెట్టుకుంటాయి. కానీ అవసరాలు (needs) అనేవి బతికే కనీస అవసరాలు కాబట్టి, మనల్ని బలహీనులుగా చేస్తాయి. అయినా చర్చలు అక్కడ మొదలవ్వవు. మొదట వినడమే. ఎదుటివారి గురించి అంచనా వేయడం, వారి భావాలను గుర్తించడం, నమ్మకం మరియు భద్రతను కల్పించడం ద్వారా నిజమైన సంభాషణ మొదలవుతుంది.

కానీ బందీలను పట్టుకున్న నాయకుడితో మేము ఆ లక్ష్యానికి దూరంలో ఉన్నాము. అతడు ఎప్పుడూ విచిత్రమైన పొగమంచు తెరలు వేశాడు. తన పేరు చెప్పడానికి నిరాకరించాడు. గొంతును మార్చడానికి ప్రయత్నించాడు, జో (పోలీస్ నెగోషియేటర్)తో మాట్లాడుతూ ఎల్లప్పుడూ "ఇప్పుడు నేను స్పీకర్‌లో ఉన్నాను, చుట్టుపక్కల వాళ్లందరూ వింటున్నారు" అని చెప్పేవాడు, కొన్నిసార్లు అకస్మాత్తుగా "హోల్డ్‌లో పెడుతున్నాను" అని చెప్పి ఫోన్ పెట్టేసేవాడు. ఎప్పటికప్పుడు ఒక వ్యాన్ కావాలని డిమాండ్ చేశాడు. అది తాను, తన సహచరులు బందీలతో కలిసి పోలీస్ స్టేషన్‌కి వెళ్లడానికి కావాలని చెప్పాడు. లొంగిపోవడమనే అబద్ధపు కథ అక్కడి నుంచే వచ్చింది. కానీ అది నిజానికి లొంగింపు ప్రణాళిక కాదు, పారిపోయే ప్రణాళిక మాత్రమే. డ్రైవర్ అప్పటికే పారిపోయాడు కాబట్టి, అతనికి కొత్త వాహనం కావాలి అనిపించింది.

తర్వాత అది ముగిసిన తర్వాత ఇంకొన్ని విషయాలు స్పష్టమయ్యాయి. మమ్మల్ని మాత్రమే మోసం చేయలేదు. ఈ నాయకుడు తన పార్ట్‌నర్లకు కూడా ఆ ఉదయం బ్యాంక్ దోపిడీకి వెళ్తున్నామని చెప్పలేదు. అతను బ్యాంక్‌లో డబ్బు తీసుకువెళ్లే క్యాష్ కొరియర్ అనీ, పార్ట్‌నర్లకు బ్యాంక్ ATM దోచేస్తామని చెప్పాడే తప్ప బందీలను తీసుకోవాలని వారు ఊహించలేదు. అందువల్ల వారు కూడా ఒక రకంగా బందీలే. ఊహించని చెడు పరిస్థితిలో చిక్కుకుపోయారు. చివరికి ఈ డిస్కనెక్ట్ వాళ్లలో అంతర్గత విభేదాలను పెంచి, మేము వారిని విభజించి డెడ్‌లాక్ ముగించడానికి సహాయం చేసింది.

నెమ్మది పరచండి (SLOW. IT. DOWN)

నాయకుడు బందీలను బాగా చూసుకుంటున్నట్టు మమ్మల్ని నమ్మించాలని ప్రయత్నించాడు. కానీ వాస్తవానికి సెక్యూరిటీ గార్డు పూర్తిగా పక్కనపడ్డాడు. రెండో టెల్లర్ బ్యాంక్ బేస్‌మెంట్‌కి పరుగెత్తి దాక్కుంది. జో బంధీలతో మాట్లాడాలని అడిగితే, ఆ నాయకుడు ఎప్పుడూ ఏదో నెపం చెప్పి వాయిదా వేసేవాడు. లోపల పెద్ద గందరగోళం జరుగుతున్నట్టు చూపించేవాడు. బందీలను బాగా చూసుకోవడానికి తాను, తన పార్ట్‌నర్లు ఎంత సమయం, శ్రమ వెచ్చిస్తున్నారో చెబుతూ కాల్ ఆపేసేవాడు. చాలాసార్లు, జో తో మాట్లాడుతూ ఫోన్ హోల్డ్ లో పెట్టేందుకు యిదే ఒక కారణంగా నాయకుడు ప్రవర్తించేవాడు. "అమ్మాయిలు బాత్రూమ్‌కి వెళ్లాలి" లేకపోతే "అమ్మాయిలు వాళ్ల కుటుంబాలతో మాట్లాడాలి" లేకపోతే "అమ్మాయిలు ఏదైనా తినాలని అనుకుంటున్నారు" ఇలా వింత వింతగా మాట్లాడి ఫోన్ పెట్టేసేవాడు.

జో బాగా మాట్లాడుతున్నప్పటికీ, ఆ కాలంలో పోలీస్ విభాగం వాడిన నెగోషియేషన్ పద్ధతి అతడిని కొంత పరిమితం చేసింది. ఆ పద్ధతి సగం MSU—Making Shit Up (అనగా కల్పించుకోవడం), మిగతా సగం సేల్స్ స్టైల్ – ఎలాగైనా ఒప్పించడం, బలవంతం చేయడం, మోసం చేయడం. కానీ మేము చాలా తొందరగా ఫలితాలు సాధించాలనుకున్నాం. సమస్య పరిష్కారకులుగా ఉండాలని అనుకున్నాం, అంతేగాని, మనుషుల మూడ్ మార్చేవారిగా కాదు.

త్వరగా ముందుకు వెళ్లడం అనేది చర్చలు చేసేవాళ్లు ఎక్కువగా చేసే తప్పు. ఒకవేళ మనం చాలా తొందరగా ముందుకు వెళ్తే, ఎదుటివారు తమ మాటలు వినబడలేదని భావిస్తారు. దీని వల్ల మనం కష్టపడి నిర్మించిన అనుబంధం, నమ్మకం పాడు అవుతుంది. ఇప్పుడు పరిశోధనలు చూపిస్తున్నాయి: సమయాన్ని పొడిగించడం అనేది చర్చలు చేసే వ్యక్తికి అత్యంత ముఖ్యమైన సాధనాల్లో ఒకటి. సమయాన్ని నెమ్మదిగా చేస్తే, పరిస్థితి కూడా నెమ్మదిస్తుంది. ఎట్టకేలకు ఎవరో మాట్లాడుతున్నంత వరకు వారు కాల్పులు జరపడం జరగదు.

దోపిడీదారులు తిండి గురించి మాట్లాడడం మొదలుపెట్టినప్పుడు మేము ఒక అవకాశం పట్టుకున్నాం. జో వారితో ముందూ వెనకా మాట్లాడాడు.

వాళ్లు ఏం తింటారు, ఎలా పంపించాలి అన్నది కూడా ఒక రకమైన చర్చగా మారింది. ఒక రోబోట్ పరికరంపై పంపించడానికి సిద్ధమయ్యాం. అలాంటి దానినే నాయకుడు ఇష్టపడ్డాడు. అయితే ఏం జరిగిందో కానీ అకస్మాత్తుగా నాయకుడు “వదిలేయండి, లోపలే తిండి దొరికింది” అన్నాడు. ఇలా ప్రతిసారి మాకు ఒక గోడే. ఒక పొగ తెర తర్వాత ఇంకో పొగ తెర. ఒక నిమిషం పురోగతి ఉందనిపిస్తే, వెంటనే మార్పు, ఫోన్ పెట్టేయడం, లేక మాట మార్చేయడం.

ఇంతలో మా విచారణాధికారులు బయట నిలిపిన వాహనాలన్నీ రిజిస్ట్రేషన్ చెక్ చేశారు. యజమానులందరినీ సంప్రదించారు, ఒకరు తప్ప. ఆ కారు క్రిస్ వాట్స్‌కి చెందినది. అదే మా ఏకైక లీడ్ అయ్యింది. ఫోన్ మీద అంతులేని వాదనలు కొనసాగుతూనే ఉండగా, మా బృందం క్రిస్ వాట్స్ చిరునామాకి వెళ్లింది. అక్కడ అతడు తెలుసని చెప్పిన ఒక వ్యక్తిని కనుగొన్నారు. అతను గందరగోళం జరుగుతున్న చోటికి వచ్చి, అతని గొంతు విని క్రిస్ వాట్స్ అని గుర్తించాడు.

లోపల జరుగుతున్నది ఏమిటో మేము చూడలేకపోయాము, కాబట్టి మన కంటితో చూసిన సాక్షి ఒక విధంగా “చెవితో విన్న సాక్షి” (earwitness) కావాల్సి వచ్చింది – అతను క్రిస్ వాట్స్‌ని అతని స్వరంతో గుర్తించగలిగాడు.

ఇక మాకు మా ప్రత్యర్థి గురించి అతను ఊహించుకున్నదానికంటే ఎక్కువ సమాచారం లభించింది. కాస్తా ఆధిక్యం మనకు వచ్చింది. ముక్కలు ముక్కలుగా పజిల్ జతచేస్తున్నాము. కానీ ఇంకా తుది లక్ష్యానికి చేరుకోలేకపోయాము – అదేంటంటే: భవనం లోపల ఎవరున్నారో ఖచ్చితంగా తెలుసుకోవడం, బందీల ఆరోగ్యాన్ని కాపాడుకోవడం, అందరినీ సురక్షితంగా బయటకు తేవడం – మంచివాళ్లను కానీ, చెడ్డవాళ్లను కానీ.

స్వరము

ఐదు గంటల తర్వాత పరిస్థితి నిలిచిపోయింది. అప్పుడు బాధ్యత వహిస్తున్న లెఫ్టినెంట్ నన్ను మాట్లాడమన్నాడు. జో బయటకు వెళ్లాడు; నేను లోపలికి వచ్చాను. బలప్రయోగం కాకుండా మా దగ్గర ఉన్న ఏకైక వ్యూహాత్మక ఎంపిక అదే.

ఇప్పటికే మేము క్రిస్ వాట్స్ అని తెలుసుకున్న ఆ వ్యక్తి ఎప్పుడూ తన కాల్స్‌ని ఎక్కువసేపు మాట్లాడకుండా ఒక్కసారిగా ముగించే అలవాటు పెట్టుకున్నాడు. కాబట్టి నా పని అతన్ని మాట్లాడించడమే. నేను నా "లేట్ నైట్, ఎఫ్ఎం డిజే వాయిస్" లోకి మారాను: లోతైన, మృదువైన, నెమ్మదైన, ధైర్యం నింపే స్వరం. వాట్స్ గుర్తింపుపై వీలైనంత త్వరగా అతన్ని ఎదుర్కోవాలని నాకు సూచించారు. అలాగే నేను జో స్థానంలో ఎలాంటి ముందస్తు హెచ్చరిక లేకుండా ఫోన్‌లోకి వచ్చాను. ఇది ప్రమాణిత ప్రోటోకాల్‌కు విరుద్ధమే. కానీ NYPD లెఫ్టినెంట్ పరిస్థితిని కదిలించేందుకు ఈ కఠినమైన నిర్ణయం తీసుకున్నాడు. అది తేలిగ్గా ప్రతికూలంగా మారే అవకాశం కూడా ఉండేది. ఆ సాంత్వనకరమైన స్వరమే ఆ ఎదురుదెబ్బను సాఫీ చేయడానికి కీలకం అయింది.

క్రిస్ వాట్స్ లైన్‌లో నా గొంతు వినగానే వెంటనే నన్ను ఆపేశాడు, "హేయ్, జోకి ఏమైంది?" అని అడిగాడు.

నేను చెప్పాను: "జో లేడు. నేను క్రిస్. నువ్వు ఇప్పుడు నాతోనే మాట్లాడుతున్నావు"

దానిని నేను ప్రశ్నలా కాకుండా, ఒక నిర్ణయాత్మక వాక్యంలా, వినయపూర్వకమైన స్వరంతో చెప్పాను. ఆ అర్ధరాత్రి FM డీజే గాత్రాన్ని వివరిస్తే, అది ప్రశాంతత, తార్కికత కలిగిన స్వరం అని చెప్పవచ్చు.

ఒక చర్చా వ్యూహం గురించి ఆలోచిస్తున్నప్పుడు, మనుషులు ఎక్కువగా ఏమి చెప్పాలో లేదా ఏమి చేయాలో దానిపైనే దృష్టి పెడతారు. కానీ వాస్తవానికి ప్రభావం చూపేది మన ధోరణి, మన ప్రదర్శన పద్ధతి. అది సులభంగా అమలు చేయగలిగినదే కాక, తక్షణ ఫలితం ఇచ్చేది కూడా. మన మెదడు ఇతరుల మాటలు, చర్యలు మాత్రమే కాకుండా, వారి భావాలు, ఉద్దేశాలు, ఆ ప్రవర్తనకు ఉన్న సామాజిక అర్థం అన్నీ అర్థం చేసుకుంటుంది. అవి ఆలోచనల ద్వారా కాదు, వారు అనుభవిస్తున్న భావాలను నేరుగా గ్రహించడం ద్వారా జరుగుతుంది.

దాన్ని ఒక విధమైన "అచేతన నాడీవ్యవహార టెలిపతి"గా అనుకోండి – ప్రతి క్షణం మనం ప్రపంచానికి సంకేతం ఇస్తూనే ఉంటాం: ఆడటానికి సిద్ధమా? పోరాడటానికి సిద్ధమా? నవ్వటానికా? ఏడవటానికా?

మనమొక ఆత్మీయత, ఆమోదం కలిగిన వాతావరణాన్ని ప్రసరింపజేస్తే, సంభాషణ సహజంగానే సాగే అవకాశం ఎక్కువ. మనం సౌకర్యం, ఉత్సాహంతో వాళ్లను ఆహ్వానిస్తే, మనవైపు ఇతరులు ఆకర్షితులవుతారు. వీధిలో ఎవరికైనా చిరునవ్వు విసిరితే, వారు ప్రతిస్పందనగా స్వయంచాలకంగా నవ్వుతారు. ఆ ప్రతిబింబం వెనుక ఉన్న సూత్రాన్ని అర్థం చేసుకోవడం, దాన్ని ఉపయోగించడం ప్రతి చర్చా నైపుణ్యంలోనూ విజయానికి అత్యవసరం.

అందుకే మాటలతో చేసే ఏ కమ్యూనికేషన్‌లోనూ మీకు ఉన్న శక్తివంతమైన సాధనం మీ స్వరం. దాన్ని ఉపయోగించి మీరు ప్రత్యక్షంగా వారి మెదడులో ఒక భావోద్వేగ స్విచ్‌ను తిప్పవచ్చు. అనుమానం నుంచి విశ్వాసం, ఆందోళన నుంచి ప్రశాంతత – ఒక క్షణంలో, సరైన శైలితో.

చర్చలలో ఉపయోగించగల మూడు రకాల గాత్ర స్వరాలు ఉంటాయి: అర్ధరాత్రి FM డీజే స్వరం, సానుకూల/ఆటపాటల స్వరం ఆఖరిగా, నేరుగా లేదా దృఢంగా మాట్లాడే స్వరం. దృఢ స్వరం గురించి ప్రస్తుతం మర్చిపోండి – చాలా అరుదైన సందర్భాలు తప్ప, దాన్ని ఉపయోగించడం అనేది మీకు మీరు దెబ్బకొట్టుకున్నట్టే. అది ఆధిపత్యాన్ని సూచిస్తుంది, దాంతో ప్రత్యర్థి ప్రతిఘటనగా లేదా పరోక్ష ప్రతిఘటనగా స్పందిస్తాడు.

ముఖ్యంగా, ఎక్కువసార్లు మీరు ఉపయోగించాల్సింది సానుకూల/ఆటపాటల స్వరం. అది ఒక సులభస్వభావం, మంచి మనసు కలిగిన వ్యక్తి స్వరం. మీ ధోరణి తేలికగా, ప్రోత్సహించేలా ఉండాలి. కీలకం ఏమిటంటే, మాట్లాడేటప్పుడు రిలాక్స్ అయి చిరునవ్వుతో ఉండాలి. చిరునవ్వు గాత్రంలోనూ ప్రతిఫలిస్తుంది, దానిని ఎదుటివారు గ్రహిస్తారు.

ఈ స్వరాల ప్రభావం సంస్కృతుల మధ్య కూడా సమానంగానే ఉంటుంది, అనువాదంలో ఎప్పుడూ పోవు. ఒకసారి మా బ్లాక్ స్వాన్ గ్రూప్‌లోని ఒక ఇన్‌స్ట్రక్టర్ తన స్నేహితురాలితో టర్కీకి వెళ్ళాడు. అక్కడ ఆయన కొంచెం అయోమయానికి గురయ్యాడు – కొద్దిగా సిగ్గుపడ్డాడు కూడా – ఎందుకంటే అతని భాగస్వామి ఇస్తాంబుల్‌లోని మసాలా వీధుల మార్కెట్లలో చేసే బేరసారాల్లో ప్రతిసారీ మంచి డీల్‌లు పొందుతూ ఉండేది. మధ్యప్రాచ్యంలోని అటువంటి మార్కెట్లలో వ్యాపారులకు బేరం అనేది ఒక కళ. వారి భావోద్వేగ మేధస్సు చాలా పదును పెట్టబడి ఉంటుంది.

అతిథి సత్కారం, స్నేహపూర్వక వాతావరణాలను బలంగా వాడుతూ, మనిషిని దగ్గర చేసుకొని, డబ్బు మార్పిడి జరిగేలా పరస్పర అనుబంధం సృష్టిస్తారు. కానీ ఇది రెండు వైపులా పనిచేస్తుంది అని మా ఇన్‌స్ట్రక్టర్ తన స్నేహితురాలిని గమనిస్తూ తెలుసుకున్నాడు. ఆమె ప్రతి లావాదేవీని ఒక సరదా ఆటలా తీసుకుంది. ఎంత దూకుడుగా ఆమె ఒత్తిడి చేసినా, ఆమె చిరునవ్వు, ఆటపాటలతో కూడిన ప్రవర్తన అక్కడున్న వ్యాపారస్తులు ఒక విజయవంతమైన ఒప్పందానికి సులభంగా ఒప్పుకునేలా చేసింది.

మనుషులు సానుకూల దృక్పథంలో ఉన్నప్పుడు, వారు వేగంగా ఆలోచిస్తారు. పోరాడటం, ప్రతిఘటించటం కాకుండా సహకారం, సమస్య పరిష్కార వైపు వెళ్తారు. ఇది చిరునవ్వు యిచ్చిన వారికి మాత్రమే కాదు – చిరునవ్వు తీసుకున్న వ్యక్తికీ అదే వర్తిస్తుంది. మీరు నవ్వుతూ మాట్లాడితే, మీ మెదడే మరింత చురుకుగా ఉంటుంది.

క్రిస్ వాట్స్ విషయంలో ఆటపాటల స్వరం ఉపయోగపడేది కాదు. లేట్-నైట్ **FM DJ** స్వరం పని చేసే విధానం ఏమిటంటే – మీరు మాటలలో కిందికి వంపు ఇచ్చినప్పుడు, మీరు చెప్పేది "నాకు ఇది పూర్తిగా నియంత్రణలో ఉంది" అనే భావన తెలియజేస్తుంది. నెమ్మదిగా, స్పష్టంగా మాట్లాడటం ఒకే ఆలోచనను వ్యక్తపరుస్తుంది: నేను నియంత్రణలో ఉన్నాను. మీరు పైకి వంపు ఇచ్చినప్పుడు, మీరు ప్రతిస్పందనకు ఆహ్వానం ఇస్తారు. ఎందుకు? ఎందుకంటే మీరు కొంత అనిశ్చితిని తీసుకొచ్చారు. మీరు చేసిన ప్రకటన ప్రశ్నలా వినిపిస్తుంది. మీరు ఎదుటి వ్యక్తి ఆధిపత్యం చెలాయించేలా తలుపు తెరిచి పెట్టారు. అందుకే నేను అక్కడ చాలా జాగ్రత్తగా, నిశ్శబ్దంగా, ధైర్యంగా ప్రవర్తించాను.

అదే స్వరాన్ని నేను ఒక ఒప్పంద చర్చలో కూడా ఉపయోగిస్తాను. ఆ విషయం చర్చకు రానప్పుడు, ఉదాహరణకు, వర్క్-ఫర్-హైర్ క్లాజ్ కనబడితే, నేను చెబుతాను: "మేము వర్క్-ఫర్-హైర్ చేయము". అంతే, సులభంగా, స్పష్టంగా! ప్రత్యామ్నాయం చెప్పను. ఎందుకంటే అది మరింత చర్చకు తలుపు తెరుస్తుంది. సరళమైన ప్రకటన చాలు.

అదే విధంగా, యిక్కడ నేను ఆ ఆట ఆడాను. "జో లేడు. నువ్వు ఇప్పుడు నాతోనే మాట్లాడుతున్నావు"

పట్టు కుదిరిపోయింది.

మీరు చాలా నేరుగా, స్పష్టంగా మాట్లాడవచ్చు – కానీ ఒకటే దృష్టిలో పెట్టుకోవాలి: స్వరంలోనే సురక్షితమేనని సంకేతం ఉండాలి. "నేను బాగున్నాను, నువ్వు బాగున్నావు, మనం కలిసి పని పూర్తి చేసుకుందాం" అన్నట్టు.

అల మలుపు తీసుకున్నట్టుగా ఉంది. క్రిస్ వాట్స్ కొంచెం గందరగోళం పడిపోయాడు. కాని ఇంకా కొన్ని ఎత్తులు అతని దగ్గర మిగిలే ఉన్నాయి. వాళ్లలో ఒకడు బేస్మెంటుకు వెళ్లి బ్యాంక్ టెల్లర్‌ను తీసుకొచ్చాడు. ఆ టెల్లర్ ఎప్పుడో బ్యాంక్ లోపలికి వెళ్లిపోయి మళ్లీ కనిపించలేదు. అయితే, క్రిస్ వాట్స్ గానీ, అతని సహచరుడుగానీ ఆమె గురించి పట్టించుకోలేదు. ఎందుకంటే ఆమె ఎక్కడికీ వెళ్లలేదని వాళ్లకి తెలుసు. ఇప్పుడు యీ బ్యాంక్ దొంగల్లో ఒకడు ఆమెను పైకి యీడ్చుకొచ్చి ఆమె చేతిలో ఫోన్ పెట్టాడు.

ఆమె చెప్పింది, "నేను బాగున్నాను" – అంతే.

నేను అడిగాను, "ఎవరు మాట్లాడేది?"

ఆమె చెప్పింది, "నేను బాగున్నాను."

నేను ఆమెను మాట్లాడేలా ఉంచాలనుకున్నాను. అందుకని, ఆమె పేరు అడిగాను – అయితే, అప్పుడు, ఒక్కసారిగా, ఆమె ఆగిపోయింది.

ఇది క్రిస్ వాట్స్ వైపు నుంచి ఒక తెలివైన ఆట. ఇది బెదిరింపు – మహిళ గొంతుతో మమ్మల్ని వెక్కిరిస్తూ, సూటిగా లేదా ప్రత్యక్షంగా పరిస్థితిని పక్కదారి పట్టించకుండా ఆడాడు. అది ఒక రకంగా, పరిస్థితిని నేరుగా మరింత తీవ్రం చేయకుండా, తనవైపు నియంత్రణ తనకే ఉందని మాకు తెలియజేసే మార్గం. అతను మాకు "ప్రూఫ్ ఆఫ్ లైఫ్" ఇచ్చాడు – తన దగ్గర నిజంగా బందీలు ఉన్నారని, వాళ్లు ఫోన్‌లో మాట్లాడగలిగే స్థితిలో ఉన్నారని నిర్ధారించాడు. కానీ దాంతోపాటు, మేము ఉపయోగకరమైన సమాచారం ఏదీ సేకరించకుండా అడ్డుకున్నాడు.

ఈ విధంగా, అతను కొంత నియంత్రణను తిరిగి పొందగలిగాడు.

ప్రతిబింబించడం (Mirroring)

క్రిస్ వాట్స్ ఫోన్‌లో తిరిగి వచ్చి ఏమీ జరగలేదన్నట్లుగా నటించడానికి

ప్రయత్నించాడు. అతను కొంచెం అస్థిరంగా ఉండటమే అసలైన వాస్తవం. కానీ ఇప్పుడు మాట్లాడుతున్నాడు.

"మేము వీధిలోని ప్రతి కారును గుర్తించి వాటి యజమానులందరితో మాట్లాడాం, ఒక్కరితో మినహా" నేను వాట్స్‌కి చెప్పాను. "ఇక్కడ ఒక వాన్ ఉంది, నీలి రంగు, బూడిద రంగు కలిగిన వాన్. మేము వాహన యజమానుల అందరి గురించి తెలుసుకున్నాం, కానీ యీ ప్రత్యేక వాహనం గురించి మాకు తెలియలేదు. నీకేమైనా దీని గురించి తెలుసా?"

"ఇక్కడ మరో వాహనం ఎలాంటిదీ లేదు ఎందుకంటే మీరు మా డ్రైవర్‌ను తరిమికొట్టారు" అసహనంగా అరిచాడు.

"మేం మీ డ్రైవర్ని తరిమికొట్టామా?" నేను మిర్రరింగ్ చేశాను.

"అవును, పోలీసుల్ని చూసి అతను పరుగు తీసాడు"

"మాకు ఆ వ్యక్తి గురించి ఏమీ తెలియదు; అతనే వాన్ డ్రైవ్ చేశాడా?" అని నేను అడిగాను.

నాకు, వాట్స్‌కి మధ్య మిర్రరింగ్ కొనసాగింది. వాట్స్ విభిన్న, హానికరమైన అంగీకారాలు తెలియజేసాడు. అతను ఇప్పుడు సమాచారం తేలికగా వదిలేస్తూ చెప్పేవాడు – మా కన్సల్టింగ్ వ్యాపారంలో మేము దీనిని "వాంతి చేయడం" (vomiting) అని పిలుస్తాము. అప్పటికి మాకు తెలియని ఒక సహచరుడి గురించి అతను చెప్పాడు. ఆ సమాచారం వల్ల మాకు పారిపోతున్న కార్ డ్రైవర్‌ను పట్టుకోవడంలో సహాయమైంది.

మిర్రరింగ్, "సహచలన అనుకరణ" (isopraxism) అని కూడా పిలవబడుతుంది. (అంటే ఒక వ్యక్తి అవగాహన లేకుండా ఎదురుగా ఉన్న వ్యక్తి యొక్క చర్యలు, హావభావాలు, భంగిమలు లేదా శరీర భాషను అనుకరించడం. ఉదాహరణకు, మీరు మాట్లాడుతున్న ఎదుటి వ్యక్తి చేతులు మడిస్తే, మీరు కూడా తెలియకుండానే చేతులు మడచడం. అను.) ఇది ఒక రకమైన అనుకరణ. ఇది మనుష్యులు (ఇతర జంతువులు కూడా) చూపించే ఒక న్యూరోబిహేవియరల్ ప్రవర్తన. ఒకరినొకరు సౌకర్యంగా ఉన్నట్టుగా భావించే విధంగా ఒకరిని పోలి మరొకరు అదే పని చేయడం. ఇది మాట్లాడే శైలులు, శరీర భాష, పదబంధాలు, నడకతీరు, స్వరంలోనూ చేయవచ్చు. ఇది సాధారణంగా అవచేతన ప్రవర్తన – అది అలా జరుగుతుందని కూడా చేసే వ్యక్తికి తెలియదు. కానీ ఇది మనుషులు బంధాలతో ఉంటున్నట్లు,

సమన్వయంగా ఉన్నట్లు, మరియు విశ్వాసానికి దారి తీసే కలిసిపోయే సంబంధాన్ని ఏర్పరుస్తుందని సూచిస్తుంది.

ఇది ఒక సాధారణమైన, లోతైన జీవశాస్త్ర సూత్రాన్ని అనుసరిస్తుంది: మనం వేరొకరిని చూసి భయపడతాము. కానీ సామ్యం ఉన్నదానిని ఆకర్షిస్తాము. 'ఒకే తత్వం గలవారు ఒకచోట చేరతారు' అన్నట్టు మిర్రరింగ్, చేస్తూ ఉంటే, చైతన్యంగా చేయబడినప్పుడు, సమానత్వాన్ని సూచన చేయడమే అవుతుంది. అది "నన్ను నమ్ము" అని ఒక సందేశాన్ని పంపుతుంది. మిర్రరింగ్ మీ ప్రత్యర్థి అవచేతనానికి ఒక సంకేతం పంపుతుంది: "నువ్వు మరియు నేను – మన ఇద్దరం ఒక్కటే!"

ఒకసారి మీరు ఈ డైనమిక్ మీద ఆధారపడితే, మీరు దాన్ని ప్రతి చోట చూస్తారు: వీధిలో నడిచి వెళ్లే జంట వారి అడుగుల్ని సమానంగా వేస్తూ తిరుగుతారు; పార్క్‌లో కబుర్లు చెప్పుకుంటున్న స్నేహితులు ఒకే మోస్తరుగా తలలు కదిలిస్తూ, కాళ్ళు ఊపటం వంటివి ఒకే సమయంలో చేస్తారు. ఒక మాటలో చెప్పుకుంటే, వీళ్లంతా యీ డైనమిక్ మీద కనెక్ట్ అయిపో యినవారే.

మిర్రరింగ్ సాధారణంగా బాడీ లాంగ్వేజ్ (శరీర కదలిక) వంటి అప్రత్యక్ష కమ్యూనికేషన్‌తోనే అనుసంధానించబడగా కూడా, నెగోషియేటర్లుగా "మిర్రర్" పద్ధతిలో మనం పదాలపై కూడా కేంద్రీకరించాలి. బాడీ భాష కాదు. ఉచ్చారణ కాదు. స్వరాన్నీ కాదు. సరిగ్గా పదాలు మాత్రమే.

ఇది ఒక విధంగా హాస్యాస్పదం: FBIకి, "మిర్రర్" అనేది నీవు ఎవరో చెప్పిన చివరి మూడు పదాలు (లేదా అత్యవసరమైన ఒకటి నుంచి మూడు పదాలు) ను మళ్లీ పునరావృతం చేయడమే. FBI యొక్క హోస్టేజ్ నెగోషియేషన్ నైపుణ్యాల్లో, మిరరింగ్ జేడి మైండ్ ట్రిక్‌కి (మనసుని ప్రభావితం చేసే చమత్కారం ఉపయోగించి ఇతరులు కోరుకున్న దానిని చేయిస్తారు. అంటే ఒక విధంగా 'మానసిక మాయాజాలం' చాలా దగ్గరగా ఉంటుంది. అను.) సాదాసీదాగానే ఉంటుంది. కానీ అద్భుతంగా ప్రభావవంతం!

మనం వాళ్లు ఏమి అన్నారో దానిని మళ్లీ చెప్పడం ద్వారా, మీరు ఈ మిర్రరింగ్ అనుభూతిని ప్రేరేపిస్తారు. మీ ప్రత్యర్థి తప్పనిసరిగా ఇప్పుడు చెప్పినదానిని విస్తరించి, ఆ కనెక్షన్‌ను కొనసాగిస్తారు. మానసికవేత్త రిచర్డ్ వైస్మాన్, వెయిటర్స్ ను ఉపయోగించి, అపరిచితులతో ఏది పెద్ద కనెక్షన్

సృష్టించగలరో ఒక అధ్యయనం చేసి చూడాలనుకున్నారు: మిర్రరింగ్ లేదా సానుకూల ప్రోత్సాహం.

ఒక వర్గం వెయిటర్స్ సానుకూలతతో, క్లయింట్లు ఆర్డర్ చేసిన ప్రతిసారీ, "గ్రేట్", "నో ప్రాబ్లం", "షూర్" వంటి పదాలతో ప్రశంసలు మరియు ప్రోత్సాహం వెల్లువెత్తించారు. మరొక వర్గం వేటర్స్ తమ కస్టమర్ల ఆదేశాలను సాదాగా తిరిగి ప్రతిబింబింపజేశారు (మరల చెప్పారు). ఫలితాలు ఆశ్చర్యకరంగా ఉన్నాయి: మిరర్ చేసిన వెయిటర్స్ సగటున పొందిన టిప్ లు, సానుకూల ప్రోత్సాహం ఇచ్చినవారికంటే 70 శాతం ఎక్కువ సంపాదించారు.

■ ■ ■

నేను అతనిని అతని పేరు పిలిచి బలంగా ఒత్తిడి తేవాల్సిన సమయం వచ్చిందని నిర్ణయించుకున్నాను – అతనిని మేము గమనిస్తున్నామన్న సంకేతంగా! నేను చెప్పాను, "ఇక్కడ ఒక వాహనం ఉంది, అది క్రిస్ వాట్స్ పేరుతో రిజిష్టర్ అయి ఉంది".

అతను చెప్పాడు, "సరే" అన్నాడు కానీ, ఎలాంటి భావాన్ని ప్రదర్శించలేదు.

నేను అడిగాను, "అతను అక్కడ ఉన్నాడా? లేకపోతే అది మీరేనా? మీరు క్రిస్ వాట్స్?"

నా పక్షాన ఒక పనికిరాని ప్రశ్న. ఒక తప్పు. మిర్రరింగ్ సమర్థవంతంగా ఉండాలంటే, దాన్ని అక్కడే ఉండివుండేలా, కొంత సైలెన్స్ ఇవ్వాలి. అది తన పని చేయటానికి కొంత సమయం కోరుకుంటుంది. అయితే, నేను నా మిర్రర్ మీద పాదం పెట్టాను. నేను చెప్పగానే వెంటనే దాన్ని తిరిగి తీసుకోవాలనిపించింది.

"మీరు క్రిస్ వాట్స్?"

ఈ ప్రశ్నకు ఈ మనిషి ఏమన్నా చెబుతాడా? చాలా సహజంగా, "కాదు" అని సమాధానం చెప్పాడు. నేను ఒక మోసపూర్వక నిర్ణయం తీసుకున్నాను, దీని వలన క్రిస్ వాట్స్ ఈ సవాళ్లను తప్పించుకునే మార్గం పొందాడు. అయినా అతను ఎందుకో కాస్త వణుకు తెచ్చుకున్నాడు. ఇప్పటివరకు, తనను ఎవరూ గుర్తించరని అతను అనుకున్నాడు. అతని

మనసులో ఏమైనా కలలు నడుస్తున్నా, అతనికి తప్పించుకునే మార్గం – పని అయ్యిందిలే – ఉండేది. కానీ ఇప్పుడు అతను వేరే విధంగా తెలుసుకున్నాడు. నేను మనసుని స్తిరపరచుకుని, కొంచెం నెమ్మదిగా మాట్లాడాను, ఈసారి మిర్రర్ తర్వాత నిశ్శబ్దంగా కబురు పెట్టాను – నేను చెప్పాను: “లేదు? మీరు ‘ఒకే’ అని చెప్పారు”

ఇప్పుడు అతన్ని పట్టుకున్నానని నేను అనుకున్నాను. అతని గొంతు చాలా పైకి లేచింది. అతను కొన్ని విషయాలను వెంట వెంటనే చెప్పి ఆగిపోయాడు. మరింత సమాచారం కక్కేసాడు. అంత గందరగోళంగా అయ్యాడు కాబట్టి నాతో మాట్లాడటం ఆపేసాడు. తరువాత, అతని సహచరుడు, తర్వాత మేము బాబీ గుడ్‌విన్ అని తెలుసుకున్నాం, ఫోన్ లోకి వచ్చాడు.

మేము ఈ రెండవ బ్యాంక్ దొంగ నుంచి ఇప్పటివరకూ వినలేదు. మొదట నుంచే మాకు తెలిసిన విషయం క్రిస్ వాట్స్ ఒంటరిగా లేడు అని మాత్రమే తెలుసు, అయితే అతనికి తోడుగా ఎంతమంది ఉన్నారో అస్సలు తెలీదు; ఇప్పుడు అతని నమ్మకంగల సహచరుడు మేము తీసుకుంటున్న మొదటి పోలీసు నెగోషియేటర్‌ను ఇంకా హ్యాండిల్ చేస్తున్నాడనే భావంతో మాట్లాడుతున్నాడు. అతను నన్ను “జో” అని పిలవడంవల్ల అది మాకు తెలిసింది. అతను ప్రారంభంలో అంతగా ప్రాముఖ్యత లేనట్టుగా ఉన్నాడని, కొద్దిగా విభిన్నమైన పనిలో ఉన్నాడని తెలుసుకున్నాం.

తక్కువలో తక్కువగా మాకు తెలిసింది ఏమిటంటే, ఈ యువకులు ఒకే పనిలో లేరని నాకు అర్ధమైంది. కానీ నేను వాళ్లను సరిదిద్దడానికి యిక్కడకు రాలేదు.

ఇంకో విషయం: ఈ రెండవ వ్యక్తి నోటికి అడ్డంగా టవల్ లేదా తడిసివున్న చొక్కా కొన భాగాన్ని పళ్లతో కొరుకుతూ మాట్లాడుతున్నట్లు అనిపించింది. వాయిస్‌ను మాస్క్ చేయడానికి ఇంతలా ప్రయత్నించడం అంటే అతను స్పష్టంగా భయపడుతున్నాడు. అతను భయంతో ఊపిరి తీస్తున్నాడు, చాలా ఉత్కంఠగా ఉంది, ఈ స్టాండ్‌ఆఫ్ ఎలా జరుగుతుందంటే అది అతని పై ఒత్తిడిగా ఉంది.

నేను అతనిని కాస్త నిబ్బరంగా ఉంచేందుకు ప్రయత్నించాను – ఇంకా అదే అర్ధరాత్రి **DJ** గాత్రంతో. నేను చెప్పాను, “ఎవరూ ఎక్కడికీ వెళ్లరు” నేను చెప్పాను, “ఎవరికీ హాని జరగదు”

సుమారు ఒకటిన్నర నిమిషాల తరువాత, అతని గందరగోళ స్థితి మెల్లగా తగ్గింది. వణుకుతున్న గొంతు కూడా తగ్గిపోయింది. ఇప్పుడు అతని గొంతు చాలా స్పష్టంగా వినపడింది: "నేను నిన్ను నమ్ముతున్నాను, జో"

నేను ఆ రెండవ వ్యక్తి నుంచి వింటూ ఉంటే, అతను ఉండకూడని చోట ఉన్నాడని స్పష్టమవుతోంది. బాబీ బయటకు రావాలని కోరుకుంటున్నాడు – నిజంగా, అతను ఇరుక్కుపోయకుండా బయటకు రావాలని కోరుకుంటున్నాడు. అతను ఇప్పటికే పీకల్లోతులో చిక్కుకున్నాడు. కానీ అది మరింత ఎక్కువ కాకుండా ఉండాలని అనుకుంటున్నాడు. ఆ రోజున అతను బ్యాంకు దోపిడీని ప్లాన్ చేయలేదు. కానీ నా శాంతమైన స్వరం ఫోన్ అతని అంతరంగానికి వినిపిస్తుండటంతో అతను విషయాలు బయట పెట్టకుండా ఉండలేకపోయాడు. ప్రపంచంలో ఏడవ అతిపెద్ద స్థిరమైన ఆర్మీగా ఉన్న NYPD బ్యాంకు తలుపుల దగ్గర బయట సిద్ధంగా ఉంది – వారి ఆయుధాలు అతను, అతనికి సంబంధించినవారిపై పెట్టబడ్డాయి. స్పష్టంగా, బాబీ ఒక్కసారిగా గాయ రహితంగా బయటకు రావాలనుకుంటున్నాడు.

నాకు బాబీ ఎక్కడున్నాడో తెలియలేదు – బ్యాంకులోనే బాబీ అతని సహచరునితో పాటు ఉన్నాడా, లేదా అనేది తెలియదు. ఈ రోజు వరకు నాకు తెలియకపోయినదే — అతను సహచరుని నుంచి దూరంగా వెళ్లగలిగాడా లేదా క్రిస్ వాట్స్ కనుగొంటున్న చోట నుంచే సంభాషిస్తున్నాడా అనేది ఇంకా తెలియదు. నాకు తెలియడం మాత్రం ఏమిటంటే అతని పూర్తి దృష్టి నాకు అర్థమైంది. అతను స్టాండ్‌ఆఫ్ అనేది ముగించడం లేదా కనీసం తన భాగాన్ని ముగించడం కోసం మార్గం కనిపెడుతున్నాడని అర్థమైంది.

ఫోన్ కాల్స్ మధ్యలో నాకు తెలిసింది ఏమిటంటే, క్రిస్ వాట్స్ బ్యాంక్ గోడలలో నేరుగా డబ్బు దాచే పనిలో ఉన్నాడు. అతను ఇద్దరు మహిళా బందీల కళ్ల ముందే నగదు కట్టల్ని కలిపి దహనం చేస్తున్నాడు. బయట చూస్తే, ఇది వింతగా కనిపించే ప్రవర్తన, కానీ క్రిస్ వాట్స్ వంటి వ్యక్తికి దీనికి తనదంటూ తర్కం ఉంది. అతను తన మనసులో పెట్టుకున్నది ఏమిటంటే, ఉదాహరణకు $50,000 ని దహనం చేసుకుంటే, ఆ మొత్తం $300,000 మిస్సింగ్‌గా రిపోర్ట్ అయితే, బ్యాంక్ అధికారులు మిగిలిన $250,000 కోసం వెతకరు అని అతనికి అనిపించిందని. ఇది ఒక ఆసక్తికరమైన మోసం – పూర్తిగా తెలివిగా కాదు, కానీ ఆసక్తికరంగా

ఉంది. ఇది అతని వివరణాత్మక దృష్టిని చూపిస్తుంది. తన మనసులో కనీసం క్రిస్ వాట్స్ ఇలా అనుకున్నాడు: ఈ సొంతంగా రూపొందించిన పందెంలో అతను తప్పించుకుంటే, కొంత కాలం గొప్పగా కనబడకుండా ఉండి, భవిష్యత్తులో తన దాచిన డబ్బును తిరిగి తీసుకునేందుకు రాగలడు – ఆ డబ్బు ఇక బ్యాంక్ లెడ్జర్లలో ఉండదు.

నాకు బాబీ గురించి నచ్చిందేమిటంటే అతను ఫోన్ సంభాషణలతో, నాతో ఆటలు ఆడటానికి ప్రయత్నించలేదు. అతనొక ముక్కుసూటి మనిషి; అందువల్ల నేను కూడా సరళంగా, నిజాయితీగా స్పందించగలిగాను. నేను ఎలా ప్రవర్తించానో అదే విధంగా అతను కూడా తిరిగి అదే స్థితిలో ప్రతిస్పందించాడు. అనుభవం నాకు చెబుతుంది: అతనిని మాట్లాడిస్తూ ఉంచితే, అతను తార్కికముగా మారి మా చేతిలోకి వస్తాడు. మనం అతన్ని ఆ బ్యాంక్ నుంచి బయటకు తీసుకువస్తాం – క్రిస్ వాట్స్‌తో ఉన్నా, లేకపోయినా!

నా బృందంలో ఎవరో నాకు అందించారు: "అతను బయటకు రావాలని అనుకుంటున్నాడేమో అని అడగండి"

నేను అడిగాను, "నువ్వు ముందుగా బయటకు రావాలనుకుంటున్నావా?"

నేను కాసేపు నిశ్శబ్దంగా ఉండిపోయాను.

"నేను ఇప్పుడేంచేయాలో నాకు తెలీటం లేదు" బాబీ చివరికి అన్నాడు.

"నువ్వు దాన్ని చేయడానికి అడ్డుగా ఏముంది?" నేను అడిగాను.

"నేనెలా చేయాలో తెలీటంలేదు?" అతను మళ్ళీ అడిగాడు.

"అదే మాట్లాడుదాం. నన్ను ముందు భాగంలో కలవండి"

ఇది మేము నిర్ణయించుకోవాల్సిన క్షణం – కానీ బాబీని అక్కడి నుంచి నిజంగా ఎలా బయటకు తీయాలో ఇంకా చేయాల్సి ఉంది. తలుపు తీసిన తర్వాత అతని కోసం నేను తలుపు దగ్గర ఎదురుచూస్తానని ఎలా తెలియపరచాలో కూడా చెప్పవలసి ఉంది. నేను అతనికి తనకు నేను స్వయంగా తీసుకుంటానని మాట ఇచ్చా, అతనికి నష్టం చేయమని హామీ ఇచ్చా. ఇప్పుడు ఆ హామీని నెరవేర్చాల్సి ఉంది – చాలాసార్లు యిలాంటివి అమలు చేయడం అత్యంత కష్టమైనది.

మా జట్టు తక్షణమే ఈ కార్యాచరణను అమలు చేయడానికి పరుగెత్తింది.

నేను బుల్లెట్‌ప్రూఫ్ గేర్ ధరించాను. సన్నివేశాన్ని పరిశీలించి, నేను బ్యాంకు ముందుకు పోటీగా పార్క్ చేసిన పెద్ద ట్రక్కులలో ఒకదాని వెనుక ఉండి నాకు కొంత రక్షణ ఉండేలా చోటు తీసుకోవచ్చని ఆలోచించాను, అవసరమైతే.

తర్వాత మేము ఒక చికాకుగా కలిగే పరిస్థితిని ఎదుర్కొన్నాం – ఒక చేయి ఏమి చేస్తున్నదో మరొక చేయికి తెలియనట్లుగా. తర్వాత తెలిసింది ఏమిటంటే, స్టాండాఫ్ ప్రారంభ దశలోనే బ్యాంక్ తలుపు బయట నుండి మూసివేయబడింది – ఇది ఒక జాగ్రత్త చర్య, దొంగలు ఎవ్వరూ బయటకు పారిపోకుండా చూసేందుకు. మేమంతా, సహజంగానే, దీని గురించి ఏదోస్థాయిలో తెలుసుకునే ఉంటాం. కానీ బాబీ తనను తాను అప్పగించుకుని తలుపు గుండా బయటకు రావాల్సిన సమయం వచ్చినప్పుడు, మా మెదళ్ళు నిద్ర మోడ్‌లోకి వెళ్లినట్లయింది. SWAT బృందంలోని ఎవ్వరూ, ఈ ఒక ముఖ్యమైన వివరాన్ని నెగోషియేషన్ టీంకు గుర్తు చేయాలని అనుకోలేదు. దాంతో, కొద్ది క్షణాల పాటు బాబీ బయటకు రాలేకపోయాడు, అప్పుడు నా కడుపులో ఒక వికారమైన భావన కలిగింది – మేము ఇప్పటివరకు ఈ వ్యక్తితో సాధించిన పురోగతి మొత్తం వృథా అవుతుందేమో అనిపించింది.

మేమంతా తిరిగి పరిష్కారం కోసం పరుగెత్తాం – కొంతమంది SWAT సభ్యులు ప్రవేశానికి ముందుకు వచ్చారు. బాలిస్టిక్ షీల్డులు తీసుకుని, ఆయుధాలతో ముందుకు వచ్చి తలుపును, బారికేడ్‌ను తీసి వేయడానికి. అయితే, ఆ సమయానికి వారికి అవతల పక్కన ఏం జరుగుతుందో తెలియదు. అది విపరీతమైన ఉద్రిక్తతతో కూడిన క్షణం. SWAT వ్యక్తుల మీద పన్నెండు తుపాకులు గురిపెట్టి ఉన్నా ఉండవచ్చు, అయినప్పటికీ వారు కేవలం చాలా నెమ్మదిగా ఆ ప్రవేశంను చేయాల్సి వచ్చింది. వాళ్లు రాతి గోడలా నిలబడ్డారు. వారు తలుపును తీయగలిగారు. వెనక్కు తప్పుకున్నారు. చివరికి మేమంతా ముందుకుసాగాము.

బాబీ బయటకు వచ్చాడు – చేతులు ఆకాశంలోకి లేచి ఉన్నాయి. నేను అతనిని వదలకుండా బయటకు రావడంపై ఒక క్రమంగా సూచనలు ఇచ్చి, తలుపు దాటిన వెంటనే ఏం చేయాలో, ఏమి జరుగుతుందో, ఏది ఎదురవుతుందో సూచించాను. ఇద్దరు SWAT వీరులు అతడిని సోదా చేశారు. బాబీ వెనక్కు తిరిగి అడిగాడు, "క్రిస్ ఎక్కడున్నాడు? నన్ను క్రిస్ దగ్గరకి తీసుకెళ్లండి"

చివరగా, వారు అతన్ని నా దగ్గరికి తీసుకువచ్చారు. మేం తాత్కాలికంగా ఏర్పాటు చేసుకున్న కమాండ్ పోస్టులో అతనితో చర్చ ప్రారంభమైంది. అప్పుడు మొదటిసారి మాకు తెలిసింది ఏమిటంటే లోపల ఇంకో ఒక్క బందీదారుడు మాత్రమే ఉన్నాడని. సహజంగానే ఇది కమాండర్‌కు కోపం కలగజేసింది. ఆ సమయంలోనే నాకు తెలియకపోయినా, తరువాత తెలిసింది ఏమిటంటే అతను ఎందుకు అంతగా కోపంతో అవమానంగా భావించాడో అర్థమైంది. అంతవరకూ, అతను మీడియాలో చెప్పేది లోపల చాలామంది అంతర్జాతీయ నేరగాళ్లు ఉన్నారని. కానీ ఇప్పుడు ఇది కేవలం ఇద్దరి ఆపరేషన్ అని, వారిలో ఒకరికి అసలు ఇందులో భాగం కావాలని లేకపోయిందని తేలింది. దీంతో కమాండర్‌కు తనకే ఈ పరిస్థితిపై పట్టు లేదని అనిపించింది.

అయితే అప్పటికి మాకు కమాండర్ ప్రతిస్పందన గురించి తెలియదు. మాకు తెలిసింది ఏమిటంటే, కొత్త సమాచారం వచ్చిందని, దాంతో మన లక్ష్యానికి దగ్గర పడ్డామని. ఇది ఒక సానుకూల పరిణామం, వేడుక జరుపుకోవాల్సిన విషయం. ఇక మీదట చర్చ సులభంగా జరగబోతుందని అనుకున్నాం. కానీ కమాండర్ మాత్రం కోపంగా ఉన్నాడు. అతను మోసపోయాడని అనిపించింది. కాబట్టి వెంటనే NYPD యొక్క టెక్నికల్ అసిస్టెన్స్ రెస్పాన్స్ యూనిట్ (TARU) వాడిని పిలిచి, “బ్యాంక్ లోపల కెమెరా పెట్టు, మైక్ పెట్టు... ఏదైనా చేయి” అని ఆదేశించాడు.

నేను బాబీతో చర్చ కొనసాగిస్తుండగా, కమాండర్ నన్ను మార్చేసి, మరొక ప్రధాన నెగోషియేటర్‌ను ఫోన్‌లో పెట్టాడు. కొత్త నెగోషియేటర్ కూడా నేను చేసినట్లే మొదలెట్టాడు – “నేను డామినిక్. ఇప్పుడు నువ్వు నాతో మాట్లాడుతున్నావు” అన్నాడు.

డామినిక్ మిసినో అద్భుతమైన నిర్బంధితుల చర్చలు జరిపిన వ్యక్తి. నా దృష్టిలో అతను ప్రపంచంలోని గొప్ప “క్లోజర్లలో” ఒకడు. చివరి దశలో ఒప్పందం కుదరడానికి తీసుకువచ్చే వ్యక్తిని అప్పట్లో అలా పిలిచేవారు. అతను తడబడేవాడు కాదు. తన పని బాగా చేసేవాడు.

సూటిగా మాట్లాడేవాడు. ఇంకా చెప్పాలంటే, వీధి తెలివితేటలు కలిగిన వాడు.

డామినిక్ ముందుకు సాగుతున్నాడు. అప్పుడు ఒక అద్భుతమైన – కానీ దాదాపు విఫలమయ్యే పరిస్థితి – జరిగింది. క్రిస్ వాట్స్ ఫోన్‌లో డామినిక్‌తో

మాట్లాడుతుండగా, అకస్మాత్తుగా వెనుక గోడలో ఏదో డ్రిల్లింగ్ శబ్దం వినిపించింది. అది మన TARU వాడే, బగ్ పెట్టడానికి ప్రయత్నిస్తున్నాడు. కానీ అది పూర్తిగా తప్పుడు ప్రదేశంలో, తప్పుడు సమయంలో జరిగింది. ఇప్పటికే తన భాగస్వామి లొంగిపోయి, తాను ఒక్కడిగా ఉండటంతో క్రిస్ వాట్స్ గందరగోళంలో ఉన్నాడు. ఇప్పుడు గోడలో డ్రిల్లింగ్ వినిపించడంతో అతను పూర్తిగా ఉలిక్కిపడ్డాడు.

మూలకు నెట్టేసిన పిట్‌బుల్ లాగా స్పందించాడు. డామినిక్‌ను అబద్ధాలు చెప్పాడని దూషించాడు. కానీ డామినిక్ మాత్రం తడబడలేదు. ప్రశాంతంగానే కొనసాగాడు. చివరకు అతని సామరస్య ధోరణి, క్రిస్ వాట్స్ ఆగ్రహాన్ని మెల్లగా తగ్గించింది.

తరువాత ఆలోచిస్తే, ఆ సమయంలో బగ్ పెట్టడం పూర్తిగా మూర్ఖత్వం. నిరాశ, భయంతో చేసిన పని. ఒక బందీదారుడిని బయటికి తీయగలిగాం, కానీ ఇలాగే మళ్లీ నియంత్రణను కోల్పోయాం. మిగిలిన బందీదారుడిని (అతను సైకో అయ్యి ఉండవచ్చు కూడా) ఇలాగే బెదిరించడం మంచిది కాదు.

డామినిక్ శాంతపరచడానికి ప్రయత్నిస్తుండగా, క్రిస్ వాట్స్ ఒక్కసారిగా విషయం మార్చేశాడు. "నేను ఒక బందీని వదిలేస్తే ఎలా ఉంటుంది?" అన్నాడు.

ఇది అనూహ్యంగా వచ్చింది. డామినిక్ అడగకుండానే, ఒక టెల్లర్‌ను వదిలేస్తానని చెప్పేశాడు. అతని దృష్టిలో ఇది పెద్ద విషయం కాదు, అతను తప్పించుకునేందుకు కొంత సమయం దొరికే ప్రయత్నం మాత్రమే.

డామినిక్ ప్రశాంతంగానే ఉన్నాడు. కానీ వెంటనే అవకాశాన్ని పట్టుకున్నాడు. లోపల అంతా సరిగానే వుందనే విషయం తెలుసుకునేందుకు ముందుగా బందీతోనే మాట్లాడాలని అన్నాడు. క్రిస్ వాట్స్ ఒక మహిళకు ఫోన్ యిచ్చాడు. ఆమె చాలా భయంతో ఉన్నా, బాబీ లొంగిపోవడంలో తలెత్తిన గందరగోళాన్ని గమనించింది. నేను అనుకున్నాను యీవిడ చాలా ధైర్యం చూపించింది – భయంతో ఉన్నప్పటికీ, ఇష్టానికి విరుద్ధంగా అదుపులో ఉంచబడినా, కొంచెం హింసకు గురైనా, అయినప్పటికీ వివేకాన్ని నిలుపుకోవడం అనేది చెప్పుకోదగ్గదే. అందుకే తాను ఇంకా భయపడుతూనే, ధైర్యంగా ఒక ప్రశ్న వేసింది: "మీకు ముందువైపు తలుపు తాళం ఉందా ఖచ్చితంగా?"

డామినిక్ అన్నాడు: "ముందు తలుపు తెరిచే ఉంది"

అలాగే జరిగింది. చివరికి ఒక మహిళ సురక్షితంగా బయటికి వచ్చింది. గంట తర్వాత ఇంకో మహిళ కూడా వచ్చేసింది. ఎవరికీ హాని జరగలేదు.

ఇంకా బ్యాంక్ గార్డ్ గురించి ఆందోళన ఉంది. అతని పరిస్థితి ఏంటో, బ్రతికే ఉన్నాడో లేదో అతని పరిస్థితి ఎలా వుందో తెలియదు. ఉదయం తర్వాత ఎవరూ అతన్ని చూడలేదు. హార్ట్ అటాక్ వచ్చి చనిపోయి ఉండవచ్చు కూడా. ఏం జరిగినా తెలుసుకునేందుకు దారి లేదు.

కానీ క్రిస్ వాట్స్ దగ్గర ఒక చివరి కుతంత్రం ఉంది. ఒక్కసారిగా తానే బయటకు వస్తానని అన్నాడు. బహుశా మళ్లీ మాకు షాక్ ఇవ్వాలని అనుకున్నాడు. విచిత్రమేమిటంటే, బయటకు వచ్చాక కూడా చుట్టుపక్కల జాగ్రత్తగా పరిశీలిస్తున్నాడు – ఎలాగో తప్పించుకుంటానని అనుకుంటున్నట్టు. చివరి క్షణంలో కూడా అతనికి ఏదో అవకాశం ఉందని భ్రమ. ప్రకాశవంతమైన లైట్లలో, అన్ని వైపులా పోలీసులు ఉండగా, అతనికి ఇంకా తప్పించుకునే అవకాశం ఉందని అనిపించడం వింతే. కానీ చివరకు అతనికి హ్యాండ్‌కఫ్స్ వేసారు.

అది చాలా దీర్ఘంగా నడిచిన రోజు. కానీ విజయవంతంగా ముగిసింది. ఎవరికీ హాని జరగలేదు. నేరస్థులు పట్టుబడ్డారు. నేను ఈ అనుభవం నుండి వినమ్రత నేర్చుకున్నాను – ఇంకా నేర్చుకోవడానికి ఎంతో ఉందని. అదే సమయంలో, భావోద్వేగం, సంభాషణ, మరియు FBI యొక్క సైకలాజికల్ టూల్‌బాక్స్ ఎంత శక్తివంతమో తెలుసుకున్నాను.

తరువాతి దశాబ్దాల్లో, ఈ సరళమైన పద్ధతులు ఎంత విలువైనవో మళ్లీ మళ్లీ అనుభవంలోకి తెచ్చుకున్నాను. ఎదురుగా ఉన్న వారి మనసులోకి వెళ్లే సామర్థ్యం, చివరికి వారిని ప్రభావితం చేసే శక్తి, ఈ పద్ధతులపై ఆధారపడి ఉంటుంది. మారుతున్న పరిస్థితులకు అనుగుణంగా, మన ధోరణి మార్చుకోవడానికి సిద్ధంగా ఉండాలి. ఎగ్జిక్యూటివ్స్ తోనూ, విద్యార్థులతోనూ కలిసి ఈ నైపుణ్యాలను అభివృద్ధి చేస్తూ, నేను ఎప్పుడూ ఒక సందేశాన్ని బలపరచడానికి ప్రయత్నిస్తాను – సరిగా ఉండటం విజయవంతమైన చర్చకు సమాధానం కాదు, సరైన దృక్పథం కలిగి ఉండటమే సమాధానం.

ఎటువంటి తగాదా లేకుండా, ఎదిరించి మీ విధానాన్ని సాధించుకోవడం ఎలా?

నేను అప్పుడప్పుడు హాస్యంగా మిర్రరింగ్‌ను "మేజిక్" లేదా "జెడి మైండ్ ట్రిక్" అని పిలుస్తాను. ఎందుకంటే అది ఉపయోగించుకునేవారికి, అసహనంగా కాకుండా అసమ్మతి వ్యక్తం చేసే శక్తిని ఇస్తుంది.

దాని ఉపయోగం ఎంత ఉంటుందో ఆలోచించండి – సాధారణ కార్యాలయంలో కూడా ఇప్పటికీ అధికార స్థానంలో ఉన్నవారు కొందరు ఉంటారు. వారు ఆ స్థానానికి చేరుకోవడానికి ఉపయోగించిన పద్ధతి దూకుడుగా, కొన్నిసార్లు బెదిరింపుల ద్వారా కూడా ఉంటుంది. పాత పద్ధతులు – టాప్-డౌన్, బాస్ ఎప్పుడూ సరియైనవాడే అనే భావన. కొత్త పద్ధతులు ఉన్నా, ప్రతీ వాతావరణంలోనూ (పని గాని, వ్యక్తిగతంగా గాని) మీరు అలాంటి ఫోర్స్‌ఫుల్ టైప్ A వ్యక్తులను ఎదుర్కోవాల్సిందే.

ఒక పిట్‌బుల్ (ఒక రకమైన కుక్క. అను.) పద్ధతిలో మరొక పిట్‌బుల్‌ను ఎదుర్కొంటే, ఫలితం గందరగోళం, గొడవలు, అసహనం మాత్రమే. అదృష్టవశాత్తు, దానికి మరో మార్గం ఉంది. అది అంత తిప్పలు పెట్టేది కాదు.

అది కేవలం నాలుగు సులభమైన దశలు:

1. లేట్-నైట్ FM DJ వాయిస్ వాడండి.
2. "క్షమించండి..." అని ప్రారంభించండి.
3. మిర్రర్ చేయండి.
4. నిశ్శబ్దం. కనీసం నాలుగు సెకన్లు – మిర్రర్ మీ ప్రత్యర్థి మీద తన మాయ చేయడానికి అవకాశం ఇవ్వండి.
5. మళ్లీ చే యండి.

నా విద్యార్థుల్లో ఒకరు ఈ సరళమైన ప్రక్రియ యొక్క ప్రభావాన్ని తన ఉద్యోగ ప్రదేశంలో అనుభవించారు. ఆమె ఆవేశపరుడు అయిన బాస్ తరచూ "డ్రైవ్-బైస్" అనే విసుగు కలిగించే అలవాటు ఉండేవాడు: ఎటూ చెప్పకుండా అకస్మాత్తుగా ఆఫీసులోకి లేదా క్యూబికల్‌లోకి వచ్చి "తక్షణంగా చేయాల్సిన"

పనులను అప్పగించేవాడు. అవి చాలా అసంబద్ధమైనవి, అనవసరమైన పని సృష్టించేవి. గతంలో ఏదైనా చర్చకు ప్రయత్నం చేసినా వెంటనే ప్రతిఘటన వచ్చేది. "దీనికి మరో మంచి మార్గం ఉంది" అని చెప్పడం అంటే అతని దృష్టిలో "సోంబేరి మార్గం" అనేవాడు.

అటువంటి డ్రైవ్-బై ఒకసారి పెద్ద కన్సల్టింగ్ ప్రాజెక్ట్ చివర్లో జరిగింది, ఇది వేల కొద్దీ డాక్యుమెంట్లు సృష్టించింది. బాస్‌కు "డిజిటల్" మీద నమ్మకం లేకపోవడంతో, అతనికి పేపర్ కాపీలు కావాలని అనిపించింది.

తలుపు దగ్గరికి వచ్చి బాస్ అన్నాడు: "పేపర్‌వర్క్ కోసం అన్ని కాయితాలు మనకు రెండు కాపీలు కావాలి"

"క్షమించండి, రెండు కాపీలా?" అని ఆమె DJ వాయిస్‌తో ప్రశ్నార్థక స్వరంలో మిర్రర్ చేసింది. మిర్రర్ వెనుక ఉద్దేశ్యం "దయచేసి, నన్ను అర్థం చేసుకోనివ్వండి" అనేది. ప్రతి సారి మీరు మిర్రర్ చేస్తే, వాళ్లు మొదట చెప్పింది మరోసారి కానీ వేరే రూపంలో చెబుతారు. మీరు "అది అంటే ఏమిటి?" అని అడిగితే చిరాకు లేదా రక్షణాత్మక భావన కలిగించవచ్చు. కానీ మిర్రర్ చేయడం వల్ల మీరు స్పష్టత పొందుతారు, అలాగే అవతలి వ్యక్తి చెప్పినదాన్ని మీరు గౌరవిస్తున్నారని వాళ్లకు అనిపిస్తుంది.

"అవును" బాస్ అన్నాడు, "మనకు ఒకటి, కస్టమర్‌కి ఒకటి."

"క్షమించండి, అంటే క్లయింట్ ఒక కాపీ అడిగారు, మనం ఇంటర్నల్ వాడుక కోసం ఒకటి ఉంచుకోవాలా?"

"అది నిజం కాదు, నేను క్లయింట్‌తో చెక్ చేస్తాను – వారు ఏదీ అడగలేదు. కానీ నాకు మాత్రం ఒక కాపీ తప్పనిసరిగా కావాలి. అదే నేను బిజినెస్ చేసే విధానం."

"అవును," ఆమె అంది. "కస్టమర్‌తో చెక్ చేసినందుకు ధన్యవాదాలు. ఇన్-హౌస్ కాపీ ఎక్కడ ఉంచాలనుకుంటున్నారు? ఫైల్ రూమ్‌లో స్థలం లేదు"

"పర్లేదు. ఎక్కడైనా ఉంచండి" అని బాస్ కొద్దిగా అసహనంగా అన్నాడు.

"ఎక్కడైనా?" అని ఆమె మళ్లీ మిర్రర్ చేసింది, శాంతియుత ఆందోళనతో.

ఇలాంటి సందర్భంలో, మరొకరి మాటలు, స్వర టోన్ లేదా శరీర భాష సరిపోకపోతే, మిర్రర్ మరింత ఉపయోగకరంగా ఉంటుంది. ఈ సందర్భంలో బాస్ ఒక పెద్ద విరామం తీసుకున్నాడు – అతను సాధారణంగా చేయనిది. ఆవిడ నిశ్శబ్దంగా కూర్చుంది.

"అసలు విషయం ఏమిటంటే, నా ఆఫీసులో ఉంచండి. ప్రాజెక్ట్ పూర్తయిన తర్వాత కొత్త అసిస్టెంట్‌తో ప్రింట్ చేయిస్తాను. ఇప్పటికైతే రెండు డిజిటల్ బ్యాకప్‌లు చేయించండి"

ఒక రోజు తర్వాత, బాస్ ఇమెయిల్ చేశాడు: "రెండు డిజిటల్ బ్యాకప్‌లు చాలు."

ఆమె ఆనందంతో నాకు రాసింది: "నేను ఆశ్చర్యపోయాను! నాకు మిర్రర్స్ నచ్చేశాయి! ఒక వారం పని తప్పించుకున్నాను!"

మొదటిసారి మిర్రర్ చేయడం మీకు చాలా అసహజంగా అనిపిస్తుంది. అది మాత్రమే కష్టం. కొద్దిగా ప్రాక్టీస్ చేస్తే ఇది మీకు అలవాటు అవుతుంది. తర్వాత ఇది మీకు ఒక సంభాషణ స్విస్ ఆర్మీ నైఫ్‌లా మారుతుంది – ప్రొఫెషనల్, సోషల్ అన్ని సందర్భాల్లో ఉపయోగపడుతుంది.

ముఖ్యమైన పాఠాలు (KEY LESSONS)

నెగోషియేషన్ భాష అనేది వాదన భాష కాదు. ఇది సంభాషణ మరియు అనుబంధ భాష. సంబంధాలను త్వరగా ఏర్పరచుకోవడం, మనుషులు మాట్లాడేలా చేయడం, ఆలోచించేలా చేయడం దీని లక్ష్యం. అందుకే మీరు ప్రపంచంలో అత్యుత్తమ నెగోషియేటర్ల గురించి ఆలోచించినప్పుడు ఒక ఆశ్చర్యం ఉంటుంది – ఓప్రా విన్‌ఫ్రేను గుర్తుంచుకోండి.

ఆమె రోజువారీ టెలివిజన్ కార్యక్రమం ఒక నిపుణుడి పనితీరుకు ఉదాహరణలా ఉండేది: వేదికపై, ఎప్పుడూ కలవని వ్యక్తితో ముఖాముఖిగా, వందల మంది ప్రేక్షకులతో నిండిన స్టూడియో ముందు, ఇంకా ఇళ్లలో లక్షలాది మంది వీక్షకుల సమక్షంలో! ఆమె పని ఏమిటంటే తన ముందు ఉన్న వ్యక్తిని – కొన్నిసార్లు అతని లేదా ఆమెకు అనుకూలం కాని పరిస్థితుల్లో కూడా – మాట్లాడిస్తూనే ఉండడం. చివరకు వారు జీవితాంతం తమ

మనసులో దాచిపెట్టిన గాఢమైన, చీకటి రహస్యాలను ప్రపంచానికి పంచుకునే వరకు వారిని మాటలతో కొనసాగించడం.

ఈ అధ్యాయం చదివిన తర్వాత అలాంటి ఒక పరస్పర చర్యను జాగ్రత్తగా గమనించండి. అప్పుడు మీరు శక్తివంతమైన నైపుణ్యాల సునిశిత సమాహారాన్ని చూడగలుగుతారు: ఉద్రిక్తతను తగ్గించడానికి ఓ చైతన్యమైన చిరునవ్వు, అనుకంపను (అంటే భద్రతను) సూచించడానికి సూక్ష్మమైన వాచిక మరియు అవాచిక భాషను ఉపయోగించడం, స్వరంలో ఒక ప్రత్యేకమైన కిందికి వంగిన లయ, కొన్ని ప్రత్యేక రకాల ప్రశ్నలను ఆమోదించడం మరియు మరికొన్నింటిని నివారించడం – ఇవన్నీ ఇప్పటి వరకు దాగి ఉన్న నైపుణ్యాల సమాహారం. మీరు వాటిని వాడటం నేర్చుకున్న తర్వాత మీకు అమూల్యంగా మారతాయి.

ఈ అధ్యాయం నుండి గుర్తుంచుకోవలసిన కొన్ని ముఖ్యమైన పాఠాలు ఇవి:

- మంచి నెగోషియేటర్ అనుకోని విషయాలకు సిద్ధమవుతాడు. గొప్ప నెగోషియేటర్ అయితే వాటిని వెలికితీయడానికి ప్రయత్నిస్తాడు.
- ఊహలను నిజాలుగా భావించవద్దు. అవి కేవలం హైపోతీసిస్‌లుగా తీసుకుని, చర్చలో పరీక్షించండి.
- చర్చను వాదోపవాదాల యుద్ధంగా చూసే వారు తమ తలలో వినిపించే గొంతుల వలన ఒక రకంగా గందరగోళంలో పడతారు. చర్చ అనేది యుద్ధకార్యం కాదు; అది ఒక అన్వేషణ ప్రక్రియ. లక్ష్యం సాధ్యమైనంత ఎక్కువ సమాచారాన్ని వెలికితీయడం.
- మీ తలలోని స్వరాలను ఆపడానికి, మీ పూర్తి దృష్టి అవతలి వ్యక్తి మీద ఉండాలి.
- మెల్లగా చేయండి. త్వరగా వెళ్తే తప్పులు జరిగేందుకు అవకాశం యిచ్చినట్లు అవుతుంది. అదీగాక అవతలి వ్యక్తి చెబుతున్నది మీరు పట్టించుకోవటం లేదనో, అసలు వినటం లేదనో వాళ్లకు అనిపిస్తుంది. మీరు నిర్మించిన నమ్మకం దెబ్బతింటుంది.

- మీ ముఖంపై చిరునవ్వు పెట్టుకోండి. మీరు, ప్రత్యర్థి ఇద్దరూ సానుకూలంగా ఉన్నప్పుడు సమస్య పరిష్కారం, సామరస్యంతో, ప్రశాంతంగా లభిస్తుంది. సహకారంలో సహాయపడుతుంది. సానుకూలత మీలోను, మీ ఎదుటివాడిలోను మానసిక చురుకుదనాన్ని సృష్టిస్తుంది.

సమస్య చర్చల విషయంలో మూడు రకాలైన గొంతులను ఏర్పరచుకోవాలి:

1. లేట్-నైట్ **FM DJ** వాయిస్ – ఎంపికగా వాడండి. స్వరం నెమ్మదిగా, క్రిందికి వంగినట్లుగా ఉంచండి. ఇది అధికారాన్ని, నమ్మకాన్ని ఇస్తుంది.
2. పాజిటివ్/ప్లేఫుల్ వాయిస్ – డిఫాల్ట్‌గా వాడాలి. తేలికపాటి, ప్రోత్సాహకర స్వరం. రిలాక్స్ అవుతూ, చిరునవ్వుతో మాట్లాడాలి.
3. డైరెక్ట్ లేదా అసర్టివ్ వాయిస్ – చాలా అరుదుగా వాడాలి. సమస్యలు సృష్టిస్తుంది, ప్రతిఘటన వస్తుంది.

- మిర్రరింగ్ చేసే మ్యాజిక్: చివరి మూడు పదాలు (లేదా ముఖ్యమైన 1–3 పదాలు) మళ్లీ చెప్పండి. మనం వేరుగా ఉన్నదాన్ని భయపడతాం, సారూప్యతను ఇష్టపడతాం. మిర్రరింగ్ అనేది సారూప్యతను సూచించే కళ. ఇది బంధాన్ని సులభం చేస్తుంది. ఇది ఇతరులను మీతో అనుబంధం కలిగేలా చేస్తుంది, వారిని ఎక్కువ మాట్లాడేలా చేస్తుంది, మీకు సమయం ఇస్తుంది, వారి వ్యూహాన్ని బయటపెడుతుంది.

అధ్యాయం 3

ఇతరుల బాధను మీరు అనుభూతి చెందకండి, దాన్ని గుర్తించండి

అది 1998. నేను హార్లెమ్‌లోని ఒక ఎత్తైన భవనంలో ఇరవై ఏడవ అంతస్తులో ఉన్న ఒక అపార్ట్‌మెంట్ వెలుపలగా వున్న సన్నని దారిలో నిలబడి ఉన్నాను. నేను న్యూయార్క్ సిటీ FBI సంక్షోభ చర్చా బృందం (Crisis Negotiation Team) అధిపతిని, ఆ రోజు నేను ప్రధాన చర్చాకర్తను.

పరిశోధనా బృందం కనీసం ముగ్గురు భారీస్థాయి ఆయుధాలతో, పరారీలో ఉన్న నేరస్తులు లోపల దాక్కున్నారని నివేదించింది. కొన్ని రోజుల క్రితం, ఈ పరారీలు ఒక ప్రత్యర్థి గ్యాంగ్‌తో కాల్పులలో ఆటోమేటిక్ ఆయుధాలు ఉపయోగించారు. అందువల్ల న్యూయార్క్ సిటీ FBI SWAT బృందం నా వెనుక వరుసగా నిలబడి ఉంది. మా స్నైపర్లు (రహస్యంగా తుపాకీ పేల్చే వ్యక్తి) సమీపంలోని భవనాల పైకప్పులపై అపార్ట్‌మెంట్ కిటికీలపై తుపాకులు గురిపెట్టి ఉన్నారు.

ఇలాంటి ఉద్రిక్త పరిస్థితుల్లో సాంప్రదాయ చర్చా సలహా ఏమిటంటే "పోకర్ ఫేస్" ఉంచాలి. భావోద్వేగానికి లోను కాకూడదు. ఇటీవలి వరకు, ఎక్కువమంది మేథావులు, పరిశోధకులు చర్చలో భావోద్వేగాల పాత్రను పూర్తిగా పట్టించుకోలేదు. భావోద్వేగాలు మంచి ఫలితాలకు అడ్డంకి మాత్రమే అని వారు చెప్పారు. "మనుషుల్ని సమస్య నుండి వేరు చేయాలి" అనేది సాధారణ మంత్రం.

కానీ ఒక్క విషయం ఆలోచించండి: భావోద్వేగాలే సమస్య అయితే, మనుషుల్ని సమస్య నుండి ఎలా వేరు చేస్తారు? ముఖ్యంగా వారు తుపాకులతో భయపడుతున్న మనుషులైతే! భావోద్వేగాలే కమ్యూనికేషన్‌ను దారి తప్పించే ప్రధాన అంశాలలో ఒకటి. ఒకసారి మనుషులు ఒకరిపై ఒకరు ఆగ్రహించుకుంటే, తార్కిక ఆలోచన కిటికీ నుంచి బయటకు ఎగిరిపోతుంది.

అందుకే, భావోద్వేగాలను నిరాకరించడం లేదా నిర్లక్ష్యం చేయడం కాకుండా, మంచి చర్చాకర్తలు వాటిని గుర్తించి ప్రభావితం చేస్తారు. వారు ఇతరుల భావోద్వేగాలను – ముఖ్యంగా తమ స్వంతవాటిని – ఖచ్చితంగా గుర్తించి, లేబుల్ (label) వేయగలరు. ఒకసారి భావోద్వేగాలకు లేబుల్ వేశాక, వారు వాటి గురించి ఎక్కువగా భావోద్వేగానికి లోను కాకుండా మాట్లాడగలరు. వారికి, భావోద్వేగం ఒక సాధనం.

భావోద్వేగాలు అడ్డంకులు కావు, అవే సాధనాలు.

భావోద్వేగపరంగా తెలివైన ఒక చర్చాకర్త మరియు అతని ప్రత్యర్థి మధ్య ఉన్న సంబంధం నిజానికి ఒక వైద్య సంబంధమైన (therapeutic) సంబంధం లాంటిది. అది ఒక సైకోథెరపిస్ట్ మరియు రోగి మధ్య సంబంధాన్ని ప్రతిబింబిస్తుంది. సైకోథెరపిస్ట్ రోగి సమస్యలను అర్థం చేసుకోవడానికి గుచ్చి గుచ్చి అడుగుతాడు. ఆ తర్వాత సమాధానాలను తిరిగి రోగికి చూపించి, అతను గాఢంగా ఆలోచించేలా చేసి, తన ప్రవర్తనను మార్చుకునేలా చేస్తాడు. అదే నిజానికి మంచి చర్చాకర్తలు చేసే పని.

ఈ స్థాయి భావోద్వేగ బుద్ధిని చేరుకోవడానికి, మన ఇంద్రియాలను తెరచి ఉంచడం, తక్కువగా మాట్లాడడం, ఎక్కువగా వినడం అవసరం. మీరు చూడటం, వినడం ద్వారా దాదాపు మీకు అవసరమైన ప్రతిదాన్ని – ఇంకా ఇతరులు మీరు తెలుసుకోవడం ఇష్టపడని చాలా విషయాలను – నేర్చుకోవచ్చు, కళ్ళు తెరిచి ఉంచి, చెవులు తెరిచి ఉంచి, నోరు మూసుకుని ఉంటే సరిపోతుంది.

ఈ క్రింది భాగాలను చదువుతున్నప్పుడు మీరు థెరపిస్ట్ కౌచ్ గురించి ఆలోచించండి. ఓదార్పు కలిగించే స్వరం, శ్రద్ధగా, గాఢంగా వినడం, “రోగి” చెప్పిన మాటలను ప్రశాంతంగా పునరావృతం చేయడం – ఇవన్నీ ఒక ప్రశాంతమైన, తార్కిక వాదన కంటే మిమ్మల్ని చాలా ముందుకు తీసుకెళ్తాయి.

ఇది కొంచెం "సున్నితంగా, మృదువుగా ప్రవర్తించటం" (touchy-feely) గా అనిపించవచ్చు. కానీ మీరు ఇతరుల భావోద్వేగాలను గ్రహించగలిగితే, వాటిని మీకు అనుకూలంగా మలుచుకునే అవకాశం మీకు ఉంటుంది. ఒకరి గురించి మీరు ఎంత ఎక్కువగా తెలుసుకుంటే, అంత ఎక్కువ శక్తి మీకు ఉంటుంది.

వ్యూహాత్మక సానుభూతి (TACTICAL EMPATHY)

ఆ రోజు హార్లెమ్‌లో మాకు ఒక పెద్ద సమస్య. అపార్ట్‌మెంట్‌లోకి ఫోన్ చేయడానికి ఎలాంటి నంబర్ లేదు. అందుకే వరుసగా ఆరు గంటలపాటు, మధ్య మధ్యలో సంక్షోభ చర్చలు నేర్చుకుంటున్న ఇద్దరు FBI ఏజెంట్లు నన్ను relieve చేస్తూ, ఉపశమింపజేసే వరకూ నేను అపార్ట్‌మెంట్ తలుపుగుండా మాట్లాడాను.

నేను నా లేట్-నైట్ FM DJ వాయిస్‌ను ఉపయోగించాను.

నా DJ వాయిస్‌లో ఆదేశాలు ఇవ్వలేదు లేదా పరారీలకు ఏం కావాలో అడగలేదు. బదులుగా, నేను నా మనసులోనే నేను వాళ్ల స్థానంలో ఉన్నట్లుగా ఊహించుకున్నాను.

"మీరు బయటకు రావాలనుకోవడం లేదు కదా" అని నేను మళ్లీ మళ్లీ చెప్పాను. "మీరు తలుపు తెరిస్తే మేము తుపాకులతో చొరబడతామని భయపడుతున్నట్లు ఉంది. మీరు జైలుకు తిరిగి వెళ్ళడం ఇష్టం లేదనిపిస్తోంది"

ఆరు గంటలపాటు, మాకు ఎలాంటి ప్రతిస్పందన రాలేదు. FBI కోచ్‌లు నా DJ వాయిస్‌ను ఇష్టపడ్డారు. కానీ అది పనిచేస్తుందా?

అప్పటికి, లోపల ఎవ్వరూ లేరని మేము దాదాపుగా నిశ్చయించుకున్న సమయంలో, సమీప భవనం పైన వున్న స్నైపర్ రేడియో ద్వారా ఒక సమాచారం అందించాడు. అది అపార్ట్‌మెంట్ లోపల వున్న ఒక కిటికీ తెర కదిలిందని చెప్పాడు.

అపార్ట్‌మెంట్ ముందువైపు తలుపు మెల్లగా తెరుచుకుంది. ఒక మహిళ చేతులను ముందుగా పెట్టుకుని బయటకు వచ్చింది.

నేను మాటలు కొనసాగించాను. ముగ్గురు పరారీలూ బయటకు

వచ్చారు. వారిలో ఎవరు కూడా మాటలాడలేదు. మేము వాళ్లకు బేడీలు వేసేంతవరకూ!

తర్వాత, ఆరు గంటల నిశ్శబ్దం తర్వాత వారు బయటకు ఎందుకు వచ్చారని నేను ఆగకుండా అడిగాను? వాళ్లు చివరికి ఎందుకు ఒప్పుకున్నారు?

వాళ్లు ముగ్గురూ ఒకే సమాధానం ఇచ్చారు.

“మాకు పట్టుబడటం లేదా కాల్పులకు గురి కావడం కావాలనిపించలేదు, కానీ మీరు మమ్మల్ని శాంతింపజేశారు” అని వారు చెప్పారు. “మేము చివరికి మిమ్మల్ని నమ్మాం, కాబట్టి మేము బయటికి వచ్చాము.”

ఎటువంటి చర్చలోనైనా, మీరు ఒక వినిపించుకోని వ్యక్తితో మాట్లాడుతున్నట్లు అనిపించడం కంటే అసహ్యం కలిగించే, గందరగోళం కలిగించే విషయం మరొకటి లేదు. మూర్ఖంగా నటించడం ఒక చట్టబద్ధమైన చర్చా పద్ధతి. “నాకు అర్థం కాదు” ఒక చెల్లుబాటు అయ్యే ప్రతిస్పందన. కానీ అవతలి వ్యక్తులను నిర్లక్ష్యం చేసే స్థితి మాత్రమే అసహ్యాన్ని పెంచుతుంది. అవతలి వారు మీరు కోరుకున్న పనిని చేయకపోవడానికి కారణం అవుతుంది.

దానికి విరుద్ధంగా ఉన్నదే వ్యూహాత్మక సానుభూతి (Tactical Empathy).

నా చర్చా కోర్సులో, నేను నా విద్యార్థులకు చెబుతూ వుంటాను. Empathy అంటే “అవతలి వ్యక్తి దృక్పథాన్ని గుర్తించే సామర్థ్యం, అలా గుర్తించిన దానిని మౌఖికంగా వ్యక్తం చేయడం”. ఇది ఒక శాస్త్రీయ మార్గంలో చెప్పాలంటే, Empathy అనేది మరో మనిషిని గమనించడం, వారు ఏం అనుభవిస్తున్నారో అడగడం, వారి ప్రపంచాన్ని అర్థం చేసుకోవడానికి ప్రయత్నం చేయడం.

గమనించండి, నేను ఇంకొకరి విలువలను అంగీకరించమని, నమ్మకాలను సమ్మతించమని, లేదా ప్రేమతో కౌగిలించుకోమని చెప్పటం లేదు. అది కనికరం, దయ (Sympathy). నేను చెప్పేది ఏమిటంటే, మరొకరి దృష్టికోణం నుండి పరిస్థితిని అర్థం చేసుకోవడం.

దాని కంటే ఒక అడుగు ముందుకు వెళ్లడం వ్యూహాత్మక సానుభూతి (Tactical Empathy).

వ్యూహాత్మక సానుభూతి అంటే, మరొకరి భావాలను, మానసిక స్థితిని

ఆ సమయంలో అర్థం చేసుకోవడం. ఆ భావాల వెనుక ఏమి ఉన్నదో వినడం, తదుపరి అన్ని క్షణాల్లో మీ ప్రభావాన్ని పెంచడం. అది భావోద్వేగ అడ్డంకులు మరియు ఒప్పందం పొందే అవకాశాల పట్ల మన దృష్టిని తీసుకురావడం.

ఇది మత్తు మందు యిచ్చి భావోద్వేగ బుద్ధిని గ్రహించడం.

కాన్సాస్ సిటీలో పోలీస్‌గా ఉన్నప్పుడు, కొంతమంది అనుభవజ్ఞులైన పోలీస్‌లు కోపంతో ఊగిపోయే, హింసాత్మక వ్యక్తులను ఎలా శాంతింపజేస్తారో, లేదా వారు కత్తులు, తుపాకులు వదిలేలా ఎలా చేయగలరో నేను ఆసక్తిగా పరిశీలించాను.

నేను అడిగినప్పుడు, వారు తరచుగా కేవలం భుజాలను ఊపేవారు. వారు ఏమి చేశారో వివరించలేకపోయారు. కానీ ఇప్పుడు సమాధానం తెలిసింది: వ్యూహాత్మక సానుభూతి (Tactical Empathy). వారు మరొకరి దృష్టికోణం నుండి ఆలోచించి, వారితో మాట్లాడేటప్పుడు ఏం ప్రేరేపిస్తోంది అనేది త్వరగా అంచనా వేయగలిగారు.

మనం ఎక్కువమంది మాటల యుద్ధంలో ప్రవేశిస్తాము. ఎవరినీ మన దృష్టికోణంలో విశ్వసింపజేయకుండానే! ఎందుకంటే మనకు తెలిసింది మన లక్ష్యాలే ముఖ్యమని మాత్రమే. కానీ ఉత్తమ పోలీస్‌లు ఇతర పార్టీపై – వారి ప్రేక్షకులపై – ఫోకస్ అవుతారు. వారు సహానుభూతితో అవతలవారి దృష్టిని మరల్చగలరని తెలుసు.

అందుకే, ఒక సరిహద్దు అధికారులు ఒక ఖైదీని ఎదిరించేలా రెచ్చగొడితే, అతను తరచుగా ఎదిరిస్తాడు. కానీ ప్రశాంతంగా వెళ్ళినప్పుడు, ఖైదీ శాంతియుతంగా ఉంటాడు. ఇది మాయాజాలం లాంటిది అనిపించవచ్చు, కానీ అది కాదు. అధికారులు వారి ప్రేక్షకుల్ని స్పష్టంగా గమనిస్తే, పరిస్థితిని అదుపులో వుంచడానికి కావలసిన వ్యక్తిగా మారగలుగుతారు.

సహానుభూతి (Empathy) ఒక క్లాసిక్ "సాఫ్ట్" కమ్యూనికేషన్ నైపుణ్యం. కానీ దీనికి శారీరక ఆధారం కూడా ఉంది. మనం ఒక వ్యక్తి ముఖం, హావభావాలు, స్వర శైలి జాగ్రత్తగా గమనించినప్పుడు, మన మస్తిష్కం న్యూరల్ రెజొనాన్స్ (Neural Resonance) అనే ప్రక్రియలో వారి మస్తిష్కంతో సమన్వయం చేస్తుంది. దానివల్ల వాళ్లు ఏమి అనుకుంటున్నారు, ఏమి ఆలోచిస్తున్నారు అనే దానిని మనం పూర్తిగా తెలుసుకోగలగడం కలుగుతుంది.

ప్రిన్స్టన్ యూనివర్సిటీ లోని fMRI మేధస్సు-స్కాన్ ప్రయోగంలో1, పరిశోధకులు కనుగొన్నది ఏమిటంటే, సరిగ్గా కమ్యూనికేట్ చేయకపోవడం వల్ల న్యూరల్ రెజొనాన్స్ అగిపోతుంది. అనుసంధానకులు (Researchers) వ్యక్తులు ఎంతగా సమన్వయంగా సంభాషించారో, వారి మెదడులు ఎంతవరకు సరళంగా ఉన్నాయో పరిశీలించడం ద్వారా అంచనా వేయగలిగారు. వారు వ్యక్తులు ఎంత మంచి శ్రోతలుగా ఉన్నారో గమనించి, వారు మాట్లాడే విషయాన్ని వారు చెప్పకముందే అంచనా వేయగలుగుతారు.

మీ న్యూరల్ రెజొనాన్స్ నైపుణ్యాలను పెంచాలంటే, ఇప్పుడు కొద్ది క్షణాలు తీసుకొని ప్రాక్టీస్ చేయండి. మీతో మాట్లాడుతున్న వ్యక్తిపై దృష్టి పెట్టండి, లేదా టీవీలో ఇంటర్వ్యూ ఇవ్వబడుతున్న వ్యక్తిని గమనించండి. వారు మాట్లాడేటప్పుడు, మీరు ఆ వ్యక్తి స్థానంలో ఉన్నట్లు ఊహించండి. వారు వివరించే పరిస్థితిని మీరు ఆలోచనలో అనుసరించి, సుమారుగా అక్కడ ఉన్నట్లుగా స్వయంగా వివరాలు చేర్చండి.

కానీ జాగ్రత్త, చాలామంది క్లాసిక్ డీల్ మేకర్స్ మీ విధానాన్ని బలహీనంగా, "సాఫ్ట్-హెడెడ్"గా ఉందని భావిస్తారు.

మునుపటి రాష్ట్ర కార్యదర్శి హిల్లరీ క్లింటన్ ను అడగండి.

కొన్ని సంవత్సరాల క్రితం జార్జ్‌టౌన్ యూనివర్సిటీ ప్రసంగంలో, క్లింటన్ ఇలా ప్రోత్సహించారు: "ఇద్దరు శత్రువులకైనా గౌరవం చూపడం, వారి దృష్టికోణాన్ని అర్థం చేసుకోవడానికి ప్రయత్నించడం, మరియు సైకాలాజికల్‌గా సాధ్యమైనంతవరకు వారి భావనలతో సహానుభూతి కనబరచడం"

తరువాత ఏమయ్యిందో మీరు ఊహించవచ్చు. పండిట్‌లు, రాజకీయవేత్తలు ఆమెపై దాడి చేసారు. ఆమె వ్యాఖ్యను అర్థరహితమని, అర్థం లేనిదని, ఆమె ముస్లిం బ్రదర్‌హుడ్‌ను అంగీకరించినట్లు సూచన అని అన్నారు. కొంతమంది ఆమె అధ్యక్ష ప్రాధాన్యత అవకాశాలు నాశనం అయ్యాయని అన్నారు.

ఆ సమస్యలన్నిటికీ కారణం ఏమిటంటే, ఆమె సరిగా చెప్పడం.

రాజకీయాలను పక్కన పెట్టండి, సహానుభూతి అంటే సౌమ్యంగా ఉండటం లేదా అవతలి పక్షాన్ని అంగీకరించడం కాదు. అది వారిని అర్థం చేసుకోవడం. సహానుభూతి మన శత్రువు ఎటువంటి స్థితిలో ఉన్నారో, వారి

చర్యలు ఎందుకు సరిగ్గా అనిపిస్తాయో, వారిని ఏది ప్రభావితం చేయగలదో అర్థం చేసుకోవడానికి సహాయపడుతుంది.

చర్చాకర్తలుగా, మనం సహానుభూతిని ఉపయోగిస్తాము ఎందుకంటే అది పనిచేస్తుంది. నా లేట్-నైట్ DJ వాయిస్ యిచ్చిన ఆరు గంటల తర్వాత ముగ్గురు పరారీలు బయటకు వచ్చినది సహానుభూతి వల్లనే. ఇది నాకు సున్ జూ చెప్పిన "యుద్ధం యొక్క అతి పెద్ద కళ" వల్ల విజయాన్ని సాధించడంలో సహాయపడ్డది: యుద్ధం లేకుండా శత్రువును విధ్వంసం చేయడం.

లేబలింగ్ (LABELING)

మనం ఒక నిమిషం హార్లెమ్ తలుపు దగ్గరకు తిరిగి వెళ్దాం.

మాకు ఎక్కువ సమాచారం లేదు, కానీ ఒక భవనం ఇరవై ఏడు అంతస్తులలో ముగ్గురు పరారీలు ఆపార్ట్మెంట్‌లో బందీలుగా అయితే, వారు రెండు విషయాల గురించి భయపడతారని మీరు వాళ్ల మాటలు వినకపోయినా అర్థమవుతుంది: చనిపోవడం, లేదా జైలుకు వెళ్ళడం.

అందువల్ల ఆ అపార్ట్‌మెంట్ దారిలో, ఆరు గంటలపాటు, ఇద్దరు FBI చర్చా విద్యార్థులు మరియు నేను మాటల మార్పిడి చేసుకున్నాము. నొప్పి, అలసట కారణంగా మేం మాట్లాడిన మాటలలో పొరపాట్లు లేకుండా మాట్లాడాము. అదీగాక, మేమంతా ఒకే విషయాన్ని నిరంతరం పునరావృతం చేసాము.

ఇప్పుడు, మేం ఏమి చెప్పామో పూర్తిగా జాగ్రత్తగా గమనించండి: "మీకు బయటకు రావాలనిపించడం లేదు. తలుపు తెరిస్తే మేము తుపాకులు తీసుకుని లోపలకి చొరబడుతామని మీరు ఆందోళన చెందుతున్నట్టు అనిపిస్తోంది. మీరు జైలు తిరిగి వెళ్లడం ఇష్టం లేదనిపిస్తోంది"

మేము వ్యూహాత్మక సానుభూతి (Tactical Empathy) ను ఉపయోగించాము. ఆ పరిస్థితిలో ఉన్న ఊహించదగిన భావోద్వేగాలను గుర్తించి, వాటిని మాటల్లో వ్యక్తం చేసాం. మేము కేవలం పరారీల స్థానంలోనే ఊహించుకుని ఉండిపోకపోవడమే కాదు, వారి భావాలను కూడా గుర్తించాము. వాటిని మాటల్లోకి మార్చాము. చాలా శాంతంగా, గౌరవంగా ఆ భావోద్వేగాలను వాళ్లకు అందజేయగలిగాము.

చర్చలో, దీన్ని లేబలింగ్ (Labeling) అంటారు.

లేబలింగ్ అంటే, ఒకరి భావోద్వేగాలను గుర్తించి వాటిని ధృవీకరించడం. ఒకరి భావాలకు పేరుపెట్టడం ద్వారా, మీరు ఆ వ్యక్తి భావాలను మించి గుర్తిస్తున్నట్టు చూపిస్తారు. మీరు తెలుసుకోని బాహ్య అంశాల గురించి అడగకుండా కూడా (ఉదాహరణకు, "మీ కుటుంబం ఎలా ఉంది?") ఎవరికైనా దగ్గరగా చేరగలుగుతారు. లేబలింగ్ అనేది దగ్గరితనానికి ఒక షార్ట్‌కట్. సమయం ఆదా చేసే భావోద్వేగ హ్యాక్ (emotional hack) గా భావించండి.

లేబలింగ్‌కు ఒక ప్రత్యేక లాభం ఏమిటంటే, మీ ఎదుటి వారు ఒత్తిడిగా ఉన్నప్పుడు. ప్రతికూల ఆలోచనలను వెలుగు చూపడం – "మీకు జైలు తిరిగి వెళ్లడం ఇష్టం లేదులా వుంది" – వారు తక్కువ భయపడుతున్నట్టుగా ఉంటుంది.

ఒక మెదడు ఇమేజింగ్ స్టడీలో2, యూనివర్సిటీ ఆఫ్ కాలిఫోర్నియా, లాస్ ఏంజిల్స్‌లో సైకాలజీ ప్రొఫెసర్ మాథ్యూ లిబెర్మన్ కనుగొన్నది ఏమిటంటే, మానవులు గాఢ భావాలను చూపించే ముఖాలను చూసినప్పుడు, వారి మెదడులో అమిగ్డాలా (Amygdala) లో ఎక్కువ కార్యకలాపం జరుగుతుంది. ఇది భయాన్ని ఉత్పత్తి చేస్తుంది. కానీ వారు ఆ భావాన్ని లేబుల్ చేయమని అడిగినప్పుడు, ఆ కార్యకలాపం తార్కిక ఆలోచనను నియంత్రించే ప్రాంతాలకు మారుతుంది. అంటే, ఒక భావానికి లేబలింగ్ చేయడం – భయానికి తార్కికమైన పదాలను వర్తింపచేయడం – దాని అసలు తీవ్రతను తగ్గిస్తుంది.

లేబలింగ్ ఒక సరళమైన, బహుముఖ నైపుణ్యం. ఇది చర్చలో మంచి అంశాన్ని బలపరచడానికి లేదా ప్రతికూల అంశాన్ని తేలికచేయడం చేస్తుంది. కానీ ఇది తయారుకావడంలోనూ, డెలివరీ విషయంలో ఖచ్చితమైన నియమాలు కలిగి ఉంటుంది. దీనివలన అది ఛాటింగ్ మాదిరి కాకుండా, చైనీస్ కాలిగ్రఫీ వంటి ఒక ఫార్మల్ ఆర్ట్‌లా ఉంటుంది.

చాలామందికి, ఇది ఉపయోగించడానికి అత్యంత అసహ్యకరమైన చర్చా సాధనం. మొదటిసారి ప్రయత్నించేముందు, నా విద్యార్థులు దాదాపు ఎప్పుడూ చెప్పేవారు, "నా భావాలను బయటికి చెప్పడానికి ప్రయత్నం చేయొద్దు" అని.

నేను మీకు ఒక రహస్యం చెప్పాలనుకుంటున్నాను: దీనిని ప్రజలు ఎప్పుడూ గమనించరు.

లేబలింగ్ యొక్క మొదటి దశ ఏమిటంటే, ఇతర వ్యక్తి భావోద్వేగ స్థితిని గుర్తించడం. హార్లెమ్ తలుపు వెలుపల, మేము పరారీలను చూడలేకపోయాం. కానీ ఎక్కువ సందర్భాల్లో, మీరు ఇతర వ్యక్తి మాటలు, స్వర శైలి, శరీర భాష నుండి పలు సమాచారాలు పొందుతారు. మేము ఆ మూడింటిని "మాటలు, సంగీతం, నృత్యం" అని పిలుస్తాము.

భావాలను గుర్తించడానికి ట్రిక్ ఏమిటంటే, వ్యక్తులు బాహ్య సంఘటనలకు ప్రతిస్పందించినప్పుడు వారి మార్పులపై జాగ్రత్తగా గమనించడం. ఎక్కువగా ఆ సంఘటనలు మీ మాటలు.

"మీ కుటుంబం ఎలా ఉంది?" అని అడిగినప్పుడు, వారు "అద్భుతంగా ఉంది" అని చెప్పినా, వారి పెదాలు బిగుసుకుపోయి కిందకి వంగితే, వాళ్ల పరిస్థితి సరిగ్గా లేనట్టు గమనించవచ్చు; ఒక సహోద్యోగి గురించి మాట్లాడినప్పుడు వారి స్వరం ఫ్లాట్ అయితే, గృహ యజమాని పొరపాటున మానవీయంగా కాళ్లను కదిలిస్తే, వారిని పెద్దగా అర్థం చేసుకోకపోవడం స్పష్టమవుతుంది (మనం ఈ సూచనలను గుర్తించడం, ఉపయోగించడం గురించి చాప్టర్ 9 లో లోతుగా చర్చిస్తాము).

ఈ చిన్న చిన్న సమాచారాలను గ్రహించడం సైకిక్‌లు (Psychics) ఎలా పనిచేస్తారో అర్థం అవుతుంది. వారు వారి కస్టమర్ శరీర భాషను అంచనా వేసి, కొన్ని అమాయకమైన ప్రశ్నలు అడుగుతారు. కొన్ని నిమిషాల తర్వాత, వారు "తన భవిష్యత్తు చెప్పడం" అనుకుంటే, నిజానికి వారు చిన్న వివరాలను గమనించి ఆ వ్యక్తి వినదలచిన విషయాన్ని చెబుతున్నారు. చాలామంది సైకిక్‌లు ఈ కారణంగా మంచి చర్చాకర్తలుగా మారగలరు.

మీరు హైలైట్ చేయదలచుకున్న భావాన్ని గుర్తించాక, తదుపరి దశ దానిని మౌఖికంగా లేబల్ చేయడం. లేబల్స్ ను స్టేట్మెంట్స్ లేదా ప్రశ్నలుగా వ్యక్తం చేయవచ్చు. ఒక్క తేడా ఏమిటంటే, మీరు వాక్యాన్ని కిందికి లేదా పైకి ఉచ్చారణతో ముగిస్తారా, లేదా అని. కానీ అది ఎలా ముగియకపోయినా, లేబల్స్ ఎక్కువగా సుమారుగా ఇదే పదాలతో మొదలవుతాయి:

అది ఎలా ఉందంటే...

అది ఏమనిపిస్తుందంటే...

అది ఎలా కనిపిస్తుందంటే...

మనము "అది ఏమనిపిస్తుందంటే..." అని చెప్పాము, "అది ఇలా ఉంది" అని కాదు. ఎందుకంటే "నేను" అన్నప్పుడు, అది వ్యక్తుల భద్రతను పెంచుతుంది. "నేను" అంటే ఇతర వ్యక్తి కంటే మీకే ఎక్కువ ఆసక్తి ఉందని, తర్వాతి మాటలకు వ్యక్తిగత బాధ్యత తీసుకోవాల్సిందని సూచిస్తుంది – అయితే, అది మనుగడకు ఆమోదం కలిగించకపోవచ్చు.

కానీ మీరు లేబల్‌ను తటస్థమైన అర్థంలో వ్యక్తీకరణగా చెప్పినప్పుడు, అది మీ ఎదుటవారికి స్పందనీయంగా ఉండటానికి ప్రేరణ కల్పిస్తుంది. వారు సాధారణంగా "అవును" లేదా "కాదు" కంటే ఎక్కువ సమాధానం ఇస్తారు. వారు లేబల్‌తో విరుద్ధమైతే, అది వేరే విషయం. మీరు ఎల్లప్పుడూ వెనక్కి వెళ్లి చెప్పవచ్చు, "నేను అది ఏమిటో చెప్పలేదు. నేను కేవలం అలా అనిపిస్తుంది అని మాత్రమే చెప్పాను."

లేబలింగ్ యొక్క చివరి నియమం నిశ్శబ్దం. ఒకసారి మీరు లేబల్ ఇచ్చిన తర్వాత, మౌనంగా ఉండండి మరియు వినండి. మనం చెప్పినదానిని పొడిగించడానికి, ముగించడానికి అవకాశం ఉంటుంది. ఉదాహరణకు, "మీరు వేసుకున్న షర్ట్ మీరు ఇష్టపడినట్టుగా ఉంది" మరియు "దాన్ని ఎక్కడ తీసుకున్నారు?" వంటి ప్రత్యేక ప్రశ్నతో. కానీ లేబల్ శక్తి ఏమిటంటే, అది ఇతర వ్యక్తి తనకు తానుగా వెల్లడించడానికి ఆహ్వానిస్తుంది.

మీరు యీ విషయంలో నన్ను నమ్మితే, ఒక సెకను విరామం తీసుకుని ప్రయత్నించండి. ఒక సంభాషణ ప్రారంభించి, ఇతర వ్యక్తి భావాలలో ఒకదానిపై లేబల్ పెట్టండి. మీరు పోస్ట్ మేన్ తోగాని, మీ పది సంవత్సరాల కూతురుతోనైనా మాట్లాడుతున్నా ఏమీ తేడా లేదు – తర్వాత నిశ్శబ్దంగా ఉండండి. లేబల్ దాని పని అది చేస్తుంది.

ప్రతికూలాన్ని తటస్థం చేయండి, సానుకూలాన్ని బలపరచండి

లేబలింగ్ ఒక విధమైన నేర్పు, వ్యూహం కాదు, స్పూన్ సూప్ కలపడానికి మంచి సాధనం, కానీ అది రెసిపీ కాదు. మీరు లేబలింగ్‌ను ఎలా

ఉపయోగిస్తారో అదే మీ విజయాన్ని నిర్ణయిస్తుంది. సరిగ్గా ఉపయోగిస్తే, చర్చాకర్తలుగా మనం ఎదుటివారి అంతర్గత స్వరాలను గుర్తించి, నెమ్మదిగా సహకారపూర్వక, విశ్వసనీయంగా మార్చగలుగుతాము.

ముందుగా, మనం కొద్దిగా మానవ సైకాలజీ గురించి మాట్లాడుకుందాం. సులభమైన మాటల్లో, వ్యక్తుల భావోద్వేగాలు రెండు స్థాయిలుగా ఉంటాయి: ప్రదర్శన (Presenting Behavior): మీరు చూడగలిగేది, వినగలిగేది, యిది ఉపరితలం. మూలాలలో ఉండేది (Underlying Feeling): ప్రవర్తనకు ప్రేరణ ఇచ్చే భావం.

ఒక తాతయ్యను ఊహించండి. కుటుంబం కలిసి కూర్చుని భోజనాలు చేయబోతుంటే, ఆయన ఒహటే సణుగుడు మొదలుపెట్టాడనుకోండి: ఆయన ప్రదర్శన: ఆయన కోపంతో ఉన్నట్టుగా ఉంటుంది. అయితే, మూల భావం: కుటుంబం ఆయన్ని ఎప్పుడూ సరిగ్గా చూసుకోదు, అందుకే ఆయనకు ఒంటరితనపు బాధ.

మంచి చర్చాకర్తలు లేబలింగ్ చేసినప్పుడు, ఆ మూల భావాలను టార్గెట్ చేస్తారు. ప్రతికూలాలను లేబల్ చేస్తే అవి తగ్గుతాయి (లేదా తీవ్రమైన పరిస్థితుల్లో మాయమైపోతాయి); సానుకూలాలను లేబల్ చేస్తే అవి బలపడతాయి.

ఒక్క క్షణం మళ్లీ, మనం ఆ గొణుగుతున్న తాతయ్య వద్ద తిరిగి వద్దాం. ముందుగా, కొద్దిగా కోపం గురించి మాట్లాడదాం.

భావోద్వేగ పరంగా చూసినప్పుడు, కోపం ఎక్కువ ఫలప్రదంగా ఉండదు – మీలోను, మీరు చర్చిస్తున్న వ్యక్తిలోను. ఇది ఒత్తిడి హార్మోన్లు మరియు న్యూరోకెమికల్స్ విడుదల చేస్తుంది. మీరు పరిస్థితులను సరిగ్గా అంచనా వేయడాన్ని, స్పందించడాన్ని ఆటంకం చేస్తుంది. అలాగే, మీరు మొదటే కోపంగా ఉన్నారని మానసికంగా అంగీకరించలేరు, ఇది ఒక విధంగా తప్పు ధైర్య భావన కలిగిస్తుంది.

ఇది ప్రతికూల భావాలను నిర్లక్ష్యం చేయకూడదని చెప్పడం కాదు. అది కూడా అంతే హానికరం. అందుకు బదులుగా, వాటిని బయటికి తీయాలి. కోపం కలిగిన ఎదుటివాళ్లకు లేబలింగ్ ఒక సహాయక నేర్పు. ఎందుకంటే

అది వ్యక్తిని, ఆ ప్రవర్తనలో కొనసాగించటం కంటే వారి భావాలను అంగీకరించడానికి ప్రేరేపిస్తుంది.

నా హోస్టేజ్ చర్చా కెరీర్ ప్రారంభంలో, నేను నేరుగా ప్రతికూల పరిస్థితులను, భయం లేని విధంగానే కానీ గౌరవభావంతో ఎదుర్కోవడం ఎంత ముఖ్యమో నేర్చుకున్నాను.

ఇది నేను స్వయంగా సృష్టించిన పరిస్థితిని సరిచేసుకోవడానికి చెబుతాను. నేను కెనడాలో ప్రవేశించినప్పుడు, ముందుగా అతనికి తెలియచేయకుండా (అంతర్జాతీయ వ్యవహార శాఖను నోటిఫై చేయడానికి), కెనడా FBI టాప్ అధికారికి కోపం తెప్పించడం జరిగింది. ఇది కంట్రీ క్లియరెన్స్ (Country Clearance) అని పిలవబడే ప్రొసీజర్.

నేను ఫోన్ చేసి పరిస్థితిని సరి చేసుకోవాలనుకున్నాను. లేకపోతే నన్ను డిపోర్ట్ చేయవచ్చు. టాప్ అధికారులు ఎప్పుడూ పై స్థితిలో ఉండాలని కోరుకుంటారు. వారు అవమానపడాలని కావాలని అనుకోరు. వారు నడిపే కార్యాలయం సుపరిచితమైన అసైన్‌మెంట్ కాకపోవడం వల్ల ఇది మరింత గమనార్హం.

ఫోన్‌కు సమాధానం వచ్చినప్పుడు, నేను ఇలా చెప్పాను: "ఆశీర్వదించండి ఫాదర్, నేను పాపం చేసాను"

లైన్ మరీ చాలాసేపు నిశ్శబ్దంగా ఉంది.

"ఎవరది?" అని ఆయన అడిగారు.

"ఆశీర్వదించండి ఫాదర్, నేను పాపం చేసాను", నేను మళ్ళీ చెప్పాను. "మాట్లాడేది క్రిస్ వోస్"

మళ్ళీ చాలా నిశ్శబ్దం.

"నువ్విక్కడ ఉన్నావని మీ బాస్ కి తెలుసా?"

అతనికి తెలుసని చెప్పాను. చేతులు నిస్సహాయంగా ఎత్తేశాను. ఈ సమయంలో, FBI అధికారి నన్ను వెంటనే కెనడా నుండి వెళ్లమని చెప్పడం జరిగి ఉండేది. కానీ ప్రతికూల పరిస్థితిని ఉద్దేశించి, నేను దాన్ని తేలికపరచినట్టు తెలిసింది. నాకు ఒక అవకాశం వచ్చింది.

"సరే, నీకు కంట్రీ క్లియరెన్స్ ఉంది" చివరగా ఆయన చెప్పారు. "పేపర్‌వర్క్ నేను చూసుకుంటాను"

ఇప్పుడు, మీరు చేసిన అత్యంత మూఢమైన పొరపాటు కోసం క్షమాపణ చెప్పవలసినప్పుడు, ఇదే ప్రయత్నించండి. నేరుగా దానికి వెళ్లండి. త్వరితంగా, సమర్థవంతమైన పని సంబంధాన్ని సృష్టించడానికి అత్యంత వేగవంతమైన మార్గం ఏమిటంటే, ప్రతికూలాన్ని అంగీకరించడం మరియు దాన్ని తేలిక చేయడం. నాకు హోస్టేజ్ కుటుంబంతో వ్యవహరిస్తున్నప్పుడు, నేను ప్రారంభంలో, వారు భయపడుతున్నారని అంగీకరించేవాడిని. నేను తప్పు చేస్తే – ఇది చాలా తరచుగా జరుగుతుంది – నేను ఎప్పుడూ ఇతర వ్యక్తి కోపాన్ని అంగీకరిస్తాను. "Look, I'm an asshole" అనే పదజాలం సమస్యలను తొలగించడానికి అద్భుతంగా పని చేస్తుందని కనుగొన్నాను.

ఆ విధానం ఎప్పుడూ విఫలమవలేదు.

ఇప్పుడు, కోపం గలిగిన తాతయ్య దగ్గరకు తిరిగి వెళ్ళుదాం.

ఆయన కోపంగా ఉన్నాడు ఎందుకంటే ఆయన కుటుంబం ఆయనను పట్టించుకోవడం లేదు. ఆయన ఒంటరివాడయ్యాడు. కాబట్టి, ఆయన చిరాకుపడిపోతూ, కోపం తెచ్చుకుంటూ అందరి దృష్టిని ఆకర్షించడానికి అలా మాట్లాడుతున్నాడు.

దాన్ని మీరు ఎలా సరిచేస్తారు? కోపంగా ఉన్న ఆయన ప్రవర్తనను ప్రస్తావించకుండా, ఆయన విషాదాన్ని నిష్పాక్షికంగా అంగీకరించండి. ఆయన చెప్పడం ప్రారంభించకముందే మీరు దానిని అంగీకరించండి.

"మనం ఒకరికొకరు తరచుగా చూసుకోం" మీరు చెప్పవచ్చు. "మీకేమనిపిస్తోంది? మేం మీ గురించి పట్టించుకోం. మీరు సంవత్సరంలో ఒకసారి మాత్రమే మమ్మల్ని చూస్తారు. కాబట్టి మీరు మా కోసం సమయం ఎందుకు ఇవ్వకూడదు?"

గమనించండి. ఇది పరిస్థితిని అంగీకరిస్తుంది. అదే సమయంలో ఆయన విషాదాన్ని లేబల్ చేస్తుంది. అవునా? ఇక్కడ మీరు కాసేపు ఆగి, మీరు అతని భావాలను అర్థం చేసుకోవడానికి ప్రయత్నిస్తున్నారని ఆయన గుర్తించేలా చేసినట్లయితే, అభినందించడానికి అవకాశం వస్తుంది. ఆ తరువాత సానుకూల పరిష్కారం సూచిస్తూ పరిస్థితి చక్కబడుతుంది.

"మనకి ఇది నిజమైన ఉల్లాసం. మీరు చెప్పదలచిన విషయాలను వినాలనుకుంటున్నాం. మేం మీతో ఈ సమయాన్ని గడిపి ఒక జ్ఞాపకం చేయాలనుకుంటున్నాం. ఎందుకంటే మేం మీనుంచి దూరంగా వెళ్లామని అనుకుంటున్నాం"

పరిశోధనలు ఏం చెబుతున్నాయంటే, ప్రతికూలతను పరిష్కరించే ఉత్తమ మార్గం ఏమిటంటే, దాన్ని గమనించడం. ప్రతిస్పందన లేకుండా, తీర్పు లేకుండా. తరువాత, ప్రతి ప్రతికూల భావాన్ని చేతనంగా లేబల్ చేసి, దానిని సానుకూల, సానుభూతితో కూడిన, పరిష్కారం-ఆధారిత ఆలోచనలతో భర్తీ చేయండి.

■ ■ ■

నా జార్జ్‌టౌన్ యూనివర్సిటీ విద్యార్థిలో ఒకరు, TJ అనే వ్యక్తి, వాషింగ్టన్ రెడ్ స్కిన్స్ లో అసిస్టెంట్ కంట్రోలర్‌గా పని చేస్తున్నాడు. అతను, నా చర్చా తరగతిని వింటున్నపుడు, ఆ పాఠాన్ని ఉపయోగించాడు.

ఆ సమయంలో ఆర్థిక పరిస్థితి చాలా చెత్తగా ఉంది. రెడ్ స్కిన్స్ సీజన్ టికెట్ హోల్డర్లు ఖర్చును తప్పించుకోవడానికి పెద్ద ఎత్తున వెళ్లిపోయారు. ఇంకా చెత్త విషయం ఏమిటంటే, జట్టు గత సంవత్సరం బాగోలేదు, ఆఫ్-ఫీల్డ్ ప్లేయర్ సమస్యలు అభిమానులను విభజించాయి.

జట్టు CFO ప్రతి రోజూ భయపడుతూ, కోపంగా, పిచ్చిగా ప్రవర్తిస్తూ, సీజన్ ప్రారంభానికి రెండు వారాల ముందే TJ డెస్క్ ముందుకు వచ్చి, ఒక ఫోల్డర్ ని వేగంగా దాని మీద విసిరికొట్టాడు.

"ఇవ్వాల్టి కంటే నిన్న బావుంది" అని చెప్పి, వెళ్ళిపోయాడు.

అందులో, నలభైమంది బిల్లులు చెల్లించని సీజన్ టికెట్ హోల్డర్లు, వారి వివరాలు, ఒక USB డ్రైవ్, వారికి కాల్ చేయడానికి స్క్రిప్ట్ ఉన్నాయి.

TJ వెంటనే గమనించాడు, స్క్రిప్ట్ అస్సలు బాగాలేదు. అది ఇలా మొదలౌతుంది. – అతని సహచరులు కొన్ని నెలలుగా కాల్ చేయడానికి ప్రయత్నిస్తున్నారని, ఆ ఖాతా చివరకు అతని వద్దకు ఎస్కలేట్ అయిందని. "నేను మీకు తెలియజేయాలనుకుంటున్నాను," అని ఉంది, "రాబోయే సీజన్ ఓపెనర్ న్యూ యార్క్ జెయింట్స్‌తో ఆడే మ్యాచ్‌కు మీ టికెట్లు పొందడానికి, మీరు సెప్టెంబర్ 10లోపు మీ బాకీ మొత్తాన్ని పూర్తిగా చెల్లించాలి"

అది మూర్ఖంగా దూకుడుగా, వ్యక్తిగత సంబంధం లేని, వినికిడి లేని శైలిలో ఉన్న కమ్యూనికేషన్ – ఎక్కువ బిజినెస్‌లో డీఫాల్ట్‌గా వాడే పద్ధతి. అది మొత్తం "నేను, నేను, నేను" అనే ధోరణితో TJ నుండి వచ్చింది, కానీ టికెట్ హోల్డర్ పరిస్థితిని ఎక్కడా గుర్తించలేదు. ఇందులో ఎటువంటి సహానుభూతి లేదు. ఎటువంటి కనెక్షన్ లేదు. కేవలం "డబ్బు ఇవ్వండి" అనడమే.

నాకు చెప్పనవసరం లేకపోవచ్చు, కానీ ఆ స్క్రిప్ట్ పనిచేయలేదు. TJ మెసేజ్ లు పంపించాడు; కానీ, ఎవ్వరూ తిరిగి కాల్ చేయలేదు.

క్లాస్ మొదలైన కొద్ది వారాల తరువాత, TJ స్క్రిప్ట్‌ని మళ్లీ రాశాడు. ఇవి పెద్ద మార్పులు కావు, అభిమానులకు ఎటువంటి డిస్కౌంట్లు కూడా ఇవ్వలేదు. కానీ అతను చేసినది చిన్నచిన్న సవరణలు చేయడం – కాల్‌ని అభిమానుల గురించి, వారి పరిస్థితి గురించి, మరియు వారి జట్టుపై ఉన్న ప్రేమ గురించి చేయడం.

ఇప్పుడు జట్టు "మీ వాషింగ్టన్ రెడ్ స్కిన్స్" అయ్యింది. కాల్ ఉద్దేశ్యం ఏమిటంటే, జట్టుకు అత్యంత విలువైన అభిమానులు – డెలింక్వేంట్ కస్టమర్లు – సీజన్ ఓపెనర్‌కు హాజరు అయ్యేలా చూడటం. "ఫెడెక్స్ ఫీల్డ్‌లో మీరు ప్రతి ఆదివారం సృష్టించిన హోమ్ ఫీల్డ్ లాభం గమనించబడదు" అని TJ వ్రాశాడు. తరువాత, "ఈ కష్టకాలంలో, మన అభిమానులు తీవ్రమైన దెబ్బకు లోనయ్యారు. మేం మీతో పనిచేయడానికి ఇక్కడ ఉన్నాము" అని చెప్పాడు. టికెట్ హోల్డర్లను తిరిగి కాల్ చేయమని అడిగారు, వారి "విశిష్ట పరిస్థితి" ను చర్చించడానికి.

బాహ్యంగా సాధారణమైనట్లు ఉన్నా, TJ చేసిన స్క్రిప్ట్ మార్పులు డెలింక్వేంట్ టికెట్ హోల్డర్లలో లోతైన భావోద్వేగంతో మనసును తాకాయి. ఇది వారి రుణాన్ని జట్టుకి గుర్తించినట్లు పేర్కొంది. కానీ జట్టు కూడా వారికి రుణపడి ఉందని గుర్తించింది. కష్టమైన ఆర్థిక పరిస్థితులు, మరియు వారు సృష్టించిన ఒత్తిడి లేబలింగ్ ద్వారా, అతిపెద్ద ప్రతికూల అంశాన్ని – వారి డెలింక్వెన్సీ – తేలిక చేసింది, మరియు సమస్యను పరిష్కరించదగినదిగా మార్చింది.

సాధారణ మార్పులు TJ వైపున ఉన్న సహానుభూతి (Empathy) యొక్క సంక్లిష్టమైన అర్థాన్ని మస్క్ చేశాయి. కొత్త స్క్రిప్ట్‌తో, TJ

గ్యాంయెంట్స్ ఆటకు ముందు అన్ని టికెట్ హోల్డర్లతో చెల్లింపు ప్లానను ఏర్పాటు చేయగలిగాడు. CFO యొక్క తదుపరి సందర్శన? బాగా తక్కువ కఠినంగా ఉంది.

"గమ్యానికి వెళ్లేముందు, దారిలో ఉన్న అడ్డంకులను తొలగించాలి"

(CLEAR THE ROAD BEFORE ADVERTISING THE DESTINATION)

భయాన్ని సృష్టించే మెదడులోని భాగం, అమిగ్డాలా (Amygdala) గుర్తుందా? సరే, నిజమైన లేదా ఊహించిన ముప్పులకు అమిగ్డాలా యొక్క ప్రతిస్పందనను త్వరగా ఆపగలిగితే, అవరోధాలను తొలగించడం త్వరగానూ, భద్రత, శ్రేయస్సు, విశ్వాస భావాలను త్వరగా సృష్టించగలుగుతాము.

మనం యీ భయాలను లేబల్ చేస్తాము. ఈ లేబల్స్ అంత శక్తివంతంగా ఎందుకుంటాయంటే, అవి భయాలను సూర్యరశ్మిలో ఉంచి, వాటి శక్తిని తగ్గిస్తాయి. మన ఎదుటి వారికి మనం అర్థం చేసుకున్నట్టు చూపిస్తాయి.

ఆ హార్లెమ్ ల్యాండింగ్‌ను తిరిగి గుర్తించండి: నేను ఇలా చెప్పలేదు, "మేము నిన్ను వెళ్లనివ్వాలని నువ్వు అనుకుంటున్నట్టుంది" (It seems like you want us to let you go). అందులో అందరూ అంగీకరిస్తారు. కానీ అది అపార్ట్మెంట్‌లో ఉన్న నిజమైన భయాన్ని తగ్గించకపోతే, లేదా నేను వారి పరిస్థితి యొక్క భయంకరమైన సంక్లిష్టతను అర్థం చేసుకున్నట్టు చూపించకపోతే. ఇదే అదనుగా నేను నేరుగా అమిగ్డాలాను తాకి ఇలా అన్నాను: "మీరు మళ్లీ జైల్లోకి వెళ్లాలని అనుకోవడం లేదనిపిస్తోంది".

ఒకసారి వారికి లేబల్ వేసి బయటకు తీస్తే, మీ ప్రత్యర్థుల అమిగ్డాలాలోని ప్రతికూల ప్రతిస్పందనలు మొదలవుతాయి. అతని భాష ఆందోళన నుండి ఆశావాదం వైపు ఎంత త్వరగా మారుతుందో చూసి మీరు ఆశ్చర్యపోతారు అని నేను హామీ ఇస్తున్నాను. సహానుభూతి ఒక శక్తివంతమైన 'మనోభావాలను మెరుగుపరచేది' (mood enhancer).

దారి ఎప్పుడూ అంత తేలికగా శుభ్రం కాబోదు. కాబట్టి ఈ ప్రక్రియ నెమ్మదిగా నడుస్తున్నట్టుగా అనిపిస్తే నిరుత్సాహ పడకండి. హార్లమ్ హై-రైజ్ చర్చకు ఆరు గంటలు పట్టింది. మనలో చాలామంది భయాల మీద భయాలను ధరించి ఉంటారు, చలిని ఎదుర్కొనే ఉన్ని కోటుల మాదిరిగా. కాబట్టి భద్రత చేరుకోవడానికి సమయం పడుతుంది.

అదే అనుభవం నా మరో విద్యార్థికి వచ్చింది. గర్ల్ స్కౌట్స్ కోసం నిధుల సేకరణ చేసే వ్యక్తి, ఆమె తన ప్రత్యర్థి భయాలను దాదాపు యాదృచ్ఛికంగా పేరు పెట్టి బయటపెట్టింది.

ఇది గర్ల్ స్కౌట్ కుకీలు అమ్మిన ఎవరో గురించి కాదు: నా విద్యార్థి అనుభవజ్ఞురాలు. క్రమంగా $1,000 నుండి $25,000 వరకు చెక్కులు రాయించేలా దాతలను ప్రోత్సహించగలిగేది. ఎన్నో ఏళ్లుగా, ఆమె ఒక విజయవంతమైన విధానాన్ని అభివృద్ధి చేసుకుంది – తన "క్లయింట్లు" సాధారణంగా చెక్కుపుస్తకం తెరవగలిగే ధనిక మహిళలు.

ఆమె ఒక ధనిక దాతను తన కార్యాలయానికి ఆహ్వానించి, కొన్ని గర్ల్ స్కౌట్ కుకీలు అందించి, ఆ మహిళ ప్రొఫైల్‌కి సరిపోయే ప్రాజెక్టులలోని గుండెను తాకే ఫోటోలు, చేతితో రాసిన లేఖల ఆల్బమ్ చూపించి, ఆ మహిళ కళ్ళు ఆశ్చర్యంతో వెలిగినప్పుడు చెక్కు తీసుకునేది. ఇది దాదాపు సులభంగా ఉండేది.

ఒక రోజు, ఆమె ఒక మొండి దాతను ఆహ్వానించింది. ఆ మహిళ కార్యాలయంలో కూర్చోగానే, నా విద్యార్థి తన పరిశోధనలో ఆ మహిళకు తగిన ప్రాజెక్టులను వరుసగా ప్రస్తావించింది. కానీ ఆ మహిళ ప్రతి ప్రాజెక్టును తిరస్కరించింది.

నా విద్యార్థి, విరాళం ఇవ్వడంలో ఆసక్తి లేని ఆ కఠినమైన దాతను చూసి, అయోమయానికి లోనైంది. కానీ ఆమె తన భావోద్వేగాన్ని అదుపులో ఉంచుకుంది. నా తాజా క్లాస్‌లో నేర్పిన లేబలింగ్ పాఠాన్ని గుర్తుచేసుకుంది. "ఈ ప్రాజెక్టుల విషయంలో మీకు కొంత సందేహం ఉన్నట్లు అనిపిస్తోంది" అని ఆమె తన స్వరం స్థిరంగా ఉంచుతూ చెప్పింది.

అదే క్షణంలో ఆ మహిళ ఇలా చెప్పింది: "నేను నా విరాళం నేరుగా గర్ల్ స్కౌట్స్ ప్రోగ్రామింగ్‌కే మద్దతు ఇవ్వాలని, యింకా వేరే దేనికీ కాకుండా కోరుకుంటున్నాను"

ఇది సంభాషణను ఫోకస్ చేసింది. కానీ నా విద్యార్థి ఆమెకు అనుకూలమైన ప్రాజెక్టులను ప్రస్తావించినా, ఆమె నుంచి ఆమోదం రాలేదు.

దాతలో నిరుత్సాహం పెరుగుతుందని గుర్తించి, సమావేశం కనీసం సానుకూలంగా ముగించాలని అనుకుంటూ, నా విద్యార్థి మరో లేబల్ వాడింది: "మీరు ఈ విరాళంపై నిజంగా మక్కువ చూపుతున్నారు, మరియు గర్ల్ స్కౌట్స్ మీకు ఇచ్చిన అవకాశాలు, జీవితం మార్చిన అనుభవాలను ప్రతిబింబించే సరైన ప్రాజెక్టును కనుగొనాలని కోరుకుంటున్నారని అనిపిస్తోంది"

అందువల్ల, ఈ "కఠినమైన" మహిళ ప్రత్యేక ప్రాజెక్టు ఎంచుకోకుండానే ఒక చెక్కుపై సంతకం చేసింది. "మీరు నన్ను అర్థం చేసుకున్నారు" అని ఆమె వెళ్లిపోతూ చెప్పింది. "మీరు సరైన ప్రాజెక్టు కనుగొంటారని నేను నమ్ముతున్నాను".

తన డబ్బు తప్పుగా వినియోగం అవుతుందనే భయం ఆవిడ మనసులో ఉండిపోయింది. అందుకు మొదటి లేబుల్ డైనమిక్ వెలికితీసింది. ఆ వెంటనే రెండవ లేబుల్ ఆమెను కార్యాలయానికి రావటానికి కారణమేమిటో బయటపెట్టింది – చిన్న గర్ల్ స్కౌట్‌గా ఉండి జీవితం ఎలా మారిందనే ప్రత్యేక జ్ఞాపకాలు.

ఇక్కడ అడ్డంకి ఆ మహిళకు సరిపోయే ప్రాజెక్టును కనుగొనడం కాదు. ఆమె చాలా స్థిరత్వం కలిగిన, కఠినంగా ఉండే దాత కాదు. నిజమైన అడ్డంకి ఏమిటంటే, ఆమె అవతలి వ్యక్తికి అర్థమైందని తెలియాలి. తన డబ్బును నిర్వహించే వ్యక్తి కార్యాలయంలో ఆమె ఎందుకు ఉందో, ఆమె చర్యలను నడిపిస్తున్న జ్ఞాపకాలను అర్థం చేసుకున్నదో, లేదో తెలుసుకోవాలి.

అందుకే లేబుల్స్ శక్తివంతమైనవి. ఏ సంభాషణ స్థితినైనా మార్చగలవు. అవి అనవసరమైన వివరాలు, లాజిస్టిక్స్ కుప్ప కింద దాగి ఉన్న ప్రధాన భావోద్వేగాన్ని వెలికి తీస్తాయి. ఆ భావోద్వేగం ఒకసారి అంగీకరించబడితే, మిగతా ప్రతిదీ అద్భుతంగా పరిష్కరించబడినట్లు అవుతుంది.

ఆరోపణల ఆడిట్ చేయండి
(DO AN ACCUSATION AUDIT)

ప్రతి సెమిస్టర్ మొదటి రోజు నెగోషియేషన్ క్లాస్‌లో, నేను వారిని "అరవై సెకన్లు లేదంటే ఆమె ఛస్తుంది" అనే పరిచయ వ్యాయామం ద్వారా ప్రారంభిస్తాను. నేను బందీదారుడి పాత్ర పోషిస్తాను, ఒక విద్యార్థి నన్ను ఒప్పించి, ఒక నిమిషంలో బందీని విడుదల చేయాలి. ఇది ఒక ఐస్‌బ్రేకర్. ఇది నాకు నా విద్యార్థుల స్థాయి చూపిస్తుంది. అలాగే వారికి వారు ఎంత నేర్చుకోవలసి ఉందో తెలియజేస్తుంది. (ఇక్కడ ఒక చిన్న రహస్యం ఉంది: బందీ ఎప్పుడూ బయటికి రాదు.)

కొన్ని సార్లు విద్యార్థులు వెంటనే ఆవేశంగా ముందుకు దూకుతారు. కానీ ఎక్కువసార్లు ఎవ్వరూ ముందుకు రారు. ఎందుకంటే అది తరగతి ముందరికి వచ్చి, అన్ని రకాలుగా అవకాశాలున్న ఒక వ్యక్తితో పోటీ చేయడం అని అర్థం. నేను వాలంటీర్ కోసం అడిగితే, నా విద్యార్థులు చేతులు క్రిందకు దించి, దూరంగా చూస్తారు. మీరు కూడా అలాంటి పరిస్థితిలో ఉంటారు. మీ వెన్ను కండరాలు బిగుసుకుపోతాయి. మీరు అనుకుంటారు, 'అయ్యో దయచేసి, నన్ను పిలవకండి' అని.

అందుకే నేను అడగను. బదులుగా ఇలా అంటాను: "మీరు నా తోటి క్లాస్ ముందు రోల్‌ప్లే చేయడానికి వాలంటీర్ కావడంపై ఆందోళన పడుతుంటే, ముందుగానే చెబుతున్నాను. ఇది భయంకరంగా ఉండబోతోంది."

నవ్వులు ఆగిన తర్వాత, నేను ఇలా అంటాను: "వాలంటీర్ అయ్యే వారు ఇతరుల కంటే ఎక్కువగా నేర్చుకుంటారు".

చివరికి నాకు అవసరమైన దానికంటే ఎక్కువ వాలంటీర్స్ వస్తారు.

ఇప్పుడు నేను చేసిన దాన్ని గమనించండి: నా ప్రేక్షకుల భయాలను ముందుగానే లేబుల్ చేసాను; "భయంకరంగా" అన్న దానికంటే చెడ్డది ఏముంటుంది? నేను వాటిని నిర్వీర్యం చేసి, వారిని ఆలోచింపజేసి, అనవసరమైనదాన్ని తక్కువ భయంకరంగా చేసాను.

మనమందరం దీన్ని సహజంగానే వందల సార్లు చేస్తాం. మీరు స్నేహితుడిని విమర్శించే ముందు, "ఇది కఠినంగా వినిపించకూడదని నేను కోరుకుంటున్నాను..." అంటారు, తద్వారా తర్వాత చెప్పేది సాఫీగా

ఉండాలని ఆశిస్తారు. లేదా మీరు "నేను దురుసుగా కనిపించకూడదని కోరుకుంటున్నాను..." అంటారు, తద్వారా కొన్ని వాక్యాల తర్వాత మీ ప్రత్యర్థి, మీరు అంత చెడ్డవారు కాదని చెప్పాలని ఆశిస్తారు. ఇది చిన్న విషయమే, అయితే, కీలకమైన తప్పు ఏమిటంటే ప్రతికూలతను నిరాకరించడం. అది వాస్తవానికి దానికి మరింత బలాన్ని ఇస్తుంది.

కోర్టులో, డిఫెన్స్ న్యాయవాదులు ఇది సరైన రీతిలో చేస్తారు – తమ క్లయింట్‌పై ఉన్న ఆరోపణలన్నింటినీ, తమ కేసులోని బలహీనతలన్నింటినీ ప్రారంభ వాక్యాల్లో ప్రస్తావిస్తారు. దీనిని వారు "నొప్పిని తీసివేయడం" అంటారు.

నేను ఇక్కడ చేయదలచింది ఏమిటంటే, దీన్ని ఒక ప్రక్రియగా మార్చడం. మీరు దీన్ని ఒక పద్ధతిగా ఉపయోగించి, మీ పిల్లాడు పడుకునే విషయం దగ్గర నుండి పెద్ద వ్యాపార ఒప్పందాల వరకు ప్రతిదానిలో మీ ప్రత్యర్థిని నిర్వీర్యం చేయగలిగేలా చేయడం.

దీని మొదటి దశ ఏమిటంటే మీ ప్రత్యర్థి మీ గురించి ఊహించే ప్రతికూల విషయాలన్నింటినీ జాబితా చేయడం. దీనిని నేను "ఆరోపణల ఆడిట్" (accusation audit) అంటాను.

ఈ ఆలోచన – ఆరోపణల ఆడిట్–ప్రజలకు అంగీకరించడం చాలా చాలా కష్టంగా ఉంటుంది. నేను మొదటిసారి నా విద్యార్థులకు దీని గురించి చెప్పినప్పుడు, వారు అంటారు: "ఓరి దేవుడా! మేము ఇది చేయలేం" ఇది కృత్రిమంగా, స్వీయ-నిందలా అనిపిస్తుంది. ఇది పరిస్థితిని మరింత కఠినతరం చేస్తుందని అనిపిస్తుంది. కానీ అప్పుడు నేను వారికి గుర్తు చేస్తాను. ఇదే నేను క్లాస్ మొదటి రోజు బందీ గేమ్‌పై వారి భయాలను ముందుగానే లేబుల్ చేసి చేశానని. అప్పుడు వారు అందరూ అంగీకరిస్తారు, ఆ విషయాన్ని వారిలో ఎవరూ గ్రహించలేదని.

ఒక ఉదాహరణ ప్రస్తావిస్తాను. నా విద్యార్థులలో ఒకరైన అన్నా అనుభవాన్ని ఉపయోగించబోతున్నాను. ఎందుకంటే నేను ఆమె గురించి గర్వంగా ఉండకుండా ఉండలేను. ఆమె నా క్లాస్‌లో నేర్చుకున్నదాన్ని $1 మిలియన్‌గా మార్చింది.

ఆ సమయంలో, అన్నా ఒక ప్రధాన ప్రభుత్వ కాంట్రాక్టర్‌కి ప్రాతినిధ్యం వహిస్తోంది. ఆమె సంస్థ ఒక పెద్ద ప్రభుత్వ ఒప్పందాన్ని సంపాయించుకుంది.

ఒక చిన్న కంపెనీతో – దానిని ABC కార్పొ. అని పిలుద్దాం – భాగస్వామ్యం చేయడం ద్వారా. ఆ కంపెనీ CEOకి ప్రభుత్వ క్లయింట్ ప్రతినిధితో సన్నిహిత సంబంధం ఉంది.

సమస్యలు ఒప్పందం సంపాయించుకున్న వెంటనే మొదలయ్యాయి. ఎందుకంటే ఆ ఒప్పందం సంపాయించడంలో ABC సంబంధం కీలక పాత్ర పోషించింది. కాబట్టి, తాము ఒప్పందంలో తమ భాగాన్ని పూర్తిచేయకపోయినా, లాభాల్లో ఒక భాగం తమకూ వస్తుందని ABC భావించింది.

ఆ విధంగా, ఒప్పందం తొమ్మిది మంది పనికి చెల్లించినప్పటికీ, ABC నిరంతరం తన మద్దతును తగ్గించింది. ఫలితంగా, అన్నా సంస్థ ABC పనిని పూర్తి చేయాల్సి వచ్చింది. దీనివల్ల ABC మరియు అన్నా సంస్థల మధ్య సంబంధం బెడిసికొట్టి, ఒకరినొకరు దూషించుకునే ఇమెయిల్స్, గందరగోళమైన ఫిర్యాదులుగా మారిపోయింది. అప్పటికే లాభాలు తక్కువగా ఉన్నందువల్ల, అన్నా సంస్థ కఠినమైన చర్చల్లోకి వెళ్లి, ABCని 5.5 మందికి తగ్గించడానికి ఒప్పించాల్సి వచ్చింది. ఆ చర్చలు ఇరువురికీ చేదు అనుభవం మిగిల్చాయి. ఒకరినొకరు నిందించుకునే ఇమెయిల్స్ ఆగిపోయాయి. కానీ అన్ని ఇమెయిల్స్ కూడా ఆగిపోయాయి. కమ్యూనికేషన్ లేకపోవడం అనేది ఎల్లప్పుడూ చెడు సూచన.

కొన్ని నెలల తర్వాత, క్లయింట్ ప్రాజెక్ట్‌పై పెద్ద మార్పులు చేయాలని డిమాండ్ చేసాడు. ABC ఇంకా తమ భాగాన్ని నెరవేర్చకపోవడంతో, అన్నా సంస్థ మరింత కోతకు ఒప్పించకపోతే పెద్ద నష్టాలను ఎదుర్కొనాల్సి ఉంటుంది. కాంట్రాక్ట్ పరంగా ABCని పూర్తిగా తప్పించడం అన్నా సంస్థకి సాధ్యమే. కానీ అది చాలా ముఖ్యమైన కస్టమర్‌తో, అన్నా సంస్థ ప్రతిష్టను దెబ్బతీయడమే కాకుండా, ABC నుంచి లిటిగేషన్‌కి దారితీయవచ్చు.

ఈ పరిస్థితిలో, అన్నా తన భాగస్వాములతో కలిసి ఒక సమావేశం ఏర్పాటు చేసింది. ఇందులో ABCకి వారి చెల్లింపులు ముగ్గురు పనివారికి తగ్గిస్తున్నామని చెప్పాలని ప్రణాళిక వేసింది. ఇది సున్నితమైన పరిస్థితి, ఎందుకంటే ABC ఇప్పటికే మొదటి కోతపై అసంతృప్తిగా ఉంది. సాధారణంగా దూకుడుగా, ధైర్యవంతంగా వుండే నెగోషియేటర్ అయిన అన్నా, ఈ చర్చల గురించి ఆందోళనతో వారాల తరబడి నిద్రపోలేకపోయింది.

ఆమె ఒకేసారి రాయితీలు పొందాల్సి ఉంది. అదే సమయంలో సంబంధాన్ని మెరుగుపరచాలి కూడా. అంత తేలికైన పని కాదు. అంతేగా?

దానికి సన్నద్ధమవుతూ, అన్నా చేసిన మొదటి పని ఏమిటంటే, తన సహనెగోషియేటర్ మార్క్‌తో కూర్చుని, ABC వారిపై మోపవచ్చని తను అనుకున్న ప్రతి ప్రతికూల ఆరోపణను జాబితా చేయడం. సంబంధం ముందుగానే చేదుగా మారింది కాబట్టి, జాబితా పెద్దదే. కానీ పెద్ద ఆరోపణలు సులభంగా కనిపించాయి:

“మీరు పెద్ద కాంట్రాక్టర్ల మాదిరిగానే చిన్నవారిని తొలగించడానికి ప్రయత్నిస్తున్నారు”

“మీరు మాకు ఈ పని అంతా ఇస్తామని వాగ్దానం చేశారు, కానీ మీరు మీ మాట తప్పారు”

“ఈ సమస్య గురించి ముందుగానే మాకు చెప్పివుంటే, మేము సిద్ధం కావడానికి సహాయపడేది”

అన్నా, మార్క్ తరువాత పాత్రల మార్పిడి చేసుకున్నారు – ఒకరు ABC పాత్ర పోషిస్తారు, మరొకరు ఈ ఆరోపణలను ముందుగానే లేబుల్స్‌తో నిర్వీర్యం చేస్తారు. “మేము పూర్తిచేసిన తర్వాత, మీరు మమ్మల్ని పెద్ద, చెడ్డ కాంట్రాక్టర్‌గా భావిస్తారని మీరు అనుకుంటున్నారు” అని అన్నా సహజంగా, నెమ్మదిగా ప్రాక్టీస్ చేసింది. “ఈ పని మీకు మొదటి నుంచే వాగ్దానం చేస్తారని మీరు భావిస్తున్నారనిపిస్తోంది” అని మార్క్ అన్నాడు. వారు ఒక పరిశీలకుడి ముందు శిక్షణ తీసుకున్నారు – తమ మాటల వేగం, ఎప్పుడు ఏ భయాన్ని లేబుల్ చేయాలో, ఎప్పుడు అర్థవంతమైన విరామాలను ఇవ్వాలో సాధన చేశారు. ఇది ఒక నాటకం వలె సాగింది.

సమావేశం రోజున, అన్నా మొదట ABC ప్రధాన యిబ్బందులను అంగీకరించి ప్రారంభించింది. “ఈ పనిని మీరు ముందుండి చేయాలనే ఉద్దేశంతో మిమ్మల్ని మేము భాగస్వామ్యం చేసుకున్నాము అని మేము అర్థం చేసుకున్నాము” అంది. “మేము మీపట్ల అన్యాయంగా ప్రవర్తించామని, అప్పటినుంచి ఒప్పందాన్ని గణనీయంగా మార్చేశామని మీరు భావించే అవకాశం ఉంది. ఈ పని మీకు వాగ్దానం చేయబడిందని మీరు నమ్ముతున్నారని మేము అంగీకరిస్తున్నాము”.

దీనికి ABC ప్రతినిధులు బలంగా తల ఊపారు. అప్పుడు అన్నా వారి వ్యాఖ్యలను వినడానికి తాను సిద్ధమని చూపించే విధంగా, ఓపెన్-ఎండెడ్ ప్రశ్నలతో సంభాషణ కొనసాగించింది: "మీకింకా ఏమి ముఖ్యంగా అనిపిస్తుందో చెప్పగలరా?"

భయాలను లేబుల్ చేసి, ఇన్‌పుట్ అడగడం ద్వారా, అన్నా ABC భయాల్లోని ఒక ముఖ్యమైన అంశాన్ని వెలికి తీయగలిగింది – ABC ఈ ఒప్పందాన్ని అధిక లాభదాయకమని భావిస్తోంది, ఎందుకంటే అన్నా సంస్థ ఈ డీల్‌లో బాగా లాభపడుతోందని అనుకుంది.

ఇది మార్క్‌కి ఒక అవకాశం ఇచ్చింది. అతను వివరించాడు, క్లయింట్ కొత్త డిమాండ్లు వారి సంస్థ లాభాలను నష్టాలుగా మార్చేశాయని చెప్పాడు. కాబట్టి, ABC చెల్లింపులను ముగ్గురికి తగ్గించాల్సిన అవసరం ఉందని అన్నా, అతను చెప్పారు. ABC ప్రతినిధి ఏంజెలా ఆశ్చర్యపోయి ఊపిరి పీల్చుకుంది.

"మేము పెద్ద, చెడ్డ కాంట్రాక్టర్‌గా మీలాంటి చిన్న సంస్థలను బయటకు నెట్టేస్తున్నామనిపిస్తోందా" అన్నా యీ ఆరోపణ వాళ్లు చేయక ముందే అడిగింది.

"లేదు, లేదు, మేము అలా అనుకోవడం లేదు" అని ఏంజెలా అంది. అంగీకారంతో మామూలు వాతావరణాన్ని నెలకొల్పటానికన్నట్టు అంది.

ప్రతికూలాలను లేబుల్ చేసి, చెడ్డ ఆరోపణలను బయటపెట్టిన తర్వాత, అన్నా, మార్క్ సంభాషణను ఒప్పందంపైకి మళ్లించారు. వారు చేసినది గమనించండి, ఇది అద్భుతం: వారు ABC పరిస్థితిని అంగీకరించారు, కానీ పరిష్కారం సూచించే బాధ్యతను చిన్న కంపెనీపైకి మళ్లించారు.

"ప్రభుత్వ ఒప్పందం ఎలా పనిచేయాలో మీకు అద్భుతమైన అవగాహన ఉంది అనిపిస్తోంది" అని అన్నా ఏంజెలా నైపుణ్యాన్ని లేబుల్ చేసింది.

"అవును – కానీ అది ఎల్లప్పుడూ అలా జరగదు అని నాకు తెలుసు" అని ఏంజెలా, తన అనుభవాన్ని గుర్తించడంపై గర్వంగా సమాధానమిచ్చింది.

తర్వాత అన్నా ఏంజెలాని అడిగింది, "మీకు కూడా లాభం వచ్చేలా ఒప్పందాన్ని ఎలా మార్చుతారు?" అని. దాంతో ఏంజెలా ఒప్పుకుంది, ABC ఉద్యోగుల సంఖ్య తగ్గించకుండా దానిని సాధించడానికి మార్గం లేదని.

కొన్ని వారాల తర్వాత, ఒప్పందం మార్చబడింది. ABC చెల్లింపులు తగ్గించబడ్డాయి. దీని వలన అన్నా సంస్థకు $1 మిలియన్ లాభం చేకూరింది. ఇది ఒప్పందాన్ని లాభదాయకంగా మార్చింది. కానీ అన్నా అత్యంత ఆశ్చర్యపోయింది ఏంజెలా సమావేశం ముగింపులో చెప్పిన ప్రతిస్పందన. అన్నా చెడ్డ వార్తను తెలిపిన తర్వాత, ఏంజెలా ఎంత కోపంగా ఉందో అర్థం చేసుకున్నానని అన్నాక, ఏంజెలా ఇలా అంది: "ఇది మంచి పరిస్థితి కాదు. కానీ జరిగిన దాన్ని మీరు అంగీకరించినందుకు మేము ధన్యవాదాలు తెలుపుతున్నాము. మమ్మల్ని మీరు అన్యాయంగా ప్రవర్తిస్తున్నామని అంటున్నారని మాకు అనిపించడం లేదు. మీరు ఆ 'పెద్ద చెడ్డ కాంట్రాక్టర్' కాదు."

అన్నా ప్రతిస్పందన? "ఓరి దేవుడా, ఇది నిజంగానే పనిచేస్తుంది!"

ఆమె సరిగానే చెప్పింది. మీరు గమనించినట్లే, ప్రతికూలతను నేరుగా ఎదుర్కోవడంలో అందం ఏమిటంటే, అది మనల్ని సహానుభూతి అనే భద్రతా స్థలానికి తీసుకువెళ్తుంది. మనందరిలోనూ సహజమైన, మానవ అవసరం ఉంది – అర్థం కావాలంటే, ఎదురుగా కూర్చున్న వ్యక్తితో అనుబంధం ఏర్పరచుకోవాలి. అందుకే, అన్నా ఏంజెలా భయాలను లేబుల్ చేసిన తర్వాత, ఏంజెలా మొదటి సహజ ప్రతిస్పందన ఆ భయాలకు మరింత వివరణ, వివరాలను జోడించడం. ఆ వివరాలే అన్నాకు తనకు కావలసిన ఫలితాన్ని సాధించే శక్తిని ఇచ్చాయి.

టిక్కెట్లు పూర్తిగా అమ్ముడైన విమానంలో సీటు పొందండి – అప్‌గ్రేడ్ కూడా పొందండి

(GET A SEAT-AND AN UPGRADE-ON A SOLD-OUT FLIGHT)

ఇప్పటి వరకు, మనం ప్రతి నైపుణ్యాన్ని వేర్వేరుగా అభ్యసించాము, అవి సంగీత పరికరాల్లా అనుకుంటే: మొదట, సాక్సోఫోన్ మిర్రరింగ్ ప్రయత్నించండి; ఇప్పుడు బాస్ లేబుల్; చివరగా, వ్యూహాత్మక నిశ్శబ్దం (tactical silence) అనే ఫ్రెంచ్ హార్న్‌పై ఒక నోట్ ఊదండి. కానీ ఒక నిజమైన నెగోషియేషన్‌లో,

మొత్తం బృందం కలిసే వాయిస్తుంది. కాబట్టి మీరు ఎలా కండక్ట్ చేయాలో నేర్చుకోవాలి.

అన్ని పరికరాలను సమన్వయం చేయడం చాలామందికి అసౌకర్యంగా ఉంటుంది. అది చాలా వేగంగా జరిగిపోతున్నట్టుగా అనిపిస్తుంది. అందువల్ల నేను చేయబోయేది ఏమిటంటే, ఒక పాటను నెమ్మదిగా వాయించడం. దాంతో మీరు ప్రతి పరికరం నోట్ తరువాత నోట్ వినగలుగుతారు. మీరు ఇప్పటివరకు అభ్యసించిన నైపుణ్యాలు ఒకదానితో ఒకటి ఎలా కలిసిపోతాయో – ఎలా పెరుగుతాయో, తగ్గుతాయో, విరామం తీసుకుంటాయో – పర్ఫెక్ట్ హార్మనీలో – త్వరగానే మీరు గ్రహిస్తారు అని హామీ ఇస్తున్నాను.

ఈ పరిస్థితి (పాట అని మీరు అనుకుంటే): నా విద్యార్థి రాయన్ బి. బాల్టిమోర్ నుండి ఆస్టిన్, ఒక పెద్ద కంప్యూటర్–కన్సల్టింగ్ ఒప్పందంపై సంతకం చేయడానికి వెళ్తున్నాడు. ఆరు నెలల పాటు, క్లయింట్ ప్రతినిధి ఆ సేవలు కావాలా వద్దా అన్న విషయంపై ముందుకి వెనక్కి ఊగిసలాడి పోయాడు. కానీ ఒక పెద్ద సిస్టమ్ కుప్పకూలడం వల్ల, అతను తన CEO ముందు ఇబ్బందికరమైన స్థితిలో పడిపోయాడు. అపవాదును తప్పించుకోవడానికి, అతను రాయన్‌కి ఫోన్ చేసి, లైన్‌లో తన CEOని పెట్టాడు. ఫోన్లో చాలా దూకుడుగా రాయన్‌ను నిందించాడు – "ఎందుకు అంత కాలం పడుతుంది కాంట్రాక్టు సంతకం చేయడానికి?" అని. రాయన్ శుక్రవారం ఉదయం అయ్యే సరికల్లా అక్కడ లేకపోతే, డీల్ రద్దు అని అన్నాడు.

రాయన్ మర్నాటి ఉదయానికి టికెట్ కొన్నాడు. అంటే అది గురువారం. కానీ బాల్టిమోర్‌లో అనుకోకుండా ఉరుములు, మెరుపులతో తుఫాన్ మొదలైంది. ప్రభావంగా విమానాశ్రయం ఐదు గంటల పాటు మూసివేయబడింది. అసలు డల్లాస్ నుండి ఆస్టిన్ కనెక్షన్‌ను అందుకోలేనని రాయన్ కు స్పష్టమైపోయింది. ఇంకా ఘోరం ఏమిటంటే, అమెరికన్ ఎయిర్ లైన్స్ కు ఫోన్ చేసినప్పుడు, అతనికి తెలిసిందేమిటంటే, అతని కనెక్షన్ ఫ్లైట్ ఆటోమాటిక్‌గా మరుసటి రోజు మధ్యాహ్నం 3 గంటలకు రీబుక్ అయ్యింది. కాంట్రాక్టు ప్రమాదంలోకి పడింది.

రాయన్ చివరికి రాత్రి 8 గంటలకు డల్లాస్ చేరుకుని, వేగంగా గేట్ దగ్గరకు పరుగెత్తాడు. ఆ రోజు చివరి అమెరికన్ ఎయిర్ లైన్స్ కు చెందిన

ఫ్లైట్ ఆస్టిన్‌కి ముప్పై నిమిషాల లోపల టేకాఫ్ చేయబోతోంది. అతని లక్ష్యం ఆ ఫ్లైట్ అందుకోవడం లేదా, అత్యంత గందరగోళ పరిస్థితిలో, మరుసటి రోజు ఉదయం ఫ్లైట్ లో వెళ్లడం.

గేటు దగ్గరకి అతను వెళ్లే సమయానికి, ఎవరో దంపతుల జంట గేట్ ఏజెంట్‌పై అరుస్తూ ఉన్నారు. ఆ ఏజెంట్ అదంతా మామూలే అన్నట్టు తన ముందు కంప్యూటర్‌లో ట్యాప్ చేస్తూ ఉంది; ఆమె తారాస్థాయి స్పందించకుండా ప్రయత్నిస్తూ ఉంది. ఐదు సార్లు "నేను ఏమి చేయలేను" అని చెప్పిన తర్వాత, ఆ దంపతులు చివరికి విసిగిపోయి అక్కడి నుంచి వెళ్లిపోయారు.

మొదట, రాయన్ అక్కడున్న వేడి వాతావరణాన్ని తన లాభానికి ఎలా మార్చాడో గమనించండి. వాదన తరువాత, నెగోషియేటర్‌కి గొప్ప అవకాశం ఉంటుంది. ఎందుకంటే ప్రత్యర్థి సహానుభూతిపూర్వక సంబంధం కోసం ఎదురుచూస్తున్నాడు. నవ్వండి, అది మీకు ఇప్పటికే తెలిసిపోయిన విషయం.

"హాయ్, వెండీ, నేను రాయన్. వాళ్లు మిమ్మల్ని చాలా విసిగించారని అనిపిస్తోంది"

ఇది ప్రతికూలతను లేబుల్ చేస్తుంది మరియు సహానుభూతి ఆధారంగా రిపోర్ట్ ఏర్పరిచింది. దీని ద్వారా వెండీ తన పరిస్థితిని వివరించడానికి ప్రేరణ పొందుతుంది. రాయన్ ఆ మాటలను ప్రతిబింబిస్తూ ఆమె మరింత చెప్పేలా ప్రోత్సహిస్తాడు.

"అవును. వారు తమ కనెక్షన్ ఫ్లయిట్ మిస్ అయ్యారు. వాతావరణం కారణంగా కొన్ని ఆలస్యం అయ్యాయి"

"వాతావరణం?"

వెండీ నార్త్‌ఈస్ట్‌లో విమానాల ఆలస్యాలు వ్యవస్థలో వ్యాపించిన విధానాన్ని వివరించిన తర్వాత, రాయన్ మళ్లీ ప్రతికూలతను లేబుల్ చేసి, ఆ సమాధానాన్ని ప్రతిబింబిస్తూ ఆమె మరింత వివరించడానికి ప్రేరేపించాడు.

"ఇది చాలా భారంగా గడిచే రోజులా అనిపిస్తోంది."

"చాలా 'విసుగుపుట్టించే వినియోగదారులు' ఉన్నారు. నాకు తెలుసు. అయితే నాకు అరుస్తూ చెప్పడం ఇష్టం లేదు. చాలామంది ఆస్టిన్‌లో పెద్ద ఆట కోసం వెళ్తున్నారు"

"పెద్ద ఆటా?"

"UT, Ole Miss ఫుట్‌బాల్ ఆడుతోంది, ప్రతి ఫ్లైట్ ఆస్టిన్‌కి బుక్ అయింది. ఖాళీ లేదు"

"బుక్ అయిపోయాయా, ఖాళీ లేదా?"

ఇక్కడ ఆగండి. ఇప్పటి వరకూ, రాయన్ లేబుల్స్ మరియు మిర్రర్స్ ఉపయోగించి వెండీతో సంబంధాన్ని నిర్మించాడని గమనించండి. ఆమెకు ఇది కేవలం సాధారణ సంభాషణగా అనిపించవచ్చు, ఎందుకంటే రాయన్ ఏదీ అడగలేదు. కోపంతో చెలరేగిన దంపతులకంటే భిన్నంగా, రాయన్ ఆమె పరిస్థితిని అంగీకరిస్తున్నాడు. అతని మాటలు "ఏమిటి?" మరియు "నాకు తెలుసు" మధ్య పింగ్-పాంగ్ చేస్తాయి. ఇవి ఆమెను మరింత వివరించడానికి ఆహ్వానిస్తాయి.

ఇప్పుడు, యీ సమయంలో, సహానుభూతి ఏర్పడిన తర్వాత, ఆమె రాయన్ ఉపయోగించుకునేందుకు ఒక సమాచారం చెప్పింది.

"అవును, మొత్తం వారాంతపు సెలవులు. ఎంతమంది ఫ్లైట్ తీసుకుంటారో ఎవరు తెలుసు. వాతావరణం వల్ల చాలామంది భిన్నమైన మార్గాల్లో కూడా వెళ్లవచ్చు."

ఇక్కడ రాయన్ చివరకు అడగడానికి ముందుకు రాబోతాడు. కానీ గమనించండి, అతను ఎలా వ్యవహరిస్తున్నాడో: గట్టిగా బిగుసుకుపోయే, శీతలమైన లాజిక్ కాకుండా, సహానుభూతి మరియు లేబులింగ్ వాడుతూ, ఆమె పరిస్థితిని అంగీకరిస్తూ, వాళ్లిద్దరూ ఒకే పడవలో ఉంచుతున్నట్టు చూపిస్తాడు.

"మీరు ఈ కఠినమైన రోజును బాగా నిర్వహించినట్లు అనిపిస్తోంది" అని అతను అన్నాడు. "నేను కూడా వాతావరణ ఆలస్యాల వల్ల ప్రభావితుడిని. నా కనెక్టింగ్ ఫ్లైట్ మిస్ అయ్యింది. ఈ ఫ్లైట్ పూర్తిగా బుక్ అయి ఉండవచ్చని అనిపిస్తోంది. కానీ మీరు చెప్పినట్టే, వాతావరణం వల్ల ప్రభావితులైన ఎవరైనా మిస్ అయ్యే అవకాశం ఉంది కదా! ఏదైనా సీటు ఖాళీగా ఉండటం సాధ్యమా?"

అందులో ఉన్న వరుస గమనించండి: లేబుల్, వ్యూహాత్మక సానుభూతి, లేబుల్ మరియు ఆ తర్వాత మాత్రమే అభ్యర్థన.

ఈ సమయంలో, వెండీ ఏమీ చెప్పకుండా, కంప్యూటర్‌లో టైప్ చేయడం

మొదలుపెట్టింది. రాయన్, అవకాశం తప్పించకూడదని ఆలోచిస్తూ, కొంత నిశ్శబ్దంగా ఉన్నాడు. 30 సెకన్ల తర్వాత, వెండీ బోర్డింగ్ పాస్ ప్రింట్ చేసి, రాయన్‌కి ఇచ్చింది. కొన్ని సీట్లు మరీ ఆలస్యంగా వచ్చే వ్యక్తుల కోసం ఖాళీగా ఉన్నాయని వివరిస్తూ. రాయన్ విజయాన్ని మరింత అద్భుతం చేయడానికి, ఆమె అతన్ని ఎకానమీ ప్లస్ సీటింగ్‌లో పెట్టింది.

అన్నీ రెండు నిమిషాలలో ముగిసాయి!

తర్వాత మీరు ఎప్పుడైనా, విసుగు తెప్పించే కస్టమర్ ఎదిరించినప్పుడు, చిన్న స్టోర్ లేదా విమానంలో, ఒక క్షణం సమయం తీసుకుని సర్వీస్ వ్యక్తిపై లేబుల్స్ మరియు మిర్రర్స్ వాడుతూ సాధన చేయండి. వారు పెద్దగా అరవరు, “నన్ను నియంత్రించడానికి ప్రయత్నించవద్దు!” అని. మీరు ఊహించినదానికంటే కొంత ముందుగానే పని పూర్తి చేసుకుని నడుస్తారు.

ముఖ్యమైన పాఠాలు (KEY LESSONS)

వ్యూహాత్మక సానుభూతి సాధనాలను మీ రోజువారీ జీవితంలో అమలు చేసేటప్పుడు, వాటిని సహజమైన మానవ పరస్పర చర్యల విస్తరణలుగా భావించండి, కృత్రిమ సంభాషణ చిట్కాల్లా కాకుండా.

ఏదైనా సమావేశ చర్చలో, మనకు ఆనందం కలిగే విషయం ఏమిటంటే – ప్రత్యర్థి వ్యక్తి మన పరిస్థితిని అంగీకరిస్తున్నాడని అనుకోవడం, అతను మనం చెప్పేది వింటున్నాడని తెలుసుకోవడం. మీరు వ్యాపార ఒప్పందం చర్చిస్తున్నారా లేదా సూపర్‌మార్కెట్ బుచ్చర్ కౌంటర్ వద్ద వ్యక్తితో మాట్లాడుతున్నారా అని కాదు. సహానుభూతిపూర్వక సంబంధం సృష్టించడం, ప్రత్యర్థిని తన పరిస్థితిని విస్తరించమని ప్రోత్సహించడం, ఆరోగ్యకరమైన మానవ పరస్పర చర్యల ఆధారం.

కాబట్టి, ఈ సాధనాలు, మన జీవితంలోని అత్యంత ముఖ్యమైన సంభాషణలలో కనిపించే విఫలతను తగ్గించే భావోద్వేగ ఉత్తమ పద్ధతులు. ఇవి మిమ్మల్ని కనెక్ట్ చేయడంలో మరియు మరింత అర్థవంతమైన, సానుకూల సంబంధాలను సృష్టించడంలో సహాయపడతాయి. వాటి ద్వారా మీరు కావలసిన ఫలితాన్ని పొందగలిగితే అదనపు లాభం; మానవ సంబంధాలు ప్రధాన లక్ష్యం.

దాన్ని దృష్టిలో ఉంచుకొని, మీరు చేసే ప్రతి సంభాషణలో వీటిని కొంచెం చొప్పించడానికి ఆపదను స్వీకరించమని నేను ప్రోత్సహిస్తున్నాను. మొదట అవి అసౌకర్యంగా, కృత్రిమంగా అనిపిస్తాయని నేను హామీ ఇస్తున్నాను, కానీ దాన్ని కొనసాగించండి. నడక నేర్చుకోవడం కూడా ఆరంభంలో భయంగా విచిత్రంగా అనిపిస్తుంది.

మీరు ఈ పద్ధతులను అంతర్గతంగా మననం చేసుకుంటూ, వ్యూహాత్మక సహానుభూతి అనే కృత్రిమతను ఒక అలవాటుగా, ఆ తరువాత మీ వ్యక్తిత్వంలో విడదీయరాని భాగంగా మార్చుకుంటూ ఉండాలంటే, మీరు ఇప్పుడే చదివిన అధ్యాయం నుంచి వచ్చిన ఈ పాఠాలను గుర్తుంచుకోండి:

- ప్రత్యర్థి పరిస్థితిలో మీరు ఉన్నారని ఊహించండి. సహానుభూతి అందం ఏమిటంటే, మీరు వారి అభిప్రాయాలకు అంగీకరించాల్సిన అవసరం లేదు. కానీ వారి పరిస్థితిని అంగీకరించడం ద్వారా, మీరు వినిపిస్తున్నారని వెంటనే తెలియజేస్తారు. వారికి మీరు వినిపిస్తున్నారని తెలుసుకున్న తర్వాత, మీరు ఉపయోగించగల సమాచారాన్ని వెల్లడించవచ్చు.

- ప్రత్యర్థి ఒప్పందం చేయకపోవడానికి కారణాలు, వారు ఒప్పందం చేయడానికి ఉన్న కారణాల కంటే బలమైనవిగా ఉండవచ్చు. కాబట్టి ముందుగా ఒప్పందానికి అడ్డంకులను తొలగించడానికి దృష్టి పెట్టండి. అడ్డంకులను నిరాకరించడం లేదా ప్రతికూల ప్రభావాలు ఇవ్వడం, వాటికి మరింత బలం ఇస్తుంది; వాటిని బయటకు తీసుకురండి.

- విరామం ఇవ్వండి. అడ్డంకును లేబుల్ చేసిన లేదా స్టేట్‌మెంట్‌ను మిర్రరింగ్ చేసిన తర్వాత, దాన్ని ఆలోచనలోకి దిగనివ్వండి. అవతలి పార్టీ ఈ నిశ్శబ్దాన్ని భర్తీ చేస్తుంది.

- ప్రతినిధి భయాలను లేబుల్ చేసి, వాటి శక్తిని తగ్గించండి. మనందరం సంతోషకరమైన విషయాలను మాట్లాడదలిచినప్పటికీ, మీ ప్రత్యర్థి అమిగ్డాలా (భయాన్ని సృష్టించే మేధస్సు భాగం)లో చర్యను వేగంగా మధ్యలో అడ్డుకోవడం, మీరు భద్రత, సౌఖ్యం, నమ్మకం భావాలను వేగంగా ఉత్పత్తి చేయగలుగుతారు.

- ఇతర వ్యక్తి మీపై చెప్పగల అత్యంత చెడ్డ విషయాలను జాబితా చేయండి. వాటిని ప్రత్యర్థి చెప్పకముందే మీరు చెప్పండి. ముందుగానే ఆందోళనల ఆడిట్ చేయడం అనేది ప్రతికూల డైనమిక్స్ రూట్ పట్టే ముందే ఆపడానికి సిద్ధం చేస్తుంది. అదీగాక ఈ ఆరోపణలు ప్రకాశవంతంగా, గట్టిగా చెప్పబడినప్పుడు ఎక్కువగా ఉన్నట్లు అనిపించవచ్చు, కానీ వాటిని చెప్పడం ద్వారా, ప్రత్యర్థి పూర్తిగా విరుద్ధంగా ఉందని తేల్చే అవకాశం పొందుతుంది.
- మీ చేత అభినందించబడాలని, మీకు అర్థం కావాలని కోరుకునే వ్యక్తిని ఎదుర్కొంటున్నారని గుర్తుంచుకోండి. కాబట్టి లేబుల్స్‌ను వాడి, సానుకూల ధోరణులు మరియు డైనమిక్స్‌ను బలోపేతం చేయండి, ప్రోత్సహించండి.

అధ్యాయం 4

"అవును" చెప్పడంలో జాగ్రత్త "లేదు" చెప్పడంలో ప్రావీణ్యత

మనందరం అనుభవించిన ఒక పరిస్థితిని నేను చిత్రించబోతున్నాను: మీరు ఇంట్లో ఉన్నారు. విందు సమయం దగ్గరపడింది. అప్పుడే ఫోన్ మోగుతుంది. ఆశ్చర్యం లేదు, అది ఒక టెలీమార్కెటర్. అతను మీకు మేగజైన్ సబ్‌స్క్రిప్షన్లు, వాటర్ ఫిల్టర్లు, ఫ్రోజెన్ అర్జెంటీనా బీఫ్ – నిజం చెప్పాలంటే ఏమిటన్నది అంత ముఖ్యం కాదు, ఎందుకంటే స్క్రిప్ట్ ఎప్పుడూ ఒకటే. మీ పేరును రకరకాలుగా పలికిన తర్వాత, కొన్ని తెచ్చిపెట్టుకున్న మర్యాదలు పలికిన తర్వాత, తన పిచ్‌ను ప్రారంభిస్తాడు.

తర్వాత వచ్చే "హార్డ్ సేల్" అనేది ఒక మార్కెటింగ్ ఫ్లోచార్ట్ లో రాసిన స్క్రిప్ట్. ఇది మీరు తప్పించుకునే దారులన్నీ మూసివేస్తుంది. చివరికి "అవును" అని అనడం తప్ప మరో మార్గం ఉండదు. "మీకు తరచుగా ఒక గ్లాస్ మంచి నీరు తాగడం ఇష్టం కదా?" "అవును, కానీ... "నాకూ అలాగే. నాకూ మీలాగే రసవత్తరమైన, రసాయన రుచి లేని, ప్రకృతి తల్లి ఇచ్చిన స్వచ్ఛమైన నీరు నచ్చుతుంది." "అవును, కానీ..."

ఈ నకిలీ చిరునవ్వు, ప్రేమ కలిగిన గొంతుతో మాట్లాడుతున్న వాడు ఎవడు? అని మీరు ఆశ్చర్యపడతారు. "నాకు అవసరం లేని దాన్ని కొనిపించగలడని ఎలా అనుకుంటున్నాడు?" మీ దవడ కండరాలు బిగుసుకుంటున్నట్టు, మీ స్వరం రక్షణాత్మకంగా మారుతున్నట్టు, వేగం పెరుగుతున్నట్టు మీరు అనుభూతి చెందుతారు.

మీకు మీరు అతనికి బలి పశువుగా మారినట్టు అనిపిస్తుంది – అదే నిజం!

"అవును" అనేది చివరగా మీరు చెప్పాలనుకునే పదం. అది "మీరు నీరు తాగుతారా?" అనే సాధారణ ప్రశ్నకు సరైన సమాధానం అయినప్పటికీ. రాజీ పడటం, ఒప్పుకోవడం – అది నిజమే అయినప్పటికీ – పరాజయంలా అనిపిస్తుంది. కానీ "లేదు" – "లేదు" అనేది రక్షణలా, ఒక ఊయలలా ఉంటుంది. అది అబద్ధమైనా కూడా! దాని తీయని శబ్దం వినడానికే "లేదు" అనాలని మీరు ఆకర్షితులవుతారు. "లేదు, నాకు నీరు అవసరం లేదు, కార్బన్ ఫిల్టర్ చేయబడినది గానీ, లేదా ఇంకేదైనా గానీ. నేను ఒక ఒంటెను!"

ఇప్పుడు ఈ అమ్మకపు నైపుణ్యం గురించి ఆలోచిద్దాం. అది ఏ విధంగానైనా "అవును" అనే సమాధానాన్ని పొందేందుకు రూపొందించ బడింది. "లేదు" అనేది మరణం అన్నట్టుగా. మనలో చాలామందికి నిజంగానే అలాగే ఉంటుంది. మనం "లేదు" అనే పదాన్ని నిరాకరణతో, తిరస్కరణతో, వినడం అంటేనే భయంతో ముడిపెట్టుకుంటాం. మన దృష్టిలో "లేదు" అనేది అత్యంత ప్రతికూలమైన పదం.

కానీ చివరికి, "అవును" అనేది తరచుగా లోతైన అభ్యంతరాలను దాచిపెట్టే అర్థరహిత సమాధానం మాత్రమే ("బహుశా" "కావచ్చు" అనేది మరింత చెడ్డది). "అవును" కోసం గట్టిగా ఒత్తిడి చేయడం వలన చర్చకర్త విజయానికి దగ్గర కావడం కాదు; అది అవతలివాడికి కోపం కలిగించడమే అవుతుంది.

అందువల్ల "అవును" అంత అసౌకర్యంగా ఉంటే గనుక, "లేదు" అనేది ఉపశమనంగా అనిపించగలదు. మరి, అటువంటప్పుడు, మనం ఎందుకు ఒకదానిని పూజిస్తాం, ఇంకోదానిని దయ్యంలా చూస్తాం?

మన దృష్టికోణం తలకిందులైంది. మంచి చర్చకర్తలకైతే "లేదు" అనేది స్వచ్ఛమైన బంగారం. ఆ ప్రతికూల పదం, మీరు మరియు మీ ప్రత్యర్థి నిజంగా కోరుకున్నది ఏమిటో, కోరుకోనిదాన్ని తొలగించడం ద్వారా స్పష్టతనిచ్చే అద్భుత అవకాశమిస్తుంది. "లేదు" అనేది సురక్షితమైన ఎంపిక, ఇది స్థితిగతులను నిలబెడుతుంది; ఇది తాత్కాలిక నియంత్రణ అనే ఒక ఊయలని ఇస్తుంది.

ఏదో ఒక సమయంలో, ప్రతి చర్చకర్త "లేదు" అనే దానిని ఎదుర్కోవలసిందే. దాని వెనుక ఉన్న నిజమైన మానసిక గతి విధానాన్ని

మీరు గ్రహించినప్పుడు, ఆ పదం మీద మీకు మీరుగా ప్రేమలో పడతారు. దాని భయాన్ని కోల్పోవడమే కాదు, అది మీకు ఏం చేస్తుందో, దానితో మీరు ఎలా ఒప్పందాలను నిర్మించగలరో కూడా నేర్చుకుంటారు.

"అవును" మరియు "బహుశా" తరచుగా విలువలేనివి. కానీ "లేదు" ఎల్లప్పుడూ సంభాషణను మార్చుతుంది.

"లేదు" అనేది చర్చను ప్రారంభిస్తుంది.

"NO" STARTS THE NEGOTIATION

"లేదు" పట్ల నా వ్యామోహం, దాని ఆకర్షణ, దాని అందమైన సున్నితత్వం అన్నీ, నా చర్చల వృత్తి ప్రారంభం కాగానే కొన్ని నెలల ముందు జరిగిన ఒక సంభాషణతో మొదలైంది.

నేను నా వృత్తిని FBI పిట్స్‌బర్గ్ విభాగంలో SWAT టీమ్ సభ్యుడిగా ప్రారంభించాను. కానీ దాదాపు రెండు సంవత్సరాల తర్వాత న్యూయార్క్‌కి బదిలీ అయ్యాను. అక్కడ FBI నన్ను జాయింట్ టెర్రరిజం టాస్క్ ఫోర్స్ (JTTF)కు కేటాయించింది. అది అద్భుతమైన పదవి: మేము అనుమానిత ఉగ్రవాదులను వెంబడించడం, వారి కదలికలను పరిశీలించడం, వారు ఎలా దాడి చేస్తారో అంచనా వేయడం చేస్తూ అనేక రోజులు, లెక్కలేనన్ని రాత్రులు గడిపాము. అమెరికాలోని అతిపెద్ద నగరంలో మనిషిలోని క్రోధానికి, ఆవేశానికి వున్న చిక్కు ముడులను విప్పుతూ, ఎవరు నిజంగా ప్రమాదకారులు, ఎవరు ఒట్టి పనికిమాలిన బెదిరింపులు చేస్తున్నారో నిర్ణయిస్తూ, ప్రాణాంతక నిర్ణయాలు తీసుకుంటూ ఉండేవాళ్లం. ఆ పని నన్ను ఆకర్షించింది.

FBIలో నా ప్రారంభ రోజుల నుంచే, నేను సంక్షోభ స్పందన పట్ల మక్కువతో ఉన్నాను. ఆ పని తీక్షణత నన్ను ఆకట్టుకుంది. పందెం పెద్దది. ప్రాణాలు తూకంలో వేసినట్టు తూగుతుంటాయి. ఆ భావోద్వేగ పరిస్థితి సంక్లిష్టం, ఎప్పటికప్పుడు మారుతుంది, తరచూ విరుద్ధతలతో నిండి ఉంటుంది. బందీని సురక్షితంగా విడిపించడంలో విజయం సాధించాలంటే, చర్చకర్త బందీదారుడి ఉద్దేశాలు, మనస్తత్వం, తెలివితేటలు, భావోద్వేగ బలహీనతలు, బలాలను లోతుగా అర్థం చేసుకోవాలి. చర్చకర్త బలవంతుడు,

మధ్యవర్తి, శిక్షకుడు, రక్షకుడు, పాపస్వీకార శ్రోత, ప్రేరేపకుడు, శాంతి దూత – ఇలా ఎన్నో పాత్రలు పోషించాల్సి ఉంటుంది.

ఆ పాత్రలన్నింటికీ నేను తగిన వాడిననే భావించాను.

మాన్హాటన్‌కి వచ్చిన కొన్ని వారాల తర్వాత, నేను FBI క్రైసిస్ నెగోషియేషన్ టీమ్‌ని నడిపిస్తున్న ఎమీ బాండెరోవ్ డెస్క్ వద్ద ప్రత్యక్షమయ్యాను. అప్పటికి చర్చల గురించి నాకు ఏమీ తెలియదు, కాబట్టి నేను నేరుగా అడిగాను.

"నేను బందీ చర్చకర్త కావాలనుకుంటున్నాను" అన్నాను.

"అందరికీ అదే కోరిక – నీకు ఏదైనా శిక్షణ ఉందా?" అంది.

"లేదు" అన్నాను.

"ఏమైనా అర్హతలు?"

"లేవు" అని సమాధానమిచ్చాను.

"ఏమైనా అనుభవం?" అంది.

"లేదు" అన్నాను.

"మానసికశాస్త్రం, సమాజశాస్త్రం, లేదా చర్చలకు సంబంధించిన ఏమైనా డిగ్రీ ఉందా?"

"లేదు"

"అయితే నీ ప్రశ్నకు సమాధానం నీ దగ్గరే వుంది" అంది ఆమె. "లేదు. ఇప్పుడు వెళ్ళిపో"

"వెళ్ళిపోవాలా?" అని ఆక్షేపించుతూ అన్నాను "నిజంగానే?"

"అవును. కాసేపు 'నన్ను ఒంటరిగా వదిలేయ్'. అందరూ బందీ చర్చకర్తలు కావాలనుకుంటున్నారు. కానీ నీకైతే ఎలాంటి రెజ్యూమ్ లేదు, అనుభవం లేదు, నైపుణ్యాలు లేవు. మరి నా స్థానంలో నువ్వు వుంటే ఏమి చెప్పేవాడివి? అదే: 'లేదు.'"

ఆమె ముందు నేను కాసేపు ఆగాను. నా చర్చల వృత్తి యిలాగే ముగిసిపోతుందా అనుకున్నాను. నేను ఉగ్రవాదులను ఎదిరించాను; వెళ్లిపోమంటే కేవలం వెళ్ళిపోను.

"అలా కాదు" నేను మాట్లాడాను "ఏదైనా చేయగల మార్గం ఉంటుంది చూడండి" అన్నాను.

ఎమీ తల ఊపి, 'నీకు ఎలాంటి అవకాశం లేదు' అని సూచించే వ్యంగ్యమైన నవ్వు నవ్వింది. ఆ నవ్వుకు అర్థం ఏమిటంటే, 'నువ్వు విజయవంతం అయ్యే అవకాశం అసలు లేనట్టే'.

"ఒకటి ఉంది: ఆత్మహత్య హెల్ప్‌లైన్‌లో వాలంటీర్‌గా చేరి పని చెయ్యి. ఆ తర్వాత రా నాతో మాట్లాడడానికి. కానీ హామీ ఏమీ లేదు, అర్థమైందా?" అంది. "ఇప్పుడు నిజంగానే వెళ్ళిపో."

ఎమితో నా సంభాషణ, సంక్లిష్టమైన, దాగి ఉన్న సున్నితమైన అర్థాలను, కొన్ని పదాల శక్తిని, తరచూ అర్థమయ్యే మాటల వెనుక దాగి ఉన్న భావోద్వేగ సత్యాలను నేను తెలుసుకోవడంలో ఎంతగానో ఉపయోగపడింది.

చాలామంది చేసే పొరపాటు ఏమిటంటే, ఇతరులు చెప్పిన దాన్ని అక్షరార్థంలోనే తీసుకోవడం. కానీ సంభాషణ అనే ఆటలో, అందరూ మాటలు ఆడుతుంటే, మాటల క్రింద ఉన్న ఆటలోనే – ఎక్కువ మంది ఆడని చోట – మొత్తం బలం ఉంటుంది అని నేను అర్థం చేసుకున్నాను.

మా సంభాషణలో, "లేదు" అనే పదం ఎంత స్పష్టంగా కనిపించినప్పటికీ, అది అంత సరళం కాదని నేను చూశాను. సంవత్సరాలుగా నేను ఆ సంభాషణను మళ్లీ మళ్లీ గుర్తు చేసుకుంటూ వచ్చాను. ఎమీ నన్ను ఎంత వేగంగా తిరస్కరించిందో, మళ్లీ మళ్లీ "లేదు" అని చెప్పిందో గుర్తు చేసుకుంటూ. కానీ ఆమె నాతో చెప్పిన "లేదు"లు నిజానికి "అవును"కి ద్వారం మాత్రమే. అవి ఆమెకు – నాకు కూడా – మలుపు తిప్పుకునే, సవరించుకునే, మళ్లీ పరిశీలించే సమయాన్ని ఇచ్చాయి. చివరికి నిజంగా ముఖ్యం అయిన ఒక "అవును"కి మార్గం సృష్టించాయి.

JTTFలో పనిచేస్తున్నప్పుడు, నేను మార్టిన్ అనే ఒక NYPD లెఫ్టినెంట్‌తో పనిచేశాను. అతను చాలా దృఢంగా కనిపించే వ్యక్తి. ఏదైనా అడిగితే, వెంటనే ఒక సంక్షిప్త "లేదు"తో సమాధానమిచ్చేవాడు. అతన్ని బాగా తెలుసుకున్నాక, నేను అడిగాను, "ఎందుకు ఎప్పుడూ 'లేదు' అంటావు?" "క్రిస్" అని అతను గర్వంగా అన్నాడు, "ఒక లెఫ్టినెంట్ చేయవలసిన పని అంటే 'లేదు' అని చెప్పడం"

మొదట్లో, అలాంటి ఆటోమేటెడ్ స్పందన అనేది ఊహాశక్తి లోపాన్ని సూచిస్తుందని అనుకున్నాను. కానీ తర్వాత, నా టీనేజ్ కుమారుడితో నేనూ అదే పని చేసే వాడిని అని గ్రహించాను. అతనికి "లేదు" అని చెప్పిన తర్వాత,

తరచుగా అతను చెప్పదలిచిన విషయాన్ని వినడానికి నేను మరింత సిద్ధంగా ఉండేవాడిని.

అదే కారణం: నన్ను నేను రక్షించుకున్న తర్వాత, నేను రిలాక్స్ అవుతూ, అవకాశాలను మరింత సులభంగా పరిగణించగలిగేవాడిని.

"లేదు" అనేది చర్చకు ముగింపు కాదు, అది ప్రారంభం. మనం "లేదు" అనే పదాన్ని వినగానే భయపడేలా అలవాటు పడ్డాం. కానీ అది వాస్తవం కంటే ఊహాజనితమైన ఒక అవగాహన ప్రకటన మాత్రమే. అది చాలా అరుదుగా "నేను అన్ని వాస్తవాలను పరిగణించి, తార్కిక నిర్ణయం తీసుకున్నాను" అని అర్థం చేస్తుంది. దానికి బదులుగా, "లేదు" అనేది తరచుగా స్థితిగతులను నిలుపుకునేందుకు తీసుకునే నిర్ణయం మాత్రమే – అది కూడా తాత్కాలికంగా. మార్పు అనేది భయపెడుతుంది. "లేదు" అనేది ఆ భయం నుంచి కొంత రక్షణ ఇస్తుంది.

జిమ్ క్యాంప్ తన అద్భుతమైన పుస్తకం Start with NO1 లో, చర్చ ప్రారంభంలోనే ఎదుటివారికి "లేదు" చెప్పే అనుమతి ఇవ్వమని పాఠకుడికి సూచిస్తాడు. దాన్ని ఆయన "వీటో హక్కు" అని పిలుస్తాడు. ప్రజలు తమ "లేదు" అని చెప్పే హక్కును కాపాడుకోవడంలో ప్రాణత్యాగం చేసేంతగా పోరాడతారని ఆయన గమనించాడు. కాబట్టి వారికి ఆ హక్కు ఇవ్వండి, వెంటనే చర్చ వాతావరణం మరింత సృజనాత్మకంగా, సహకారాత్మకంగా మారుతుంది.

క్యాంప్ పుస్తకాన్ని చదివినప్పుడు, ఇది మేము బందీ చర్చకర్తలుగా అనేక సంవత్సరాలుగా తెలిసిన విషయమని నాకు అర్థమైంది. మేము నేర్చుకున్నది ఏమిటంటే, బందీదారుడిని బయటకు రప్పించే వేగవంతమైన మార్గం అతనితో మాట్లాడటం ద్వారా మాత్రమే, కానీ "సరెండర్ చేయండి" అని డిమాండ్ చేయడం ద్వారా కాదు. వారి సమర్పణను డిమాండ్ చేయడం, "బయటికి రండి" అని చెప్పడం ఎల్లప్పుడూ మరింత సుదీర్ఘమైన ప్రతిఘటనను సృష్టించేది, అప్పుడప్పుడు మరణానికీ కారణమయ్యేది.

ఇది లోతైన మరియు సార్వత్రిక మానవ అవసరానికి వస్తుంది: స్వతంత్రత. ప్రజలు నియంత్రణలో ఉన్నామని భావించాలి. మీరు మీ ఆలోచనలకు "లేదు" అని చెప్పడానికి వారికి స్పష్టంగా అనుమతినిచ్చి వారి

స్వతంత్రతను కాపాడినప్పుడు, భావోద్వేగాలు సద్దుమణుగుతాయి, నిర్ణయాల ప్రభావం పెరుగుతుంది, మరియు ఎదుటివారు నిజంగా మీ ప్రతిపాదనను పరిశీలించగలుగుతారు. వారు దాన్ని తమ చేతుల్లో పట్టుకుని, తిప్పుతారు. ఇది మీకు వివరణ ఇవ్వడానికి లేదా మార్పు ప్రతిపాదన స్థితిగతుల కంటే మెరుగైనదని వారిని నమ్మించడానికి సమయం ఇస్తుంది.

గొప్ప వాళ్లయిన చర్చకర్తలు "లేదు" ని ఆశ్రయిస్తారు, ఎందుకంటే చాలాసార్లు అదే నిజమైన చర్చకు ప్రారంభం అవుతుంది.

మీ ప్రత్యర్థికి వినయంగా "లేదు" అని చెప్పడం (దీని గురించి 9వ అధ్యాయంలో మరింత వివరంగా మాట్లాడుకుందాం), "లేదు" ని శాంతంగా వినడం, ఎదుటివారు "లేదు" చెప్పడానికి స్వాగతం అని వారికి తెలియజేయడం – ఇది ఏ చర్చనైనా సానుకూలంగా ప్రభావితం చేస్తుంది. వాస్తవానికి, "లేదు" అని చెప్పమని మీరు ఇచ్చే ఆహ్వానం అవరోధాలను తొలగించి, లాభదాయకమైన కమ్యూనికేషన్‌ను అనుమతించే అద్భుతమైన శక్తి కలిగి ఉంటుంది.

దీని అర్థం మీరు "లేదు" ని తిరస్కరణగా కాకుండా వేరే దృక్కోణంలో వినడం నేర్చుకోవాలి. అలాగే అనుగుణంగా స్పందించాలి. ఎవరో "లేదు" అన్నారు అంటే, మీరు ఆ పదాన్ని దీని ప్రత్యామ్నాయ అర్థాలలో (మరింత వాస్తవమైన) దృక్కోణంలో పునరాలోచించాలి:

- నేను ఒప్పుకోవడానికి యింకా సిద్ధంగా లేను;
- నేను అసౌకర్యంగా వుండేట్టుగా మీరు చేస్తున్నారు;
- నాకు అర్థం కాలేదు;
- నేను దీన్ని భరించలేనని అనుకుంటున్నాను;
- నాకు వేరే ఏదో కావాలి;
- నాకు మరింత సమాచారం కావాలి; లేదా
- నేను దీని గురించి మరెవరితోనైనా మాట్లాడాలి.

ఆ క్షణంలో, కాసేపు ఆగి, పరిష్కార ఆధారిత ప్రశ్నలు అడగండి లేదా వారి ప్రభావాన్ని గుర్తించి చెప్పండి:

"ఇందులో మీకు ఏమి పనిచేయడం లేదు?"

"దాన్ని పనిచేయించడానికి మీకింకా ఏమి అవసరం?"

"ఇందులో ఏదో ఒక విషయం మిమ్మల్ని ఇబ్బంది పెడుతున్నట్టుగా ఉంది"

ప్రజలకు "లేదు" అని చెప్పే అవసరం ఉంది. కాబట్టి దానిని ఎప్పుడో ఒకప్పుడు వింటామనే ఆశతో ఉండకండి; వారిని తొందరగానే "లేదు" చెప్పించేలా చేయండి.

వారి ప్రపంచంలోనే ఒప్పించండి
(PERSUADE IN THEIR WORLD)

ఇప్పుడు, నేను మిమ్మల్ని జో బిజినెస్‌మ్యాన్ అనే వ్యక్తిని పరిచయం చేయాలనుకుంటున్నాను. ఆయన చర్చకు సిద్ధమవుతున్నాడు. మీరు ఇంతకు ముందు ఆయనను చూసారు. ఆయన సిద్ధంగా ఉంటాడు. Getting to Yes అనే పుస్తకం వ్యూహాలన్నీ రాసుకుని, జ్ఞాపకం చేసుకున్నాడు. ఎదురుగా ఉన్న వ్యక్తిపై అవి వర్షంలా కురిపించడానికి ఆయన సిద్ధంగా ఉన్నాడు. జో తన ఖరీదైన సూట్‌ని అద్దంలో చూసుకుంటూ, చెప్పబోయే ప్రభావవంతమైన మాటలను, వాటికి మద్దతు ఇస్తూ చూపబోయే ఆకర్షణీయమైన చార్టులు, గ్రాఫ్‌లను ఊహిస్తూ ఉంటాడు – వాటి ద్వారా తన ప్రత్యర్థిని ఓడించి, ఓటమిలో ముంచుతానని కలలు కంటున్నాడు. ఆయన తనను తాను Gladiator లో రస్సెల్ క్రోవ్‌గా ఊహిస్తున్నాడు. ఆయనే 'ది మాన్' (The Man)

కానీ ఒక రహస్యాన్ని మీకు చెబుతాను: ఆ సంసిద్ధత అంతా అసలు ఉపయోగం ఉండదు. ఆయన చర్చ శైలి అంతా "నేను, నేను, నేను" "అహం, అహం, అహం". టేబుల్ పక్కన కూర్చున్నవారు ఆ సంకేతాలను గుర్తించగానే, ఈ సూపర్‌మ్యాన్‌ను పట్టించుకోనట్టు నటిస్తూ, అసలు విస్మరించడం మంచిదని నిర్ణయిస్తారు "అవును" అని చెప్పడం ద్వారా.

“ఉఫ్?” అని మీరు అంటారు.

నిజంగా, వారు మొదట్లో చెప్పే పదం “అవును” కానీ ఆ పదం ఈ అహంకారి వ్యక్తిని దూరం పంపించడానికి ఒక సాధనం మాత్రమే. తర్వాత వారు తప్పించుకోవడానికి ప్రయత్నిస్తారు. ‘పరిస్థితులు మారిపోయాయి’ ‘బడ్జెట్ సమస్యలు’ ‘వాతావరణం’ అని చెప్పేస్తారు. ఇప్పటికైతే, జో వారిని ఏమీ నమ్మించకపోవడంతో, వారిని విడుదల కావాలని మాత్రమే కోరుకుంటారు. ఆయన తనను తానే నమ్మించుకుంటున్నాడు.

మరో రహస్యాన్ని మీకు చెబుతాను. “అవును” అనేది వాస్తవానికి మూడు రకాలుగా ఉంటుంది: నకిలీ, ధృవీకరణ, మరియు కట్టుబాటు.

నకిలీ అవును అంటే, ఎదుటివారు “లేదు” అనాలని ప్లాన్‌చేస్తారు కానీ “అవును” అనడం సులభం కాబట్టి లేదా మరింత సమాచారం దక్కించుకోవడానికో, మరేదైనా లాభం పొందడానికో దాన్ని వాడతారు. ధృవీకరణ ‘అవును’ సాధారణంగా అమాయకమైనది. బ్లాక్-ఆర్-వైట్ ప్రశ్నలకు ప్రతిస్పందన మాత్రమే. కొన్నిసార్లు ఉచ్చు వేయడానికి వాడినా, ఎక్కువగా అది కేవలం సరళమైన ధృవీకరణ మాత్రమే, ఎటువంటి చర్య హామీ లేకుండా. కట్టుబాటు అవును నిజమైన ఒప్పందం. అది చర్యకు దారితీసే నిజమైన ఒప్పందం – టేబుల్ వద్ద “అవును” అనడం, చివరికి ఒప్పందంపై సంతకం చేయడం. మీరు కోరుకునేది కట్టుబాటు ‘అవును’. కానీ ఆ మూడు రకాలూ ఒకేలా వినిపిస్తాయి. కాబట్టి వాటిలో ఏది వాడబడుతుందో గుర్తించడం నేర్చుకోవాలి.

ప్రపంచవ్యాప్తంగా మనుషులు కట్టుబాటు “అవును” కోసం వేటాడబడటం అలవాటైపోయింది. కాబట్టి వారు నకిలీ “అవును” ఇవ్వడంలో నిపుణులయ్యారు. జో ఎదుర్కొంటున్నవారు చేస్తున్నదే అదే – నకిలీ “అవును”ను లాగి చూపించడం, ఇంకా వింటూ ఉండటానికి.

“బయ్-ఇన్” (buy-in) అని పిలిచినా, “ఎంగేజ్‌మెంట్” అని పిలిచినా, మంచి చర్చకర్తలు తెలుసుకుంటారు: వారి పని గొప్ప ప్రదర్శన ఇవ్వడం కాదు, కానీ ఎదుటివారిని సున్నితంగా నడిపిస్తూ, వారి లక్ష్యాన్ని తామే కనుగొన్నట్టు చేయడం.

నేను ఈ విషయం కష్టమైన మార్గంలో నేర్చుకున్నాను.

ఎమీతో మాట్లాడిన రెండు నెలల తర్వాత, నేను హెల్ప్ లైన్ అనే క్రైసిస్

హాట్‌లైన్‌లో ఫోన్లు ఎత్తడం మొదలుపెట్టాను. దాన్ని నార్మన్ విన్సెంట్ పీల్ స్థాపించారు.

అందులో ప్రాథమిక నియమం ఏమిటంటే, మీరు ఎవరితోనైనా ఇరవై నిమిషాలకు మించి లైన్‌లో ఉండకూడదు. మీరు మీ పని సరిగ్గా చేస్తే, వారిని మంచి స్థితిలోకి తీసుకెళ్లడానికి అంత సమయం సరిపోతుంది. వారికి సహాయం చేసే సంస్థలతో నిండిన ఒక పెద్ద పుస్తకం మా వద్ద ఉండేది. అది ఒక రకమైన పారామెడిక్ పద్ధతి: తాత్కాలికంగా సర్దిపెట్టి, వారిని వారి మార్గంలో పంపేయడం.

కానీ నిజంగా సంక్షోభంలో ఉన్నవారు మాకు వచ్చే కాల్స్‌లో కేవలం 40 శాతం మాత్రమే. మిగతావి ఎక్కువగా ఫ్రీక్వెంట్ కాలర్స్ నుండి వచ్చేవి. వీరు చాలా అసాధారణమైన వ్యక్తులు, ఎవరు చెప్పినా వినడానికి సిద్ధంగా లేని "ఎనర్జీ వాంపైర్స్"

మేము ఫ్రీక్వెంట్ కాలర్స్ జాబితాను ఉంచేవాళ్లం. వారి నుంచి కాల్ వచ్చినప్పుడు, మొదట చేయాల్సిన పని ఆ వ్యక్తి ఆ రోజు ఫోన్ చేశాడా లేదా అని చూడటం. ఎందుకంటే వారికి రోజుకి ఒక్క ఫోన్ కాల్ మాత్రమే అనుమతి. వాళ్లకూ అది తెలుసు. చాలాసార్లు వాళ్లు ఇలా చెప్తారు: "అవును, నేను ఎడ్డీ. నేను యీ రోజు ఇంతవరకు కాల్ చేయలేదు. జాబితా చెక్ చేయండి. మీరు నాతో మాట్లాడాలి"

నేను అక్కడ ప్రధానంగా ఒక నైపుణ్యం నేర్చుకోవడానికి ఉన్నందువల్ల, నాకు ఆ ఫ్రీక్వెంట్ కాలర్స్ అంటే ఇష్టం. వాళ్లు ఒక సమస్యగా ఉంటారు. వారిని అర్థం చేసుకోవడానికి ప్రయత్నించడం నాకు నచ్చేది. అందులో నాకు కొంత ప్రతిభ ఉందని అనిపించేది. నేను ఒక సూపర్‌స్టార్‌లా అనిపించుకునేవాడిని.

నా పనితీరు సమీక్ష సమయం వచ్చినప్పుడు, వారు నన్ను జిమ్ స్నైడర్ అనే షిఫ్ట్ సూపర్వైజర్‌కి కేటాయించారు. జిమ్ ఒక హాట్‌లైన్ వెటరన్. మంచి మనసున్న వ్యక్తి; ఒకే సమస్య, ఆయన ఎల్లప్పుడూ సరదాగా ఉండాలని అనుకునేవాడు. హాట్‌లైన్‌లో వాలంటీర్ల అలసటే అతిపెద్ద సమస్య అని జిమ్ అర్థం చేసుకున్నాడు. కాబట్టి ఆయన తన సమయాన్ని పనిని సరదాగా మార్చడంలో పెట్టేవాడు. నేను జిమ్‌తో మంచి స్నేహితుడిగా మారాను.

నా సమీక్ష కోసం, జిమ్ నేను ఒక కాల్ తీసుకునే వరకు వేచి ఉండి,

సూపర్వైజర్లు మన కాల్స్ వినగలిగే మానిటరింగ్ రూమ్‌కి వెళ్లాడు. ఆ కాల్ నా ఫ్రీక్వెంట్ కస్టమర్లలో ఒకరిది. బయటికి వెళ్లడంపై భయంతో ఉన్న ఒక టాక్సీ డ్రైవర్‌ది. అతనికి ఆ విషయం చెప్పడానికి సమయం చాలానే ఉండేది. ఈ ఎనర్జీ వాంపైర్ (అతని పేరు డారిల్) తాను పని చేయలేకపోతే తన ఇంటిని కోల్పోతానని, దానితో జీవించాలనే సంకల్పం కూడా పోతుందని, యిలా మరీ ఎక్కువగా చెప్పడం మొదలుపెట్టాడు.

"నిజం చెప్పు, చివరిసారి రోడ్డుపై నిన్ను నొప్పించడానికి ప్రయత్నించింది ఎవరో, అది ఎప్పుడో గుర్తుందా?" అని నేను అడిగాను.

"అదేమిటంటే, అది చాలా కాలం అయింది" అన్నాడు డారిల్.

"అంటే...?"

"నాకు ఖచ్చితమైన తేదీ గుర్తు లేదు, క్రిస్. బహుశా ఒక సంవత్సరం అయిందేమో"

"అయితే బయటి ప్రపంచం నీకు అంత కఠినంగా లేదు అని చెప్పవచ్చు కదా?"

"అవును" అన్నాడు డారిల్. 'అలా అనుకోవచ్చు"

ఇలా మేము ముందుకు వెనుకకు సాగాము. ప్రపంచంలో ఎక్కువగా మనం భయపడాల్సినదేమీ లేదని అతనితో ఒప్పించాను. డారిల్‌ను వినడం, తర్వాత అతనికి "కేర్ ఫ్రంటింగ్" చేయడం (అది కొంచెం వింతగా అనిపించినా, మేము ఫ్రీక్వెంట్ కాలర్‌స్‌కి సానుభూతితో, కానీ కఠినంగా స్పందించడం కోసం పెట్టుకున్న పేరు) గురించి నా కొత్త నైపుణ్యాలపై నాకు బాగా సంతోషంగా అనిపించింది.

అలా కొద్ది రోజులు గడిచేసరికి మా సంబంధం బాగా పాజిటివ్‌గా తయారయింది. నేను డారిల్‌ను కొన్నిసార్లు నవ్వించగలిగాను. అతనితో నేను మాట్లాడటం ముగించే సరికి, అతను బయటికి వెళ్లకుండా వుండేందుకు నాకు ఒక్క కారణం కూడా చెప్పలేకపోయాడు.

"థ్యాంక్ యూ, క్రిస్" డారిల్ ఫోన్ కట్ చేయటానికి కాస్త ముందు అన్నాడు. "ఇంత గొప్ప పని చేసినందుకు థ్యాంక్స్"

జిమ్‌ను చూసేందుకు వెళ్లడానికి ముందే, నేను నా కుర్చీలో వెనక్కి వాలిపోయి ఆ ప్రశంసలో సేదతీరిపోయాను. బాధతో ఉన్న ఒక మనిషి నుంచి

ఇలాంటి ప్రశంస ఎప్పటికి లభిస్తుంది అని నేను ఆలోచించాను. ఆపై నేను లేచి మానిటరింగ్ రూమ్ వైపు వెళుతూ, నా భుజాలు నేనే తట్టుకున్నాను.

జిమ్ నా ముందు కుర్చీ వేసి పెద్దగా నవ్వాడు. అతని నవ్వుకు రెండు రెట్లు నవ్వును నేను కూడా నవ్వాను.

"బాగుంది, క్రిస్" అతను ఇంకా నవ్వుతూ అన్నాడు. "నేను యిప్పటివరకూ ఆలకించిన కాల్ లలో ఇదే అతి ఛండాలపు కాల్"

నేను విస్మయంతో పెద్దగా నోరు తెరిచి ఉండిపోయాను.

"జిమ్, డారిల్ నన్ను అభినందించాడు. అది మీరు విన్నారా?" అని నేను అడిగాను. "నేను అతనితో మాట్లాడాను – నేను అద్భుతంగా చేసా"

జిమ్ నవ్వాడు – అతని నవ్వు ఆ క్షణంలో నాకు విసుగుపుట్టించింది.

"అది సంకేతాల్లో ఒకటి. ఎందుకంటే వాళ్లు పని పూర్తిచేసిన తర్వాత వాళ్లను వాళ్లే అభినందించుకోవాలి" అని అతను చెప్పాడు. "వాళ్లు నిన్ను అభినందించాల్సిన అవసరం లేదు. అంటే నువ్వు చాలా చేశావన్నమాట. వాళ్లు నువ్వే చేసేశావని – నువ్వే దాన్ని ముగించేశావని అనుకుంటే – అతను ఎలా తనకు తానే సహాయం చేసుకుంటాడు? నేను కఠినంగా యీ విషయం చెప్పటంలేదు, కానీ నువ్వు భయంకరంగా చేశావు"

జిమ్ చెప్పింది వింటూ ఉంటే, నన్ను తప్పుపట్టిన వ్యక్తి పూర్తిగా సరిగానే ఉన్నాడని ఒప్పుకోవాల్సి వచ్చినప్పుడు కలిగే కడుపు మంట నాలో ఉప్పొంగింది. డారెల్ ఇచ్చిన సమాధానం ఒక రకంగా "అవును" అనేది, కానీ అది అసలు నిజమైన నిబద్ధతతో కూడిన "అవును" మాత్రం కాదు. అతను ఏ చర్యకు సంబంధించిన హామీ ఇవ్వలేదు. అతని "అవును" నన్ను సంతోషపరచి, నన్ను వదిలేయడానికి మాత్రమే ఉద్దేశించబడింది. డారెల్‌కి తెలిసి ఉండకపోవచ్చు, కానీ అతని "అవును" పూర్తిగా నకిలీగా ఉన్నది.

మీరే చూడండి, ఆ మొత్తం కాల్ నా గురించి, నా అహంకారం గురించి మాత్రమే జరిగింది – కాలర్ గురించి కాదు. కానీ వీటిని చర్యకు వచ్చేవరకూ కలిపి ఉంచడం ఒకే మార్గం: కాలర్ సంభాషణను తనదైనదిగా మలచుకుని, తానే ఆ నిర్ణయాలను తీసుకుంటున్నట్టు నమ్మేలా చేయాలి; తద్వారా వారు అవసరమైన తదుపరి దశలను స్వాధీనంగా భావిస్తారు. ఫోన్ అవతల పక్క ఉన్న వాడు కేవలం ఆ అవగాహనలకు మాధ్యమమే.

మీ దగ్గర వున్న అన్ని నైపుణ్యాలను ఉపయోగించి అవతలి వ్యక్తితో సంబంధం, ఒప్పందం, మరియు కనెక్షన్ ఏర్పరచడం ఉపయోగకరమే. కానీ చివరకు ఆ కనెక్షన్ ఉపయోగకరంగా ఉండదు. ఎందుకంటే ఇతర వ్యక్తి కూడా ఆ కనెక్షన్ మరియు వారు కలిగిన కొత్త ఆలోచనలను సృష్టించడంలో సమానంగా, లేక పూర్తిగా, బాధ్యత వహిస్తున్నారనే భావన లేకపోతే గనుక.

నేను మెల్లగా తల ఊపాను. తలలో జరుగుతున్న గందరగోళం కొట్టుకుపోయింది.

"అది అత్యంత ఛండాలపు కాల్?" నేను జిమ్‌కి చెప్పాను "సరే అలాగే అయితే"

ఆ సమయంలో నా దృష్టిని మళ్లించుకోవడానికి నేను కష్టపడ్డాను. చాలా ప్రశ్నలు అడిగి, దాని గురించి చాలా చదివి, త్వరలోనే వారు నన్ను హెల్ప్ లైన్‌లో కొత్త స్వచ్ఛంద కార్మికులకు రెండు తరగతులు బోధించమని పెట్టారు: ప్రారంభ తరగతి, 'శ్రద్ధగా వినడం' (active listening) గురించి; మరియు 'సహానుభూతితో ఎదుర్కోవడం' (CareFrontation) గురించి.

అర్థమైందని మీరు అంటారు. ఇది నా గురించి కాదు. మనం వారి దృక్కోణంలోనే ఒప్పించాలి, మన దృష్టిలో కాదు. కానీ ఎలా?

వారు కోరుకునే అత్యంత ప్రాథమిక అవసరాలతో ప్రారంభించడం ద్వారా.

ప్రతి చర్చలో, ప్రతి ఒప్పందంలో ఫలితం ఎవరిదో ఒకరి నిర్ణయం నుండి వస్తుంది. దురదృష్టవశాత్తు, మనం భావించినట్లే ఇతరుల నిర్ణయాలను సరిచేయగలమంటే, లేక వాదనలద్వారా నియంత్రించగలమంటే, మనం వేలాది అవకాశాలను కోల్పోతాము. కానీ మనం ఇతరుల నిర్ణయాలను నియంత్రించలేము; అయితే, ఆ నిర్ణయాలను ప్రభావితం చేయగలము – వారి ప్రపంచంలోకి ప్రవేశించి, వారు చూసిన కోణంలో చూస్తూ, అర్థం చేసుకుంటున్న కోణంలో వింటూ, వాళ్లు నిజంగా ఏమి కోరుకుంటున్నారు అనేదాన్ని అర్థం చేసుకుంటే.

వ్యక్తి నుండి వ్యక్తికి తీవ్రత భిన్నంగా ఉండవచ్చు. కానీ మీరు కలిసే ప్రతి వ్యక్తి రెండు ప్రాథమిక కోరికలచే నడపబడుతున్నారని మీరు నిర్ధారించుకోవచ్చు: సురక్షితంగా, స్థిరంగా అనుభవించాలని అనిపించే అవసరం, మరియు నియంత్రణలో ఉన్నట్లు అనిపించే అవసరం. మీరు ఆ కోరికలను తీర్చినట్లయితే, మీరు దారిలో పడినట్టే.

డారిల్‌తో నా చాట్‌లో మనం చూసినట్లుగా, వారు సురక్షితంగా, స్థిరంగా లేదా నియంత్రణలో ఉన్నారని వారిని తార్కికంగా ఒప్పించడం మీ పని కాదు. ప్రాథమిక అవసరాలు తక్షణమైనవి, అతార్కికమైనవి (urgent and illogical). కాబట్టి వారిని ఒక ప్రక్కగా వాదించడం మీ ప్రత్యర్థిని నకిలీ "అవును" తో పారిపోవాలని నెట్టడమే.

నకిలీ సానుభూతి రూపంలో "మంచిగా" ఉండటం కూడా అంతే విఫలమవుతుంది. మనం మంచితనానికి రకరకాల పేర్లు పెట్టుకుంటున్న యుగంలో జీవిస్తున్నాం. మనం ఎల్లప్పుడూ, ప్రతి పరిస్థితిలో మంచిగా ఉండాలని, ప్రజల భావాలను గౌరవించాలని ప్రోత్సహించబడుతున్నాం.

కానీ చర్చల సందర్భంలో కేవలం మంచిగా ఉండటం ఒక్కోసారి ఓటమికి దారి తీయొచ్చు. ఒక కుట్రగా మంచితనం నిజాయితీ లేనిదిగా, మానిప్యులేటివ్‌గా ఉంటుంది. మిమ్మల్ని మోసం చేసిన "మంచి" సేల్స్‌మ్యాన్‌తో వ్యవహరించడంలో మీకు నష్టం జరగలేదా? మీరు ప్లాస్టిక్ లాంటి మంచితనంతో తొందరపడితే, మీ చల్లని చిరునవ్వు ఆ బ్యాగేజ్ అంతటినీ బయటకు తీసుకువస్తుంది.

అందువల్ల, తార్కికంగా లేదా నటించిన చిరునవ్వులతో లోపలికి వెళ్ళడం కాకుండా, మనం "కాదు" ని అడగడం ద్వారా ఒక గొప్ప ఫలితానికి చేరుకుంటాము. ఇది మాట్లాడుతున్న వ్యక్తి భద్రత, నియంత్రణ భావనలకు సంబంధించిన విషయం. "కాదు" సంభాషణలను ప్రారంభిస్తుంది, చేరడానికి భద్రతా స్థలాలను సృష్టిస్తుంది. చివరికి "అవును" అనే నిశ్చయానికి తెస్తుంది. ప్రారంభంలో వచ్చిన "అవును" తరచుగా నకిలీ, వంచనాత్మక ప్రతిక్రియ మాత్రమే అవుతుంది.

ఆమె "వెళ్ళిపో" అని నాకు చెప్పిన సుమారు ఐదు నెలల తర్వాత, నేను ఎమీ బాండెరోవ్ ఆఫీస్‌కు వెళ్ళి నేను హెల్ప్ లైన్‌లో వాలంటీర్ గా ఉన్నానని చెప్పాను.

"నువ్వు చేస్తున్నావా?" ఆమె ఆశ్చర్యంగా నవ్వింది. "నేను అందరికీ అదే చెబుతాను. కానీ ఎవ్వరూ చేయరు"

తెలిసిన విషయం ఏమిటంటే ఎమీ తన చర్చల వృత్తిని అదే చోట వాలంటీర్‌గా మొదలు పెట్టింది. ఆమె ఇప్పుడు నాకు స్నేహితులైన వాళ్ల గురించి పేర్లు కూడా చెప్పింది. మేము జిమ్ గురించి చెప్పుకుని నవ్వుకున్నాం.

ఒక్కసారిగా, ఎమీ మాట్లాడటం ఆపి, నన్ను చూస్తూ ఉండిపోయింది. నేను నా షూస్ లోపలి కాళ్లు కాసేపు కదులుస్తూ ఉన్నాను. క్షణంసేపు మౌనంగా ఉండిపోయి, ఆ తర్వాత మెల్లగా నవ్వింది.

"నువ్వు తదుపరి స్థానాన్ని పొందుతావు" అంది.

ఆ సమయంలో, అదే స్థానానికి పోటీ కోరుకుంటూ మరో ఐదుగురు ఉన్నారు – మానసిక శాస్త్రం డిగ్రీలతో, అనుభవంతో, అర్హతలతో. కానీ నేను అందరిని పక్కన పెట్టి FBI అకాడమీ, క్వాంటికో, వెర్జీనియాలోని తదుపరి బందీ చర్చ శిక్షణ కోర్సుకి ముందు ఉండిపోతున్నాను. నా చర్చ కార్యాచరణ వృత్తి అధికారంగా మొదలైంది.

"కాదు" అనేది రక్షణ

("NO" IS PROTECTION)

ఈ అధ్యాయంలో మనం ముందు చెప్పుకున్న టెలీమార్కెటర్ గురించి మరొక్కసారి ఆలోచించండి. అతను "మీకు ఒక గ్లాసు మంచి నీరు ఇష్టమా?" అనే ప్రశ్నకు స్పష్ట సమాధానం ఏమిటంటే, "అవును". కానీ మీరు ఎలా అరుస్తారో తెలుసు: "లేదు!" ఇలాంటిదే మరో ప్రశ్న తర్వాత మీకు పూర్తి ఫోన్ సంభాషణనే బాధాకరం అవుతుందని మనందరికీ తెలుసు.

దానినే, మనం సంక్షిప్తంగా "అవును" మరియు "లేదు" కి ఇచ్చే విలువలలోని అంతర్గత వ్యత్యాసాన్ని వివరిస్తుంది. మనం చర్చలోపడి అప్పుడు చివరికి "అవును" కావాలని ఆశిస్తామని ఎప్పటికీ సందేహం లేదు. కానీ మనం ఆ తుది "అవును" యొక్క పాజిటివ్ విలువను, సాధారణంగా "అవును" ని పాజిటివ్‌గా భావిస్తూ, పొరపాటుగా కలగలిపేస్తాము. మనం "అవును"కి వ్యతిరేకంగా "లేదు"ని చూస్తే, మనం "లేదు" తప్పేమోనన్న అపోహలో పడతాం.

ఇది సత్యం నుంచి ఎంతో దూరం లేదు. "లేదు" చెప్పడం ద్వారా చెప్పిన వారికి భద్రత, స్థిరత్వం, నియంత్రణ భావన ఇస్తుంది. మీరు "లేదు" అని సమాధానం వచ్చే ఒక ప్రశ్న వేసారు, అది సహజంగానే "లేదు" సమాధానాన్ని ప్రేరేపిస్తుంది, కానీ మీ ప్రత్యర్థి మిమ్మల్ని తిరస్కరించడం ద్వారా తాను డ్రైవర్‌సీట్‌లో ఉన్నానని నిరూపించినట్లు భావిస్తాడు. మంచి చర్చకర్తలు ఒక బలమైన "లేదు" – ఒక్కొక్కసారి ఆహ్వానిస్తారు – ఆనందంగా కోరుకుంటారు. ఎందుకంటే అది ఎదుటివారు చురుకుగా ఉన్నారని, ఆలోచిస్తున్నారని సూచిస్తుంది.

కేవలం ముందే "అవును"కి దౌడు తీసుకుంటూ పరుగెత్తితే, మీ ప్రత్యర్థి రక్షణాత్మకంగా, అనుమానాస్పదంగా, చురుకుగా మారిపోతాడు. అందుకే నేను నా విద్యార్థులకు చెబుతాను: మీరు ఏదైనా అమ్మేందుకు ప్రయత్నిస్తే, "మీకు మాట్లాడడానికి కొంత సమయం ఉన్నదా?" అని అడవద్దు. "ఇప్పుడు మాట్లాడటం మీకు యిబ్బందిగా ఉంటుందా?" ఈ రెండు ప్రశ్నలలో మీరు "అవును, చాలా ఇబ్బంది సమయం" అనే సమాధానాన్ని పొందవచ్చు, తదనంతరం మంచి సమయం గురించి చెబుతారు లేదా వెళ్ళిపోమని ఆ మనిషి అడగవచ్చు; లేదా "లేదు, ఇది ఇబ్బందేం లేదు" అని మీ మీద పూర్తి ఫోకస్ పెట్టొచ్చు.

ఒక అభ్యాసంగా, ఈసారి ఎప్పుడైనా మీరు టెలీమార్కెటింగ్ కాల్ పొందినప్పుడే, అమ్మకందారు అడిగే ప్రశ్నలను రాస్తూ వెళ్లండి. నేను హామీ ఇస్తున్నాను: అతను మీకు ఎంత త్వరగా "అవును" కోసం ఒత్తిడిచేస్తాడో మీకు కనిపిస్తుంది. అలాగే మీ అసౌకర్యత స్థాయి కూడా దానికి సరిపడేట్టుగా పెరుగుతుంది.

నా సహోద్యోగి మార్టీ ఎవెల్సిజర్, ఎందుకు "లేదు" "అవును" కంటే మంచి అనే విషయాన్ని మొదటినుంచి నాకు చెప్పి నా కళ్లు తెరిపించింది.

ఆ సమయంలో మార్టీ పిట్స్‌బర్గ్‌లో FBI క్రైసిస్ నెగోషియేషన్ కోఆర్డినేటర్‌గా ఉన్నారు. ఆమె ఒక అణుబాంబులాంటిది, ఒక చర్చకర్త నైపుణ్యాల జీనియస్; అందువల్ల, ఆమెకు బ్యూరోలోనూ స్థానిక పోలీస్‌లలోనూ గొప్ప గౌరవం ఉండేది. కానీ మనుషులు సహజసిద్ధంగా అసూయగ్రస్తులు. ఆమె తరువాతి స్థానంలో వున్న సూపర్వైజర్ కూడా

ఆ నియమానికి మినహాయింపు కాదు. ఆమె విజయము అతని స్థానాన్ని తగ్గించింది. అందుచేతనే అతనికి ఆమెపట్ల వ్యతిరేక భావన ఏర్పడింది.

అతని ఈర్ష్య అతనిపై గెలిచింది. ఎందుకంటే పిట్స్‌బర్గ్ పోలీస్ డిపార్ట్‌మెంట్ యొక్క హోస్టేజ్ నెగోషియేషన్ టీం కొత్త అభ్యర్థుల ఎంపిక బోర్డులో ఆమెను కూర్చోమని అడిగింది. ఆమెను ఎంచుకోవడం, అదీ ఆమె బాస్‌ను పక్కన పెట్టి అలా చేయడం, ఒక అనూహ్యమైన నిర్ణయం.

తనకు ముప్పు వాటిల్లుతుందేమోనన్న భయంతో ఆమె బాస్ ఆమెను ఆ స్థానంలో నుండి తొలగించాలనుకున్నాడు. "తనకు కేటాయించిన విధులను నిర్లక్ష్యం చేసిందని" చెప్పాడు. కానీ నిజానికి అది ఆమెను తొలగించడానికి ఒక కారణం మాత్రమే.

మార్టీ తన అధికారిక తొలగింపు కోసం తన సూపర్వైజర్ ఎదుట కూర్చున్నప్పుడు, ఆమెకు చాలా తక్కువ అవకాశాలే మిగిలాయి. అతను తన ఇష్టం వచ్చినట్లు చేయగలిగే హక్కు కలిగి ఉన్నాడు.

మార్టీ నాతో, తాను ఎన్నో మార్గాలను అన్వేషించిందని చెప్పింది. అతని ఈర్ష్యను నేరుగా ఎదుర్కోవడం, లేదా "ఈ ఉద్యోగం మన బ్యూరో ప్రతిష్టకు తోడ్పడుతుంది" అని వివరించడం కూడా తలచిందని. "మా కార్యాలయం నైపుణ్యవంతంగా ఉంటుంది కాబట్టి మీరు ఆ గౌరవం పొందాలని అనుకుంటున్నారా?" అని అడగవచ్చని కూడా భావించింది.

కానీ చివరకు అతని ముందు కూర్చునే సమయానికి, ఆమె ఒక బలమైన "No" ఆధారిత ప్రశ్నను ఎంచుకుంది – ప్రపంచ స్థాయిలో నేను ఎప్పుడూ వింటుంటాను.

"FBI ని అవమానంపాలు చేయాలని అనుకుంటున్నారా?" అని అడిగింది.

"లేదు" అని అతను సమాధానమిచ్చాడు.

"అయితే నేను ఏం చేయాలని మీరు కోరుకుంటున్నారు?" అని ఆమె ప్రశ్నించింది.

అతను తన 1950ల నాటి నకిలీ-లెదర్ కుర్చీపై వెనక్కి వాలి కూర్చున్నాడు. కూర్చున్నప్పుడల్లా ఒక విధమైన చప్పుళ్లు చేసే ఆ కుర్చీ శబ్దం వినిపించింది. కళ్ళద్దాల మీదుగా ఆమెను నిశితంగా చూశాడు. ఆపై స్వల్పంగా తల ఊపాడు. అతనికి నియంత్రణ భావన వచ్చింది.

"చూడండి, ఆ స్థానాన్ని మీరు కొనసాగించవచ్చు" అని అన్నాడు. "కానీ మీ ఇతర విధులకు ఇది అంతరాయం కలిగించనివ్వకండి"

ఒక నిమిషం లోపే, మార్టీ తన ఉద్యోగాన్ని కాపాడుకుని బయటకు నడిచింది.

నేను ఆ విషయం విన్నప్పుడు, "అదిరిపోయింది!" అనిపించింది. ఎందుకంటే "No" ను బయటకు తీయడం ద్వారా, మార్టీ తన సూపర్వైజర్‌ను నిర్ణయాలు తీసుకునే స్థితిలోకి నెట్టింది. తర్వాత అతనికి మరింత భద్రత, శక్తి కలిగించేలా "తర్వాత నేను ఏమి చేయాలి?" అని ప్రశ్న వేసింది.

ఇక్కడ ముఖ్యమైంది ఏమిటంటే – మార్టీ కేవలం "No" ను అంగీకరించడమే కాకుండా, దానిని అన్వేషించింది, ఆలింగనం చేసుకుంది.

ఒక సేల్స్ కాన్ఫరెన్స్‌లో పాల్గొనేవారిని నేను అడిగాను – వారు ఎక్కువగా భయపడే ఒక పదం ఏమిటని. అందరూ ఒకే స్వరంతో చెప్పారు – "No!" అని. వారికి – దాదాపు అందరికీ – "No" అంటే ఒక్కటే అర్థం: చర్చ ముగిసింది.

కానీ అది నిజం కాదు.

"No" అంటే విఫలమని కాదు. వ్యూహాత్మకంగా ఉపయోగిస్తే, అది ముందుకు దారి తీసే సమాధానం. "No" అనే పదాన్ని చూసి భయపడకపోయే స్థితి పొందడం ప్రతి నెగోషియేటర్‌కి చాలా ముఖ్యమైన క్షణం. ఎందుకంటే మీరు "No" ను భయపడితే, మీరు ఎప్పటికీ నిజమైన చర్చకారులు కాలేరు. మీరు "Yes" కు బందీ అవుతారు. చేతికి సంకెళ్లు వేసుకున్నట్లవుతుంది. ఆట ముగిసిపోతుంది.

అందుకే మనం "No" ను అర్థం చేసుకోవాలి. అది స్వతంత్రతను తిరిగి నిర్ధారించుకోవడమే. అది శక్తి దుర్వినియోగం కాదు; తిరస్కరణ కాదు; మొండి స్వభావం కాదు; చర్చ ముగింపు కాదు.

వాస్తవానికి, "No" తరచుగా చర్చను కొత్త దిశలోకి తీసుకువెళుతుంది. మీరు "No" చెప్పగానే, ముందుగా కనబడని అవకాశాలను, ఎంపికలను మీరు చూడగలుగుతారు. "No" చెప్పడం వల్ల చాలామంది చర్య తీసుకుంటారు – ఎందుకంటే వారు తమను తాము రక్షించుకున్నారన్న భావనతో, ఇప్పుడు ఒక అవకాశం చేజారిపోతుందేమోనని అనుకుంటారు.

నేను "No" ను అర్థం చేసుకున్నప్పటి నుండి, ఆ పదానికి ప్రజలు కలిగించే భావనలు, అర్థాలు, భారం అన్నీ నాకు ఆసక్తికరంగా అనిపిస్తాయి. నాకు అది 1980ల నాటి సినిమా లేదా మ్యూజిక్ వీడియోను ఎన్నోసార్లు చూసినట్లుంది. అనుభవాన్ని మీరు గుర్తించగలుగుతారు. ప్రపంచంతో పాటు, మీరు కూడా ముందుకు సాగిపోయారు అని మీకు తెలుసు.

ఇప్పుడు నేను నా విద్యార్థులకు నేర్పుతాను – "No" నిజానికి ఏమిటో చూడమని. అది ఎవరికీ హాని చేయదు; అది వారిని రక్షిస్తుంది, మేలుచేస్తుంది. "No" భద్రత, విశ్వాసం, నియంత్రణ కలిగిస్తుంది. ఇది అమలు చేయదగిన విజయానికి అవసరం. ఇది ఒక విరామం, ఒక ఆసరా, మాట్లాడేవారికి తాము నిజంగా ఏం కోరుకుంటున్నారో స్పష్టంగా చెప్పే అవకాశం.

ఇక్కడ చూడండి, "No" కి ఎన్ని ప్రతిఫలున్నాయి:

- "No" నిజమైన సమస్యలను బయటకు తెస్తుంది.
- "No" తప్పు నిర్ణయాల నుండి కాపాడుతుంది, వాటిని సరిదిద్దే అవకాశం ఇస్తుంది.
- "No" ప్రక్రియను నెమ్మదింపజేస్తుంది. తద్వారా ప్రజలు తమ నిర్ణయాలను, ఒప్పందాలను స్వేచ్ఛగా అంగీకరించగలుగుతారు.
- "No" ప్రజలకు భద్రత, సౌకర్యం, నియంత్రణ ఇస్తుంది.
- "No" అందరి ప్రయత్నాలను ముందుకు నడిపిస్తుంది.

నా గ్రాడ్యుయేట్ స్టూడెంట్ ఒకరు, రాజకీయ నిధుల సేకరింపుదారు అయిన బెన్ ఒటెన్‌హోఫ్, ఈ పాఠాన్ని శక్తివంతంగా నిరూపించాడు. ఏళ్ల తరబడి అతను రిపబ్లికన్ అభ్యర్థుల కోసం సంప్రదాయ "Yes pattern" ఫండ్‌రైజింగ్ స్క్రిప్ట్ వాడాడు.

పాత స్క్రిప్ట్:

FUND-RAISER: హలో, మిస్టర్ స్మిత్‌తో మాట్లాడవచ్చా?

MR. SMITH: అవును, నేనే.

FUND-RAISER: నేను XYZ కమిటీ నుండి ఫోన్ చేస్తున్నాను. నేటి

ఆర్థిక పరిస్థితుల గురించి కొన్ని ప్రశ్నలు అడగాలనుకుంటున్నాను. మీ అభిప్రాయంలో గ్యాస్ ధరలు చాలా ఎక్కువగా ఉన్నాయా?

MR. SMITH: అవును, మా కుటుంబానికి చాలా ఇబ్బంది కలుగుతోంది.

FUND-RAISER: డెమోక్రాట్లు గ్యాస్ ధరల సమస్యకు కారణమని మీరు అనుకుంటున్నారా?

MR. SMITH: అవును, ఒబామా చెడ్డ వ్యక్తి.

FUND-RAISER: నవంబర్‌లో మనకు మార్పు అవసరమని మీరు అనుకుంటున్నారా?

MR. SMITH: అవును.

FUND-RAISER: ఆ మార్పులో భాగం కావడానికి మీ క్రెడిట్ కార్డ్ నంబర్ ఇస్తారా?

సిద్ధాంతపరంగా అయినా సరే, "అవును" అనే సమాధానాలు ఒక సానుకూల భావనల నిల్వను (reservoir of positivity) నిర్మించాయి. అయితే, అది స్క్రిప్ట్ చివర్లో విరాళాలు కోరినప్పుడు పేలిపోయింది. కానీ వాస్తవంలో సమస్య ఏమిటంటే, "అవును" సరళి (Yes pattern) స్క్రిప్టులు చాలా ఏళ్లుగా చెడు ఫలితాలనే ఇస్తున్నాయి. ప్రతి దశలో కూడా "అవును" అనేది సమాధానం, కానీ తుది సమాధానం మాత్రం తప్పకుండా "కాదు"గా ఉండేది.

తర్వాత బెన్ Jim Camp రాసిన Start with NO పుస్తకం చదివాడు. "No" ను ఒక సాధనంగా వాడి విరాళాలు పెంచవచ్చేమోనని ఆలోచించాడు. కానీ ఫండ్‌రైజింగ్ బృందాన్ని నమ్మించడం కష్టమే – ఎందుకంటే వారు ఎప్పటినుంచో "Yes" పద్ధతికే అలవాటు. అయినప్పటికీ, బెన్ తెలివిగా ఒక చిన్న బృందంతో "No" ఆధారిత స్క్రిప్ట్ ను పరీక్షించాడు.

కొత్త స్క్రిప్ట్:

FUND-RAISER: హలో, మిస్టర్ స్మిత్‌తో మాట్లాడవచ్చా?

MR. SMITH: అవును, నేనే.

FUND-RAISER: నేను XYZ కమిటీ నుండి ఫోన్ చేస్తున్నాను. ఒక ప్రశ్న అడగాలనుకుంటున్నాను – ఇలాగే పరిస్థితులు

కొనసాగితే, అమెరికాకు మంచి రోజులు ముందున్నాయని మీరు భావిస్తున్నారా?

MR. SMITH: లేదు, పరిస్థితులు మరింత దారుణం అవుతాయి.

FUND-RAISER: ఒబామా వైట్ హౌస్ గెలవడాన్ని మీరు కూర్చుని చూస్తారా?

MR. SMITH: లేదు, నేను అలా జరగనివ్వను.

FUND-RAISER: మరి మీరు ఏదైనా చేయాలనుకుంటే, XYZ కమిటీకి విరాళం ఇవ్వవచ్చు. మేము మీ కోసం బలంగా పోరాడుతున్నాం.

ఫలితం: ఈ స్క్రిప్ట్‌లో "No" సమాధానాలే నియంత్రణ ఇచ్చాయి. మిస్టర్ స్మిత్ డ్రైవర్ సీట్‌లో ఉన్నట్లయ్యాడు. ఇది పనిచేసింది! "Yes pattern" కంటే 23% మెరుగైన ఫలితం వచ్చింది.

దురదృష్టవశాత్తూ, మొత్తం బృందానికి ఈ పద్ధతిని ప్రవేశపెట్టలేక పోయాడు – ఎందుకంటే పాతవారు "Yes" అనే నకిలీ భద్రతను వదులుకోలేకపోయారు. ప్రతిభ మొదటిసారి గుర్తించబడదు. అంతే కదా?

చెప్పకుండా తప్పించుకోలేని ఒక చర్చల (negotiation) మేధావి మార్క్ క్యూబన్ —— డల్లాస్ మావెరిక్స్ బిలియనీర్ యజమాని. ఆయన చెప్పిన చర్చలపై ఉన్న అద్భుతమైన వాక్యాల్లో ఒకదాన్ని నేను ఎప్పుడూ నా విద్యార్థులకు ఉదహరిస్తాను: "ప్రతి 'కాదు' నన్ను ఒక 'అవును'కి మరింత దగ్గర చేస్తుంది." కానీ ఆ "అవును" దారి మీద ఆ "కాదు"లను బయటకు తీయడం ఎప్పుడూ అంత సులభం కాదని నేను వారికి గుర్తు చేస్తాను.

మీ ప్రత్యర్థి 'No' చెప్పగలరని అనుకోవడానికి, వారు నిజంగా "No" అని చెప్పడానికి పెద్ద తేడా ఉంటుంది. కొన్ని సార్లు, మీరు వినిపించని ఎవరో వ్యక్తితో మాట్లాడుతున్నప్పుడు, వారు మీరు చెప్పింది అసలు పట్టించుకోనప్పుడు, వారిని "No" చెప్పించే మార్గం ఒకటే – వారిని కొంతసేపు రెచ్చగొట్టడం.

వారి భావాలను, కోరికలను తప్పుగా లేబుల్ చేయండి. వారు ఉద్యోగంలో ఉండాలనుకుంటున్నప్పుడు, "మీరు ఉద్యోగం వదిలేయాలని

అనుకుంటున్నట్టుగా ఉంది" అని చెప్పండి. వెంటనే వారు, "కాదు, నేను అలా అనుకోవడం లేదు. ఇది నిజం" అని సరిదిద్దుతారు.

వారు ఏం కోరుకోవడంలేదో వారినే అడగండి. "మీరేమి వద్దు అనుకుంటున్నారు అనేదానిపై మాట్లాడుదాం" అని. ప్రజలు "No" చెప్పడంలో సౌకర్యంగా ఉంటారు – ఎందుకంటే అది వారిని రక్షించుకోవడమే. ఒకసారి "No" అనగానే, వారు కొత్త ఆలోచనలకూ, ఎంపికలకూ తలుపులు తెరుస్తారు.

"లేదు' – లేదనే సమాధానం – అదే ఒక హెచ్చరిక సంకేతంలా పని చేస్తుంది. బొగ్గు గని లోపల పక్షి (canary in the coal mine) మాదిరిగా!. మీరు ఎంత కృషి చేసినా ఎదుటివారు "లేదు" అనకపోతే, మీరు అస్పష్టంగా ఉన్నవారితో, గందరగోళంలో ఉన్నవారితో, లేదా దాగిన ఉద్దేశ్యం కలిగినవారితో వ్యవహరిస్తున్నట్టే. అలాంటి సందర్భాల్లో మీరు చర్చను ముగించి దూరంగా వెళ్లిపోవాలి.

ఇలా ఆలోచించండి: "లేదు" లేకపోవడం అంటే వెళ్లేది లేదు అన్నమాట.

ఈమెయిల్ మ్యాజిక్: ఇక ఎప్పటికీ నిర్లక్ష్యం చేయబడరు

EMAIL MAGIC: HOW NEVER TO BE IGNORED AGAIN

నిర్లక్ష్యం చేయబడటానికి మించిన విసుగు ఏదీ ఉండదు. తిరస్కరించబడటం బాధ కలిగించేదే, కానీ ఏ సమాధానమూ రాకపోవడం మరీ దారుణం. అది మనల్ని కనపడనివాళ్లలా, లేనివాళ్లలా అనిపింపజేస్తుంది. అంతేకాదు అది మన సమయాన్ని వృథా చేస్తుంది. మనమందరం ఇదే అనుభవించాం: మీరు వ్యాపారానికి సంబంధించిన ఒకరికి ఈమెయిల్ పంపుతారు, వారు పట్టించుకోరు. తర్వాత మీరు మరొక వినయపూర్వకమైన ఫాలోఅప్ పంపుతారు, అయినా వారు మళ్ళీ స్పందించరు. మరి మీరు ఏమి చేస్తారు?

మీరు ఒక వాక్యపు ఈమెయిల్‌తో వారిని "లేదు" అనిపించాలి.

మీరు ఈ ప్రాజెక్ట్‌ని వదిలేశారా?

ఈ వాక్యమే "లేదు" ఆధారిత ప్రశ్నల సారాంశాన్ని చూపుతుంది. ఎదుటివారి సహజమైన నష్టభీతిని ఉపయోగిస్తుంది. ఈమెయిల్ "లేదు" అనే సమాధానాన్ని కోరుతుంది. అది వారికి భద్రతా భావనను, నియంత్రణ భ్రమను ఇస్తుంది. అదే సమయంలో వారిని తమ స్థానాన్ని నిర్వచించడానికి, మీకు వివరించడానికి ప్రోత్సహిస్తుంది.

అంతే కాక, ఇది ఒక అంతర్గత బెదిరింపును కలిగిస్తుంది: మీరు మీ స్వంత నియమాల ప్రకారం చర్చను వదిలేస్తారని. అలా జరగకుండా ఆపడానికి, అంటే నష్టాన్ని తగ్గించడానికి, తమ శక్తిని నిరూపించడానికి, ఎదుటివారి సహజమైన ప్రతిస్పందనగా వెంటనే స్పందించడం, విరుద్ధంగా సమాధానం చెప్పడం అవుతుంది. "లేదు, మా ప్రాధాన్యతలు మారలేదు. మేము కేవలం పని ఒత్తిడిలో చిక్కుకుపోయాం..."

మీరు తల్లి తండ్రి అయితే, మీరు ఈ పద్ధతిని సహజంగానే ఉపయోగిస్తారు. మీ పిల్లలు ఇంటి నుండి/పార్క్ నుండి/మాల్ నుండి రావడానికి ఒప్పుకోకపోతే, మీరు చెబుతారు, "సరే, నేను వెళ్తున్నాను" అని నడవడం మొదలుపెడతారు. చాలాసార్లు – అరవై శాతం కంటే ఎక్కువ సార్లు – వారు "లేదు, ఆగండి!" అని కేక వేస్తూ పరుగెత్తుకుంటూ వస్తారు. ఎవరూ వదిలివేయబడటాన్ని ఇష్టపడరు.

ఇది వ్యాపారంలో ఎవరినైనా ఉద్దేశించి మాట్లాడటానికి కొంచెం కఠినంగా అనిపించవచ్చు. కానీ మీరు దాన్ని అధిగమించాలి. ఇది అసభ్యం కాదు. ఇది నేరుగా ఉన్నా కూడా "లేదు" అనే భద్రతతో కప్పబడి ఉంటుంది. మిమ్మల్ని నిర్లక్ష్యం చేయడమే నిజంగా అసభ్యం. నేను ఈ పద్ధతిని విజయవంతంగా ఉపయోగించాను. కేవలం ఉత్తర అమెరికాలోనే కాదు, "లేదు" అనకూడదనే సంస్కృతితో ప్రసిద్ధి చెందిన అరబిక్ మరియు చైనీస్ సంస్కృతుల్లో కూడా!

ముఖ్యమైన పాఠాలు (KEY LESSONS)

ఈ అధ్యాయంలోని సాధనాలను రోజువారీ జీవితంలో ఉపయోగించడం

చాలామందికి కష్టంగా ఉంటుంది. ఎందుకంటే ఇవి సమాజంలోని అతిపెద్ద నియమాల్లో ఒకదానికి నేరుగా విరుద్ధంగా ఉంటాయి. అది ఏమిటంటే, "మంచిగా ఉండాలి"

మనం మంచితనాన్ని సామాజిక చక్రాలను సునాయాసంగా తిప్పే నూనెలా మార్చేశాం. కానీ అది చాలాసార్లు ఒక మాయ మాత్రమే. మనం వినయపూర్వకంగా ప్రవర్తిస్తాం. ఎవరితోనూ విభేదించం. ఎందుకంటే తక్కువ ఘర్షణతో గడవాలని కోరుకుంటాం. కానీ మంచితనాన్ని ఒక లూబ్రికెంట్‌లా మార్చడం ద్వారా దాని అర్థాన్ని కోల్పోయాం. ఒక చిరునవ్వు, ఒక తల కదిలించడం "నన్ను ఇక్కడినుంచి తప్పించండి!" అని అర్థం కావచ్చు, లేదా "మీతో కలవడం సంతోషం" అని కూడా కావచ్చు.

అది మంచి చర్చకర్తకు మరణంలాంటిది. ఎందుకంటే నిజమైన శక్తి ఎదుటివారి పరిస్థితిని అర్థం చేసుకోవడంలో, వారి కోరికలు, అవసరాలను తెలుసుకోవడంలో ఉంటుంది. ఆ సమాచారాన్ని పొందడానికి ఎదుటివారికి భద్రతా భావనను, నియంత్రణను ఇవ్వాలి. విరుద్ధంగా అనిపించినా, దానికి మార్గం వారిని విరుద్ధంగా సమాధానం చెప్పేలా చేయడమే. వారు ఏమి కోరుకోవడంలేదో చెప్పడం ద్వారా వారు తమ పరిమితులను గీయగలరు. తమ కోరికలను నిర్వచించగలరు.

ఈ అధ్యాయ పద్ధతులను మీరు ఉపయోగించే ప్రయత్నం చేసినప్పుడు, వాటిని "మంచితనం మాయ" కి వ్యతిరేకంగా ఆలోచించండి. అవి అసభ్యమైనవని కాదు, అవి నిజమైనవని. "లేదు" అనే సమాధానాన్ని ప్రేరేపించడం "అవును" అనే నకిలీ ముఖాన్ని తొలగించి, అసలు సమస్య ఎక్కడుందో బయటపెడుతుంది. ఈ ప్రయాణంలో ఈ శక్తివంతమైన పాఠాలను గుర్తుంచుకోండి:

- "అవును" అని చెప్పించాలనే అలవాటు విడిచి పెట్టండి. ఎవరినైనా "అవును" చెప్పమని ఒత్తిడి పెడితే వారు రక్షణాత్మకంగా మారతారు. మనకు "అవును" వినడం ఇష్టం కాబట్టి, అదే మనపై ఒత్తిడి పెడితే మనం కూడా రక్షణాత్మకంగా మారతామన్న విషయం మనకు కనిపించదు.
- "లేదు" అనేది విఫలం కాదు. మనం "లేదు" అనేది "అవును"కి

విరుద్ధమని, కాబట్టి దాన్ని ఎట్టి పరిస్థితుల్లోనూ దూరంగా ఉంచాలని నేర్చుకున్నాం. కానీ అది చాలా సార్లు కేవలం "ఆగు" లేదా "దాంట్లో నేను సౌకర్యంగా లేను" అనే అర్థమే యిస్తుంది. దాన్ని ప్రశాంతంగా వినడం నేర్చుకోండి. అది చర్చ ముగిసిందని కాదు, అది ఆరంభం అని అర్థం.

- "అవును" అనేది చివరి లక్ష్యం, కానీ మొదట్లో దానిని లక్ష్యంగా పెట్టుకోకండి. ఎవరికైనా చాలా త్వరగా "అవును" అడగడం – "మిస్టర్ స్మిత్, మీకు నీరు తాగడం ఇష్టమా?" – అనడం వారి అప్రమత్తతను పెంచుతుంది. మిమ్మల్ని నమ్మశక్యంకాని అమ్మకందారుడిలా చూపిస్తుంది. "లేదు" అనడం మాట్లాడేవారికి భద్రత, నమ్మకం ఇస్తుంది. అందుకే "ఇప్పుడు మాట్లాడటానికి చెడ్డ సమయమా?" అనడం, "కొన్ని నిమిషాలు మాట్లాడటానికి సమయం ఉందా?" అని అడగడంకంటే మెరుగైనది.

- కొన్నిసార్లు ఎదుటివారు మీ మాట వినేలా చేయడానికి మార్గం వారిని "లేదు" అనిపించడం మాత్రమే. అంటే, ఉద్దేశపూర్వకంగా వారి భావోద్వేగాలను లేదా కోరికలను తప్పుగా లేబుల్ చేయడం, లేదా అసంభవమైన ప్రశ్న అడగడం – "ఈ ప్రాజెక్ట్ విఫలమవ్వాలని మీరు కోరుకుంటున్నట్లు ఉంది" – అదే నెగటివ్ సమాధానాన్ని మాత్రమే ఇస్తుంది.

- వారి ప్రపంచంలోనే చర్చ జరపండి. ఒప్పించడం అనేది మీరు ఎంత తెలివిగా, బలంగా ఉన్నారో చూపించడం కాదు. అది ఎదుటివారు మీకు కావలసిన పరిష్కారాన్ని తమ ఆలోచనగా నమ్ముకునేలా చేయడం. కాబట్టి వారిని లాజిక్‌తో లేదా బలవంతంతో ఓడించకండి. వారిని మీ లక్ష్యాల వైపు నడిపించే ప్రశ్నలు అడగండి. ఇది మీ గురించి కాదు.

- ఒక వ్యాపార భాగస్వామి మిమ్మల్ని నిర్లక్ష్యం చేస్తే, మీరు వెళ్ళడానికి సిద్ధంగా ఉన్నారని సూచించే స్పష్టమైన, సంక్షిప్తమైన "లేదు" ఆధారిత ప్రశ్నతో వారిని సంప్రదించండి.

"మీరు ఈ ప్రాజెక్ట్‌ని వదిలేశారా?" అద్భుతంగా పనిచేస్తుంది.

అధ్యాయం 5

ఎలాంటి చర్చలనైనా మార్చగలిగే రెండు పదాలను తక్షణమే ప్రేరేపించండి

2000 ఆగస్టులో, దక్షిణ ఫిలిప్పీన్స్‌లోని ఇస్లామిక్ మిలిటెంట్ గ్రూప్ 'అబూ సయ్యాఫ్', తమ మనుష్యులు ఒక CIA ఏజెంట్‌ను పట్టుకున్నారని ప్రకటించింది. నిజానికి ఆ వార్త అంత విలువగలది కాదు. తిరుగుబాటుదారులకు అంతగా ఉపయోగపడేదీ కాదు.

అబూ సయ్యాఫ్, 24 సంవత్సరాల అమెరికన్ అయిన జెఫ్రీ షిల్లింగ్‌ను అపహరించింది. అతను జోలో దీవిలో వారి స్థావరానికి దగ్గరగా ప్రయాణించాడు. కాలిఫోర్నియాకు చెందిన షిల్లింగ్, తన తలకు 10 మిలియన్ డాలర్ల డిమాండ్‌తో బందీ అయ్యాడు.

ఆ సమయంలో నేను FBI ఎలైట్ క్రైసిస్ నెగోషియేషన్ యూనిట్ (CNU) లో అటాచ్ అయిన సూపర్వైజరీ స్పెషల్ ఏజెంట్ (SSA) గా పనిచేస్తున్నాను. CNU అనేది చర్చల ప్రపంచంలో ప్రత్యేక దళాల సమానమైనది. ఇది FBI యొక్క హోస్టేజ్ రెస్క్యూ టీమ్ (HRT) కి అటాచ్ చేయబడి వుంటుంది. రెండూ జాతీయ కౌంటర్ టెర్రరిస్ట్ రెస్పాన్స్ ఆస్తులు. అవి ఉత్తమమైనవాటిలో ఉత్తమమైనవి.

CNU, FBI అకాడమీ, క్వాంటికో, వర్జీనియాలో ఉంది. FBI అకాడమీ ఒక్క మాటతో "క్వాంటికో" గా ప్రసిద్ధి చెందింది. మంచికైనా,

చెడుకైనా, క్వాంటికోను చట్టాన్ని అమలుచేసే విభాగంలో అత్యున్నత జ్ఞాన కేంద్రంగా భావిస్తారు. ఒక చర్చ తప్పుగా సాగుతుంటే, "క్వాంటికో" ఏమంటుందో తెలుసుకోమని చెప్పబడితే, వారు CNUనే సంప్రదిస్తారు.

CNU ఒక శక్తివంతమైన పద్ధతిని అభివృద్ధి చేసింది: బిహేవియరల్ చేంజ్ స్టేర్‌వే మోడల్ (BCSM). ఈ మోడల్ ఐదు దశలను సూచిస్తుంది – శ్రద్ధగా వినడం (active listening), సహానుభూతి (empathy), సాన్నిహిత్యం (rapport), ప్రభావం (influence), ప్రవర్తనలో మార్పు (behavioral change). వీటి ద్వారా ఏ నెగోషియేటర్ అయినా వినడం నుండి ప్రవర్తనను ప్రభావితం చేయడం వరకు వెళ్తాడు.

ఈ మోడల్ మూలాలు గొప్ప అమెరికన్ మానసిక శాస్త్రవేత్త కార్ల్ రోజర్స్ వరకు వెళ్తాయి. ఆయన చెప్పినది ఏమిటంటే, నిజమైన మార్పు అంటే థెరపిస్ట్ క్లయింట్‌ను యథాతథంగా అంగీకరించినప్పుడు మాత్రమే వస్తుంది. దీన్నే unconditional positive regard అంటారు. (ఇది ఒకరిని వారి లోపాలు, తప్పులు, పరిస్థితులు ఏవైనా సరే ఎలాంటి షరతులు లేకుండా ప్రేమించడం అనేది. బిడ్డలను తల్లిదండ్రులు ప్రేమించడం. అను.) కానీ, రోజర్స్ చెప్పినట్టుగా, మనలో చాలామందికి చిన్నప్పటి నుంచే ప్రేమ, ప్రశంస, ఆమోదం అన్నీ షరతులతోనే లభిస్తాయని తెలుసుకుంటాం. అంటే, మనం నిజంగా మన లోపల ఎవరిమో, ఎలా ఆలోచిస్తామో, ఎలా ఉంటామో దాచిపెట్టి, ఇతరులు సంతోషించే మాటలు మాత్రమే మాట్లాడే అలవాటు ఏర్పడుతుంది.

అందుకే చాలా సామాజిక సంబంధాలు నిజమైన ప్రవర్తన మార్పుకు దారి తీసేవిగా ఉండవు. ఉదాహరణకి, ఓపెన్–హార్ట్ సర్జరీ చేసిన తీవ్రమైన గుండె రోగితో మాట్లాడుతున్న డాక్టర్: "ఈ సర్జరీ చికిత్స కాదు. నిజంగా ఎక్కువ కాలం బ్రతకాలి అంటే, మీ జీవన శైలిని మార్చుకోవాలి..." అని చెబుతాడు. అదే విధంగా రోగి కూడా, "అవును డాక్టర్, ఖచ్చితంగా మార్చుకుంటాను! ఇది నాకు రెండో అవకాశం."

కానీ వాస్తవంగా మారిపోతారా? అధ్యయనాలు ఏం చెబుతున్నాయంటే – ఆపరేషన్ జరిగిన రెండు సంవత్సరాల తర్వాత 90 శాతం పైగా రోగులు ఏ విధమైన మార్పులూ చేసుకోరు.

రోజువారీ జీవితంలో పిల్లలతో, బాస్‌తో, క్లయింట్‌తో చేసే చర్చలు బందీ పరిస్థితులంత (లేదా ఆరోగ్యం చెడిపోయేటంత) ప్రాణాంతకమేమీ

కావు. అయినా, కేవలం తాత్కాలికమైన ఒప్పందాలు కాకుండా, నిజమైన గాఢమైన మార్పుకు కావాల్సిన మానసిక వాతావరణం ఒకటే కావాల్సింది.

మీరు విజయవంతంగా ఎవరినైనా 'ప్రవర్తన మార్పు' వైపుకు పైకి తీసుకెళ్తే, ఒక దశలో అన్‌కండీషనల్ పాజిటివ్ రిగార్డ్ స్థిరమవుతుంది. అప్పుడు మీరు ప్రభావం చూపడం మొదలుపెట్టవచ్చు. అనేక సంవత్సరాల అభ్యాసం తర్వాత, నేను ఎవరికైనా ఆ స్థాయికి చేరుకోవడం నేర్పగలను. కానీ కార్డియాలజిస్టులు బాగా తెలిసినట్లుగా, లేదా Getting to Yes పుస్తకం చదివిన బిజినెస్ స్కూల్ గ్రాడ్యుయేట్స్ అనుభవించినట్లుగా, మీరు వినేది కేవలం "అవును" మాత్రమే అయితే, మీరు ఇంకా ఆ స్థాయికి చేరుకోలేదు.

త్వరలో మీరు నేర్చుకుంటారు – ఏ చర్చలోనైనా మధురమైన రెండు పదాలు ఇవే: "అదే నిజం"

సూక్ష్మమైన ఆత్మజ్ఞానం కలిగించడం
(CREATE A SUBTLE EPIPHANY)

నేను సహజంగానే యీ విషయంలో షిల్లింగ్ కేసు గురించి చెబుతాను. నేను ఫిలిప్పీన్స్‌లో కొంతకాలం గడిపాను. అలాగే న్యూయార్క్ సిటీలో జాయింట్ టెర్రరిజం టాస్క్ ఫోర్స్ (JTTF) లో పని చేసిన అనుభవంతో, టెర్రరిజం పై విస్తృతమైన నేపథ్యం నాకు ఉంది.

షిల్లింగ్ బందీ అయిన కొద్ది రోజులకే, నా భాగస్వామి చక్ రెగినితో కలిసి మేము మానిలాకు విమానంలో వెళ్లి చర్చలను నడిపించాం. FBIలో అత్యున్నత అధికారి అయిన జిమ్ నిక్సన్, ఫిలిప్పీన్ సైనిక ఉన్నతాధికారులతో కలసి మాతో సమావేశమయ్యాడు. వారు మేము చర్చలను మార్గనిర్దేశం చేయడానికి అంగీకరించారు. తరువాత అసలు పనిని మొదలుపెట్టాం. FBI తరఫున, అంటే యుఎస్ ప్రభుత్వ తరఫున, ఒకరే చర్చా వ్యూహానికి నాయకత్వం వహించాలి. ఆ బాధ్యత నాదైంది. సహచరుల మద్దతుతో, వ్యూహాన్ని రూపకల్పన చేసి, ఆమోదింపజేసి, అమలు చేయడం నా పని.

షిల్లింగ్ కేసు ఫలితంగా, నేను FBIలో ప్రధాన అంతర్జాతీయ కిడ్నాప్ నెగోషియేటర్‌గా మారాను.

మా ప్రధాన ప్రత్యర్థి అబూ సబయా, షిల్లింగ్ విడిపించటం కోసం వ్యక్తిగతంగా చర్చలు జరిపిన తిరుగుబాటు నాయకుడు. సబయా ఒక అనుభవజ్ఞుడైన తిరుగుబాటుదారుడు, హింసాత్మక చరిత్ర కలిగిన వాడు. అతడు నిజంగానే సినిమాల్లో కనిపించే టెర్రరిస్ట్-సైకోపాత్-కిల్లర్ మాదిరిగా ఉంటాడు. అతనికి అత్యాచారం, హత్యలు, తలనరికి వేయడం వంటి ఘోరమైన పనులు చేసిన చరిత్ర ఉంది. ఫిలిప్పీన్ మీడియాకు తను సృష్టించిన రక్తపాతం వీడియోలు పంపడానికి ఇష్టపడేవాడు.

సబయా ఎప్పుడూ సన్‌గ్లాసెస్, బందానా, బ్లాక్ టీ-షర్ట్, క్యామో పాంట్ వేసుకునేవాడు. దీని వలన తాను మరింత ఆకర్షణీయంగా కనిపిస్తానని అనుకునేవాడు. ఆ కాలంలో అబూ సయ్యాఫ్ టెర్రరిస్టుల ఫోటోలు చూస్తే, ఎప్పుడూ సన్‌గ్లాసెస్ వేసుకున్న వాడు కనబడతాడు. వాడే సబయా.

సబయాకు మీడియా అంటే చాలా, చాలా, చాలా ఇష్టం. ఫిలిప్పీన్ రిపోర్టర్లు అతనితో తరచుగా ఫోన్‌లో మాట్లాడేవారు. వారు అతనిని టాగాలోగ్‌లో ప్రశ్నలు అడిగేవారు. అది అతని మాతృభాష. కానీ అతను ఇంగ్లీష్‌లో సమాధానం చెప్పేవాడు. ఎందుకంటే తన గొంతు CNN లో ప్రపంచం వింటుందని అతను కోరుకునేవాడు. "నా గురించి సినిమా తీయాలి" అని రిపోర్టర్లతో చెప్పేవాడు.

నా దృష్టిలో, సబయా అనే వాడు టెక్సాస్ అంత పెద్ద అహంకారం కలిగిన, రక్తం మరిగిన వ్యాపారవేత్త. నిజంగా తిమింగలంలాంటి వాడు. తాను "వస్తు ప్రపంచపు" వ్యాపారంలో ఉన్నాడని సబయాకు తెలుసు. జెఫ్రీ షిల్లింగ్ అతని చేతిలో విలువైన వస్తువు. దాని ధర ఎంత వస్తుంది? తాను కనుక్కోవాలి. కానీ అతనికి ఇష్టం లేని ఒక ఆశ్చర్యాన్ని కలుగజేయాలని నేను అనుకున్నాను. FBI ఏజెంట్‌గా, నా లక్ష్యం బందీని విడిపించడం, నేరస్తుడిని న్యాయపరంగా చట్టానికి అప్పగించడం.

ఏదైనా చర్చలో కీలక అంశం ఏమిటంటే – మీ ప్రత్యర్థి తన స్థానానికి ఎలా వచ్చాడో తెలుసుకోవడం. సబయా 10 మిలియన్ డాలర్ల ఫిర్యాదు ధరను వ్యాపార లెక్కల ఆధారంగా చెప్పాడు.

మొదట, అమెరికా 1993 వరల్డ్ ట్రేడ్ సెంటర్ బాంబింగ్ నిందితులను పట్టుకోవడానికి సమాచారం ఇచ్చిన వారికి 5 మిలియన్ డాలర్ల రివార్డు

ప్రకటించింది. అమెరికా తాను ఇష్టపడని వ్యక్తిని పట్టుకోవడం కోసమే 5 మిలియన్ ఇస్తే, తన పౌరుడి కోసం మరింత ఇస్తుందని సబయా అనుకున్నాడు.

రెండవది, అబూ సయ్యాఫ్‌లోని ప్రత్యర్థి వర్గం 6 మంది పాశ్చాత్య యూరోపియన్ బందీల కోసం 20 మిలియన్ డాలర్లు పొందింది అన్న వార్త వచ్చింది. లిబియన్ నియంత ముఅమ్మర్ గడ్డాఫీ ఆ డబ్బును "డెవలప్‌మెంట్ ఎయిడ్" పేరిట చెల్లించాడు. కానీ యీ చెల్లింపులో పెద్ద భాగం నకిలీ నోట్లు. ఇది పాశ్చాత్య ప్రభుత్వాలను అవమానపరిచేందుకు, అలాగే తనకు అనుకూలంగా ఉన్న గ్రూపులకు డబ్బు పంపించేందుకు గడ్డాఫీకి ఒక అవకాశం. అతను చనిపోయే రోజు వరకు ఆ సంఘటనను గుర్తుచేసుకుని నవ్వుకుని ఉండాలి.

ఏదేమైనా, ధర నిర్ణయించబడింది. సబయా లెక్కలు వేసి, షిల్లింగ్ విలువ 10 మిలియన్ డాలర్లు అన్నాడు. సమస్య ఏమిటంటే, జెఫ్ షిల్లింగ్ ఒక వర్కింగ్ క్లాస్ కుటుంబం నుంచి వచ్చాడు. అతని తల్లి దగ్గర ఎక్కువలో ఎక్కువ 10 వేల డాలర్లు ఉండవచ్చు. అమెరికా ఒక్క డాలరును కూడా చెల్లించదు. కానీ దాన్ని "స్టింగ్ ఆపరేషన్" గా అమలు చేయగలిగితే, చెల్లింపు జరిగేందుకు అనుమతిస్తామని మేము సిద్ధంగా ఉన్నాం.

మేము సబయాను ఒక ఆఫర్ – కౌంటర్ ఆఫర్ బేరసారాల వ్యవస్థలోకి లాగగలిగితే, ఆ వ్యవస్థ పద్ధతి ప్రతిసారీ పనిచేస్తుందని మాకు తెలుసు. అలా చేస్తే, అతన్ని ఎక్కడుంచాలో అక్కడపెట్టి, బందీని విడిపించి, స్టింగ్ ఆపరేషన్ ఏర్పాటు చేయగలం.

కొన్ని నెలలు సబయా కదలలేదు. అతను చెప్పింది – ఫిలిప్పీన్స్‌లోని ముస్లింలు 500 సంవత్సరాలుగా అణచివేతకు గురయ్యారని. 16వ శతాబ్దంలో స్పానిష్ మిషనరీలు ఫిలిప్పీన్స్‌కు కేథలిసిజాన్ని తెచ్చినప్పటి నుంచి అని అంటాడు. తన ఇస్లామిక్ పూర్వీకులపై జరిగిన అఘాయిత్యాలను వివరించాడు. దక్షిణ ఫిలిప్పీన్స్‌లో ఇస్లామిక్ రాష్ట్రం ఎందుకు కావాలో వివరించాడు. మత్స్యకార హక్కులు ఉల్లంఘించబడ్డాయని అన్నాడు. ఏ కారణమైనా, సబయా దాన్ని వాడుకున్నాడు.

సబయా కోరుకున్నది 10 మిలియన్ డాలర్లు – అది ఫిర్యాదు కాదని, యుద్ధ నష్టపరిహారం అని చెప్పాడు. అతను తన డిమాండ్‌లో కఠినంగా

నిలబడ్డాడు. మేము వాడదలచుకున్న ఆఫర్–కౌంటర్ ఆఫర్ వ్యవస్థలోకి మమ్మల్ని రానీయలేదు.

మధ్య మధ్యలో జెఫ్ షిల్లింగ్‌పై హింస చూపుతున్నానని బెదిరింపులు వదిలేవాడు.

సబయా నేరుగా బెంజీ, ఒక ఫిలిప్పీన్ మిలిటరీ ఆఫీసర్‌తో చర్చించాడు. వారు టాగాలోగ్‌లో మాట్లాడేవారు. మేము ఆ సంభాషణల ఇంగ్లీష్ అనువాదాలను సమీక్షించి, బెంజీకి సలహాలు ఇచ్చేవాళ్లం. నేను మానిలాలో ఉండి చర్చలను పర్యవేక్షించేవాడిని. వ్యూహాన్ని సమన్వయం చేసేవాడిని. షిల్లింగ్‌కు 500 ఏళ్ల ముస్లిం–ఫిలిప్పీన్ విభేదాలతో ఏ సంబంధం ఉందని అడగమని బెంజీకి సూచించాను. 10 మిలియన్ డాలర్లు అసాధ్యమని చెప్పమని చెప్పాను.

ఎలా చెప్పినా, షిల్లింగ్‌కి "యుద్ధ నష్టపరిహారం"తో సంబంధం లేదని వివరించినా, సబయా వినలేదు.

మా మొదటి "అదే నిజం" (that's right) బ్రేక్‌త్రూ నిజానికి నేను బెంజీతో మాట్లాడుతున్నప్పుడు వచ్చింది. అతను నిజమైన ఫిలిప్పీన్ దేశభక్తుడు. ఫిలిప్పీన్ నేషనల్ పోలీస్ స్పెషల్ యాక్షన్ ఫోర్స్ నాయకుడు. అనేకసార్లు బందీలను రక్షించేందుకు అతని దళం పంపబడింది. వారి రికార్డు అద్భుతమైనది. అతని దళాన్ని చూసి అందరూ భయపడేవారు. వారు అరుదుగా చేతులకు బేడీలు వాడేవారు.

బెంజీకి సబయాతో నేరుగా, గట్టి మాటలతో మాట్లాడాలని ఉంది. కానీ మేము సబయాతో సంభాషణ జరిపి, అతన్ని అర్థం చేసుకోవాలని కోరుకున్నాం. ప్రత్యర్థితో కూడా సాన్నిహిత్యం ఏర్పరచుకోవాలని కోరుకున్నాం. బెంజీకి అది అసహ్యం.

బెంజీ తనకు విరామం కావాలని చెప్పాడు. మేము అతన్ని దాదాపు 24 గంటలు, వారానికి 7 రోజులు పని చేయించాం. అతను మానిలా ఉత్తరంలోని పర్వతాల్లో వున్న అతని కుటుంబాన్ని చూడాలనుకున్నాడు. మేము అంగీకరించాం. కానీ షరతు ఏమిటంటే – శనివారం, ఆదివారం కొన్ని గంటలు అతనితో కలిసి వ్యూహంపై పని చేయాలి.

ఆ శనివారం రాత్రి, అమెరికా అంబాసడర్ వేసవి నివాసంలోని లైబ్రరీలో మేము వ్యూహంపై పని చేస్తూ కూర్చున్నాం. నేను సబయా లాంటి

ప్రమాదకరమైన ప్రత్యర్థితో కూడా సాన్నిహిత్యం ఆధారిత సంబంధం యొక్క విలువను బెంజీకి వివరిస్తున్నప్పుడు, అతని ముఖంలో కోపం కనిపించింది. అప్పుడు నేను బెంజీతోనే చర్చ చేయాలని గ్రహించాను.

"నువ్వు సబయాను ద్వేషిస్తున్నావు కదా?" అని లేబుల్ వేశాను.

బెంజీ ఉప్పొంగిపోయాడు. "అవును, నేను ద్వేషిస్తున్నాను!" అన్నాడు. "అతను హత్యలు చేశాడు, అత్యాచారాలు చేశాడు. మేము అతని స్థావరంపై ఫిరంగులు దాడి చేస్తున్నప్పుడు, రేడియోలోకి వచ్చి 'ఈ ఫిరంగుల శబ్దాలు నా చెవులకు సంగీతం' అన్నాడు. ఒక రోజు అతని గొంతు రేడియోలో వినిపించింది. నా మనుషులలో ఒకరి శవం మీద నిలబడి ఆనందిస్తున్నాడు."

ఈ ఉద్వేగ విస్ఫోటనం బెంజీకి "అదే నిజం" తో సమానమైంది. తన కోపాన్ని అంగీకరించగానే, అతను శాంతించసాగాడు. అప్పటివరకు కూడా అతను బాగా ఉన్నాడు. కానీ ఆ క్షణం నుంచి అతను ఒక అద్భుతమైన నెగోషియేటర్‌గా వికసించాడు.

నాకూ, బెంజీ మధ్య ఈ "చర్చ" ఇతర సహచరుల మధ్య జరిగే చర్చలతో ఏమాత్రం భిన్నం కాదు. ఒక వ్యూహంపై వారు ఏకీభవించే ముందు, మీరు వారికి "అదే నిజం" అనిపించే మాటలు చెప్పాలి.

"అదే నిజం" బ్రేక్‌త్రూ సాధారణంగా చర్చ ప్రారంభంలో రాదు. అది ప్రత్యర్థికి కనిపించదు. కానీ వారు మీరు చెప్పిన మాటను పూర్తిగా అంగీకరిస్తారు. వారికి అది ఒక 'సూక్ష్మమైన ఆత్మజ్ఞానం' (SUBTLE EPIPHANY).

ఒక సారాంశంతో "అదే కదా!" ను ట్రిగ్గర్ చేయండి

TRIGGER A "THAT'S RIGHT !" WITH A SUMMARY

నాలుగు నెలల చర్చల తర్వాత కూడా సబయా కదల్లేదు. నేను 'రీసెట్ బటన్' నొక్కాల్సిన సమయం వచ్చిందని నిర్ణయించుకున్నాను.

బెంజీ సంభాషణలను పొడిగించడంలో చాలా నైపుణ్యం సాధించాడు. సబయా తనకు కావలసిన దానిని ఎలా పొందాలో ప్రయత్నిస్తూ, బెంజీకి కాల్ చేసే ముందు, ఒక విధమైన ఒత్తిడితో, ఒక గంట పాటు ముందుకు వెనుకకు

నడుస్తుండే సందర్భాలు ఉండేవని అతను గుర్తించగలిగాడు. అతను ఫోన్ చేసి, “నాకు అవును లేదా కాదు చెప్పు! కేవలం అవును లేదా కాదు!” అని అంటూండేవాడు.

మేము సబయాను ఆ “యుద్ధ నష్టపరిహారం” మూర్ఖత్వం నుండి బయటకు తీయాలి. ఎంత తర్కం, ప్రశ్నలు వేసినా, అతను వదలలేదు. షిల్లింగ్ గురించి బెదిరింపులు వచ్చాయి, పోయాయి. ప్రతిసారి మేము అతన్ని శాంతింపజేశాం.

ఈ దశను దాటేందుకు, మేము సబయాను అతని మాటలతోనే ఎదుర్కోవాలని నిర్ణయించుకున్నాను. అలా చేస్తే అడ్డంకులు తొలగిపోతాయి. అతనితో “అదే నిజం” అనిపించుకోవాలి. అది ఎలాంటి బ్రేక్‌త్రూ ఇస్తుందో అప్పట్లో నాకు తెలియదు. కానీ ప్రక్రియపై విశ్వాసం ఉంచాల్సిందేనని నాకు తెలుసు.

నేను రెండు పేజీల డాక్యుమెంట్ రాసి, బెంజీకి మార్గాన్ని మార్చమని ఆదేశించాను. మేము శ్రద్ధగా వినే ప్రక్రియలో దాదాపు ప్రతి వ్యూహాన్ని ఉపయోగించబోతున్నాం:

1. సమర్థవంతమైన విరామాలు (Effective Pauses): మౌనం శక్తివంతమైనది. మేము బెంజీకి ఇది ఉద్ఘాటన కోసం వాడమని, సబయా మాట్లాడుతూ ఉండేందుకు ప్రోత్సహించమని చెప్పాము. చివరికి, చెరువును శుభ్రం చేసినట్టుగా, సంభాషణలోని భావోద్వేగాలు తుడిచిపెట్టబడతాయి.

2. తక్కువ ప్రోత్సాహకాలు (Minimal Encouragers): మౌనంతో పాటు, “అవును,” “సరే,” “ఊహు,” “అర్థమైంది” లాంటి చిన్న మాటలు వాడమని చెప్పాము. ఇవి సబయా చెప్పేది శ్రద్ధగా వింటున్నాడని బెంజీకి తెలియడానికి సమర్థవంతంగా పని చేస్తాయి.

3. మిర్రరింగ్ (Mirroring): సబయాతో వాదించడం బదులు, “యుద్ధ నష్టాలు” నుండి షిల్లింగ్‌ను వేరు చేయడానికి ప్రయత్నించడం బదులు, బెంజీ వినాలి మరియు సబయా చెప్పిన మాటలను పునరావృతం చేయాలి.

4. లేబెలింగ్ (Labeling): బెంజీ సబయా భావోద్వేగాలకు పేరు పెట్టి, అతని భావనతో తానూ అనుభూతి చెందుతున్నట్టు చెప్పాలి. "ఇవి అన్నీ చాలా విషాదకరంగా అన్యాయంగా అనిపిస్తున్నాయి. అందుకే మీరు కోపంగా మాట్లాడుతున్నారనిపిస్తోంది" అని చెప్పాలి.

5. వివరించే అభిప్రాయం (Paraphrase): సబయా చెప్పిన మాటలను బెంజీ తన మాటల్లో తిరిగి చెప్పాలి. దీని ద్వారా అతను కేవలం పునరావృతం చేయకుండా నిజంగానే అర్థం చేసుకున్నాడని శక్తివంతంగా చూపించగలడు.

6. సారాంశం (Summarize): మంచి సారాంశం అనేది చెప్పిన అర్థాన్ని తిరిగి చెప్పడమే కాక, దాని వెనుక ఉన్న భావోద్వేగాలను అంగీకరించడం కూడా (ప్యారాఫ్రేజ్ + లేబెలింగ్ = సారాంశం). మేము బెంజీకి "అబూ సబయా ప్రపంచం" ని పూర్తిగా సారాంశం చేయమని చెప్పాము. యుద్ధ నష్టాలు, చేపల వేట హక్కులు, ఐదు వందల ఏళ్ల అణచివేత గురించి సబయా చెప్పిన ప్రతీ నిరర్థకమైన మాటను అతను పూర్తిగా సారాంశం చేయాలి. ఒకసారి ఇది జరిగితే, ఒక్క సమాధానం మాత్రమే సాధ్యం – సబయా "అదే కదా" అని ఒప్పుకోవడం.

రెండు రోజుల తరువాత సబయా బెంజీకి ఫోన్ చేశాడు. సబయా మాట్లాడాడు. బెంజీ విన్నాడు. మాట్లాడినప్పుడు, నా స్క్రిప్ట్‌ను అనుసరించాడు: తిరుగుబాటు గ్రూప్ సమస్యల పట్ల సానుభూతి వ్యక్తం చేశాడు. మిర్రరింగ్, ప్రోత్సాహకాలు, లేబెలింగ్ – ప్రతి వ్యూహం సజావుగా పనిచేసి, సబయా దృక్పథాన్ని మార్చడం మొదలుపెట్టింది. చివరికి, బెంజీ తన మాటల్లోనే సబయా చరిత్ర దృశ్యం మరియు దాని భావోద్వేగాలను తిరిగి చెప్పాడు.

సబయా దాదాపు ఒక నిమిషం మౌనంగా ఉన్నాడు. చివరికి అన్నాడు:

"అదే కదా!"

మేము కాల్ ముగించాము.

"యుద్ధ నష్టాల" డిమాండ్ మాయమైపోయింది.

ఆ తరువాత నుండి సబయా డబ్బు గురించి ఒక్క మాట కూడా ప్రస్తావించలేదు. జెఫ్రీ షిల్లింగ్ విడుదల కోసం ఒక్క పైసా కూడా అడగలేదు. చివరికి ఈ కేసు, కాలిఫోర్నియా వ్యక్తిని బందీగా ఉంచడం పట్ల అతను విసుగుపడ్డాడు. షిల్లింగ్ శిబిరం నుండి తప్పించుకున్నాడు. ఫిలిప్పీన్స్ కమాండోలు దాడి చేసి అతన్ని రక్షించారు. అతను సురక్షితంగా కాలిఫోర్నియాలోని తన కుటుంబానికి తిరిగి చేరుకున్నాడు.

షిల్లింగ్ తప్పించుకున్న రెండు వారాల తరువాత, సబయా బెంజీకి ఫోన్ చేశాడు:

"మీకు ప్రమోషన్ వచ్చిందా?" అని అడిగాడు. "లేకపోతే యిప్పుడు రావాలి."

"ఎందుకు?" బెంజీ అడిగాడు.

"నేను జెఫ్రీకి హాని చేయబోయాను" అని సబయా అన్నాడు. "అలా చేయకుండా మీరు ఏం చేశారో నాకు తెలియదు, కానీ ఏదైతే చేశారో అది పనిచేసింది."

2002 జూన్‌లో సబయా ఫిలిప్పీన్స్ సైనికుల కాల్పుల్లో చనిపోయాడు.

ఒక మనిషి ప్రాణం కోసం జరిపిన చర్చల వేడిలో, ఆ రెండు మాటల విలువ నాకు అర్థం కాలేదు: "అదే కదా!" కానీ ట్రాన్స్‌క్రిప్ట్స్ చదివి, చర్చల గమనాన్ని తిరిగి నిర్మించినప్పుడు, ఆ మాటలతోనే సబయా మార్గం మార్చుకున్నాడని గ్రహించాను. బెంజీ కొన్ని ప్రాథమిక సాంకేతికతలను వాడాడు. అతను సబయా దృశ్యాన్ని ప్రతిబింబించాడు. తగువుకు దూరంగా నిలిచాడు. సబయా స్వేచ్ఛగా మాట్లాడి తన వర్షన్‌ను పూర్తిగా చెప్పుకునేందుకు అనుమతించాడు.

"అదే కదా" అనేది చర్చలు డెడ్‌లాక్ నుండి ముందుకు సాగవచ్చని సంకేతం. అది అడ్డంకిని తొలగించింది. ప్రత్యర్థి ఏదో ఒక విషయంలో తాను ఓడిపోయానని అనిపించుకోకుండా ఒప్పుకోవడానికి వీలు కల్పించింది.

అది ఒక దొంగిలించిన విజయమైంది.

ఎదుటివాళ్లు "అదే కదా" అన్నప్పుడు, వారు మీ మాటలను అంచనా వేసి, స్వచ్ఛందంగా నిజమని అంగీకరిస్తారు. దాన్ని ఆలింగనం చేసుకుంటారు.

"అదే కదా" అనేది చర్చలను పొడగించడానికి, షిల్లింగ్‌కు హాని చేయకుండా సబయాను దారి మళ్లించడానికి సహాయపడింది. ఇది ఫిలిప్పీన్స్ కమాండోలకు రక్షణ చర్య కోసం సమయం ఇచ్చింది.

హోస్టేజ్ చర్చల్లో, మేము ఎప్పుడూ "అవును" అనే చివరి పాయింట్ కోసం కృషి చేయలేదు. ఎందుకంటే "అవును" అనేది "ఎలా" లేకుండా వ్యర్థం. ఆ వ్యూహాలను వ్యాపారానికి వర్తింపజేసినప్పుడు, "అదే కదా" తరచూ ఉత్తమ ఫలితాలను ఇస్తుందని చూశాము.

"అదే కదా" గొప్పది, కానీ "మీరు కరెక్ట్" అంటే ఏ మార్పూ రాదు

"అదే కదా" వైపు నడిపించడం అనేది విజయవంతమైన వ్యూహం. కానీ "మీరు కరెక్ట్" అనేది ఒక విపత్తువంటిది.

నా కుమారుడు బ్రాండన్ ఉదాహరణగా తీసుకోండి. అతను వృద్ధిలోకి వస్తున్న ఫుట్ బాల్ ఆటగాడు. అతను హైస్కూల్ అంతా ఆఫెన్సివ్, డిఫెన్సివ్ లైన్లలో ఆడాడు. ఆరు అడుగుల రెండు అంగుళాలు, 250 పౌండ్ల బరువుతో అతను కాస్త భీకరంగానే ఉంటాడు. ఎదురువెళ్లే ప్రతి ఆటగాడిని నేలకేసి కొట్టడం అతనికి చాలా ఇష్టం.

నేను క్వార్టర్‌బ్యాక్‌గా ఆడినందువల్ల, లైన్మన్ పని ఎంత కఠినమో నాకు పూర్తిగా అర్థం కాలేదు. లైన్మన్‌లు పర్వత ప్రాంతాల్లో తిరిగే మేకల్లాంటివారు – తలదించుకుని ఢీకొడతారు. అదే వారికి సంతోషం ఇస్తుంది.

కనెక్టికట్‌లోని సెయింట్ థామస్ మోర్ ప్రెప్ స్కూల్‌లో బ్రాండన్ కోచ్ అతన్ని లైన్‌బ్యాకర్‌గా మార్చాడు. ఇప్పుడు అతని పని ఒక్కసారిగా మారిపోయింది – కనిపించిన దాన్ని ఢీకొట్టడం బదులు, అతన్ని బ్లాక్ చేయడానికి ప్రయత్నిస్తున్న ఆటగాళ్లను తప్పించుకోవాలి. అతను బ్లాక్‌లను తప్పించుకోవాలి. కానీ బ్రాండన్ మాత్రం బ్లాక్ చేసే ఆటగాళ్లను నేరుగా ఢీకొడుతూనే ఉన్నాడు. దీని వలన అతను బంతిని పట్టుకోవడంలో విఫలమయ్యాడు. బ్లాక్ లను తప్పించుకోమని కోచ్ ఎన్నిసార్లు చెప్పినా బ్రాండన్ వినలేదు. వాళ్లను ఢీ కొట్టడం అతనికి గర్వకారణంగా ఉండేది.

అతని కోచ్, నేను ఇద్దరం అతనికి ఎన్నోసార్లు బ్రతిమలాడుతూ అలా చెయ్యవద్దని చెప్పాము. ప్రతిసారి మాకు దొరికిన సమాధానం అత్యంత చెత్తది: "మీరు కరెక్ట్." అతను సిద్ధాంతంలో ఒప్పుకున్నాడు, కానీ ఆ నిర్ణయాన్ని

తనదిగా స్వీకరించలేదు. వెంటనే మళ్లీ అదే ప్రవర్తన కొనసాగించేవాడు – ఆటగాళ్లను ఢీకొట్టి ఆట నుండి తానూ బయటపడేవాడు.

"మీరు కరెక్ట్" అనేది ఎందుకు చెత్త సమాధానం?

ఒక్కసారి ఆలోచించండి: ఎవరో మిమ్మల్ని విసిగిస్తుంటే, మీరు చెప్పేది వాళ్లు వినకపోతే, వారిని నిశ్శబ్దంగా ఉంచేందుకు మీరు ఏమి చెబుతారు? "మీరు కరెక్ట్."

ఇది ప్రతిసారి పనిచేస్తుంది. వారు సంతోషంగా నవ్వి, కనీసం ఇరవై నాలుగు గంటలు మిమ్మల్ని వదిలేస్తారు. కానీ మీరు వారి మాటతో ఒప్పుకోలేదు. వారిని దూరం పెట్టడానికి మాత్రమే మీరు "మీరు కరెక్ట్" అన్నారన్నమాట.

నేను కూడా బ్రాండన్ విషయంలో అదే పరిస్థితిలో ఉన్నాను. అతను నిజంగా ఎవరి మాటనూ వినలేదు, అర్థం చేసుకోలేదు. నేను ఎలా అతని వరకు చేరాలి? ఎలా అతన్ని మార్గం మార్చమని ఒప్పించాలి?

నేను బెంజీ–సబయా సంఘటనను గుర్తుచేసుకున్నాను. కీలక ఆటకు ముందు బ్రాండన్‌ను పక్కకు తీసుకెళ్లాను. అతని నోటి నుండి ఆ రెండు కీలక పదాలు వినడానికి మార్గం వెతికాను: "అదే కదా!"

"నీకు అనిపిస్తున్నది ఏమిటంటే, బ్లాక్ తప్పించుకోవడం అంటే అది మగాడి పని కాదనుకుంటున్నావు" అని చెప్పాను. "నిన్ను ఢీకొట్టడానికి వస్తున్న వారిని తప్పించుకోవడం పిరికితనం అనుకుంటున్నావు"

బ్రాండన్ నన్ను చూస్తూ మౌనంగా ఉన్నాడు.

చివరికి అన్నాడు: "అదే కదా!"

ఆ మాటలతోనే అతను తనను వెనక్కి లాగుతున్న వాస్తవాన్ని అంగీకరించాడు. ఎందుకు ప్రతిసారీ బ్లాక్ చేసే ఆటగాడిని ఢీకొడుతున్నాడో గ్రహించాడు. వెంటనే తన ఆటను మార్చుకున్నాడు. బ్లాక్‌లను తప్పించుకోవడం మొదలుపెట్టాడు. అద్భుతమైన లైన్‌బ్యాకర్‌గా మారాడు.

బ్రాండన్ మైదానంలో స్టార్ లైన్‌బ్యాకర్‌గా ఆడడంతో, సెయింట్ థామస్ మోర్ స్కూల్ ప్రతీ ఆటను గెలిచింది.

అమ్మకానికి "అదే కదా" వాడడం

"అదే కదా" దశకు చేరుకోవడం నా విద్యార్థులలో ఒకరికి, పెద్ద ఫార్మాస్యూటికల్ కంపెనీలో సేల్స్ ప్రతినిధిగా ఉన్నప్పుడు, సహాయపడింది.

ఆమె ఒక డాక్టర్‌కు కొత్త ఉత్పత్తిని అమ్మడానికి ప్రయత్నిస్తోంది. ఆ డాక్టర్ తన పరిధిలో ఈ రకమైన మందులను ఎక్కువగా వాడేవాడు. ఆ అమ్మకం ఆమె విజయానికి కీలకం.

మొదటి అపాయింట్‌మెంట్‌లలో, డాక్టర్ ఆమె ఉత్పత్తిని తక్కువ చేసి, ఇప్పటికే వాడుతున్న వాటికంటే ఇది మెరుగ్గా లేదని అన్నాడు. అతను స్నేహపూర్వకంగా లేడు. ఆమె అభిప్రాయాన్ని వినడానికీ ఇష్టపడలేదు. ఆమె ఉత్పత్తి యొక్క మంచి లక్షణాలను వివరించగానే, అతను మాట్లాడటం ఆపేశాడు, ఆమెను తిరస్కరించాడు.

సేల్స్ ఎక్కువ చేసే ప్రయత్నంలో, ఆమె డాక్టర్ గురించి మరింత తెలుసుకోవడానికి ప్రయత్నించింది. తన రోగులను చికిత్స చేయడంలో డాక్టర్ చాలా ఆసక్తి చూపిస్తాడని తెలిసింది. ప్రతి రోగి అతనికి ప్రత్యేకమైన వాడే! వారి మనశ్శాంతిని, ప్రశాంతతను మెరుగుపరచడం అతనికి అత్యంత ముఖ్యమైన ఫలితం. అతని అవసరాలు, కోరికలు, ఆవేశాలను తన పనిలోకి ఎలా మలచుకోవాలి?

తర్వాతి సందర్శనలో, డాక్టర్ ఏ మందుల గురించి చర్చించాలనుకుంటున్నావని అడిగాడు. తన ఉత్పత్తి ప్రయోజనాలను పొగడటం బదులు, ఆమె అతని గురించి, అతని ప్రాక్టీస్ గురించి మాట్లాడింది.

"డాక్టర్," ఆమె అంది, "గతసారి నేను ఇక్కడ ఉన్నప్పుడు ఈ పరిస్థితి ఉన్న రోగుల గురించి మనం మాట్లాడుకున్నాం. మీరు వారిని చికిత్స చేయడంలో ఎంతో ఆసక్తి చూపినట్టు అనిపించింది. ప్రతి రోగికి ప్రత్యేకంగా చికిత్సను అందించడానికి మీరు ఎంతో కష్టపడుతున్నారని నేను గుర్తు పెట్టుకున్నాను."

అతను ఆమె కళ్లలోకి తొలిసారి చూసినట్టుగా చూశాడు.

"అదే కదా!" అన్నాడు. "నేను నిజంగా ఇతర డాక్టర్లు పట్టించుకోని ఒక మహమ్మారిని చికిత్స చేస్తున్నట్టు అనిపిస్తోంది – అంటే, చాలామంది రోగులకు తగిన చికిత్స అందడం లేదు."

ఆమె అతనికి ఈ రోగులను ఎలా చికిత్స చేయాలో లోతైన అవగాహన ఉందని చెప్పింది. ముఖ్యంగా సాధారణ మందులకు స్పందించని వారికి.

వారు ఆయన ఎదుర్కొన్న ప్రత్యేక సవాళ్ల గురించి మాట్లాడుకున్నారు. అతను ఉదాహరణలు ఇచ్చాడు.

అతను మాట్లాడి పూర్తయ్యాక, ఆమె ఆయన చెప్పినదాన్ని సారాంశం చేసింది – చికిత్సలోని క్లిష్టతలు, సమస్యలు.

"మీరు ప్రతి రోగికి ప్రత్యేకంగా చికిత్సలు, మందులను సరిపడా అమర్చుతున్నట్టున్నారు," అని చెప్పింది.

"అదే కదా!" అని అతను స్పందించాడు.

ఇది ఆమె ఆశించిన బ్రేక్‌త్రూ. మొదట అనుమానంతో, చల్లగా ఉన్న డాక్టర్, ఆమె తన రోగుల పట్ల తన అభిరుచిని గుర్తించినప్పుడు – సారాంశం ద్వారా – గోడలు కూలిపోయాయి. అతను జాగ్రత్త వదిలేశాడు. ఆమెపై నమ్మకం పెంచుకున్నాడు. తన ఉత్పత్తిని నెట్టడం బదులు, ఆమె అతనికే తన చికిత్సలు, విధానాలు వివరించే అవకాశం ఇచ్చింది. దాంతో, తన మందు అతని ప్రాక్టీస్‌లో ఎలా సరిపోతుందో తెలుసుకుంది. ఆ తరువాత, అతని సవాళ్లను తన మాటల్లో తిరిగి ప్రతిబింబించింది.

ఒకసారి డాక్టర్ నమ్మకం, సంబంధం చూపిన తరువాత, ఆమె తన ఉత్పత్తి లక్షణాలను వివరించగలిగింది. అవి అతని రోగులకు కావలసిన ఫలితాలను సాధించడానికి ఎలా సహాయపడతాయో చెప్పగలిగింది. అతను శ్రద్ధగా విన్నాడు.

"నేను ఇంతవరకు రాస్తున్న మందులు ఫలితం ఇవ్వని రోగులను చికిత్స చేయడానికి ఇది అద్భుతం కావచ్చు" అని అతను చెప్పాడు. "మీది ఒకసారి ప్రయత్నించాలి."

ఆమె అమ్మకాలను సాధించింది. కెరీర్ విజయానికి "అదే కదా" వాడడం

నా కొరియన్ విద్యార్థులలో ఒకరు, తన మాజీ బాస్‌తో కొత్త ఉద్యోగం కోసం చర్చల్లో "అదే కదా" దశకు చేరుకున్నారు.

ఎంబిఏ పూర్తి చేసి సియోల్‌కు తిరిగి వచ్చిన అతను, తన కంపెనీలోని సెమీకండక్టర్ విభాగం బదులు కన్జ్యూమర్ ఎలక్ట్రానిక్స్ విభాగంలో పని చేయాలని

కోరుకున్నాడు. అతను మానవ వనరుల నిపుణుడు. కంపెనీ నియమాల ప్రకారం, అతను తన పాత విభాగంలోనే ఉండాలని భావించాడు – తన మాజీ బాస్ అనుమతి పొందకపోతే. కన్జ్యూమర్ ప్రొడక్ట్స్ విభాగం నుండి రెండు ఆఫర్లు వచ్చాయి. అతను అమెరికా నుండి తన మాజీ బాస్‌కి ఫోన్ చేశాడు.

"ఈ ఆఫర్ తిరస్కరించు. సెమీకండక్టర్ డివిజన్‌లోనే నీ స్థానం వెతుకు" అన్నాడు మాజీ బాస్.

నా విద్యార్థి నిరుత్సాహపడ్డాడు. కంపెనీలో ఎదగాలంటే మాజీ బాస్ మాట వినాల్సిందే. అతను ఆ రెండు ఆఫర్లను తిరస్కరించి, తిరిగి సెమీకండక్టర్ వైపు వెళ్ళేందుకు సిద్ధమయ్యాడు.

తర్వాత అతను మానవ వనరుల సీనియర్ మేనేజర్ అయిన స్నేహితుణ్ణి సంప్రదించి, కంపెనీ నియమాలు చెక్ చేశాడు. అతనికి తెలిసింది – ఒకే డివిజన్‌లో ఉండాలనే నిబంధన లేదు. కానీ మారాలంటే మాజీ బాస్ అంగీకారం మాత్రం కావాలి.

అతను మళ్లీ ఫోన్ చేశాడు. ఈసారి ప్రశ్నలు వేసి బాస్‌తో మాట్లాడాడు.

"నన్ను సెమీకండక్టర్ హెడ్‌క్వార్టర్స్‌కి పంపాలనుకోవడానికి ఏదైనా కారణం ఉందా?" అని అడిగాడు.

"అది నీకు బెస్ట్ పొజిషన్," అన్నాడు బాస్.

"బెస్ట్ పొజిషన్?" అని అడిగాడు. "నాకు సెమీకండక్టర్ డివిజన్‌లోనే ఉండాలని ఏ నియమం లేదనిపిస్తోంది" అన్నాడు.

"హ్మ్," అన్నాడు బాస్. "నాకు కూడా అలా అనిపిస్తోంది"

"అయితే నన్ను సెమీకండక్టర్ హెడ్‌క్వార్టర్స్‌లోనే ఉంచాలని మీరు ఎందుకు నిర్ణయించారో చెప్పగలరా?" అని అడిగాడు.

బాస్ అన్నాడు – అతనికి హెడ్‌క్వార్టర్స్‌లో సెమీకండక్టర్, కన్జ్యూమర్ ప్రొడక్ట్స్ విభాగాల మధ్య నెట్‌వర్కింగ్‌లో సహాయం చేసే వ్యక్తి అవసరం ఉందని.

"అయితే నేను ఏ విభాగంలో ఉన్నా, హెడ్‌క్వార్టర్స్‌లో ఉంటే, టాప్ మేనేజర్లతో మీకు మెరుగైన కమ్యూనికేషన్ కోసం సహాయం చేయగలను కదా" అన్నాడు.

"అదే కదా!" అన్నాడు బాస్. "నాకు హెడ్‌క్వార్టర్స్‌లో నీ సహాయం కావాలి అని ఒప్పుకోవాలి"

నా విద్యార్థి అద్భుతమైన బ్రేక్‌త్రూ సాధించాడని గ్రహించాడు. కేవలం "అదే కదా" అన్న మాటలే కాకుండా, బాస్ తన అసలు ఉద్దేశాన్ని బయటపెట్టాడు: అతనికి హెడ్‌క్వార్టర్స్‌లో మిత్రుడు కావాలి.

"మరేదైనా సహాయం కావాలా?" అని అడిగాడు.

"అన్నీ చెబుతాను," అన్నాడు బాస్.

ఇదేంటంటే, బాస్‌కు రెండు సంవత్సరాలలో వైస్ ప్రెసిడెంట్ పదోన్నతి అవకాశం ఉంది. ఆ ఉద్యోగం కోసం తీవ్రంగా ప్రయత్నిస్తున్నాడు. అతనికి హెడ్‌క్వార్టర్స్‌లో ఉన్నవారు CEO వద్ద తన గురించి చెప్పాల్సిన అవసరం ఉంది.

"నేను మీకు ఎలాగైనా సహాయం చేస్తాను," అన్నాడు విద్యార్థి. "కానీ నేను కన్స్యూమర్ ప్రొడక్ట్స్ డివిజన్‌లో ఉన్నా, హెడ్‌క్వార్టర్స్‌లోనే ఉంటాను కాబట్టి, నెట్‌వర్కింగ్‌లో సహాయం చేసి, CEO వద్ద మీ గురించి చెప్పగలను కదా?" అన్నాడు.

"అదే కదా" అన్నాడు బాస్. "కన్స్యూమర్ ప్రొడక్ట్స్ యూనిట్ నుండి ఆఫర్ వస్తే, నేను అప్రూవ్ చేస్తాను."

వావ్! "అదే కదా" దశకు చేరే ప్రశ్నలు వేసి, నా విద్యార్థి తన లక్ష్యాన్ని సాధించాడు. అలాగే, తన బాస్ రెండు "బ్లాక్ స్వాన్స్"ను బయటపెట్టేలా చేశాడు – చర్చలో చెప్పని, లోతైన బ్రేక్‌త్రూ అంశాలు (10వ అధ్యాయంలో మరింత వివరంగా):

- బాస్‌కు హెడ్‌క్వార్టర్స్‌లో నెట్‌వర్కింగ్, కమ్యూనికేషన్ కోసం సహాయంగా ఎవరో ఒకరు కావాలి.
- బాస్‌కు పదోన్నతి అవసరం ఉంది, CEO వద్ద తన గురించి చెప్పించేలా ఎవరో ఒకరు కావాలి.

నా విద్యార్థి కన్స్యూమర్ ఎలక్ట్రానిక్స్ డివిజన్‌లో తనకు కావలసిన ఉద్యోగాన్ని గెలుచుకున్నాడు. ఇప్పటికీ తన బాస్ గురించి CEOకి చెప్పుతూనే ఉన్నాడు.

"నేను ఆశ్చర్యపోయాను," అని ఒక ఇమెయిల్‌లో వ్రాశాడు. "ఈ సంస్కృతిలో ఒక సుపీరియర్ ఏమనుకుంటున్నాడో తెలుసుకోవడం సాధ్యం కాదు"

నేను తరచూ దేశమంతా పర్యటిస్తూ, వ్యాపార నాయకులతో సమావేశమవుతాను – ఫార్మల్ స్పీచ్‌లలో కానీ, ప్రైవేట్ కౌన్సెలింగ్‌లో కానీ, వారిని యుద్ధ కథలతో అలరిస్తాను. ఆపై కొన్ని ప్రాథమిక చర్చా నైపుణ్యాలను వివరిస్తాను. నేను ఎల్లప్పుడూ కొన్ని టెక్నిక్స్ నేర్పుతాను. "అదే కదా" దశకు చేరుకోవడం వాటిలో ఒక ప్రధానమైనది.

లాస్ ఏంజెల్స్‌లో ఒక స్పీచ్ తరువాత, ఎమిలీ అనే హాజరైన ఒకావిడ నాకు ఇమెయిల్ పంపింది:

> *"హాయ్ క్రిస్, నేను ఒక విషయం చెప్పాల్సిందేనని అనిపిస్తోంది. నేను కొత్త కస్టమర్‌తో వ్యాపార లావాదేవీల ధరల నెగోషియేషన్‌లో 'అదే కదా' టెక్నిక్ వాడాను. నాకు కావలసినది దొరికింది. నేను చాలా ఉత్సాహంగా ఉన్నాను!*
>
> *ముందు అయితే నేను బహుశా మధ్య రకంగా నిర్ణయించుకునేదాన్ని (నా మొదటి ఆఫర్ కూ, ఆమె మొదటి కౌంటర్ కూ మధ్యలో ఉండే విధంగా). కానీ ఈసారి, ఆమె ఉద్దేశ్యాలను సరిగా అంచనా వేసి, ఆమె మనసులో 'అదే కదా' అనిపించేలా మాటలు చెప్పాను. దాంతో ఆమెనే నాకు కావలసిన పరిష్కారం ప్రతిపాదించి, నేను ఒప్పుకుంటానా అని అడిగింది! నేను వెంటనే ఒప్పుకున్నాను. థాంక్యూ!"*
>
> — ఎమిలీ

నేను మనసులో అనుకున్నాను: అదే కదా!

ముఖ్యమైన పాఠాలు (KEY LESSONS)

"ఒకే మంచంలో నిద్రిస్తూ, వేర్వేరు కలలు కనడం" అనే ఒక పాత చైనీస్ సామెత ఉంది. ఇది భాగస్వామ్యంలో (వివాహం కానివ్వండి, లేదా వ్యాపారమైనా) అవసరమైన కమ్యూనికేషన్ లేకుండా ఉండే సన్నిహితత్వాన్ని వివరిస్తుంది.

అదే చెడ్డ వివాహాలకూ, చెడ్డ చర్చలకూ రాసిపెట్టిన ఫార్ములా.

ప్రతి పక్షానికీ తమ లక్ష్యాలు, తమ ఉద్దేశ్యాలు, తమ ప్రేరణలు ఉంటాయి. వాస్తవం ఏమిటంటే, సామాజిక మర్యాద కోసం వాడే "అవును," "మీరు కరెక్ట్" లాంటి మాటలు – ఏదైనా సంభాషణలో తొందరగా విసరబడతాయి – కానీ అవి నిజమైన అవగాహనకు ప్రత్యామ్నాయం కావు.

ఆ అవగాహన దశకు చేరుకోవడం, కేవలం "అవును"కి చేరుకోవడం కాకుండా, చర్చల కళలో వెలుగునిచ్చేది. మీరు నిజంగా ఎవరి కలలు, భావోద్వేగాలు (ఆమె నివసించే మొత్తం ప్రపంచం) అర్థం చేసుకున్నారని వారిని నమ్మించగానే, మానసిక, ప్రవర్తనా మార్పు సాధ్యమవుతుంది. బ్రేక్‌త్రూ కోసం పునాది పడుతుంది.

ఈ పాఠాలను వాడి ఆ పునాదిని వేయండి.

- ఎటువంటి షరతులు లేని సానుకూల గౌరవాన్ని (Unconditional Positive Regard) చూపించడం అనేది ఆలోచనలు, ప్రవర్తనలను మార్చుకునే తలుపును తెరుస్తుంది. మనుష్యులకు సహజంగా సామాజికంగా నిర్మాణాత్మక ప్రవర్తన వైపు దారితీసే తపన ఉంటుంది. ఒక వ్యక్తి తనను అర్థం చేసుకున్నారని, ఆ అర్థాన్ని సానుకూలంగా అంగీకరించారని అనుభవించిన కొద్దీ, ఆ నిర్మాణాత్మక ప్రవర్తన వైపు దారి మరింత బలంగా పడుతుంది.
- "అవును" కంటే "అదే నిజం" ("That's right") శ్రేష్ఠం. దానికోసం ప్రయత్నించాలి. ఒక చర్చలో "అదే నిజం" అనిపించగలిగితే, అది చర్చలను మలుపు తిప్పే అవకాశాలను సృష్టిస్తుంది.
- "అదే నిజం" అనే ప్రతిస్పందన రాబట్టడానికి సారాంశాన్ని ఉపయోగించండి. ఒక మంచి సారాంశానికి భవన నిర్మాణ బ్లాకులు – లేబెల్ (Label) + వివరణాత్మక అభిప్రాయాన్ని (Paraphrasing). అంటే, "అతని/ఆమె ప్రపంచం ప్రకారం..." అనే దానిని గుర్తించి, మళ్లీ మళ్లీ చెబుతూ, భావోద్వేగంగా ధృవీకరించడం.

అధ్యాయం 6

ఇతరుల వాస్తవికతను వంచించండి

BEND THEIR REALITY

హైటీలోని రాజధాని పోర్ట్-ఆ ప్రిన్స్‌లో ఒక సోమవారం ఉదయం, ఎఫ్‌బిఐ కార్యాలయానికి హైటి ప్రముఖ రాజకీయ నాయకుడి మేనల్లుడు నుంచి కాల్ వచ్చింది. నేను అతని కథను అర్థం చేసుకోవడానికి అతను మూడుసార్లు పునరావృతం చేయాల్సి వచ్చింది. ఎందుకంటే, అతను అంత వేగంగా మాట్లాడాడు. చివరకు, నేను విషయాన్ని గ్రహించాను: ఆమె కారులో నుంచి కిడ్నాపర్లు అతని పిన్నిని లాక్కుని వెళ్లారు. బంధ విమోచనానికి వారి డిమాండ్ $150,000.

“మాకు డబ్బు ఇవ్వు” కిడ్నాపర్లు అతనికి చెప్పారు, “లేకపోతే నీ పిన్ని చనిపోతుంది”

2004 లో అధ్యక్షుడు జీన్-బెర్ట్రాండ్ అరిస్టైడ్ ప్రభుత్వాన్ని పడగొట్టిన తిరుగుబాటు తరువాత ఏర్పడిన చట్టరహిత, గందరగోళ పరిస్థితుల్లో, హైటి అమెరికాస్‌లో కిడ్నాప్ రాజధానిగా కొలంబియాను మించిపోయింది. నిజానికి, ఎనిమిది మిలియన్ల జనాభా గల ఆ కరేబియన్ దేశంలో రోజుకు ఎనిమిది నుంచి పది మంది అపహరణకు గురవడంతో, ప్రపంచంలోనే అత్యధిక కిడ్నాప్ రేటు కలిగిన దేశంగా హైటి దురదృష్టకరమైన గౌరవాన్ని సంపాదించింది.

ఈ అపహరణలతో, మరణ బెదిరింపుల ప్రవాహంతో కూడిన సమయంలో, నేను ఎఫ్‌బిఐకి అంతర్జాతీయ కిడ్నాప్ నెగోషియేషన్ల ప్రధాన

అధికారిగా ఉన్నాను. నేను ఇంతకు ముందెప్పుడూ ఇలాంటివి చూడలేదు. పోర్ట్-ఆ ప్రిన్స్‌లోనే పగటి దాడులతో కిరాతకమైన అపహరణల నివేదికలు గంటకొకసారి మా కార్యాలయానికి చేరుతున్నాయి: స్కూల్ బస్‌లో వెళ్తున్న పద్నాలుగు మంది విద్యార్థులు అపహరించబడ్డారు; అమెరికన్ మిషనరీ ఫిలిప్ స్నైడర్ దాడిలో కాల్చబడి, మిచిగన్‌లో కంటి శస్త్రచికిత్స చేయించేందుకు తీసుకువెళ్తున్న ఒక హైటియన్ బాలుడితో పాటు అపహరించబడ్డాడు; ప్రముఖ హైటియన్ రాజకీయ నాయకులు, వ్యాపారవేత్తలు పట్టపగలు వాళ్ల ఇళ్లనుంచి బయటకు లాగబడ్డారు. ఎవ్వరినీ వదలలేదు. ఎవ్వరూ రక్షించబడలేదు కూడా!

అధికభాగం అపహరణలన్నీ ఒకే రీతిలో జరిగాయి: స్కీ మాస్క్ ధరించిన కిడ్నాపర్లు ఒక ఇంటిని లేదా కారును చుట్టుముట్టి, బలవంతంగా ప్రవేశించి, సాధారణంగా ఒక స్త్రీనిగానీ, చిన్నపిల్లనిగానీ లేదా వృద్ధుడైన బలహీన బాధితుడినిగానీ అపహరించుకు పోయారు.

మొదట్లో, ఈ అపహరణలు రాజకీయంగా అనుసంధానమైన గ్యాంగులు, హైటి ప్రభుత్వాన్ని అస్థిరంగా చేయడానికి, గందరగోళంగా చేయడానికని భావించారు. కానీ అది తప్పు అని తేలింది. హైటి నేరస్థులు రాజకీయ ప్రయోజనాల కోసం క్రూరమైన పద్ధతులను ఉపయోగించడంలో ప్రసిద్ధులు. కానీ అపహరణల విషయంలో, అది ఎల్లప్పుడూ దాదాపు వ్యాపారమే.

తరువాత, ఎవరు నేరస్తులు, వారు నిజంగా ఏమి కోరుకుంటున్నారో మేము ఎలా ఆవిష్కరించామో వివరిస్తాను – అది వారితో నెగోషియేట్ చేయడానికి, వారిని బలహీనపరచడానికి అమూల్యమైన సమాచారం. కానీ ముందుగా, నేను హై-స్టేక్స్, ప్రాణాంతక నెగోషియేషన్లలో ప్రధాన లక్షణాన్ని చర్చించాలనుకుంటున్నాను: అదే, యివన్నీ చర్చలో ఎక్కువ భాగం ఉపరితలంపై కనిపించవు.

ఆ సోమవారం రాన్సమ్ కాల్ రాజకీయ నాయకుడి మేనల్లుడికి వచ్చినప్పుడు, అతను చాలా భయపడి ఒక విషయం మాత్రమే ఆలోచించాడు: దుండగులకు డబ్బు చెల్లించడం. అతని ప్రతిస్పందన సహజమే: క్రూరమైన నేరస్థులు నీ పిన్నిని చంపేస్తామని, వెంటనే డబ్బు ఇవ్వమని బెదిరించినప్పుడు, పలుకుబడిని ఉపయోగించడం అసాధ్యం అనిపిస్తుంది. కాబట్టి డబ్బు చెల్లించితే గనుక వాళ్లు బంధువును విడుదల చేస్తారు కదా?

తప్పు. ఎప్పుడూ ఒక విధమైన పరపతి ఉంటుంది. నెగోషియేషన్ అనేది ఎప్పుడూ ఒక సూత్రప్రాయమైన సరళరేఖలో వుండే ఫార్ములా కాదు: X + Y = Z. మనందరికీ తార్కికంకాని అంధ కోణాలు, దాచిన అవసరాలు, అర్థంకాని భావనలు ఉంటాయి.

ఆ అంతర్ముఖ ప్రపంచాన్ని – బయటకు చెప్పని అవసరాలు, ఆలోచనలను – అర్థం చేసుకున్నప్పుడు, ప్రత్యర్థి యొక్క అవసరాలు, అంచనాలను మార్చడానికి పరపతి చేయగల వేరు వేరు విషయాలతో విశ్వం మీ ముందుకు వస్తుంది. కొందరి డెడ్‌లైన్ భయం నుండి, బేసి సంఖ్యల రహస్య శక్తి వరకు, న్యాయం అనే భావనతో ఉన్న మన తార్కికేతర సంబంధం వరకు – ఎప్పుడూ ప్రత్యర్థి వాస్తవాన్ని మడిచే మార్గాలుంటాయి. చివరికి మనం ఇవ్వదలచుకున్నదానికే వారిని తీసుకురాగలము, వారు మొదట కోరుకున్నదానికి కాదు.

రాజీ వద్దు

ఇప్పుడు $150,000 రాన్సమ్ డిమాండ్‌కి తిరిగి వెళ్దాం. ఎల్లప్పుడూ విన్–విన్ పరిష్కారం కోసం చూడమని, రాజీ పడమని, సహజంగా ఉండమని మనకు నేర్పించారు. మరి ఇక్కడ విన్–విన్ ఏంటి? రాజీ ఏమిటి? మనలో చిన్నప్పటి నుండే నాటిన సాంప్రదాయ నెగోషియేషన్ లాజిక్, అంటే రాజీని గౌరవిస్తూ "ఇద్దరికీ మధ్యలో అనుకుందాం, $75,000 ఇస్తే సరిపోతుంది. అప్పుడు అందరూ సంతోషిస్తారు" అని చెబుతుంది.

లేదు. సరళంగా చెప్పాలంటే, లేదు. విన్–విన్ మైండ్‌సెట్‌ని ప్రోత్సహించే నెగోషియేషన్ నిపుణులు చెబుతున్నది ఎక్కువసార్లు పనికిరాదు. అది తరచుగా విపత్తులకు దారితీస్తుంది. ఎక్కువలో ఎక్కువ, అది రెండు వైపులా అసంతృప్తినే మిగులుస్తుంది. మీరు గెలుపు–ఓటముల దృక్కోణంతో ఉన్న ప్రత్యర్థితో దానిని వాడితే, మీరు మోసపోవడానికి వేదిక సిద్ధం చేసుకున్నట్టే.

నిస్సందేహంగా, మునుపు చెప్పినట్లుగానే, మీరు సహకారపూర్వక, అనుబంధాన్ని పెంచే, సహానుభూతి సంబంధాన్ని కొనసాగించాలి. అది ఒప్పందాలు జరిగే వాతావరణాన్ని సృష్టిస్తుంది. కానీ ఆ అమాయకత్వాన్ని

వదిలేయాలి. ఎందుకంటే రాజీ – "splitting the difference" – తరచుగా దారుణమైన ఫలితాలకు దారి తీస్తుంది. రాజీ అనేది తరచుగా "చెడు ఒప్పందం." అందువల్ల, ఈ అధ్యాయం ప్రధానమైన థీమ్ ఏమిటంటే: "చెడు ఒప్పందం కంటే ఒప్పందం లేకపోవడమే మంచిది."

కిడ్నాప్‌లో కూడానా? అంటే, అవును.

అవును, ఖచ్చితంగా, కిడ్నాప్‌లో చెడు ఒప్పందం అనేది మనం డబ్బు చెల్లించినా, ఎవరూ బయటకు రాని పరిస్థితి.

రాజీ విషయం స్పష్టం చేయడానికి నేను ఒక ఉదాహరణ ఇస్తాను: ఒక స్త్రీ తన భర్త సూట్‌కి బ్లాక్ షూలు వేసుకోవాలని కోరుకుంటుంది. కానీ అతనికి అది ఇష్టం లేదు; అతనికి బ్రౌన్ షూలు ఇష్టం. మరి వాళ్లు ఏం చేస్తారు? వాళ్లు రాజీ పడతారు, మధ్య రకంగా ఒప్పందానికి వస్తారు. మీరు ఊహించినట్టే, అతను ఒక బ్లాక్ షూ, ఒక బ్రౌన్ షూ వేసుకుంటాడు. ఇది ఉత్తమ పరిష్కరమా? కాదు! నిజానికి, ఆ రెండు ఇతర పరిష్కారాల్లో ఏదైనా – బ్లాక్ కానీ, బ్రౌన్ కానీ – రాజీ కంటే అది మెరుగైనది కాదా!

తర్వాత ఎప్పుడైనా, మీరు రాజీ గురించి ఆలోచించినప్పుడు, ఆ mismatch అయిన షూలను గుర్తుంచుకోండి.

అయితే ఎందుకు మనం రాజీ అనే భావనతో ఇంతగా ఆకర్షించబడతాం, అది తరచూ చెడు ఫలితాలకు దారితీస్తుందనే విషయం ఉన్నప్పటికీ కూడా?

అసలు సమస్య ఏమిటంటే, రాజీ అనే భావన సంబంధాలలోనూ, రాజకీయాలలోనూ, మరి అన్నింటిలోనూ ఒక గొప్ప విలువైన ఆలోచనగా ముద్రించబడింది. రాజీ, మాకు చెప్పబడినట్లుగా, ఒక పవిత్రమైన నైతిక సద్గుణం.

ఆ రాన్సమ్ డిమాండ్‌ని గుర్తుంచుకోండి: న్యాయం అంటే ఎలాంటి రాన్సమ్ అక్కర లేదు. మేనల్లుడు కోరుకుంటున్నది ఏమిటంటే డబ్బు చెల్లించకపోవడం. మరి అతను ఎందుకు $150,000 డిమాండ్‌ని సరైనదిగా అంగీకరించాలి? ఏ రాజీతోనైనా, అతను ఒక విచిత్రమైన చెడు ఫలితాన్ని పొందుతాడు – $75,000 అయినా, $150,000 అయినా.

నేను ఇక్కడ రాజీ మీదున్న ఆ మాయ మాటలన్నింటినీ కొట్టిపారేస్తున్నాను. మనం రాజీ పడతాము ఎందుకంటే అది సరైనదని కాదు; అది సులభమని, అది మన ప్రతిష్టను కాపాడుతుందని అనుకుంటాం.

మనం కనీసం సగమైనా దక్కిందని చెప్పుకోడానికి రాజీ పడతాము. సారాంశంగా చెప్పాలంటే, మనం సేఫ్‌గా ఉండేందుకు రాజీ పడతాము. ఒక నెగోషియేషన్‌లో ఎక్కువమంది భయం లేదా బాధ నుంచి తప్పించుకోవాలనే కోరికచేత నడిపించబడతారు. చాలా కొద్దిమంది మాత్రమే తమ అసలు లక్ష్యాలచేత నడిపించబడతారు.

అందుకే రాజీ పడకండి – మరియు ఇది ఒక సింపుల్ రూల్ – ఎప్పుడూ మధ్యలో కలవకండి (never split the difference). సృజనాత్మక పరిష్కారాలు ఎల్లప్పుడూ కొంత రిస్క్, అసహనం, గందరగోళం, విభేదాలతో వస్తాయి. కానీ సర్దుబాటు, ఒప్పుదల అంగీకారం వాటిలో ఏదీ రాబోవు. మీరు ఆ కఠినమైన భాగాన్ని ఆహ్వానించాలి. అదే గొప్ప ఒప్పందాలు జరిగే స్థలం. అదే గొప్ప నెగోషియేటర్లు చేసే పని.

చివరి గడువు: సమయాన్ని మీ మిత్రుడిగా చేసుకోండి

DEADLINES: MAKE TIME YOUR ALLY

ఏ నెగోషియేషన్‌లోనైనా సమయం అత్యంత కీలకమైన వేరియబుల్స్‌లో ఒకటి. సమయపు సహజ ప్రవాహం, అలాగే దాని కఠినమైన బంధువు అయిన 'చివరి గడువు' (Deadlines), ప్రతి ఒప్పందాన్ని ఒక నిర్దిష్ట ముగింపుకు నెట్టే స్క్రూ లాంటివి.

మీ చివరి గడువు (Deadline) నిజమైనది, ఖచ్చితమైనదా లేదా కేవలం ఇసుకలో గీసిన గీతలా తాత్కాలికమా అనేది ముఖ్యం కాదు – అది మీకు ఇప్పుడు ఒప్పందం కుదుర్చుకోవడం అనేది యింకా మంచి ఒప్పందం కంటే ముఖ్యమని నమ్మించేలా మోసం చేస్తుంది. చివరి గడువు దగ్గరపడుతున్న కొద్దీ మనందరికీ సహజంగా ఉన్న తొందరపాటు, ఆత్రుత వల్ల మనకు అనుకూలంకాని పనులు చేసేలా, మాటలు చెప్పేలా చేస్తుంది.

మంచి నెగోషియేటర్లు చేసే పని ఏమిటంటే, ఆ ఆత్రుతను తాము అదుపు చేసుకుని, అది ఇతరులలో రేపే ఆత్రుతను ఉపయోగించుకోవడం. ఇది అంత సులభం కాదు. మీరు మిమ్మల్ని అడగాలి: చివరి గడువు అనేది ఎందుకు ఒత్తిడిని, ఆందోళనను కలిగిస్తుంది? జవాబు – పరిణామాలు.

"ఒప్పందం రద్దు!" అని మనసులో ఒక కల్పిత భవిష్యత్ దృశ్యం కేకలు వేస్తుంది. ఒక నిర్దిష్ట సమయానికి ఫలితం రాకపోతే కలిగే నష్టాన్ని ఊహిస్తూ ఉంటుందన్న మాట.

మీరు సమయం అనే అస్థిరమైన దానితో అలా ఆలోచించనిస్తే, మిమ్మల్ని మీరే బంధించి వేసుకున్నట్లే. అలా చేసి మీరు ప్రతిస్పందనాత్మక ప్రవర్తనలతో, చెడు నిర్ణయాలతో నిండిన వాతావరణాన్ని సృష్టిస్తారు. అక్కడ మీ ప్రత్యర్థి వెనక్కి వాలి, ఆ 'కల్పితమైన' చివరి గడువు, దానికి మీరు ఇస్తున్న ప్రతిస్పందన పనిని తనకు అనుకూలంగా చేయనిస్తాడు.

అవును, నేను "కల్పితమైన" అన్న పదం వాడాను. ప్రైవేట్ సెక్టార్‌లో నేను పనిచేసిన అన్ని సంవత్సరాలలో, నేను పని చేసిన ప్రతి యంత్రాంగాధిపతి, ఎగ్జిక్యూటివ్‌ను ఒకే ప్రశ్న అడిగాను: తమ కెరీర్ మొత్తం కాలంలో, ఒక చివరి గడువు మిస్ కావడం వల్ల నిజంగా ప్రతికూల పరిణామాలు ఎదురైన నెగోషియేషన్‌లో ఎప్పుడైనా మీరు పాల్గొన్నారా లేదా ప్రత్యక్ష సాక్షిగా ఉన్నారా? వందలాది క్లయింట్లలో, ఒకే ఒక వ్యక్తి మాత్రమే ఆ ప్రశ్నను సీరియస్‌గా పరిగణించి "అవును" అని సమాధానం ఇచ్చాడు. చివరి గడువు అనేది తరచుగా యాదృచ్ఛికంగా ఉంటుంది. దాదాపు ఎల్లప్పుడూ సడలింపు కలిగినవే. మనం అనుకున్నంతా లేదా మనకు చెప్పబడినంతా పరిణామాలను కలిగించడం దాదాపుగా జరగదు.

అవి నెగోషియేషన్‌లో భయంకరమైన దయ్యంలాంటివి, మన ఊహాలోకాల సృష్టి, కారణం లేకుండా మనలను కలతపెడతాయి. మా క్లయింట్లకు మేము బోధించే మంత్రం: "చెడు ఒప్పందం కంటే ఒప్పందం లేకపోవడమే మంచిది." ఈ మంత్రాన్ని నిజంగా మనసులో నాటుకున్నప్పుడు, క్లయింట్లు నెగోషియేషన్ సరిగ్గా చేయడానికి తమకు కావలసినంత సమయం ఉందని నమ్మినప్పుడు, వారి సహనం శక్తివంతమైన ఆయుధంగా మారుతుంది.

హైటి కిడ్నాప్ బూమ్ ప్రారంభమైన కొన్ని వారాల తర్వాత, మేము కిడ్నాపర్లు అనుసరించే రెండు వ్యవహార శైలులను గమనించడం ప్రారంభించాము. మొదట, సోమవారాలు ప్రత్యేకంగా బిజీగా ఉండేవి, అంటే కిడ్నాపర్లకు ఒక బలమైన 'వర్క్ ఎథిక్' ఉన్నట్టుగా, వారంతా వారాన్ని ముందుగా

ప్రారంభించాలని కోరుకున్నట్టుగా కనబడింది. రెండవది, వీకెండ్ దగ్గరపడుతున్న కొద్దీ, కిడ్నాపర్లు డబ్బు పొందడంలో మరింత ఆత్రుత చూపేవారు.

మొదట్లో, దీనికి ఎలాంటి అర్థం రాలేదు. కానీ కిడ్నాపర్లను జాగ్రత్తగా వింటూ, మేము రక్షించిన బందీలను ప్రశ్నిస్తూ వుండగా, స్పష్టమైందేమిటంటే: ఈ నేరాలు రాజకీయ ప్రేరణతో చేసినవి కావు. వీళ్లు కేవలం వీకెండ్‌లో పార్టీ చేసుకోవడానికి శుక్రవారం లోపు డబ్బు సంపాదించుకోవాలనుకున్న సాధారణ దొంగలే.

ఈ వ్యవహార శైలులను అర్థం చేసుకున్న తర్వాత, వాతావరణం పూర్తిగా మా వైపుకు మారిపోయే రెండు కీలక సమాచారం మాకు దొరికింది.

అందులో మొదటిది, నెగోషియేషన్లను గురువారం లేదా శుక్రవారం వరకు లాగిస్తే, మేము మంచి ఒప్పందం కుదుర్చుకోవచ్చు. రెండవది, హైటీలో ఒక వీకెండ్ సరదాగా గడపడానికి $150,000 దరిదాపుల్లో కూడా అవసరం లేదు, చాలా తక్కువ మొత్తమే సరిపోతుంది.

వారు స్వయంగా నిర్ణయించిన చివరి గడువు రోజు దగ్గరపడుతున్న కొద్దీ, వారు ఇచ్చే బెదిరింపుల స్పష్టత పెరగడం ద్వారా అది తెలుస్తుంది. “మాకు డబ్బు ఇవ్వు, లేకపోతే నీ పిన్ని చనిపోతుంది” అనేది మొదటి దశ బెదిరింపు. ఎందుకంటే ఇందులో సమయం నిర్దిష్టంగా చెప్పబడలేదు. ఏ నెగోషియేషన్‌లోనైనా బెదిరింపులు స్పష్టత పెరగడం అనేది నిజమైన పరిణామాలు, ఖచ్చితమైన సమయం దగ్గరపడుతున్న సంకేతం. ఒక బెదిరింపును అంచనా వేసేందుకు, మేము నాలుగు ప్రశ్నలలో ఎన్నిటికి సమాధానం చెబుతున్నారో గమనించేవాళ్లం – ఏమిటి? ఎవరు? ఎప్పుడు? ఎలా? బెదిరింపులు చేసే వారు చైతన్యంగానో, అవచేతనంగానో స్పష్టతలేని లొసుగులను సృష్టిస్తారు. వాటిని తాము వాడుకోవాలని అనుకుంటారు. ఆ లొసుగులు వారాంతం దగ్గరపడేకొద్దీ క్రమంగా మూసుకుపోయేవి. అలా అనేక కిడ్నాప్ కేసుల్లో మళ్లీ మళ్లీ జరిగే వ్యవహార శైలిగా ఇది బయటపడింది.

ఈ సమాచారంతో, నేను కిడ్నాప్‌లు ఒక క్రమబద్ధమైన నాలుగు రోజుల ఈవెంట్‌లా జరుగుతాయని అంచనా వేయడం ప్రారంభించాను. అది బందీకి ఏ మాత్రం సౌకర్యంగా కాకపోయినా, కుటుంబాల కోసం మాత్రం మరింత అంచనా వేయదగినదిగా, చవకైనదిగా మారింది.

చివరి గడువులు అనేవి కేవలం బందీల నెగోషియేషన్‌కే కాదు, మరెన్నో సందర్భాల్లో మీకు ఉపయోగపడతాయి. కారు డీలర్లు నెల చివర్లో మంచి ధర ఇస్తారు, ఎందుకంటే వారి వ్యాపార లావాదేవీలు అప్పుడే అంచనా వేయటానికి వీలవుతుంది. అలాగే కార్పొరేట్ సేల్స్‌పీపుల్ త్రైమాసిక ప్రాతిపదికన పనిచేస్తారు. కాబట్టి క్వార్టర్ ముగుస్తున్న సమయానికి వారు ఎక్కువగా బలహీనంగా ఉంటారు.

ఇప్పుడు, నెగోషియేటర్లు తమ ప్రత్యర్థి చివరి గడువును పరపతిగా వినియోగించుకుంటారని తెలిసినప్పుడు, మీ స్వంత చివరి గడువును రహస్యంగా ఉంచడమే మంచిదని అనిపించవచ్చు. అదే సలహా మీరు ఎక్కువమంది పాత తరహా నెగోషియేషన్ నిపుణుల నుంచి విని వుంటారు.

1980లో వచ్చిన బెస్ట్‌సెల్లర్ 'You Can Negotiate Anything'1 పుస్తకంలో, నెగోషియేషన్ నిపుణుడు హెర్బ్ కోహెన్ తన మొదటి పెద్ద బిజినెస్ డీల్ కథ చెబుతాడు. అతని కంపెనీ, జపాన్‌కు ఒక సరఫరాదారుతో నెగోషియేట్ చేయమని అతడిని పంపింది.

అక్కడికి చేరుకున్న తర్వాత, అతని జపాన్ ప్రత్యర్థులు అతను ఎంతకాలం ఉంటాడని అడిగారు. కోహెన్ వారికీ "ఒక వారం" అని చెప్పాడు. తర్వాత ఏడు రోజులూ అతిథ్య సత్కారంలోనే గడిచిపోయాయి – పార్టీలు, పర్యటనలు, అవుటింగ్స్ – కానీ అసలు నెగోషియేషన్ మాత్రం జరగలేదు. చివరికి అతను బయలుదేరే సమయంలోనే సీరియస్ చర్చలు మొదలయ్యాయి. డీల్ యొక్క తుది వివరాలను ఎయిర్‌పోర్ట్‌కి వెళ్తూ కారులోనే ముగించారు.

కోహెన్ అమెరికాకు తిరిగి వచ్చినప్పుడు, తాను మోసపోయానని, చివరి గడువు ఒత్తిడికి లోనై ఎక్కువగా వదిలేశానని అనిపించింది. అతను తన చివరి గడువు తేదీని వారికి చెప్పేవాడా? వెనక్కి తిరిగి చూసినప్పుడు అతను చెబుతున్న సమాధానం: "లేదు" ఎందుకంటే అది వారికి ఒక ఆయుధం దొరికింది, అది తన దగ్గర లేకపోయింది: "వాళ్లు నా డెడ్‌లైన్‌ను తెలుసుకున్నారు, కానీ నేను వారిది తెలుసుకోలేదు."

ఈ రకమైన ప్రవర్తన ఇప్పుడు ఎక్కడ చూసినా కనిపిస్తుంది. చివరి గడువు అనేది ఒక వ్యూహాత్మక బలహీనత అని భావిస్తూ, ఎక్కువమంది నెగోషియేటర్లు కోహెన్ సలహాను అనుసరిస్తూ తమ 'డ్రాప్–డెడ్ డేట్' ను దాచి పెట్టి ఉంచుతారు.

కానీ ఒక చిన్న రహస్యాన్ని నేను మీకు చెబుతాను: కోహెన్, అలాగే అతని వెంట నడిచే నెగోషియేషన్ "నిపుణుల" గుంపు తప్పు. డెడ్‌లైన్‌లు రెండు విధాలా పనిచేస్తాయి. కోహెన్ తన బాస్ ఏమని అనుకుంటాడో అని నెర్వస్‌గా ఉండి ఉండవచ్చు. కానీ అదే సమయంలో, అతను డీల్ లేకుండా జపాన్ వదిలి వెళ్తే అతని ప్రత్యర్థులు కూడా గెలిచేవారు కాదు. కీలకం ఇదే: ఒకవైపు నెగోషియేషన్ ముగిసినప్పుడు, మరొకవైపుకి కూడా అది ముగిసినట్టే.

నిజానికి, యూనివర్సిటీ ఆఫ్ కాలిఫోర్నియా, బెర్క్లీకి చెందిన హాస్ స్కూల్ ఆఫ్ బిజినెస్ ప్రొఫెసర్ డాన్ ఏ. మూర్ చెబుతున్నది ఏమిటంటే, డెడ్‌లైన్ దాచడం అనేది నెగోషియేటర్‌ను అత్యంత చెడు స్థితిలోకి నెడుతుంది. అతని పరిశోధనలో తేలింది ఏమిటంటే, డెడ్‌లైన్ దాచడం వల్ల 'ప్రతిస్థంభన' వచ్చే ప్రమాదం గణనీయంగా పెరుగుతుంది. ఎందుకంటే డెడ్‌లైన్ ఉండటం వల్ల మీరు త్వరగా మినహాయింపులు చేయడం మొదలుపెడతారు, కానీ మీ ప్రత్యర్థి సమయం చాలానే ఉందని భావించి మరింత లాభం కోసం వేచి ఉంటాడు.

ఒకసారి ఊహించండి: NBA యజమానులు కాంట్రాక్ట్ నెగోషియేషన్లలో లాకౌట్ డెడ్‌లైన్ పెట్టి, దానిని ప్లేయర్స్ యూనియన్‌కు చెప్పకపోతే? యజమానులు డెడ్‌లైన్ దగ్గరపడుతున్నకొద్దీ మళ్లీ మళ్లీ వదులుకుంటూనే ఉంటారు. యూనియన్ మాత్రం ఆ రహస్య డెడ్‌లైన్ దాటి మరింత లాభం పొందేలా నెగోషియేట్ చేస్తుంది. ఆ అర్థంలో, డెడ్‌లైన్ దాచడం అంటే మీరు మీతోనే నెగోషియేట్ చేయడమే. అలా చేస్తే మీరు ఎల్లప్పుడూ ఓడిపోతారు.

మూర్ కనుగొన్నది ఏమిటంటే, నెగోషియేటర్లు తమ డెడ్‌లైన్‌ను ప్రత్యర్థికి చెప్పినప్పుడు, వారు మెరుగైన డీల్ పొందుతారు. అవును, ఇది నిజమే. మొదట, మీ చివరి గడువును చెప్పడం వల్ల 'ప్రతిస్థంభన' ప్రమాదం తగ్గుతుంది. రెండవది, మీ డెడ్‌లైన్‌ను తెలిసిన ప్రత్యర్థి అసలు డీల్, మినహాయింపులపై త్వరగా దృష్టి పెడతాడు.

తర్వాతి దానికి వెళ్లేముందు నేను చెప్పదలిచిన చివరి విషయం ఇది: చివరి గడువులు (Deadlines) దాదాపు ఎప్పుడూ దృఢమైనవి కావు. అంతకంటే ముఖ్యమైంది, మీరు ఆ ప్రక్రియలో పాల్గొనడం, దానికి ఎంత సమయం పడుతుందో అర్థం చేసుకోవడం. కొన్ని సందర్భాల్లో మీ వద్ద ఉన్న

సమయానికి మించి మీరు పూర్తి చేయాల్సిన పనులు యింకా ఉన్నాయని మీరు గమనిస్తారు.

న్యాయం అనేదేమీ ఉండదు

(NO SUCH THING AS FAIR)

నా నెగోషియేషన్ తరగతిలో మూడవ వారంలో, నేను నా విద్యార్థులకు వాళ్లు తమను తాము ఎంత తక్కువగా అర్థం చేసుకుంటారో చూపించే ఒక ఆటను ఆడిస్తాను (నాకు తెలుసు, నేను క్రూరుడిని).

దానికి పేరు Ultimatum Game. అది ఇలా సాగుతుంది: విద్యార్థులు జంటలుగా విడగొట్టబడతారు – ఒకరు "ప్రొపోజర్" (proposer) (ప్రతిపాదన చేసే వాళ్లు) మరొకరు "అక్సెప్టర్" (accepter) (అంగీకారం తెలిపేవాళ్లు) నేను ప్రతి ప్రొపోజర్‌కి $10 ఇస్తాను. ఆ ప్రొపోజర్, అక్సెప్టర్‌కు ఒక రౌండ్ డాలర్ల ఆఫర్ చేయాలి. అక్సెప్టర్ అంగీకరిస్తే, ఆ మొత్తం అతనికి, మిగిలింది ప్రొపోజర్‌కి వస్తుంది. కానీ అక్సెప్టర్ తిరస్కరిస్తే, ఇద్దరికీ ఏమీ రాదు, $10 నాకే తిరిగి వస్తుంది.

వాళ్లు "గెలిచారా" లేక "ఓడిపోయారా" అనేది (నా జేబుకు తప్ప) అసలు విషయం కాదు. అసలు విషయం వారు చేసే ఆఫర్. ఆశ్చర్యకరమైన విషయం ఏంటంటే – దాదాపు ఎప్పుడూ, ఎవరు ఏ ఆఫర్ చేసినా, వారు మైనారిటీలోనే ఉంటారు. $6/$4, $5/$5, $7/$3, $8/$2 ఏది ఎంచుకున్నా, ఏ విభజన ఎక్కువగా ఎంచుకోబడలేదని గ్రహించి ఆశ్చర్యపోతారు. కేవలం $10 "లభించిన" డబ్బును పంచుకోవడంలో కూడా "న్యాయం" లేదా "తార్కికత" అన్నదానికి ఒకే అభిప్రాయం ఉండదు.

ఆ ప్రయోగం అనంతరం, నేను విద్యార్థుల ముందు నిలబడి వారు వినకూడదని అనుకున్న ఒక విషయం చెబుతాను: వాళ్లు ఉపయోగించిన ప్రతి ఒక్క నిర్ణయం 100 శాతం అవివేకం, భావోద్వేగంతో నిండినది.

వాళ్లు ఆశ్చర్యపడి అంటారు: "ఏమిటి? నేను రేషనల్ డెసిషన్ తీసుకున్నాను."

అప్పుడు నేను వాళ్లు 'ఎందుకు తప్పు' అనేది వివరిస్తాను. ముందు, అందరూ రీజన్ వాడి ఉంటే, ఎందుకు అంతటి వేరువేరు నిర్ణయాలు వచ్చాయి? అదే విషయం: వారు రీజన్ వాడలేదు. వాళ్లు అనుకున్నారు, ఎదుటివాడు కూడా తమలాగే ఆలోచిస్తాడని.

"మీరు నెగోషియేషన్‌లోకి వెళ్తూ ఎదుటివాడు కూడా మీలా ఆలోచిస్తాడని అనుకుంటే, మీరు తప్పు. అది 'సహానుభూతి' కాదు; అది 'ప్రదర్శించడం' అని నేను చెబుతాను.

దానిని ఇంకాస్త ముందుకు తీసుకువెళతాను: ఎందుకు ఎవరూ $1 ఆఫర్ చేయలేదు? అది ప్రొపోజర్‌కు ఉత్తమమైన తార్కికమైన ఆఫర్ కదా? అక్సెప్టర్ తిరస్కరించలేనిది కదా? మరి ఎవరో $1 ఇచ్చి తిరస్కరించబడ్డారా? అలా అయితే, అక్సెప్టర్ ఎందుకు తిరస్కరించాడు?

"ఎవరైతే $1 కన్నా ఎక్కువ ఆఫర్ చేసారో, వారు భావోద్వేగ నిర్ణయం తీసుకున్నారు" అని నేను చెబుతాను. "మీరు అక్సెప్టర్లు $1 తిరస్కరించారంటే, $0 పొందడం $1 పొందడం కంటే ఎప్పటి నుంచి మంచిదైంది? ఆర్థిక నిబంధనలు ఒక్కసారిగా మారిపోయాయా?"

ఇది విద్యార్థుల 'మేము తార్కిక వ్యక్తులం' అనే భ్రమను ఛేదిస్తుంది. కానీ వారు కాదు. మనలో ఎవరూ కాదు. మనం అందరం అవివేకులు, భావోద్వేగపరులు. నిర్ణయం తీసుకోవడంలో భావోద్వేగం తప్పనిసరి. దాన్ని నిర్లక్ష్యం చేస్తే మనకే నష్టం.

'Descartes' Error: Emotion, Reason, and the Human Brain'2 అనే పుస్తకంలో న్యూరోసైంటిస్ట్ ఆంటోనియో డమాసియో ఒక గొప్ప ఆవిష్కరణను వివరించాడు. మెదడులో భావోద్వేగాలు ఉత్పత్తి అయ్యే సమయానికి నష్టం కలిగిన వారిని అధ్యయనం చేస్తే, వారందరికీ ఒక విచిత్రమైన లక్షణం కనిపించింది: వారు నిర్ణయాలు తీసుకోలేకపోయారు. తార్కికంగా ఏమి చేయాలో వివరిస్తారు కానీ చిన్నతరహా నిర్ణయం కూడా తీసుకోలేరు.

అంటే, మనం తర్కం వాడి నిర్ణయం వైపు పయనించినా, అసలు నిర్ణయం తీసుకోవడాన్ని భావోద్వేగమే నియంత్రిస్తుంది.

ఎఫ్-పదం (THE F-WORD): ఇది ఎందుకు శక్తివంతమైనది, ఎప్పుడు వాడాలి, ఎలా వాడాలి

నెగోషియేషన్‌లో అత్యంత శక్తివంతమైన పదం "Fair" (న్యాయం). మనుషులుగా మనం ఎంత గౌరవించబడ్డామో అన్న భావన మమ్మల్ని బలంగా ప్రభావితం చేస్తుంది. న్యాయంగా చూశారని అనిపిస్తే ఒప్పందాన్ని పాటిస్తాం; న్యాయం జరగలేదని అనిపిస్తే కోపంతో స్పందిస్తాం.

ఒక దశాబ్దం పాటు జరిగిన బ్రెయిన్ ఇమేజింగ్ స్టడీస్ చూపినట్టు, unfairness అనిపించే సందర్భాల్లో మన మెదడులోని insular cortex బలంగా స్పందిస్తుంది. ఇంతే కాదు, మనుషులు మాత్రమే కాదు, జంతువులు కూడా అన్యాయాన్ని తిరస్కరిస్తాయి. ఒక ప్రసిద్ధమైన ప్రయోగంలో, రెండు కాపుచిన్ కోతులతో ఒకే పనిని చేయించారు. ఒకదానికి తీపి ద్రాక్షలు ఇచ్చారు. మరొకదానికి కీరదోస యిచ్చారు. ఫలితంగా, కీరదోస తిన్న కోతి అక్షరాలా ఉన్మత్తమైపోయింది.

Ultimatum Game లోనూ, అనుభవం చెబుతున్నది ఏమిటంటే – అక్సెప్టర్లు దాదాపు ఎప్పుడూ ప్రొపోజర్ డబ్బులో సగం కంటే తక్కువ ఆఫర్‌ను తిరస్కరిస్తారు. ప్రొపోజర్ డబ్బులో పావుకి చేరేసరికి ఆఫర్ అవమానంగా మారుతుంది. ఇక్కడ కూడా, మనుషులు రేషనల్‌గా డబ్బు తీసుకోకుండా, భావోద్వేగంతో "ఇది అన్యాయం" అని వదులుకుంటారు.

ఈ అన్యాయం పట్ల ప్రతిస్పందన పెద్ద ఆర్థిక ఒప్పందాల వరకూ వెళ్తుంది.

రాబిన్ విలియమ్స్ Aladdin లో జీని వాయిస్ చేసినప్పుడు, తన పిల్లల కోసం మంచి గుర్తుగా వదిలిపెట్టాలనే ఉద్దేశంతో, అతను తన సాధారణ $8 మిలియన్ ఫీజు బదులు కేవలం $75,000 తీసుకున్నాడు. కానీ సినిమా $504 మిలియన్ సంపాదించిన బ్లాక్‌బస్టర్‌గా మారిపోయింది.

తర్వాత, విలియమ్స్ ఆగ్రహించాడు.

ఇప్పుడు దీన్ని Ultimatum Game దృష్టిలో చూసినట్లయితే – విలియమ్స్ డబ్బు గురించి కోపంగా లేడు; అతన్ని ఆగ్రహానికి గురి చేసింది అన్యాయంగా అనిపించిన భావన. Aladdin బ్లాక్‌బస్టర్ అయ్యే వరకు అతను తన కాంట్రాక్ట్ గురించి అసలు ఫిర్యాదు చేయలేదు. కానీ సినిమా

భారీ విజయాన్ని సాధించిన తర్వాత, అతను, అతని ఏజెంట్ ఇద్దరూ కూడా, తమను సినిమా కంపెనీ వాళ్లొ మోసం చేశారని బహిరంగంగా మాట్లాడారు.

విలియమ్స్ అదృష్టవంతుడు. డిస్నీ స్టార్ హీరోని సంతోషంగా ఉంచాలని ఆలోచించింది. డిస్నీ అతన్ని సంతోషపెట్టడానికి -- వాళ్ల మధ్య ఒప్పందం లేకపోయినప్పటికీ – ఒక పికాసో పెయింటింగ్ (సుమారు $1 మిలియన్ విలువైనది) బహుమతిగా ఇచ్చింది.

కానీ, ఇక్కడ ఇరాన్ దేశానికి ఆ అదృష్టం లేదు.

ఇటీవలి సంవత్సరాలలో, ఇరాన్ తన యూరేనియం సమృద్ధి చేసే అణు కార్యక్రమాన్ని రక్షించుకునేందుకు, విదేశీ పెట్టుబడులు మరియు చమురు ఆదాయంలో $100 బిలియన్లకుపైగా నష్టపోయేలా చేసిన ఆంక్షలను భరించింది —– ఆ కార్యక్రమం దాని మొత్తం శక్తి అవసరాల్లో కేవలం 2 శాతం మాత్రమే తీర్చగలదు. ఇలా చెప్పాలంటే, ఆ ఆఫర్ అవమానంగా అనిపిస్తోందని ఉచితంగా ఇచ్చే $1 కూడా తీసుకోని విద్యార్థుల్లాగే, ఇరాన్ తన ప్రధాన ఆదాయ వనరైన చమురు మరియు వాయువు ఆదాయాన్ని వదిలేసి, తక్కువ లాభం ఇచ్చే ఒక శక్తి ప్రాజెక్ట్ కోసం తనకే నష్టం చేసుకుంది.

ఎందుకలా చేసింది? న్యాయబద్ధత కోసం!

ఇరాన్‌కి సంబంధించి చూస్తే, ప్రపంచంలోని శక్తివంతమైన దేశాలు – వేల సంఖ్యలో అణ్వస్త్రాలు కలిగి ఉన్నవే – తాము అణుశక్తిని ఉపయోగించవచ్చా లేదా అనే విషయంలో తీర్పు చెప్పడం న్యాయం కాదని అనిపిస్తోంది. అదేకాక, గుప్తంగా అణ్వస్త్రాలు సంపాదించిన భారత్, పాకిస్తాన్‌లను అంతర్జాతీయ సమాజం స్వీకరించినప్పుడు, యూరేనియం సమృద్ధి చేస్తున్నందుకు ఇరాన్‌ను ఎందుకు అగ్రహారంగా (pariah) చూస్తున్నారో అని ఇరాన్ ఆశ్చర్యపడుతోంది.

ఒక టీవీ ఇంటర్వ్యూలో, మాజీ ఇరానియన్ అణు చర్చాకర్త సయ్యద్ హొస్సేన్ మౌసవియన్ సరిగ్గా విషయాన్ని ప్రత్యేకంగా అడిగాడు – "ఈరోజు ఇరానీయులకి 'అణు సమస్య' అసలు అణు గురించి కాదు" అని, "ఇది వారి గౌరవాన్ని, స్వతంత్ర వ్యక్తిత్వాన్ని మిగతా ప్రపంచ ఒత్తిడికి ఎదురు నిలబెట్టి కాపాడుకోవడం గురించిది" అని చెప్పాడు.

మీరు ఇరాన్‌ను నమ్మకపోవచ్చు, కానీ perceived unfairness ను

తిరస్కరించడం – అది ఎంత పెద్ద ఖర్చుతో అయినా – ఎంత శక్తివంతమైన ప్రేరణ అవుతుందో, ఇరాన్ చర్యలే స్పష్టమైన సాక్ష్యం.

ఒకసారి "fairness" ఎంత గందరగోళమైన, భావోద్వేగపూరితమైన, మరియు విధ్వంసకరమైన చలనాన్ని కలిగించగలదో మీరు అర్థం చేసుకున్న తర్వాత, "Fair" అనే పదం ఎంత విపరీతమైన శక్తివంతమైందో, దాన్ని ఎంత జాగ్రత్తగా వాడాలో మీరు గ్రహిస్తారు.

నిజానికి, ప్రజలు ఈ "F-bomb" అనే పదాన్ని మూడు రకాలుగా ఉపయోగిస్తారు, వాటిలో ఒక్కటే సానుకూలమైనది.

అత్యంత సాధారణమైన ఉపయోగం ఒక "జూడో" లాంటి రక్షణాత్మక చలనం – ఇది ఎదుటివారి స్థిరత్వాన్ని చెదరగొడుతుంది. ఈ మాయాజాలం సాధారణంగా "మేము కేవలం న్యాయం కావాలనుకుంటున్నాం" ("We just want what's fair.") వంటి మాటల రూపంలో కనిపిస్తుంది.

ఎవరైనా మీపై అన్యాయంగా ప్రవర్తించారని సూచించే విధంగా మాట్లాడిన చివరి సందర్భాన్ని ఒకసారి గుర్తుచేసుకోండి. అప్పుడు మీలో తక్షణమే ఒక రక్షణాత్మక భావన (defensiveness) మరియు అసౌకర్యం (discomfort) కలిగిందని మీరు ఒప్పుకోవాల్సి వస్తుంది. ఈ భావాలు తరచూ అవగాహనలోనివి (subconscious), మరియు చాలాసార్లు అవి తార్కికం కాని రాయితీ (irrational concession)కి దారితీస్తాయి.

నా స్నేహితురాలు కొన్నేళ్ల క్రితం బోస్టన్‌లోని తన ఇంటిని అమ్ముతోంది. మార్కెట్ కుదేలయిపోయిన సమయం. ఆమెకు వచ్చిన ఆఫర్ ఆమె ఊహించినదానికంటే చాలా తక్కువగా ఉంది — అంటే ఆమెకు పెద్ద నష్టం. ఆ నిరాశలో, ఆమె ఆ prospective buyer పై ఈ "F-bomb"ను వదిలింది:

"మేము కేవలం న్యాయం కావాలనుకుంటున్నాం," అని ఆమె చెప్పింది.

ఆ అంతర్గత ఆరోపణ (implicit accusation) వల్ల భావోద్వేగపూరితంగా కలత చెంది, ఆ వ్యక్తి వెంటనే తన ఆఫర్‌ను పెంచాడు.

ఈ ఆరోపణ వ్యాపారపరమైన సందర్భంలో మీపై వస్తే, మీరు గుర్తించాల్సింది ఏమిటంటే – ఎదుటివారు తప్పనిసరిగా మిమ్మల్ని మోసం

చేయాలనుకోవడం కాదు; నా స్నేహితురాలు లాగానే వారు పరిస్థితుల వల్ల మానసిక ఒత్తిడిలో ఉండవచ్చు. ఏ దిశలోనైనా సరైన ప్రతిస్పందన – లోతుగా శ్వాస తీసుకుని, రాయితీ ఇవ్వాలనే తపనను అణచుకోవడం. తర్వాత ఇలా చెప్పండి, "సరే, క్షమించండి. మనం కాసేపు ఆగుదాం. నేను మీతో అన్యాయంగా ప్రవర్తించడం ఎక్కడ ప్రారంభమైందో అక్కడికి వెళ్దాం, దాన్ని సరిచూసుకుందాం"

"F-bomb" యొక్క రెండో రకమైన ఉపయోగం మరింత చెడ్డది (nefarious). ఇందులో మీ ప్రత్యర్థులు మీరెంతో దృఢంగా, నిజాయితీ లేకుండా ఉన్నారని మిమ్మల్ని నిందిస్తారు. పైగా మీతో చెబుతారు: "మేము మీకు న్యాయమైన ఆఫర్ ఇచ్చాం." ఇది చిన్నదైనా ఘాటు దెబ్బలాంటిది —— దీని ఉద్దేశ్యం ఎదుటివారి దృష్టిని మరల్చి, మిమ్మల్ని మాయ చేయడం, చివరికి మీరు తలవంచేలా చేయడం.

ఎప్పుడైనా ఎవరైనా నా మీద ఇలా ప్రయత్నించినప్పుడు, నాకు చివరి NFL లాక్అవుట్ గుర్తుకు వస్తుంది.

నెగోషియేషన్లు చివరి దశకు చేరుకున్నప్పుడు, NFL ప్లేయర్లు యజమానులు తమ అకౌంట్స్‌ను తెరవాలని కోరారు. యజమానుల సమాధానం ఏమిటి?

"మేము ప్లేయర్లకు న్యాయమైన ఆఫర్ ఇచ్చాం" అన్నారు.

ఇందులో వున్న భయంకరమైన చాతుర్యాన్ని గమనించండి: తమ అకౌంట్స్ తెరవడం గాని లేదా తిరస్కరించడం గాని చేయకుండా, యజమానులు దృష్టిని NFLPA యొక్క "న్యాయం" పట్ల అర్థం చేసుకోలేకపోవడంపై మార్చేశారు.

మీరు ఇలాంటి పరిస్థితిలో ఉన్నప్పుడు, ఉత్తమ ప్రతిస్పందన ఆ "F" పదాన్ని ప్రతిబింబించడం. "న్యాయంగా?" అని మీరు స్పందించాలి – ఆ పదం యొక్క శక్తి వారిపై కూడా అదే ప్రభావం చూపేలా కాసేపు ఆగండి. తర్వాత ఒక "లేబుల్" ఉపయోగించండి: "మీరు దానికి మద్దతుగా ఉన్న ఆధారాలను ఇవ్వడానికి సిద్ధంగా ఉన్నట్టు అనిపిస్తోంది" అని చెప్పండి. దీని అర్థం – వారు తమ అకౌంట్స్ తెరవడం లేదా తమ "న్యాయమైన" అన్న వాదనను వ్యతిరేకించే సమాచారం ఇవ్వడం లేదా మీరు ఇప్పటివరకు పొందని డేటాను మీకు ఇవ్వడం. ఇలా మీరు ఆ దాడిని వెంటనే బలహీనపరుస్తారు.

"F" పదం చివరి ఉపయోగం నాకు చాలా ఇష్టం ఎందుకంటే అది పాజిటివ్‌గానూ, నిర్మాణాత్మకంగానూ ఉంటుంది. ఇది నిజాయితీగా, సానుభూతితో కూడిన నెగోషియేషన్‌కి బాట వేస్తుంది.

నేను దీన్ని ఇలా ఉపయోగిస్తాను: నెగోషియేషన్ మొదట్లోనే నేను చెబుతాను – "మీరు ఎప్పుడూ న్యాయంగా ట్రీట్ చేయబడ్డారని అనిపించాలని నేను కోరుకుంటున్నాను. కాబట్టి నేను ఎప్పుడైనా అన్యాయంగా ప్రవర్తిస్తున్నట్టు అనిపిస్తే వెంటనే ఆపి చెప్పండి, మనం దాని గురించి చర్చిద్దాం."

ఇది సులభం, స్పష్టమైనది, మరియు నన్ను నిజాయితీగల డీలర్‌గా చూపిస్తుంది. ఆ స్టేట్‌మెంట్‌తో, నేను ప్రజలకు తెలియజేసేది ఏమిటంటే, వారు ఆ పదాన్ని నిజాయితీగా ఉపయోగిస్తే నాకు ఎలాంటి అభ్యంతరం లేదని. ఒక నెగోషియేటర్‌గా, మీరు "న్యాయంగా ఉండే" పేరును సంపాదించడానికి కృషి చేయాలి. మీ పేరు మీకంటే ముందు నడుస్తుంది. అది మీ విజయానికి దారిని సిద్ధం చేసే విధంగా ముందుకు నడవనివ్వండి.

ఎదురువారి విలువల వెనుక భావోద్వేగ కారకాలను ఎలా కనుగొనాలి

కొన్ని సంవత్సరాల క్రితం, How to Become a Rainmaker3అనే పుస్తకాన్ని నేను చదివాను. అప్పుడప్పుడూ నేను దానిని తిరిగి చదువుతూ ఉంటాను. ఎందుకంటే అది నిర్ణయాలను నడిపించే భావోద్వేగ డ్రైవర్స్ గురించి నాకు గుర్తు చేస్తుంది. ఆ పుస్తకం సేల్స్‌ను లాజిక్‌గా కాకుండా భావోద్వేగభరితమైన ఒక అద్భుతంగా వివరించింది.

మీరు ఎదుటివారి సమస్యలు, బాధలు, నెరవేరని లక్ష్యాలను బయటపెట్టగలిగితే – అంటే వారు నిజంగా కొనుగోలు చేస్తున్నది ఏమిటో కనుగొనగలిగితే – మీ ప్రతిపాదనను పరిపూర్ణ పరిష్కారంగా చూపించే ఒక విజన్‌ను వారికి అమ్మగలుగుతారు.

దాన్ని మౌలిక స్థాయిలో ఆలోచించండి. ఒక మంచి బేబీసిట్టర్ నిజంగా ఏమి అమ్ముతుంది? అది కేవలం చైల్డ్ కేర్ కాదు, కానీ ఒక ప్రశాంతమైన సాయంత్రం. ఒక ఫర్నేస్ సేల్స్‌పర్సన్ ఏం అమ్ముతాడు? కుటుంబం కోసం వెచ్చని గదులు. బ్యాంకు లాకర్లు ఏమిస్తాయి? భద్రతా భావన.

భావోద్వేగ డ్రైవర్స్‌ని తెలుసుకుంటే, ఏ ఒప్పందానికైనా, దాని ప్రయోజనాలను కూడా వారిని ఆకట్టుకునే భాషలో చూపించగలుగుతారు.

ఇతరుల వాస్తవాన్ని వంచించండి

అదే వ్యక్తిని తీసుకోండి, ఒకటి రెండు రకాలు మార్చండి, అప్పుడు $100 ఒక అద్భుతమైన విజయం గానీ, లేదా ఘోరమైన అవమానంగానీ అవుతుంది. ఈ పరిణామాన్ని గుర్తించడం ద్వారా మీరు వాస్తవాన్ని అవమానంనుంచి విజయంగా మార్చవచ్చు.

ఉదాహరణ చెబుతాను చూడండి. నా దగ్గర ఒక కాఫీ మగ్ ఉంది, ఎరుపు, తెలుపు కలర్స్‌లో స్విస్ ఫ్లాగ్‌తో ఉంది. ఎలాంటి మరకలు లేవు, కానీ వాడినది. మీరు దానికి ఎంత ఇస్తారు? నిజాయితీగా ఆలోచిస్తే?

మీరు అనుకుంటారు, అది $3.50 ఉంటుంది.

ఇప్పుడు అది మీదని అనుకోండి. మీరు దాన్ని నాకు అమ్మబోతున్నారు. మీరు ఎంత చెప్పబోతారు?

$5 నుంచి $7 మధ్య అని చెబుతారు.

రెండు సందర్భాల్లో కూడా అది అదే మగ్. నేను కేవలం దానిని మీకు సంబంధించిన కోణంలో మార్చాను. దాంతో దాని విలువ పూర్తిగా మారింది.

లేదా నేను మీకు చెబుతున్నాను: మూడు నిమిషాల్లో కాఫీ తెచ్చి ఇవ్వండి, $20 ఇస్తాను. మీరు ఆలోచిస్తారు: మూడు నిమిషాలకు $20 అంటే గంటకు $400. చాలా సంతోషంగా ఉంటుంది.

కానీ తర్వాత ఆ తప్పు వల్ల నేను ఒక మిలియన్ డాలర్లు సంపాదించానని మీరు తెలుసుకుంటే? మీరు గంటకు $400 సంపాదించానని ఉల్లాసంగా ఉన్న స్థితి నుంచి “నేను మోసపోయాను” అని కోపంతో మారిపోతారు.

$20 విలువ కూడా కాఫీ మగ్గ్ విలువలాగే మారలేదు. కానీ దానిపట్ల మీ దృష్టికోణం మారింది. నేను $20ని ఎలా ఉంచుతానో దాని ఆధారంగా, నేను మిమ్మల్ని సంతోషపెట్టగలను లేదా దానిపై అసహ్యం కలిగించగలను.

నేను చెప్పదలచుకున్నది ఏమిటంటే, మన నిర్ణయాలు భావోద్వేగాత్మకంగా, తార్కికంగా కానివి అని మాత్రమే కాదు. అవి తార్కికం కాకపోయినా, వాటి వెనుక కొన్ని స్థిరమైన పద్ధతులు, సూత్రాలు ఉంటాయి.

ఆ మానసిక పద్ధతులను మీరు అర్థం చేసుకున్న తర్వాత, వాటిని ప్రభావితం చేసే మార్గాలు కనిపిస్తాయి.

మన తార్కికం కాని నిర్ణయాలను వివరించడానికి ఉత్తమ సిద్ధాంతం ప్రాస్పెక్ట్ థియరీ. 1979లో సైకాలజిస్టులు డానియెల్ కహ్నెమన్ మరియు అమోస్ ట్వెర్స్కీ దీన్ని రూపొందించారు. ఇది రిస్క్ ఉన్న సందర్భాల్లో మనం ఎంచుకునే మార్గాన్ని వివరిస్తుంది. వారి సిద్ధాంతం ప్రకారం, ప్రజలు ప్రాబబిలిటీ కంటే ఖచ్చితమైన ఎంపికను ఎక్కువగా ఎంచుకుంటారు. దీన్ని Certainty Effect అంటారు. అలాగే ప్రజలు లాభం పొందడానికి కంటే నష్టాన్ని తప్పించుకోవడానికి ఎక్కువ రిస్క్ తీసుకుంటారు. దీన్ని Loss Aversion అంటారు.

అందుకే గణాంకాల ప్రకారం బీమా అవసరం లేని వారూ దాన్ని కొనుగోలు చేస్తారు. లేదా ఇది పరిగణనలోకి తీసుకోండి: ఒక వ్యక్తికి "నీకు 95 శాతం అవకాశంతో $10,000 లభిస్తుంది" లేదా "100 శాతం అవకాశంతో $9,499 లభిస్తుంది" అని చెప్పినప్పుడు, సాధారణంగా అతను రిస్క్‌కి దూరంగా ఉండి, 100 శాతం ఖచ్చితమైన సురక్షితమైన ఎంపికను ఎంచుకుంటాడు. కానీ అదే వ్యక్తికి "నీకు 95 శాతం అవకాశంతో $10,000 నష్టమవుతుంది" లేదా "100 శాతం అవకాశంతో $9,499 నష్టమవుతుంది" అని చెప్పినప్పుడు, అతను వ్యతిరేక నిర్ణయం తీసుకుంటాడు – నష్టాన్ని నివారించడానికి పెద్ద 95 శాతం రిస్క్ ఉన్న ఎంపికను ఎంచుకుంటాడు. నష్టానికి ఉన్న అవకాశం, సమాన లాభం పొందే అవకాశానికంటే ఎక్కువ రిస్క్ తీసుకునేలా ప్రేరేపిస్తుంది.

తర్వాత వచ్చే కొన్ని పేజీలలో, మీరు మీ ప్రయోజనానికి ఉపయోగించుకోగల కొన్ని "ప్రాస్పెక్ట్ థియరీ" వ్యూహాలను నేను వివరిస్తాను. కానీ ముందుగా, "నష్టం పట్ల భయం" (loss aversion) గురించి ఒక కీలకమైన పాఠాన్ని మీతో పంచుకోవాలి: ఒక కఠినమైన నెగోషియేషన్‌లో, మీరు ఎదుటివారికి వారు కోరుకున్నది మీరు ఇవ్వగలరని చూపించడం మాత్రమే సరిపోదు.

నిజమైన ఆధిపత్యం (real leverage) పొందాలంటే, ఒప్పందం విఫలమైతే వారు కోల్పోయే స్పష్టమైన నష్టం కూడా ఏదో ఉందని వారిని నమ్మించాలి.

1. వారి భావోద్వేగాలకు సంధానకర్తగా ఉండండి

వారి వాస్తవాన్ని ఆధీనంలోకి తీసుకురావాలంటే, సహానుభూతితో ప్రారంభించాలి. కాబట్టి, మొదట Accusation Audit చేసి, వారి భయాలను అంగీకరించండి. నష్టాన్ని ముందే ఊహించేలా వారి భావోద్వేగాలకు సంధాన కర్తగా ఉండటం ద్వారా, వారి loss aversion ను పెంచుతారు. అప్పుడు వారు ఆ నష్టాన్ని తప్పించుకోవడానికి ఒప్పందాన్ని అంగీకరించడానికి తొందరపడతారు.

నేను FBI నుంచి బయటకు వచ్చాక నా మొదటి కన్సల్టింగ్ ప్రాజెక్టులో, UAE జాతీయ హోస్టేజ్ నెగోషియేషన్ టీమ్‌కు శిక్షణ ఇచ్చే గౌరవం దక్కింది. దురదృష్టవశాత్తూ, ఆ ప్రాజెక్టులో ప్రధాన కాంట్రాక్టర్ వల్ల సమస్యలు వచ్చాయి (నేను సబ్‌కాంట్రాక్టర్). సమస్యలు మరింతగా పెరిగాయి. నేను రోజుకు $2000 సంపాదించే కాంట్రాక్టర్లకు, వచ్చే కొన్ని నెలల్లో $500 మాత్రమే ఇవ్వగలనని చెప్పాల్సిన పరిస్థితి వచ్చింది.

నేను వారికి నేరుగా చెబితే, వారు నన్ను ఎగతాళి చేసి పంపేస్తారని నాకు తెలుసు. కాబట్టి నేను ప్రతి ఒక్కరినీ ఫోన్‌లో సంప్రదించి, వారిని బలంగా ఒక Accusation Audit తో సిద్ధం చేసాను.

“నేను మీకు ఒక చెత్త ప్రపోజల్‌తో వచ్చాను” అని చెప్పి ఆగిపోయాను. వారు “చెప్పండి” అన్న తర్వాత కొనసాగాను. “ఈ కాల్ పూర్తయ్యే సరికి, మీరు నేను ఒక చెత్త బిజినెస్‌మన్ అని అనుకుంటారు. నేను బడ్జెట్ చేయలేను, ప్లాన్ చేయలేను అని అనుకుంటారు. క్రిస్ వోస్ ఎక్కువగా మాట్లాడతాడు కానీ మొదటి ప్రాజెక్టులోనే పూర్తిగా ముప్పుతిప్పలు పెట్టుకున్నాడు అని అనుకుంటారు. అతనికి ఆపరేషన్ నడపడం రాదు. అతను నన్ను మోసం చేసి ఉండొచ్చు అని కూడా అనుకుంటారు.”

ఆ తర్వాత, వారి భావోద్వేగాలను తక్కువ అంచనాల సున్నితమైన అంశాల వద్ద సంధాన కర్తగా ఉన్న తర్వాత, నేను వారి loss aversion పై ఆడాను.

“అయినప్పటికీ, దీన్ని మరెవరికైనా ఇవ్వడానికి ముందు, మీకే ఇవ్వాలని అనుకున్నాను” అని అన్నాను.

అదే కాల్, ఇప్పుడు $2000 నుంచి $500 కి కట్ అయ్యే విషయమేం

కాదు – ఆ $500 ని ఇంకొకరికి కోల్పోకుండా ఎలా ఉంచుకోవాలో అయ్యింది.

వారు అందరూ ఆ డీల్‌కి ఒప్పుకున్నారు. ఎలాంటి కౌంటర్ ఆఫర్లు, ఎలాంటి ఫిర్యాదులు లేవు. నేను వారి భావోద్వేగాలను తక్కువగా సంధానకర్తగా ఉండకపోతే, $500 పట్ల వారి అవగాహన పూర్తిగా వేరుగా ఉండేది. నేను కేవలం ఫోన్ చేసి, "రోజుకు $500 ఇస్తాను. మీ అభిప్రాయం ఏమిటి?" అని అడిగితే, వారు దాన్ని అవమానంగా తీసుకొని ఫోన్ పెట్టేసేవారు.

2. ఎక్కువసార్లు ఎదుటివాడినే ముందుగా మాట్లాడనివ్వండి

ఎదుటివారి వాస్తవాన్ని ఆధీనం చేసుకునే భావోద్వేగాలకు సంధానకర్తగా ఉండటం గొప్ప ప్రయోజనం కలిగిస్తుందనేది స్పష్టమే. అయినప్పటికీ, ధర విషయంలో ముందుగా మాట్లాడటం ఎల్లప్పుడూ మంచిది కాదు.

ప్రముఖ చిత్రదర్శకుడు బిల్లీ వైల్డర్, 1944 క్లాసిక్ డబుల్ ఇండెమ్నిటీ సినిమా కోసం ప్రసిద్ధ డిటెక్టివ్ నవలా రచయిత రేమండ్ చాండ్లర్‌ను హైరింగ్ చేయడానికి వెళ్ళాడు. ఆ సమయంలో చాండ్లర్ హాలీవుడ్‌కు కొత్తవాడు. అయినప్పటికీ, చర్చకు సిద్ధమై వచ్చాడు. చాండ్లర్ ముందుగా జీతం ఆఫర్ చేస్తూ, వారానికి $150 అడిగాడు. పని ముగించడానికి మూడు వారాలు పట్టవచ్చని హెచ్చరించాడు.

వైల్డర్, నిర్మాత అతని మాట విని నవ్వును ఆపుకోలేకపోయారు. ఎందుకంటే వారు చాండ్లర్‌కి వారానికి $750 ఇవ్వాలని అనుకున్నారు. స్క్రిప్ట్ రాయడానికి కొన్ని నెలలు పడుతుందని వారికి తెలుసు. అదృష్టవశాత్తూ, వారు చాండ్లర్ పారితోషికాన్ని ఎక్కువగా కేటాయించారు. తర్వాత చాండ్లర్ కి బదులుగా ఒక ఏజెంట్‌ని తీసుకువచ్చి చర్చ జరిపించారు.

అలాగే, నా దగ్గర ఒక విద్యార్థి ఉన్నాడు – జెర్రీ. అతను ముందుగా జీతం చెప్పి చర్చలో ఘోరంగా విఫలమయ్యాడు (ఇది అతను నా విద్యార్థి కావడానికి ముందు జరిగింది).

న్యూయార్క్‌లోని ఒక ఫైనాన్షియల్ కంపెనీ ఇంటర్వ్యూలో, అతను $110,000 కోరాడు, ఎందుకంటే అది 30 శాతం పెరుగుదల. కానీ

తర్వాత అతనికి తెలిసింది అదే ప్రోగ్రామ్‌లోని ఇతరులకు $125,000 వద్ద ప్రారంభించారని.

అందుకే నేను సిఫార్సు చేస్తాను – డబ్బు చర్చల్లో మొదట ఆఫర్ చేయనివ్వండి.

ఎందుకంటే రెండు వైపుల వాళ్లకీ పూర్తి సమాచారం ఉండదు. జెర్రీ, చాండ్లర్‌లాగే మీరు కూడా మార్కెట్ విలువ తెలియకపోవచ్చు. ఇలాంటప్పుడు ముందుగా మాట్లాడడం సురక్షితం కాదు.

వారిని ముందుగా అనుమతించడం వల్ల అదృష్టం కూడా కలుగుతుంది. చాలా చర్చల్లో నేను గమనించాను – ఎదుటివారి మొదటి ఆఫర్, నేను అనుకున్న తుది ఫిగర్ కంటే ఎక్కువగా ఉండేది. నేను ముందుగా మాట్లాడితే, వారు ఒప్పుకునేవారు కానీ నేను ఓవర్‌పే చేశానని లేదా అండర్‌సెల్ చేశానని బాధపడేవాడిని.

అది చెప్పిన తర్వాత, ఎదుటివాడు "ఆంకర్" (anchor) వేయడానికి అనుమతిస్తే మీరు జాగ్రత్తగా ఉండాలి. మీరు మానసికంగా మొదటి ఆఫర్‌ను తట్టుకునేందుకు సిద్ధంగా ఉండాలి. ఎదుటివాడు ప్రొఫెషనల్ అయితే, ఒక "షార్క్" అయితే, అతను మీ వాస్తవ దృష్టిని వంచించేందుకు చాలా తీవ్రమైన ఆంకర్ వేస్తాడు. ఆ తర్వాత, అతను కాస్త తక్కువ స్థాయిలో ఉన్న — కానీ ఇంకా అసంబద్ధమైన — ఆఫర్‌తో తిరిగి వస్తే, అది మీకు సహజంగా, సరైనదిగా అనిపిస్తుంది. అదే విధంగా, $600 అనే పిచ్చి ధర నుండి తగ్గించి $400 చేసినప్పుడు ఒక ఖరీదైన iPhone కూడా సరసమైనదిగా అనిపించడంలా ఉంటుంది.

ఈ మానసిక ధోరణిని anchor and adjustment effect అంటారు. ఉదాహరణకి, 8×7×6×5×4×3×2×1ని చూసే వాళ్లు పెద్ద ఫలితాన్ని అంచనా వేస్తారు, అదే స్ట్రింగ్ రివర్స్‌లో ఉన్నా. ఎందుకంటే మనం మొదటి సంఖ్యలపై దృష్టి పెట్టి బాహ్య గణన నిక్షేపం చేస్తాం.

అయితే, "ఎప్పుడూ ముందుగా మాట్లాడొద్దు" అని కూడా చెప్పలేం. అలాంటి సులభమైన నియమాలు ఎల్లప్పుడూ సరిపోవు. ఎదుటివారు మోసగాడైతే, మీరు ఒక తిమింగలంలా ప్రవర్తించాలనిపించవచ్చు. లేదా

మీరు మార్కెట్ బాగా తెలిసిన వాణిజ్యవేత్త అయితే, చర్చ వేగంగా జరగడానికి ఒక నంబర్ చెప్పవచ్చు.

నా వ్యక్తిగత సలహా ఏమిటంటే, మీరు ప్రత్యర్థి మోసగాడిని మట్టి కరిపించే తిమింగలం అయినప్పటికీ, కాకపోయినప్పటికీ ఒక విషయం జ్ఞాపకం పెట్టుకోండి: మీ ప్రతిష్ఠ ముందుగా మీ కంటే ముందుగా వెళుతుంది. కొంతమంది CEOs ఎల్లప్పుడూ ఎదుటివారిని ఓడించాలనే ఆలోచనతోనే ఉంటారు. అటువంటి వాళ్లతో పని చేయడానికి ఎవరూ ముందుకు రారు.

3. ఒక రేంజ్ సెట్ చేయండి

ముందుగా చెప్పడం సహాయం చేయకపోయినా, ఒక మార్గం ఉంది – అది రేంజ్ చెప్పడం.

అంటే, మీ నిబంధనలు చెప్పమని అడిగినప్పుడు, మీరు కోరుకున్న ఉత్తమ రేంజ్‌ను సూచించే సమానమైన డీల్‌ను గుర్తు చేయండి.

నా ఉద్దేశ్యం ఏమిటంటే: మీ షరతులు లేదా ధరను చెప్పమని ఎదుటి వారు అడిగినప్పుడు, మీరు ప్రతిగా ఒక సమానమైన ఒప్పందాన్ని గుర్తుచేయాలి – అది మీ "బాల్‌పార్క్"ను (అంటే మీరు ఉండదలచుకున్న సరైన పరిధిని) స్థాపిస్తుంది. అది మీకు కావలసిన అత్యుత్తమ పరిధి అయినా సరే. "నేను $110,000 విలువ కలవాడిని" అని చెప్పడం బదులు, జెర్రీ ఇలా చెప్పి ఉండేవాడు:

"X కార్ప్ వంటి టాప్ కంపెనీల్లో, ఈ ఉద్యోగం చేసే వారికి $130,000 నుండి $170,000 మధ్య జీతం లభిస్తుంది."

అలా చేయడం వల్ల, మీ ఉద్దేశ్యం స్పష్టంగా వ్యక్తమవుతుంది – అలాగని, ఎదుటివారిని రక్షణాత్మక (defensive) స్థితిలోకి నెట్టదు. అదే సమయంలో, అది వాళ్లను ఎక్కువ స్థాయిలో ఆలోచించేలా చేస్తుంది. పరిశోధనలు చెప్పేది ఏమిటంటే – ఎవరైనా తీవ్రమైన "ఆంకర్" (extreme anchor) గా విన్నప్పుడు, వారు తెలియకుండానే తమ అంచనాలను ఆ ప్రారంభ సంఖ్య వైపుకు మార్చుకుంటారు. చాలామంది నేరుగా తమ ధర పరిమితి దగ్గరికి వెళ్తారు కూడా. జెర్రీ ఆ రేంజ్‌ను ఇచ్చి ఉంటే, ఆ కంపెనీ $130,000 ఆఫర్ చేసి ఉండేదేమో – ఎందుకంటే $170,000 పక్కన $130,000 చాలా చవకగా కనిపిస్తుంది.

ఇటీవల జరిగిన ఒక అధ్యయనంలో4, కొలంబియా బిజినెస్ స్కూల్ సైకాలజిస్టులు కనుగొన్నారు – జీతాల చర్చల సమయంలో "రేంజ్" చెప్పిన అభ్యర్థులు, కేవలం ఒకే సంఖ్య చెప్పిన వారితో పోలిస్తే, గణనీయంగా ఎక్కువ మొత్తంలో జీతం పొందారు. ప్రత్యేకంగా, వారి రేంజ్ ఒక "బోల్స్టరింగ్ రేంజ్" (bolstering range) అయితే – అంటే ఆ రేంజ్‌లోని తక్కువ సంఖ్యనే వారు వాస్తవంగా కోరుకున్నదైతే – వారికి ఎక్కువ లాభం కలిగింది.

గమనించండి, మీరు ఒక రేంజ్ ఇస్తే (మరి అది మంచి ఆలోచనే) – వారు సాధారణంగా ఆ రేంజ్‌లోని తక్కువ అంచునే ఆఫర్ చేసే అవకాశం ఉంటుంది.

4. డబ్బు లేని షరతుల వైపు మలుపు తిప్పండి

మనుషులు "ఎంత?" అనే ప్రశ్నలోనే చిక్కుకుపోతారు. కానీ సంఖ్యలను వేరుగా చూడకండి. అలా చేస్తే అది బేరసారాలుగా మారుతుంది — న్యాయం, గర్వం వంటి భావోద్వేగ దృక్కోణాలతో నిర్వచించబడిన కఠినమైన స్థితుల శ్రేణిగా చేయండి. చర్చ (Negotiation) అనేది దానికంటే చాలా సంక్లిష్టమైన, సున్నితమైన ప్రక్రియ.

నీ ప్రత్యర్థి వాస్తవాన్ని నీ దృష్టికోణానికి వంచించే సులభమైన మార్గాలలో ఒకటి ద్రవ్యేతర నిబంధనల వైపు మలచడం. వారికి అధికంగా ఆంకర్ చేసిన తర్వాత, మీకు పెద్దగా ప్రాధాన్యం లేకపోయినా, వారికి ముఖ్యమైన అంశాలను ఇచ్చి మీ ప్రతిపాదనను సరైనదిగా చూపించవచ్చు. లేదా వారు తక్కువ ఆఫర్ ఇస్తే, మీకు ఎక్కువ ప్రాధాన్యమున్న వాటిని, వారికి అంతగా అవసరం లేని విషయాలను అడగవచ్చు. ఇది కొన్నిసార్లు కష్టంగా ఉండటంవల్ల, మనం సాధారణంగా ఉదాహరణలు చూపించి ఆలోచనల ప్రవాహం ప్రారంభిస్తాము.

కొద్ది కాలం క్రితం నేను మెమ్ఫిస్ బార్ అసోసియేషన్ కోసం శిక్షణ ఇచ్చాను. సాధారణంగా, వారు కోరుకున్న ఆ శిక్షణ కోసం నేను రోజుకు $25,000 వసూలు చేస్తాను. వారు చాలా తక్కువ ఆఫర్‌తో వచ్చారు. దాన్ని నేను తిరస్కరించాను. అప్పుడు వారు తమ అసోసియేషన్ మ్యాగజైన్‌లో నా గురించి కవర్ స్టోరీ చేస్తామని ఆఫర్ చేశారు. దేశంలోని అగ్ర న్యాయవాదులలో ఎంతోమందికి వెళ్లే అవకాశంవున్న ఒక మ్యాగజైన్ కవర్‌పై

నా గురించి ఉండటం నాకు అమూల్యమైన ప్రచారం. (ఇంకా ముఖ్యం ఏమిటంటే, అలా చేయడం నా తల్లికి చాలా గర్వంగా అనిపించింది!)

వారు ఏదో ఒకటి కవర్ పేజీగా ఉంచాల్సిందే కాబట్టి వారికి ఖర్చు సున్నా. అందువల్ల నేను నా ఫీజులో వారికి పెద్ద రాయితీ ఇచ్చాను. ఇప్పుడు నేను చర్చల్లో ధర చెప్పేటప్పుడు దాన్ని ఒక ఉదాహరణగా తరచుగా ఉపయోగిస్తాను. నా ప్రత్యర్థి ఆలోచనలను ప్రేరేపించడానికి, వారికి తక్కువ ఖర్చుతో నాకు ఎక్కువ విలువైన ద్రవ్యేతర విషయాలు ఏమి ఉన్నాయో తెలుసుకోవడానికి.

5. సంఖ్యలు మాట్లాడేటప్పుడు, వింత నంబర్లను వాడండి

ప్రతి సంఖ్యకూ దాని విలువను మించి ఒక మానసిక ప్రాధాన్యం ఉంటుంది. ఇది కేవలం మీరు "17"ని అదృష్టసంఖ్యగా భావించడం గురించే కాదు. నా ఉద్దేశ్యం ఏమిటంటే — నెగోషియేషన్‌లో కొన్ని సంఖ్యలు మరికొన్నింటి కంటే "అచంచలమైనవి"గా కనిపిస్తాయి.

గుర్తుంచుకోవలసిన ముఖ్యమైన విషయం ఏమిటంటే — "0"తో ముగిసే సంఖ్యలు ఎప్పుడూ తాత్కాలిక placeholders లా అనిపిస్తాయి. అవి "అంచనా సంఖ్యలు" (guesstimates) లా కనిపిస్తాయి, వీటిపై సులభంగా చర్చించి తగ్గించవచ్చు లేదా మార్చవచ్చు. కానీ మీరు చెప్పే సంఖ్య ఏదైనా — అది జాగ్రత్తగా చేసిన లెక్కల ఫలితంగా కనిపిస్తే, అది మరింత "గంభీరమైనది" మరియు "శాశ్వతమైనది"గా ఎదుటివారికి అనిపిస్తుంది. ఉదాహరణకు, $37,263 లాంటి గుండ్రని కాని సంఖ్య – అది మీ పక్షంలో గంభీరత, ఆలోచన, స్థిరత్వం ఉన్నదని మీ ప్రత్యర్థికి సూచిస్తుంది. కాబట్టి, ఇలాంటి సంఖ్యలను మీ ఆఫర్లను బలపరచడానికి ఉపయోగించండి.

6. బహుమతులతో ఆశ్చర్యపరచండి

మీరు ఒక తీవ్రమైన "అంకర్" (extreme anchor) వేయడం ద్వారా, తరువాత వారు తప్పనిసరిగా చేసే మొదటి తిరస్కరణ తర్వాత, వారికి పూర్తిగా సంబంధం లేని ఒక అనూహ్యమైన బహుమతిని ఇవ్వడం ద్వారా — ఎదుటివారిని దాతృత్వ భావనలోకి తీసుకువెళ్లవచ్చు.

ఇలాంటి అనుకోని సమాధానాత్మక (conciliatory) చర్యలు చాలా ప్రభావవంతంగా ఉంటాయి. ఎందుకంటే ఇవి "రీసిప్రాసిటీ" (reciprocity) అనే మానసిక గుణాన్ని కలిగిస్తాయి –

ఎదుటివారు మీ దాతృత్వానికి సమానంగా ప్రతిస్పందించాలనే అవసరం అనుభూతి చెందుతారు. దీని ఫలితంగా, వారు తమ ఆఫర్‌ను అకస్మాత్తుగా పెంచవచ్చు. లేకపోతే భవిష్యత్తులో మీ దయకు ప్రతిఫలం ఇవ్వాలనే కోరిక కలిగి ఉంటారు. మానవులు దయ యొక్క రుణాన్ని తిరిగి చెల్లించాల్సిన బాధ్యతగా భావిస్తారు.

ఇది అంతర్జాతీయ రాజకీయాల పరంగా చూద్దాం. 1977లో, ఈజిప్ట అధ్యక్షుడు అన్వర్ సదాత్, ఈజిప్ట్–ఇజ్రాయెల్ శాంతి ఒప్పందంపై చర్చలను ముందుకు నెట్టేందుకు ఒక సంచలనాత్మక చర్య చేశారు – ఆయన ఇజ్రాయెల్ పార్లమెంట్ అయిన "క్నెసెట్" (Knesset)లో ఒక అనూహ్యమైన ప్రసంగం చేశారు. అది ఎలాంటి వాస్తవ రాయితీలు (concessions) ఇవ్వని దాతృత్వ సంకేతం అయినప్పటికీ, శాంతి వైపు ఒక మహత్తరమైన అడుగు వేసినట్టు సూచించింది.

మళ్లీ మనం హైటీ విషయానికొస్తే, ఆ కుర్రాడి పిన్నిని కిడ్నాప్ చేసిన కొన్ని గంటల తర్వాత ఒక పొలిటిషియన్ మేనకోడల్ని కిడ్నాప్ చేశారు.

వారు $150,000 కోరారు. కానీ కుటుంబం $50,000 నుంచి $85,000 మధ్య ఇవ్వగలమన్నారు. ఆ డబ్బు వాళ్లు పార్టీ కోసం వాడతారు కాబట్టి, నేను మాత్రం $5,000 లక్ష్యంగా పెట్టుకున్నాను. మేము దీన్ని మా ఉద్యోగ విషయంలో గర్వంగా భావించాం కాబట్టి, అంతకు మించి యిచ్చేది, రాజీకి అంగీకరించే ప్రసక్తే లేదు.

మేము మేనల్లుడుతో మొదట్లోనే "మాకు డబ్బు లేదు" అనే కాన్సెప్ట్‌తో ప్రారంభించమని చెప్పాము, ఎందుకంటే ముందుగానే "No" అనకుండా.

"మీరు చెప్పినట్టు నేను ఎలా చేయాలి?"

కిడ్నాపర్ మళ్లీ డబ్బు డిమాండ్ చేశాడు.

అప్పుడు మేనల్లుడు ఇలా అన్నాడు: "క్షమించండి, కానీ మీరు ఆమెను గాయపరిస్తే, హాని చేస్తే మేమెలా చెల్లిస్తాం?"

దాంతో, కిడ్నాపర్‌కి ఆమె మరణం గురించి భయం ఏర్పడింది. ఆ విషయంలో మాత్రం కిడ్నాపర్లు దానిని తప్పించుకుంటూనే వచ్చారు. ఎందుకంటే ఆమె చనిపోతే వారికి డబ్బు రాదు. ఏ మాటకి ఆ మాటే చెప్పుకుంటే, వాళ్లు కూడా వ్యాపారస్తులే!

ఇప్పటివరకు ఆ మేనల్లుడు (nephew) ఎక్కడా ధరను చెప్పలేదని గమనించండి. ఈ తగ్గింపుల ఆట (game of attrition) చివరకు కిడ్నాపర్లను ముందుగా సంఖ్య చెప్పే స్థితికి నెట్టింది. ఎలాంటి ఒత్తిడి లేకుండానే, వారు $50,000 కి తగ్గించారు.

ఇప్పుడు కిడ్నాపర్ల వాస్తవ దృక్పథం చిన్న సంఖ్య వైపు పడిపోయినందున, నా సహచరులు నేను కలిసి ఆ మేనల్లుడికి – "నువు చెప్పిన ధర నుండి కదలవద్దు" అని సూచించాము.

"నేను అంత పెద్ద మొత్తాన్ని ఎక్కడి నుంచి తీసుకురాగలను?" అని అడగమని మేము అతనికి చెప్పాము.

మళ్లీ, కిడ్నాపర్ తన డిమాండ్‌ను తగ్గించాడు —— $25,000 కి.

ఇప్పుడు అతను మన పరిధిలోకి వచ్చాడని గ్రహించి, మేము ఆ మేనల్లుడిని తన మొదటి ఆఫర్ ఇవ్వమని చెప్పాము – అది చాలా తక్కువ "ఆంకర్": $3,000.

ఫోన్ లైన్ నిశ్శబ్దమైంది, మేనల్లుడు చెమటలు పట్టేంతగా టెన్షన్‌లోకి వెళ్లాడు. కానీ మేము అతనికి "స్థిరంగా ఉండు" అని ధైర్యం చెప్పాము. ఎప్పుడూ ఇదే జరుగుతుంది – కిడ్నాపర్ ఆర్థిక వాస్తవం పూర్తిగా తారుమారవుతున్న క్షణంలో.

తరువాత అతను మాట్లాడినప్పుడు, కిడ్నాపర్ షాక్‌లో ఉన్నట్టు అనిపించాడు. కానీ చర్చను కొనసాగించాడు. తదుపరి ఆఫర్ – ఇంకా తక్కువ – $10,000. అప్పుడు మేము మేనల్లుడికి ఒక విచిత్రమైన సంఖ్య చెప్పమని సూచించాము – అది అతని పిన్నిప్రాణం విలువను లోతుగా లెక్కించినట్టుగా వినిపించింది: $4,751.

దానికి కిడ్నాపర్ కొత్త ధర చెప్పాడు – $7,500. దానికి ప్రతిగా, మేము మేనల్లుడిని "అనుకోకుండా" ఇలా చెప్పమని సూచించాము: "నేను కొత్త పోర్టబుల్ CD స్టీరియో కూడా ఇస్తాను," అని చెబుతూ మళ్లీ

$4,751ని పునరావృతం చేయమని చెప్పాం. కిడ్నాపర్లు ఆ CD స్టీరియోను నిజంగా కోరుకోలేదు – కానీ ఇంకెంత చేసినా అంతకంటే ఎక్కువ డబ్బు రాదని భావించి, "సరే" అన్నారు.

ఆరు గంటల తర్వాత, కుటుంబం ఆ మొత్తాన్ని చెల్లించింది – అతని పిన్ని సురక్షితంగా ఇంటికి తిరిగి వచ్చింది.

మంచి జీతం కోసం ఎలా చర్చించాలి

బిజినెస్ స్కూల్ ర్యాంకింగ్స్‌లో ముఖ్యమైన అంశాలలో ఒకటి, వాళ్ల గ్రాడ్యుయేట్లు ఎంత బాగా పారితోషికం పొందుతారనేది. అందుకే నేను లెక్చర్ ఇచ్చే ప్రతి MBA క్లాస్‌కి మొదటి లక్ష్యం వారి స్కూల్ ర్యాంక్ పెంచడం – వారికి మంచి జీతం కోసం ఎలా చర్చించాలో నేర్పడం అని చెబుతాను.

నేను ఈ ప్రక్రియని మూడు భాగాలుగా విభజిస్తాను. ఇవి ఈ అధ్యాయంలోని డైనమిక్స్‌ని కలిపి, మీకు మంచి డబ్బు మాత్రమే కాకుండా, మీ బాస్ మీ కోసం పోరాడేలా చేస్తాయి.

జీతం కాని షరతులపై ఆనందంగా పట్టుదల చూపండి

ఆనందంగా పట్టుదల చూపడం అనేది ఒక రకమైన emotional anchoring. ఇది బాస్‌తో సహానుభూతిని కల్పిస్తుంది. నిర్మాణాత్మకమైన చర్చకు సరైన మానసిక వాతావరణాన్ని సృష్టిస్తుంది. మీరు జీతం కాని షరతుల గురించి ఎక్కువగా మాట్లాడితే, వారు తమ వద్ద ఉన్న పూర్తి ఎంపికలను మీకు చెబుతారు. ఫ్రెంచ్‌లో జన్మించిన అమెరికన్ మాజీ విద్యార్థిని ఉదాహరణగా తీసుకుంటే, ఆమె ఎప్పుడూ ఒక చిరునవ్వుతో, కంపెనీ సాధారణంగా ఇస్తున్న దానికంటే అదనంగా ఒక వారం సెలవు అడిగేది. "నేను ఫ్రెంచ్‌ని, ఫ్రెంచ్ వాళ్లు ఇలానే చేస్తారు" అని చెప్పేది. కంపెనీకి సెలవు విషయంలో ఏమీ చేయలేని పరిస్థితి. కానీ, ఆమె ఎంతో ముద్దుగా వ్యవహరించడం వల్ల, మరియు జీతం కాని అంశాన్ని విలువలో భాగం చేయడం వల్ల, వారు ఆమె జీతాన్ని పెంచారు.

జీతం విజయ ప్రమాణాలు లేకుండా ఉంటే అది రష్యన్ రులెట్ లాంటిది

మీరు ఒకసారి జీతాన్ని చర్చించిన తర్వాత, మీ స్థానంలో విజయం అంటే ఏమిటి అని, అలాగే మీ తదుపరి పెంపుకు ప్రమాణాలను నిర్వచించాలి. ఇది మీకు అర్థవంతం, కానీ మీ బాస్‌కు ఉచితం – అలాగే నాకు magazine cover story ఇచ్చినట్లే.

ఇది ఒక ప్రణాళికాబద్ధమైన పెంపుని ఇస్తుంది. మీ విజయాన్ని మీ బాస్ పర్యవేక్షణతో అనుసంధానం చేస్తుంది. ఇది తదుపరి దశకు దారితీస్తుంది...

మీ విజయంపై వారికి ఆసక్తిని రగిలించండి, అనధికార మార్గదర్శిని పొందండి

అవతలి పక్క వాళ్లు ఏమి "కొంటున్నారో" అనేది గుర్తు పెట్టుకోండి. మీరు మేనేజర్‌కి మిమ్మల్ని అమ్ముకునేటప్పుడు, కేవలం ఉద్యోగం కోసంమే తప్ప శరీరం కాదు – మిమ్మల్ని, మీ విజయాన్ని, వారి ప్రతిభని నిరూపించుకునే సాధనంగా చూపండి. వాళ్లు కంపెనీలో మిగతావారికి వారి ప్రాముఖ్యతని ప్రదర్శించే అవకాశం పొందినట్లుగా భావించే విధంగా చేయండి. మీరు వారి వాస్తవికతను ఆధీనంలోకి తీసుకుని, వారి ప్రతినిధిగా మిమ్మల్ని చేర్చిన తర్వాత, వాళ్లు మీ విజయానికి వాటాదారులవుతారు.

అడగండి: "ఇక్కడ విజయవంతం కావడానికి ఏమి అవసరం?"

ఈ ప్రశ్న MBA career counseling centers సలహా ఇస్తున్న ప్రశ్నలతో పోలి ఉంటుంది కానీ యదాతథంగా అది కాదు. ఈ ప్రశ్నలో ఉండే పదాలు మాత్రం యించుమించు ఒకే మోస్తరుగా ఉంటాయి.

ఈ ప్రశ్నని అడిగినప్పుడు, ఇంటర్వ్యూ చేస్తున్న వాళ్లు ముందుకు వంగి, "ఇప్పటివరకు ఎవరూ మమ్మల్ని ఈ ప్రశ్న అడగలేదు" అని చెబుతారు. ఇంటర్వ్యూ చేయబడుతున్న వారు ఆ తర్వాత అద్భుతమైన సమాధానం ఇస్తారు.

ముఖ్యమైన విషయం ఏమిటంటే, ఎవరైనా మీకు మార్గదర్శనం చేస్తుంటే గనుక, మీరు వారి సలహా పాటిస్తున్నారా, లేదా అని వారు గమనిస్తారు. మీ విజయాన్ని చూడటానికి వారు వ్యక్తిగత ఆసక్తి కనబరుస్తారు. మీరు

మీ మొదటి 'అనధికార మార్గదర్శి' (unofficial mentor) ని రిక్రూట్ చేసుకున్నారు.

ఇది ఎంత సమర్థంగా చేయవచ్చో చూపించడానికి, నా మాజీ MBA విద్యార్థి ఏంజెల్ ప్రాడో కన్నా మంచి ఉదాహరణ నాకు గుర్తు రావడం లేదు.

ఏంజెల్ తన MBA పూర్తి చేస్తున్న సమయంలో, తన బాస్ వద్దకు వెళ్లి, తన MBA తర్వాతి పని గురించి ప్రణాళికలు వేసేందుకు ప్రయత్నించాడు (ఆ కంపెనీనే అతని MBA ఖర్చును భరించింది). చివరి సెమిస్టర్‌లో ఉన్నప్పుడు, అతను తన బాస్‌కు ఒక అస్పష్టమైన యాంకర్‌ను – ఒక రకమైన పరిధిని – సూచించాడు. అంటే, ఒకసారి అతను పట్టా పొందాక, కంపెనీ తన MBA మీద పెట్టుబడి పెట్టడం (సంవత్సరానికి సుమారు $31,000) పూర్తయిన తర్వాత, ఆ డబ్బు తన జీతంగా రావాలని అన్నాడు.

అతని బాస్ ఏ విధమైన వాగ్దానం చేయలేదు. కానీ ఏంజెల్ ఆ ఆలోచనను మర్యాదపూర్వకంగా, నిరంతరం ప్రస్తావిస్తూ ఉండటంతో, ఆ భావన అతని బాస్ మనసులో యాంకర్‌గా స్థిరపడింది.

పట్టా పొందిన తర్వాత, ఏంజెల్ మరియు అతని బాస్ ఒకసారి సమావేశం పెట్టుకున్నారు. ధైర్యంగా, కానీ ప్రశాంతంగా, ఏంజెల్ "ఎంత జీతం?" అనే ప్రశ్న నుండి దృష్టిని మళ్లించేందుకు ఒక ఆర్థికేతర అంశాన్ని ప్రస్తావించాడు – అతను కొత్త హోదాను కోరాడు.

ఏంజెల్ కొత్త డిగ్రీ పొందిన నేపథ్యంలో కొత్త హోదా ఇవ్వడం సరైనదేనని అతని బాస్ తక్షణమే అంగీకరించాడు.

ఆ సమయంలో, ఏంజెల్, అతని మేనేజర్ కొత్త పదవిలో అతని పాత్ర, బాధ్యతలు ఏమిటో నిర్ణయించుకున్నారు. తద్వారా విజయాన్ని కొలిచే ప్రమాణాలను కూడా నిర్ణయించారు. ఆ తర్వాత ఏంజెల్ ఓ శ్వాస తీసుకుని కొద్దిసేపు ఆగాడు – ముందుగా సంఖ్యను చెప్పేది తన బాస్ అవ్వాలని. చివరికి, అతను చెప్పాడు. ఆశ్చర్యకరంగా, ఆ సంఖ్య ఏంజెల్ చేసిన ముందరి "ఆంకరింగ్" ప్రయత్నాలు ఫలించాయని చూపించింది: అతను ఏంజెల్ బేస్ జీతానికి $31,000 జోడించాలని, అంటే దాదాపు 50 శాతం పెంపు ఇవ్వాలని ప్రతిపాదించాడు.

కానీ ఏంజెల్ కొత్తవాడు కాదు. నా తరగతి తీసుకున్న తర్వాత ఇక

negotiationలో నిష్ణాతుడయ్యాడు. కాబట్టి "ఎంత?" అనే సంఖ్యల చర్చలో ఇరుక్కుపోకుండా, అతను మాట్లాడడం కొనసాగించాడు – బాస్ భావోద్వేగాలను గుర్తించి, అతని పరిస్థితికి (ఆ సమయంలో కంపెనీ తన పెట్టుబడిదారులతో కష్టమైన పరిస్థితుల్లో ఉంది) సహానుభూతి చూపించాడు.

తర్వాత ఏంజెల్ మర్యాదపూర్వకంగా ఒక క్షణం ఆగి, అంగీకరించిన ఉద్యోగ వివరణను ప్రింట్ చేయడానికి అనుమతి కోరాడు. ఈ విరామం అతని బాస్‌లో ఒక తక్షణ గడువు భావనను సృష్టించింది. ప్రింట్ కాపీ తీసుకుని వచ్చాక అతను చాకచక్యంగా ఆ సమయాన్ని ఉపయోగించుకున్నాడు. ప్రింటౌట్ దిగువ భాగంలో, అతను తను కోరుకున్న జీతాన్ని చేర్చాడు: "$134.5k–$143k."

ఆ చిన్న కదలికలోనే, ఏంజెల్ ఈ అధ్యాయం నుంచి నేర్చుకున్న అనేక పాఠాలను కలిపి వేశాడు. అతను చెప్పిన బేసి సంఖ్యలు (odd numbers) ఆ ఆఫర్ వెనుక లోతైన ఆలోచన, లెక్కింపు ఉందనే భావాన్ని ఇచ్చాయి. సంఖ్యలు ఎక్కువగా ఉండడం వలన, అతని బాస్ సహజంగా ఒక ఎక్స్ట్రీమ్ ఆంకర్ (అత్యధిక ప్రతిపాదన) ఎదురైనప్పుడు తన పరిమితి వరకు వెళ్లే ధోరణిని ఉపయోగించుకున్నాడు. అలాగే, అవి ఒక శ్రేణి (range)గా ఉండడం వలన, ఏంజెల్ దూకుడుగా కాకుండా కనిపించాడు – అలాగే చివరలో తక్కువ ఉన్న మొత్తం మరింత సరైనదిగా అనిపించింది.

అతని బాస్ శరీర భాష – ఎత్తిన కనుబొమ్మలు – చూస్తే, ఏంజెల్ జీతం గురించి చేసిన అభ్యర్థన విని ఆశ్చర్యపోయాడని స్పష్టంగా తెలుస్తోంది. కానీ అది కావలసిన ప్రభావం చూపింది. వివరణపై కొంత చర్చ తర్వాత, బాస్ $120,000 ప్రతిపాదించాడు.

ఏంజెల్ "అవును" లేదా "కాదు" అనకుండా మాట్లాడుతూనే, సహానుభూతి వాతావరణం సృష్టించసాగాడు. ఆ తర్వాత, వాక్యం మధ్యలోనే, అనుకోకుండా, బాస్ $127,000 అని చెప్పేశాడు. బాస్ తనతోతానే నెగోషియేట్ చేస్తున్నట్టు స్పష్టంగా కనిపించడంతో, ఏంజెల్ అతన్ని అలాగే కొనసాగించాడు. చివరికి బాస్ $134,500 కు అంగీకరించాడు – మరియు ఆ జీతం మూడు నెలల్లో బోర్డు ఆమోదం తర్వాత మొదలవుతుందని చెప్పాడు.

కేక్ పైన ఐసింగ్ మాదిరిగా, ఏంజెల్ "Fair (న్యాయం)" అనే

పదాన్ని సానుకూలంగా ఉపయోగించాడు ("అది న్యాయంగా ఉంది," అని అన్నాడు) —— ఆ తర్వాత ఆ జీతం పెంపును తన బాస్‌కే విక్రయించాడు, ఒక గురువు – శిష్య సంబంధంగా దానిని చూపిస్తూ. "నేను బోర్డును కాదు, మిమ్మల్నే అడుగుతున్నాను ప్రమోషన్ కోసం. మీ అంగీకారమే నాకు కావాలి," అని అన్నాడు.

అదే సమయంలో, ఏంజెల్ యొక్క కొత్త రాయబారితో అతని బాస్ ఎలా స్పందించాడు?

"ఈ జీతం మీకు రావడానికి నేను పోరాడతాను," అన్నాడు.

అందుకే, ఏంజెల్ మార్గాన్ని అనుసరించండి, వరాల వర్షం కురిపించండి! (Make it rain!)

ముఖ్యమైన పాఠాలు
(KEY LESSONS)

మునుపటి అధ్యాయాలలో చర్చించిన సాధనాలతో పోల్చితే, ఇక్కడ ఉన్న పద్ధతులు చాలా స్పష్టంగా, సులభంగా వాడదగినవిగా కనిపిస్తాయి. కానీ చాలామంది వాటి నుండి దూరంగా ఉంటారు – ఎందుకంటే అవి మాయమాటలుగా (manipulative) అనిపిస్తాయి. మరి, మీ ప్రత్యర్థి వాస్తవాన్ని వంచించడం అంటే మోసం చేసినట్టే కదా?

దానికి సమాధానంగా నేను చెప్పేదేమిటంటే – ఈ సాధనాలను ఉత్తమమైన చర్చకులు (negotiators) అందరూ వాడుతారు. ఎందుకంటే వారు మానవ మానసిక స్వభావాన్ని నిజంగా అర్థం చేసుకున్నారు. మనం భావోద్వేగపూరితమైన, తర్కరహితమైన జీవులు – కానీ ఆ భావోద్వేగాలు, తర్కరహితమైనవి కూడా ఒక నిర్దిష్ట నమూనాలోనే (predictable pattern) నడుస్తాయి. ఆ జ్ఞానాన్ని ఉపయోగించడం అనేది, సూటిగా చెప్పాలంటే, తర్కబద్ధమైనదే.

మీరు ఈ సాధనాలను మీ రోజువారీ జీవితంలో ఉపయోగించేటప్పుడు, ఈ శక్తివంతమైన పాఠాలను గుర్తుంచుకోండి:

- అన్ని చర్చలు (negotiations) అనేవి ఒక దాగి ఉన్న కోరికలు, అవసరాలకు అనుగుణంగా (network of subterranean desires and needs) ద్వారా నిర్ణయించబడతాయి. బయటి ఉపరితలానికి మోసపోవద్దు. హైటి కిడ్నాపర్లు కేవలం పార్టీకి డబ్బు కావాలనుకుంటున్నారని మీరు తెలుసుకున్నాక, వాళ్లను నిర్వహించడంలో మీరు ఎంతో ముందుకు వెళతారు.

- "Splitting the difference" (మధ్యస్థంగా అంగీకరించడం) అంటే ఒక కాలికి నల్ల బూటు, మరో కాలికి గోధుమ బూటు ధరించినట్టే — అంటే దానికి అర్థం ఉండదు. రాజీకి (compromise) వెళ్ళవద్దు. మధ్యస్థంగా ఉండే ఒప్పందాలు చాలాసార్లు ఇరువైపుల వ్యక్తులకూ అంత లాభదాయకంగా ఉండకుండా, ఒక్కోసారి చెడు ఒప్పందాలకు కూడా దారితీస్తుంది.

- చివరి గడువు సమీపిస్తున్నప్పుడు, మనుషులు త్వరగా నిర్ణయాలు తీసుకోవాలని అనిపిస్తుంది. ఈ తడబాటు చాలాసార్లు వారి స్వప్రయోజనాలకు విరుద్ధంగా ఉండే చర్యలకు దారి తీస్తుంది.

- "Fair" (న్యాయం) అనే పదం — ఒక భావోద్వేగపూరిత పదం. దీన్ని చాలా మంది తమ ప్రత్యర్థిని రక్షణాత్మకంగా (defensive) మారుస్తూ రాయితీలు (concessions) పొందటానికి వాడుతారు. మీ ప్రత్యర్థి "Fair కాదు" అని ("F-word") విసిరినప్పుడు, రాయితీ ఇవ్వడానికి తొందరపడవద్దు. బదులుగా, మీరు వారిని అడగండి — "నేను మీకు ఏ విధంగా అన్యాయం చేస్తున్నాను?" అని.

- మీ ప్రత్యర్థి వాస్తవాన్ని వంచించవచ్చు (bend reality) — అతని ప్రారంభ స్థానం (starting point)ను anchoring చేయడం ద్వారా. మీరు ఆఫర్ ఇవ్వడానికి ముందు, అది ఎంత చెడుగా ఉంటుందో భావోద్వేగంగా చెప్పండి – అదే అతనిని ఆ ఆఫర్‌కు సిద్ధం చేస్తుంది. మీరు సంఖ్యలకు వచ్చినప్పుడు, ఒక అత్యధిక ఆంకర్ (extreme anchor) ను పెట్టండి, తద్వారా మీ "నిజమైన" ఆఫర్ సరైనదిగా అనిపిస్తుంది – లేదా ఒక

range ఉపయోగించి మీరు తక్కువ దూకుడుగా కనిపించేలా చేయండి. ఏదైనా వస్తువు యొక్క "నిజమైన విలువ" అనేది మీరు దానిని చూసే కోణంపై ఆధారపడి ఉంటుంది.

- మనుషులు లాభం పొందడానికి కంటే నష్టాన్ని నివారించడానికి ఎక్కువ రిస్క్ తీసుకుంటారు. కాబట్టి మీ ప్రత్యర్థికి — చర్యలు తీసుకోకపోతే ఏదో కోల్పోతారనే భావన కలిగించాలి.

అధ్యాయం 7

నియంత్రణ భ్రమను సృష్టించండి

2001 మేలో జెఫ్రీ షిల్లింగ్ కేసు పని ముగించి నెలరోజులు గడవగానే, నాకు హెడ్‌క్వార్టర్స్ నుండి మళ్లీ మానిలాకు వెళ్లమని ఆదేశాలు వచ్చాయి. షిల్లింగ్‌ను అపహరించిన అదే దుర్మార్గుల గుంపు — అబు సయ్యాఫ్ అనే క్రూరమైన ఉగ్ర ఇస్లామిక్ సంస్థ — డాస్ పాల్మాస్ అనే ప్రైవేట్ డైవింగ్ రిసార్ట్‌పై దాడి చేసి, 20 మందిని బందీలుగా తీసుకుపోయారు. అందులో ముగ్గురు అమెరికన్లు ఉన్నారు: కన్సాస్ రాష్ట్రంలోని విచిటా నుండి వచ్చిన మిషనరీ దంపతులు మార్టిన్ మరియు గ్రేసియా బర్నమ్, అలాగే కాలిఫోర్నియాలో వాటర్‌ప్రూఫింగ్ సంస్థ నడిపే గిలెర్మో సోబెరో.

డాస్ పాల్మాస్ ఘటన మొదటి నుంచీ ఒక నెగోషియేటర్‌కి భయంకరమైన పీడకల. అపహరణల తర్వాతి రోజే, ఫిలిప్పీన్స్ నూతన అధ్యక్షురాలు గ్లోరియా మకపగల్-అరోయో "అబు సయ్యాఫ్‌పై సంపూర్ణ యుద్ధం" ప్రకటించింది.

ఇది "సానుభూతితో కూడిన సంభాషణ" కాదని మీరు ఊహించగలరు కదా?

అదీకాక ఇంకా దారుణంగా మారింది.

ఫిలిప్పీన్స్ సైన్యం, నేవీ, ఈ మధ్యలో ఆపసోపాలు పడుతున్నాయి. కొన్ని తప్పు ఆలోచనలతో చేసిన దాడులు కిడ్నాపర్లకు మరింత కోపం తెప్పించాయి. అమెరికన్ బందీలు ఉండటంతో, CIA, FBI, మరియు U.S. మిలిటరీ ఇంటెలిజెన్స్ కూడా రంగంలోకి దిగాయి – వారు కూడా

పరస్పరం ఘర్షణపడ్డారు. ఆ తరువాత కిడ్నాపర్లు కొంతమంది బందీలను అత్యాచారం చేసి చంపేశారు. 9/11 దాడులు జరిగాయి, దాంతో అబు సయ్యాఫ్ అల్కైదాతో లింక్ అయిపోయింది.

2002 జూన్‌లో తుపాకీ కాల్పులతో ముగిసే సమయానికి, డాస్ పాల్మాస్ నా కెరీర్‌లోనే అతిపెద్ద వైఫల్యంగా నిలిచింది. దాన్ని “రైలు ప్రమాదం” అని పిలవడం కాస్త గౌరవం ఇచ్చినట్టు ఉంటుంది. ఎందుకంటే అది అంతగా విఫలమైంది.

కానీ వైఫల్యాలు భవిష్యత్తు విజయాలకు విత్తనాలు వేస్తాయి – ఫిలిప్పీన్స్‌లోని మా వైఫల్యం కూడా దానికి మినహాయింపు కాదు.

డాస్ పాల్మాస్ ప్రమాదం నాకు యిచ్చిన అనుభవం ఏమిటంటే, మనమంతా ఇప్పటికీ నెగోషియేషన్ అంటే ప్రత్యర్థిని కుస్తీ పోటీలో మాదిరిగా అలసిపోయేలా చేసి, చివరికి లొంగదీసుకోవడమే అని తప్పుడు నమ్మకంతో ఉన్నామని.

డాస్ పాల్మాస్‌లోని నిరాశ నన్ను మా విఫలమైన పద్ధతులను తిరిగి పరిశీలించడానికి అవకాశం కలగజేసింది. అప్పుడు నేను మరింత కొత్తవిగా వుండే నెగోషియేషన్ సిద్ధాంతాలను – కొన్ని అద్భుతమైనవి, కొన్ని పూర్తిగా వింతైనవి – లోతుగా అధ్యయనం చేశాను. ఆ సమయంలో పిట్స్‌బర్గ్‌లో జరిగిన ఒక కేసు నాకు ఎదురైంది; అది నెగోషియేషన్‌లో మానవ సంబంధ సంభాషణలపై నా దృక్కోణాన్ని పూర్తిగా మార్చేసింది.

ఆ విధంగా డాస్ పాల్మాస్ శిథిలాల నుంచి, FBI భవిష్యత్తు నెగోషియేషన్ పద్ధతులను శాశ్వతంగా మార్చిన పాఠం పుట్టింది. మేము తెలుసుకున్నది ఏమిటంటే – నెగోషియేషన్ అంటే “తిరగబెట్టడం” కాదు, “ప్రేరేపించడం”; “విజయం” కాదు, “సహకారం”. అందులో ముఖ్యమైనది – విజయవంతమైన నెగోషియేషన్ అంటే ఎదుటి వ్యక్తి మీకు సహకరిస్తూ, పరిష్కారాన్ని తనకు తానే మీకు సూచించేటట్లు చేయడం. అంటే అతనికి నియంత్రణ ఉన్నట్టు అనిపించేటట్లు చేసి, నిజానికి మీరే సంభాషణను నడిపించడం.

మేము ఆ ప్రక్రియలో అభివృద్ధి చేసిన సాధనాన్ని నేను ఒక “క్రమాంకితమైన” (calibrated) “వివరణాత్మకమైన” (open-ended) ప్రశ్న అంటాను. ఇది సంభాషణలో దూకుడును తీసివేస్తుంది –

ఎదుటివారి స్థితిని ప్రతిఘటించకుండా అంగీకరిస్తుంది. అలా చేయడం వల్ల మీరు మీ ఆలోచనల్ని, అభ్యర్థనల్ని బలవంతంగా కాకుండా సున్నితంగా ప్రవేశపెట్టగలుగుతారు. ఇది ఒక రకంగా "మోచేత్తో పొడవటం" (nudge) – నెమ్మదిగా ప్రేరేపించడం.

దీన్ని నేను తర్వాత విపులంగా వివరిస్తాను, కానీ ఇప్పటికిప్పుడు ఇంత చెప్పగలను – ఇది అంత సులభం, "You can't leave" అని కోపంగా చెప్పే ఒక వాక్యాన్ని ప్రశ్నగా మార్చడమే.

"ఇక్కడనుంచి వెళ్లిపోయి మీరు ఏం సాధించాలని ఆశిస్తున్నారు?"

వేడివేడి వాతావరణంలో చర్చలు జరపడానికి ప్రయత్నించవద్దు

బర్న్‌హామ్–సోబెరో కేసు గురించి నేను మనీలాకు చేరుకున్న క్షణంలోనే నన్ను మిండనావో ప్రాంతానికి పంపించారు. అక్కడ ఫిలిప్పీన్స్ సైన్యం అబూ సయ్యాఫ్, ఇతర బందీలు దాక్కున్న ఆసుపత్రి సముదాయంపై బుల్లెట్లు, రాకెట్లను ప్రయోగిస్తోంది.

ఇది చర్చలకు తగిన ఒక ప్రదేశం కాదు. ఎందుకంటే కాల్పుల మధ్యలో సంభాషణ జరపడం అసాధ్యం. తర్వాత విషయాలు మరింత దిగజారాయి: మరుసటి రోజు ఉదయం నేను మేల్కొన్నప్పుడు, రాత్రి సమయంలో కిడ్నాపర్లు తమ బందీలను తీసుకుని పారిపోయారని తెలుసుకున్నాను.

"తప్పించుకోవడం" అనేది ఈ ఆపరేషన్లో ఒక దొర్లుతున్న రైలు ప్రమాదంగా మారబోతోందని, ఫిలిప్పీన్స్ సైన్యం నమ్మదగిన భాగస్వామి కంటే తక్కువ అని సూచించే మొదటి సంకేతం.

ఈ ఎపిసోడ్ తర్వాత జరిగిన కార్యానంతర సమీక్షల సమయంలో, కాల్పుల విరమణ సమయంలో ఒక సైనిక వ్యక్తి ఆసుపత్రిలోని దుండగుల నుండి ఒక సూట్‌కేస్‌ను సేకరించాడని, ఆ తర్వాత కొద్దిసేపటికే ఆసుపత్రి వెనుక ఉన్న సైనికులందరినీ "సమావేశం" కోసం పిలిచారని వెల్లడైంది. యాదృచ్ఛికంగా – కాకపోవచ్చు కూడా – చెడ్డ వ్యక్తులు ఆ క్షణాన్ని ఎంచుకుని జారిపోయారు.

రెండు వారాల తర్వాత, ఫిలిప్పీన్స్ స్వాతంత్ర్య దినోత్సవం రోజున

విషయాలు నిజంగా పేలాయి. అబూ సబాయా ప్రభుత్వం మధ్యాహ్నం లోగా తన వేట కార్యక్రమాన్ని ఆపకపోతే "శ్వేత జాతీయులలో ఒకరి" తల నరికివేయబోతున్నట్లు ప్రకటించాడు. దీని అర్థం అమెరికన్లలో ఒకరని. అది గిల్లెర్మో సోబెరో కావచ్చని మేము అంచనా వేశాము.

ఆ సమయంలో కిడ్నాపర్లతో మాకు ఎటువంటి ప్రత్యక్ష సంబంధం లేదు. ఎందుకంటే ఫిలిప్పీన్ సైన్యంలోని మా భాగస్వాములు మాకు ఒక మధ్యవర్తిని నియమించారు. అతను కిడ్నాపర్లతో తన ఫోన్ కాల్స్ సమయంలో మేము హాజరయ్యేలా చూసుకోవడం ఎల్లప్పుడూ "మరచిపోయేవాడు" (అదే విధంగా వాటిని టేప్ చేయడం "మరచిపోయేవాడు"). మేము చేయగలిగినదల్లా మాట్లాడటానికి ఒక సమయాన్ని షెడ్యూల్ చేయడానికి టెక్స్ట్ మెసేజ్‌లను పంపడం మాత్రమే.

చివరికి ఏమైందంటే, మధ్యాహ్న గడువుకు ముందు, సబాయా మరియు ఫిలిప్పీన్ అధ్యక్ష మంత్రివర్గంలోని ఒక సభ్యుడు రేడియో టాక్ షోలో సంభాషణ చేశారు. మలేషియా సెనేటర్‌ను చర్చల నిర్వాహకుడిగా నియమించాలన్న సబాయా డిమాండ్‌కు ప్రభుత్వం అంగీకరించింది. బదులుగా, సబాయా ఒక బందీని చంపకూడదని అంగీకరించాడు.

కానీ ఈ ఘర్షణ, అపనమ్మకం, అబద్ధాల వాతావరణాన్ని సరిదిద్దడానికి చాలా ఆలస్యం అయింది. ఆ మధ్యాహ్నం, సబాయా ఫోన్‌లో "కానీ అది ఒప్పందంలో భాగం! అది ఒప్పందంలో భాగం!" అని అరుస్తున్నట్లు బందీలు విన్నారు. కొద్దిసేపటికే, అబూ సయ్యాఫ్ గిల్లెర్మో సోబెరో తల నరికివేసింది. సమూహం మరో పదిహేను మంది బందీలను తీసుకుంది.

కదలికలో వున్న ముఖ్యమైన విషయాలేవీ మా నియంత్రణలో లేవు. సోబెరో హత్య జరిగిన తర్వాత కూడా యునైటెడ్ స్టేట్స్ చాలా వరకు ఆసక్తి చూపలేదు. కాబట్టి నేను వాషింగ్టన్, డి.సి.కి తిరిగి వెళ్ళాను. మేము చేయగలిగినది చాలా తక్కువగా ఉన్నట్లు అనిపించింది.

అప్పుడు 9/11 అన్నింటినీ మార్చివేసింది.

ఒకప్పుడు చిన్న తీవ్రవాద సంస్థ అయిన అబూ సయ్యాఫ్ అకస్మాత్తుగా అల్ ఖైదాతో అనుసంధానించబడింది. ఆ తర్వాత ఆర్లిన్ డెలా క్రజ్ అనే ఫిలిప్పీన్ టీవీ రిపోర్టర్ అబూ సయ్యాఫ్ క్యాంప్‌లోకి చేరుకొని, కేంద్ర శిబిరాల నుండి బయటపడినవారిలా ఎంతగానో చిక్కిపోయిన అమెరికన్

మిషనరీలు మార్టిన్ మరియు గ్రేసియా బర్న్‌హామ్‌లను సబాయా ఎగతాళి చేస్తున్నట్లు వీడియో తీశారు. ఆ వీడియో U.S. న్యూస్ మీడియాను ఉరుములా తాకింది. అకస్మాత్తుగా, కేసు U.S. ప్రభుత్వ ప్రధాన ప్రాధాన్యతగా మారింది.

అవతలి పక్కన ఎప్పుడూ ఒక జట్టు ఉంటుంది

FBI వాళ్ళు నన్ను మళ్లీ తిరిగి పంపించారు. ఇప్పుడు నా పని ఒక ఒప్పందం పూర్తికావడాన్ని హామీ చేయడం. అది చాలా హై-ప్రొఫైల్ కూడా. నాకు తెలిసినంతవరకూ FBI డైరెక్టర్ రాబర్ట్ మ్యూల్లర్ ప్రతీరోజు ప్రెసిడెంట్ జార్జ్ డబ్ల్యూ. బుష్ కి మేం చేస్తున్న పనుల గురించి వ్యక్తిగతంగా బ్రీఫింగ్ ఇచ్చే పనిలో ఉన్నారు. మ్యూల్లర్ U.S. ఎంబసీలో ఉన్నప్పుడు నన్ను నేను పరిచయం చేసుకున్నాను. ఆయన నన్ను గుర్తుపట్టారు. నన్ను చూడగానే ఆయన ముఖంలో ఒక ఉత్సాహభరితమైన ఉద్వేగం కనిపించింది.

మీకు మీ తరుపున ఎంత సహాయం ఉన్నా కూడా, మీ ప్రత్యర్థి జట్టు సంకల్పం లేకుండా పని చేస్తుంటే మీ కృషి పనిచేయదు. మీరు చేసే ప్రయత్నాలు ప్రత్యర్థిని దాటుకుని ఆయన వెనుక ఉన్న జట్టుకు చేరకపోతే, అప్పుడు మీ ఒప్పందం "ఆశ" తో మాత్రమే ఉంటుంది. – ఆశ అనేది ప్రయత్నం కాదు.

ఆ సమయంలో నేను పూర్తిగా అర్థం చేసుకోని విషయం ఏమిటంటే, ప్రత్యర్థులు నెగోషియేటర్లను మార్చుకున్నారు. సబయా స్థానంలో మరొకరు వచ్చాడు.

నా బాస్ గ్యారీ నోయ్స్‌నర్ ఒక పోలీసులు దొంగతనపు కేసులో నన్ను పంపించే సమయంలో నాకు చెప్పాడు: ప్రత్యర్థి జట్టులో నెగోషియేటర్ మార్చడమంటే వారు మరింత కఠినమైన దిశలోకి వెళతామనే హెచ్చరిక. అప్పుడు నాకు అర్థమయ్యింది – అంటే సబయా లేడు కదాని అతడిని లెక్కలోకి తీసుకోకపోతే, అతడు ఎటువంటి ఒప్పందాన్ని కూడా విఘాతం చేయగలడు.

మా కొత్త దారి బర్నహామ్లను కొనుగోలు చేయడం అని నిర్ణయించాం. యునైటెడ్ స్టేట్స్ అధికారికంగా ప్రత్యర్థులకు ఎలాంటి నగదు ఇవ్వదు.

అయినప్పటికీ, మాకు మద్ధతుగా నిల్చిన ఒక వ్యక్తి $300,000 ఇవ్వడానికి సిద్ధమయ్యాడు. కొత్త అబు సయ్యాఫ్ నెగోషియేటర్ విడిపించడానికి అంగీకరించాడు.

జరిమానా డబ్బు యివ్వడం విఫలమైంది. కిడ్నాపర్లు బర్నహామ్లను విడుదల చేయలేకపోయారు: లేదా, సబయా, తరుపున ఆధిపత్యం వహించిన వ్యక్తి, వారిని విడుదల చేయడానికి ఒప్పుకోలేదు. అతను తనకు తానుగా – మనకి తెలియని – ఒక నిర్ణయం తీసుకున్నాడు అది విఫలమైంది. కొత్త నెగోషియేటర్, ఇప్పుడు అవమానంగా భావించి, ఆగ్రహంగా, $600 చెల్లించాలని చెప్పాడు. మేము ఆశ్చర్యపోయాం – "ఆరు వందల డాలర్లు? కేవలం ఆరు వందల డాలర్ల కోసం బందీలను విడిచిపెట్టరా?" – డబ్బు చేరలేదంటే అది బహుశా కొరియర్ వాళ్లు దొంగిలించి ఉంటారని మేము వాదించే ప్రయత్నం చేసాము. కానీ మా నమ్మకాన్ని నిజం చేసే సహకార ధోరణి లేకపోవటం వల్ల ఏమీ చేయలేక పోయాం. $300,000 పోయింది. మళ్లీ పలు రోజుల వరకు టెక్స్ట్ సందేశాలకు మాత్రమే సమాధానం వచ్చేది లేదు.

నెమ్మదిగా కూలిపోతున్న దుస్థితి రెండు నెలల తర్వాత ఒక విఫలమైన "రక్షణ చర్య"తో ముగిసింది. అడవుల్లో తిరుగుతున్న ఫిలిప్పైన్ స్కౌట్ రేంజర్స్ బృందం అబూ సయ్యాఫ్ శిబిరాన్ని కనుగొన్నారని – లేదా వారు అలా చెప్పారు. తరువాత మేము విన్నదేమిటంటే మరో ప్రభుత్వ సంస్థ వారిని ఆ విషయంపై అప్రమత్తం చేసిందట. ఆ మరో ప్రభుత్వ సంస్థ (OGA) మాకు వారి స్థానాన్ని ఎందుకు చెప్పలేదో.. ఎందుకు.. ఎందుకు అంటే? ఆ విషయం నేను ఎప్పటికీ అర్థం చేసుకోలేను.

స్కౌట్ రేంజర్లు శిబిరం పైన ఉన్న చెట్ల వరుస నుండి ఒక యుద్ధరేఖను ఏర్పాటు చేసి, విచక్షణ లేకుండా ఆ ప్రాంతంపై కాల్పులు ప్రారంభించారు. గ్రేసియా, మార్టిన్ వాసం బొంగులకు గోనె పట్టాలు అమర్చిన మంచాలపై నిద్రపోతుండగా, కాల్పులు వర్షంలా కురవడం మొదలైంది. వారు ఇద్దరూ తమ మంచాల నుండి కిందపడిపోయి, భద్రత కోసం కొండ దిగువ వైపుకు ఒణుకుతూ వెళ్ళడం ప్రారంభించారు. కానీ రక్షకుల నుండి వర్షంలా కురుస్తున్న తూటాల మధ్య, గ్రేసియాకు కుడి తొడలో బుల్లెట్ తగిలి మండిపోయే వేడి నొప్పి తగిలింది. ఆ తరువాత, ఆమె మార్టిన్ శరీరం ఆకస్మికంగా స్తబ్ధంగా మారిపోవడాన్ని చూసింది.

కొద్ది నిమిషాల తరువాత, చివరి తిరుగుబాటుదారులు పారిపోయిన తర్వాత, ఫిలిప్పైన్ సైనిక దళం గ్రేసియాకు ఆమె భర్త బాగానే ఉన్నారని నమ్మబలికేందుకు ప్రయత్నించింది. కానీ ఆమె తల ఊపింది. ఒక సంవత్సరం బంధనంలో గడిపిన ఆమెకు ఇక భ్రమలకు చోటు లేదు. గ్రేసియాకు తన భర్త చనిపోయాడని తెలుసు, ఆమెకు అంతా తెలుసు – అతని ఛాతీలో మూడుసార్లు "స్నేహపూర్వక" కాల్పులు తగిలాయి.

చివరికి, ఆ రోజున జరిగిన రక్షణ చర్యలో అక్కడ ఉన్న ముగ్గురు బందీలలో ఇద్దరు చనిపోయారు (ఫిలిప్పైన్ నర్స్ ఒకావిడ పేరు, ఎడిబోరా యాప్ కూడా మరణించింది). పెద్ద చేప – సబయా – ఇంకా కొద్ది నెలలు జీవించేందుకు తప్పించుకున్నాడు. మొదటి నుండి చివరి వరకు, ఆ పదమూడు నెలల మిషన్ పూర్తిగా విఫలమైంది – ప్రాణాలు మరియు సంపద వృథా అయ్యాయి. కొన్ని రోజుల తర్వాత ఇంట్లో చీకటి గదిలో నిరుత్సాహంగా, అలసిపోయి కూర్చున్నాను. ఆ క్షణంలో ఏదో మార్పు అవసరమని నాకు తెలుసు. ఇది మళ్లీ జరగనివ్వలేము.

బంధీల మరణాలకు ఏదైనా అర్థం చెప్పుకోవాలంటే, మనం కొత్త మార్గాన్ని కనుగొనాల్సి ఉంది – చర్చించటానికి, సంభాషించటానికి, వినటానికి, మాట్లాడటానికి – మన శత్రువులతోను, మన మిత్రులతోను కూడా. కేవలం సంభాషణ కోసం మాత్రమేనా!

కాదు! మనం దాన్ని గెలవడానికి చేయాల్సిందే.

ఘర్షణను నివారించండి

దాని గురించి చెప్పటానికి రెండు దారులేమీ లేవు. నేను అమెరికాకు తిరిగి వచ్చిన సమయం ఒక "లెక్కలు తీర్చుకునే" సమయం. మేము FBIలో చేస్తున్న కొన్ని పనుల గురించి నేను ప్రశ్నించాను – కొన్నింటిపై సందేహించాను కూడా! మనకు ఉన్న జ్ఞానం సరిపోకపోతే, మనం ఇంకా మెరుగుపర్చుకోవాలి.

నా తిరుగు ప్రయాణం తర్వాత నాకు నిజమైన "కిక్" కలిగించింది – నేను ఆ కేసుకు సంబంధించిన సమాచారాన్ని సమీక్షిస్తున్నప్పుడు. దానిలో

చాలావాటిని మేము ఫీల్డ్‌లో ఉన్నప్పుడు చూడలేదు. ఆ సమాచారపు కట్టల మధ్య ఒక నిజం నాకు పూర్తిగా షాక్ ఇచ్చింది.

మార్టిన్ బర్నమ్ ఎవరితోనో ఫోన్‌లో మాట్లాడుతున్నాడని ఎవరో విన్నారు. మనకు బందీగా ఉన్నవాడు మనకు తెలియకుండా ఫోన్‌లో మాట్లాడటమంటే 'ఓరి దేవుడా, ఆయన ఏమి చేస్తున్నాడు' అని నేను ఆశ్చర్యపోయాను. మరి ఆయన ఎవరితో మాట్లాడుతున్నాడు? ఒక బందీ ఫోన్‌లో మాట్లాడేందుకు ఒకే ఒక్క కారణం ఉంటుంది – జీవించి ఉన్నట్లు సాక్ష్యం ఇవ్వడం. ఎవరో మరొకరు బర్నమ్‌లను విడిపించేందుకు వేరే రీతిలో చెల్లింపులు చేయాలని ప్రయత్నిస్తున్నారు.

అది చివరికి తెలిసింది ఏమిటంటే, ఒక అవినీతిపరుడైన ఫిలిప్పైన్ రాజకీయ నాయకుడి తరపున పనిచేస్తున్న వ్యక్తి అని. అతడు బర్నమ్‌ల విడుదల కోసం స్వతంత్రంగా ఒక సమాంతర చర్చను నడిపిస్తున్నాడు. ఫిలిప్పైన్ అధ్యక్షురాలు అర్రోయో ముందు తానే బందీలను విడిపించిన వ్యక్తినని గొప్పగా చూపించడానికి అతడు వారిని స్వయంగా కొనుగోలు చేయాలనుకున్నాడు.

ఆ వ్యక్తి మా వెనుక పనిచేస్తున్నాడన్న విషయం నన్ను అంతగా కలచివేయలేదు. ఇప్పటికే స్పష్టంగా, ఎన్నో రహస్యమైన, అప్రామాణికమైన పనులు అక్కడ జరుగుతున్నాయి. కానీ నన్ను నిజంగా కలచివేసిందేమిటంటే – ఈ వ్యక్తి, బందీల చర్చాకారుడుగా FBI నుంచి ఎలాంటి శిక్షణ పొందినవాడు కాదు. కానీ, నేను చేయలేనిది సాధించాడు.

అతడు మార్టిన్ బర్నమ్‌తో ఫోన్‌లో మాట్లాడగలిగాడు. అది కూడా ఉచితంగా.

అప్పుడు నాకు స్పష్టమైంది – మేము విఫలమైన చోట ఈ అవినీతిపరుడైన రాజకీయ నాయకుడు సాధించిన విజయం, ఒక వైపు మాత్రమే ఆలోచించే మన ఆలోచన విధానంలో ఉన్న అన్ని తప్పులకూ ఒక ఉపమానం లాంటిది.

ఫిలిప్పైన్ సైన్యంతో ఉన్న సమస్యలకన్నా ఎక్కువగా, కిడ్నాపర్లు, బందీలపై మనకు ప్రభావం లేకపోవడానికి పెద్ద కారణం మన ఆలోచనా విధానం – "దెబ్బకు దెబ్బ" ధోరణి. ఆ ధోరణి ప్రకారం, మనం చెడ్డవారికి కాల్ చేస్తే, దాని అర్థం మనం వాళ్లను ఏదో అడుగుతున్నాం అన్నమాట;

వారు మనకు అది ఇస్తే, మనం తిరిగి ఏదో ఇవ్వాల్సిందే. అందుకే, బర్నమ్‌లు ఇంకా బతికే ఉన్నారని మాకు పక్కా నమ్మకంగా ఉన్నందువల్ల, మేం ఎప్పుడూ కాల్ చేసి "జీవించి ఉన్నారని సాక్ష్యం ఇవ్వండి" అని అడగడానికి కూడా ప్రయత్నించలేదు. మేం వాళ్లకు అప్పులో పడిపోతామేమోనని భయపడ్డాం.

మనమే ఏదైనా "అడిగితే", వారు ఇచ్చినట్లయితే, అది మనం వారికి ఋణపడి ఉన్నట్లే. ఆ ఋణాన్ని తీర్చలేకపోతే, మనపై "చెడ్డ విశ్వాసంతో చర్చించడం" అనే ఆరోపణలు వస్తాయి – కానీ కిడ్నాప్ సందర్భంలో ఆ "చెడ్డ విశ్వాసం" ప్రాణాలు తీస్తుంది.

మేము కిడ్నాపర్లను బందీలతో నేరుగా మాట్లాడించమని కూడా అడగలేదు – ఎందుకంటే వాళ్లు "కాదు" అని చెబుతారని మాకు తెలుసు. అది మమ్మల్ని అవమానానికి గురి చేస్తుందని భయపడ్డాం.

అటువంటి భయం మన చర్చా మనస్తత్వంలో ఒక పెద్ద లోపం. కొన్ని విషయాలు మాత్రమే మన ప్రత్యర్థులతో నేరుగా, దీర్ఘకాలిక పరస్పర చర్యల ద్వారా తెలుసుకోగలం.

అలాగే, మనం ఏదైనా అడగకుండా, దాన్ని పొందే కొత్త మార్గాలు కూడా కావాలి. "అడగడం" అనే చర్యను "అవును–కాదు" సమాధానాలతో ముగిసే మూసబద్ధమైన ప్రశ్నలకన్నా ఎక్కువ చతురతతో, సున్నితంగా చేయడం అవసరం.

అప్పుడు నాకు అర్థమైంది – మనం చేస్తున్నది అసలు సంభాషణే కాదు; అది మాటల బలప్రదర్శన మాత్రమే. మనం వాళ్లని మన కోణంలో చూడాలని కోరుకున్నాం, వాళ్లు మనల్ని వాళ్ల కోణంలో చూడాలని కోరుకున్నారు. ఈ రకమైన ప్రతిస్పందన నిజ జీవితంలో చోటు చేసుకుంటే, చర్చ విఫలమవుతుంది, ఉద్రిక్తతలు పెరుగుతాయి. ఆ ఆలోచనా ధోరణి మొత్తం FBIలో వ్యాపించింది. ప్రతీ విషయం ఒక ఘర్షణలా మారింది. కానీ అది పనిచేయలేదు.

"జీవించి ఉన్నారని నిర్ధారించుకునే" విధానం మనకి యీ సమస్యలన్నిటినీ తెచ్చిపెడుతుంది.

ఆ సమయంలో, బందీలు బతికే ఉన్నారని నిరూపించడానికి, బందీకి మాత్రమే తెలిసిన సమాచారాన్ని అడిగే ప్రశ్నలను తయారు చేసేవాళ్లం.

కంప్యూటర్ భద్రతా ప్రశ్నల తరహాలో – “మార్టిన్‌కి మొదటి కుక్క పేరు ఏమిటి?” లేదా “మార్టిన్ తండ్రి మధ్య పేరు ఏమిటి?” లాంటి ప్రశ్నలు.

కానీ ఈ ప్రత్యేకమైన రకమైన ప్రశ్నలకు ఎన్నో లోపాలు ఉన్నాయి. ముఖ్యంగా, ఈ విధానం కిడ్నాప్ ప్రపంచంలో న్యాయరక్షణ సంస్థల ముద్రలాగా మారిపోయింది. ఒక కుటుంబం ఆ రకమైన ప్రశ్నలు అడగడం ప్రారంభిస్తే, పోలీసులు వారికి సలహాలు ఇస్తున్నారనే విషయం దాదాపు ఖచ్చితంగా తెలుస్తుంది. అది కిడ్నాపర్లను చాలా ఆందోళనకు గురి చేస్తుంది.

భయం లేకుండా చెప్పుకోవాలంటే, విషయం ఏమిటంటే, అలాంటి ప్రశ్నలకు జవాబు ఇవ్వడం పెద్ద శ్రమ కూడా లేకుండా జరుగుతుంది. చెడ్డవాళ్ళు ఆ సత్యాన్ని తెలుసుకుని వచ్చి మీకు వెంటనే ఇస్తారు — ఎందుకంటే అది అంత సులభం. అహ్హహ్హ.. అహ్హహ్హ...! అందరూ చాలా వేగంగా చేస్తారు. లేదంటే మీకు తార్కికంగా ఎటువంటి లాభం కూడా రాదు. వాళ్ళవైపునుండి ఎటువంటి ప్రయత్నం, సమాచారం నుండి మీకు ఉపయోగపడేది కూడా ఉండదు. ఏదైనా చర్చ బాగా చేయగలిగితే అది ఒక సమాచారం సేకరణ ప్రక్రియగా ఉండాలి. అది మీ ప్రత్యర్థులు మీకు ఉపకరిస్తున్న ఫలితంలో ఉండాలి.

అన్నిటికంటే దరిద్రమైన విషయం ఏమిటంటే, కిడ్నాపర్లు మీకు ‘జీవిత సాక్ష్యం’ ఇచ్చామని తెలుసుకుంటారు కనుక ఇది మనుష్యులలో ఉన్న ప్రతిఫల ధోరణి (reciprocity gene) ని ప్రేరేపిస్తుంది. మనం మానవ స్వభావాన్ని అంగీకరించాలా లేదా అనేది పట్టించుకోకపోయినా, ఒక సార్వత్రిక నియమం ఏంటంటే, ఎవరైనా మీకు ఏదైనా ఇస్తే, వారు దానికి ప్రతిఫలంగా ఏదో ఆశిస్తారు. మీరు వారిని తిరిగి సంతృప్తి పరచేవరకు వారు ఇంకేమీ ఇవ్వరు.

ఇప్పుడు, మనం ఈ ప్రతిఫల ధోరణిని ప్రేరేపించాలని అనుకోవడం లేదు. ఎందుకంటే మనం ఏమీ ఇవ్వకూడదు అనుకున్నాం. కాబట్టి ఏమైంది అంటే? మాకు, వారికీ మధ్య జరిగే అన్ని సంభాషణలు ‘స్తంభించిపోయిన ప్రతిఘటనలు’ (paralyzed confrontations) అయ్యాయి. రెండు పక్షాలు ఒకరినొకరు ఏదో సాధించడానికి ప్రయత్నిస్తున్నా, ఏమీ ఇవ్వాలనుకోవడం లేదు. గర్వం మరియు భయం వల్ల మేము నిజంగా ఎటువంటి సంవాదం జరపలేదు.

ఆ కారణంగానే మేము విఫలమయ్యాం. కానీ ఈ తప్పుడు ఫిలిప్పీనో రాజకీయ నాయకుడు మాకు అత్యవసరమైన దాన్ని ఎటువంటి యిచ్చిపుచ్చుకోవడాలు లేకుండానే సులభంగా పొందాడు. అంటే, ప్రతిఫల ధోరణి లేకుండా సంభాషణ. నేను కుర్చీలో వెనుకకి వాలి కూర్చొని నా మనసులో ఆలోచించాను, "మనం దాన్ని ఎలా సాధించాలి?"

అపనమ్మకాన్ని వదిలిపెట్టండి
(SUSPEND UNBELIEF)

మాలో ఎవరూ ఎప్పుడూ ఒక ఫోన్ కాల్ చేయలేకపోయినప్పటికీ, రాజకీయ బ్రోకర్ మార్టిన్ బర్నహమ్‌తో ఫోన్‌లో ఎలా మాట్లాడగలిగాడో ఆలోచిస్తూ నా బుర్ర పాడు చేసుకుంటున్న సమయంలో, FBI Pittsburgh వద్ద ఒక కిడ్నాప్ కేసు జరిగింది.

నా భాగస్వామి చక్ ఆ కేసు టేప్‌లను నాకు తెచ్చాడు ఎందుకంటే అది చాలా తమాషాగ ఉందని అతనికి అనిపించింది. చూడండి, ఒక Pittsburgh డ్రగ్ డీలర్ Pittsburgh లోని మరొక డ్రగ్ డీలర్ గర్ల్‌ఫ్రెండ్‌ను కిడ్నాప్ చేశాడు. ఏ కారణం అయితేనేంగానీ ఆ బాధిత డ్రగ్ డీలర్ FBI దగ్గరకు సహాయం కోసం వెళ్ళాడు. డ్రగ్ డీలర్ కాబట్టి FBI దగ్గరకి వెళ్ళడం కాస్త వైరుధ్యంగా అనిపించాలి, కానీ అతను వెళ్ళాడు. ఎందుకంటే మీరు ఎవరైనా సరే, సహాయం అవసరం అనుకుంటే FBI దగ్గరకి వెళ్తారు, అంతే కదా?

మా హోస్టేజ్ నెగోషియేటర్లు ఆ డ్రగ్ డీలర్‌తో చర్చలు జరుపుతున్నా, అతను మరొక డ్రగ్ డీలర్‌తో చర్చలు జరుపుతున్నాడు. సాధారణంగా మేము అతనికి 'జీవించి ఉన్న సాక్ష్యం' గురించి ప్రశ్న అడగమని చెప్పేవాళ్లం. ఉదాహరణకు, "గర్ల్‌ఫ్రెండ్ చిన్నప్పుడు ఆమె టెడ్డీ బేర్ పేరు ఏమిటి?" లాంటి ప్రశ్నలు వేయమని చెప్పే వాళ్లం. ఈ సందర్భంలో, ఆ డ్రగ్ డీలర్ ఇంకా సరైన ప్రశ్న అడగలేదు. కాబట్టి కిడ్నాపర్‌తో సంభాషణ మధ్యలో, అతను ఒకసారి ఇలా అన్నాడు: "హేయ్, ఆమె సరిగ్గానే ఉందని నేను ఎలా తెలుసుకోవాలి?"

అత్యంత నవ్వు పుట్టించిన విషయం ఏమిటంటే, కిడ్నాపర్ నిజంగా పది సెకన్లపాటు నిశ్శబ్దంగా ఉండిపోయాడు. అతను కాసేపు ఆశ్చర్యపోయినట్టు కనిపించాడు. తర్వాత, గొంతు తగ్గించి ఇలా అన్నాడు: "బాగుంది, నేను ఆమెను ఫోన్‌లో మాట్లాడిస్తాను." నేను మౌనంగా ఉండిపోయాను. ఎందుకంటే ఈ పనికిమాలిన డ్రగ్ డీలర్ నెగోషియేషన్‌లో అసాధారణ విజయం సాధించాడు. కిడ్నాపర్ తన ఇష్టం ప్రకారం బాధితుడిని ఫోన్‌లో పెట్టడానికి ఒప్పించడం అనేది చాలా పెద్ద విషయం మరి.

నా బుర్రలో ఒక బూతు మాట అనే క్షణం వచ్చింది – ఇదే నేను ఎదురుచూస్తున్న పద్ధతి అని గ్రహించాను. ఒక్క సరైన సమాధానం ఉన్న మూసపద్ధతిలోని ప్రశ్న అడగడం బదులు, అతను వివరణాత్మకమైనా, క్రమబద్ధమైన ప్రశ్న అడిగాడు – అది ఎదుటి వ్యక్తిని కాసేపు సమయం తీసుకుని నిజంగా సమస్యను ఎలా పరిష్కరించాలో ఆలోచించేలా చేసింది. నేను నాలోనే అనుకున్నాను, "ఇది అద్భుతం! ఇది సహజమైన, సాధారణమైన ప్రశ్న – వాస్తవాన్ని అడిగే అభ్యర్థన కాదు. ఇది 'ఎలా' అనే ప్రశ్న, 'ఎలా' అనేది ఆకర్షిస్తుంది, ఎందుకంటే 'ఎలా' అంటే సహాయం కోరడం."

అన్నిటిలోనూ ముఖ్యంగా, అతను కిడ్నాపర్‌కు ఏదీ ఇవ్వాల్సిన అవసరం లేదు. అతను గర్ల్‌ఫ్రెండ్‌ను ఫోన్‌లో మాట్లాడించడానికి స్వచ్ఛందంగా ముందుకు వచ్చాడు: అతనికి అది తన ఆలోచన అనిపించింది. గర్ల్‌ఫ్రెండ్‌ను లైన్‌లో పెట్టడానికి ముందుకు వచ్చిన వ్యక్తి తన నియంత్రణలో ఉన్నట్టే అనుకుంటాడు. నెగోషియేషన్‌లో పై చేయిగా ఉండే రహస్యం ఏమిటంటే, మరొకరికి నియంత్రణలో ఉన్నామనే భ్రమను పుట్టించడం.

ఈ సాంకేతికత యొక్క ప్రతిభ సైకలజిస్టు కేవిన్ డట్టన్ తన పుస్తకంలో "Split-Second Persuasion"1 లో బాగా వివరించాడు. అతను "అపనమ్మకం" (unbelief) గురించి మాట్లాడతాడు. అంటే మరొక పక్షం చెబుతున్నదానికి క్రియాశీల వ్యతిరేకత, పూర్తిగా తిరస్కరణ. సాధారణంగా నెగోషియేషన్ ప్రారంభంలో రెండు పక్షాలు ఇక్కడే ఉంటాయి.

మీరు ఆ డైనమిక్ నుండి ఎప్పటికీ బయటపడకపోతే, చివరికి రెండు వైపులూ తమ అభిప్రాయాన్ని రుద్దుకోవాలనుకునే "షో-డౌన్" పరిస్థితికి వస్తారు. అప్పుడు అది పొట్టేళ్లు తలలు ఒకదానితో ఒకటి ఢీకొట్టుకున్నట్లే అవుతుంది – డాస్ పాల్మాస్‌లో జరిగినట్లుగా. కానీ మీరు ఎదుటి వ్యక్తి తన

అవిశ్వాసాన్ని వదిలివేయగలిగితే, వారి శక్తినే ఆధారంగా చేసుకుని, క్రమంగా వారిని మీ దృష్టికోణం వైపు తిప్పవచ్చు – డ్రగ్ డీలర్ అడిగిన ప్రశ్న ఎలా కిడ్నాపర్‌ను తనకు కావాల్సిన పని చేసేటట్లు చేసిందో అలా. మీరు వారిని నేరుగా మీ ఆలోచనలను అంగీకరించేలా ఒప్పించరు. దానికి బదులు, వారి ఆలోచనలపై స్వారీ చేసి వాళ్లను మీ ఆలోచనల దిశగా నడిపిస్తారు. ఒక సామెత చెప్పినట్లుగా – "గుర్రం ఏ దిశలో నడుస్తుందో, అదే దిశలో దానిని సవారీ చేయడం ఉత్తమం."

మనలాంటి ఒప్పించే (persuaders) వ్యక్తుల పని మనం అనుకునేంత కష్టమేమీ కాదు. మనం చెప్పేది ఇతరులు నమ్మేటట్లు చేయడం కాదు. వారు నమ్మకపోవడాన్ని ఆపడం మాత్రమే. అది సాధించిన వెంటనే ఆటలో సగం గెలిచినట్టే. "అపనమ్మకం (లేదా) అవిశ్వాసం అనేది ఒప్పించే శక్తిని నియంత్రించే ఘర్షణ శక్తి లాంటిది" అని డట్టన్ అంటాడు. "అది లేకపోతే, ఎటువంటి పరిమితులు ఉండేవి కావు."

క్రమబద్ధమైన ప్రశ్నలు అడిగి – సహాయం కోరుతూ – ఎదుటివారికి నియంత్రణ ఉందనే భ్రమను ఇవ్వడం, వారి అవిశ్వాసాన్ని నిలిపివేయడానికి అత్యంత శక్తివంతమైన పద్ధతుల్లో ఒకటి. ఇటీవల నేను న్యూయార్క్ టైమ్స్‌లో ఒక అద్భుతమైన వ్యాసం చదివాను. ఒక మెడికల్ స్టూడెంట్ గురించి అది – అతని రోగి తన ఐవీ తీసేసి, తన సంచులు సర్దుకుని, వెళ్లిపోవడానికి సిద్ధమవుతున్నాడు. కారణం ఏమిటంటే – అతని బయాప్సీ ఫలితాలు కొన్ని రోజులు ఆలస్యం అయ్యాయి, వేచి ఉండడం అతనికి విసుగొచ్చింది.

అప్పుడే ఒక సీనియర్ డాక్టర్ అక్కడికి వచ్చాడు. రోగికి ఒక గ్లాసు నీరు ఇచ్చి, ఒక నిమిషం మాట్లాడచ్చా అని ప్రశాంతంగా అడిగిన తర్వాత, ఆయన రోగి ఎందుకు కోపంగా ఉన్నాడో అర్థమైందని చెప్పి, ఫలితాలు ఎందుకు ఆలస్యం అయ్యాయో తెలుసుకోవడానికి ల్యాబ్‌కి ఫోన్ చేస్తానని హామీ ఇచ్చాడు.

కానీ ఆయన తరువాత చేసిన పని నిజంగా రోగి మనసులోని అవిశ్వాసాన్ని నిలిపివేసింది. ఆయన ఒక క్రమాంకితమైన (calibrated) ప్రశ్న అడిగాడు – అంటే, వెళ్లిపోవడం అతనికి ఎందుకు అంత ముఖ్యమని. రోగి తనకు కొన్ని పనులు ఉన్నాయని చెప్పగానే, డాక్టర్ ఆ పనులు పూర్తిచేయడానికి సహాయం చేసే సేవలతో అతనిని కలిపివేయగలనని

చెప్పాడు. అలా ఒక్కసారిగా – రోగి తానే ఆసుపత్రిలో ఉండేందుకు ఒప్పుకున్నాడు.

సీనియర్ డాక్టర్ పద్ధతిలో ఉన్న గొప్పతనం ఏమిటంటే, ఆయన ఒక ప్రతిస్పర్థాత్మక పరిస్థితిని "నేను వెళ్లిపోతాను" అనగానే "నువ్వు వెళ్లలేవు" – అనడం కంటే తన ఆలోచనలను ప్రశ్నల రూపంలో మార్చి, రోగినే తన సమస్యను తనే పరిష్కరించుకునేలా చేశాడు. అది కూడా డాక్టర్ కోరుకున్న దిశలో.

ఇది ఇంకా ఒక విధంగా తల నొప్పి విషయమే, కానీ డాక్టర్ ఆ ఘర్షణను, గర్వాన్ని దానిలోంచి తీసేశాడు – రోగికి 'తనదైన నియంత్రణ తనకు ఉందన్న భ్రమ' ఇచ్చి. వాషింగ్టన్ పోస్ట్ పాత ఎడిటర్ రాబర్ట్ ఎస్టబ్రూక్ ఒకసారి చెప్పినట్టుగా, "అసభ్యంగా కాకుండా విభేదించడం నేర్చుకున్నవాడు, చర్చలలో అత్యంత విలువైన రహస్యాన్ని కనుగొన్నవాడు"

ఈ అవిశ్వాసాన్ని నిలిపివేసే పద్ధతి కిడ్నాపర్లు గానీ, పారిపోవాలనుకునే రోగులు గానీ మాత్రమే కాదు – ఏ పరిస్థితికైనా, ధరలు చర్చించే సందర్భంలో కూడా ఉపయోగపడుతుంది. ఉదాహరణకు, మీరు ఒక దుకాణానికి వెళ్తే, విక్రేతకు మీరు ఏమి "కావాలి" అని చెప్పకుండా, మీరు ఏం వెతుకుతున్నారో వివరించి, సూచనలు అడగవచ్చు.

తరువాత, మీరు కోరుకున్నది ఎంచుకున్నాక, వారిని కఠినమైన ఆఫర్‌తో కొట్టివేయడం బదులు, ధర మీ బడ్జెట్ కంటే కొంచెం ఎక్కువగా ఉందని చెప్పి, "నేను అదెలా చేయగలను?" అనే అన్ని కాలాలలో అవసరపడే గొప్ప క్యాలిబ్రేటెడ్ ప్రశ్నలలో ఒకదానితో ముగించేయొచ్చు. ఈ పద్ధతిలో కీలకమైన భాగం ఏమిటంటే – మీరు నిజంగానే సహాయం కోరుతున్నారు. మీ మాట తీరులో అది స్పష్టంగా కనిపించాలి. ఈ చర్చా విధానంలో, విక్రేతను బెదిరించడం కాకుండా, మీరు వారి సలహాను అడుగుతున్నారు. వారికి నియంత్రణ ఉందన్న భ్రమను కలిగిస్తున్నారు.

ఈ విధంగా సహాయం కోరడం – ముఖ్యంగా మీరు ఇప్పటికే సంభాషణలో నిమగ్నమై ఉన్నప్పుడు – ఒక అద్భుతమైన చర్చా పద్ధతి. ఇది ఎదురెదురుగా జరిగే ఘర్షణాత్మక తలపోరులను, సహకారాత్మక సమస్య పరిష్కార సమావేశాలుగా మార్చగలదు. ఈ ప్రక్రియలో క్యాలిబ్రేటెడ్ ప్రశ్నలు అత్యుత్తమ ఆయుధం.

మీ ప్రశ్నలను సరిగా సమన్వయం చేయండి
(CALIBRATE YOUR QUESTIONS)

కొన్ని సంవత్సరాల క్రితం, నేను ఒక కస్టమర్‌కి కన్సల్టెంట్‌గా పనిచేశాను. ఆమెకు ఒక చిన్న పబ్లిక్ రిలేషన్స్ సంస్థ ఉంది. అది ఒక పెద్ద సంస్థకు సేవలు అందించేది. అయితే ఆ పెద్ద సంస్థ వాళ్లు బిల్లులు చెల్లించడం మానేశారు. కాలం గడుస్తున్న కొద్దీ, వారు నా కస్టమర్‌కు మరింత డబ్బు ఇవ్వాల్సి వచ్చింది. వారు "తరచూ కొత్త ప్రాజెక్టులు వస్తాయి" అని హామీ ఇస్తూ, "ఇంకా కొంచెం పనిచేస్తే పెద్ద మొత్తంలో ఆదాయం వస్తుంది" అనే ఆశ చూపించి ఆమెను ఆశల్లో ఉంచారు. వాళ్లు వేసిన ఉచ్చులో ఆమె పడిపోయింది.

నేను ఆమెకు ఇచ్చిన సలహా చాలా సాధారణమైనది – నేను ఆమెను ఆ కంపెనీతో ఒక సంభాషణ ప్రారంభించమని చెప్పాను, అక్కడ పరిస్థితిని సారాంశంగా వివరించి చివరగా అడగమని చెప్పాను: "నేను అదెలా చేయగలను?" (How am I supposed to do that?)

ఆమె తల ఊపింది. "ఏమాత్రం కుదరదు." ప్రశ్న అడగాల్సిన ఆలోచనకే ఆమె భయపడిపోయింది. వాళ్లు 'నువ్వు చేయాల్సిందే' అంటే? అప్పుడు నేను చిక్కుల్లో పడతా!" – ఇది ఆమె ప్రతిస్పందన.

ఆమె ఆ ప్రశ్నను ఇలా అర్థం చేసుకుంది: "మీరు నన్ను మోసం చేస్తున్నారు, ఇది ఇక ఆగాలి." అది ఆమె దృష్టిలో కస్టమర్‌ను కోల్పోవడానికి తొలి అడుగు లాగా అనిపించింది.

నేను ఆమెకు వివరించాను – ఆ సూచన నిజమైనదే అయినప్పటికీ, అది ఆమె మనసులో ఉన్న ఊహ మాత్రమే. ఆమె ప్రశాంతంగా ఉండి, దానిని ఆరోపణ లేదా బెదిరింపులా కాకుండా చెబితే, కస్టమర్‌కి అది అలా వినిపించదు. ఆమె ప్రశాంతంగా ఉంటే, వాళ్లు దానిని పరిష్కరించాల్సిన సమస్యలా చూస్తారు.

ఆమె నాపై పూర్తిగా నమ్మకం పెట్టుకోలేదు. మేము ఆ సంభాషణ స్క్రిప్ట్‌ను పలుసార్లు ప్రాక్టీస్ చేశాము. అయినప్పటికీ ఆమెకు ఇంకా చాలా భయంగానే ఉంది. కొన్ని రోజుల తర్వాత, ఆమె నాకు కాల్ చేసింది, ఆనందంతో మురిసిపోతూ. ఆ పెద్ద కంపెనీ వాళ్లు మరో అభ్యర్థనతో ఆమెను

సంప్రదించారు. అప్పుడు ఆమె చివరికి ధైర్యం చేసి పరిస్థితిని వివరించి, అడిగింది – "నేను అదెలా చేయగలను?"

ఏం జరిగిందో తెలుసా? వారి నుంచి సమాధానం ఇలా వచ్చింది: "మీరు సరిగానే చెప్పారు, మీరు చేయలేరు, దానికి క్షమించండి." అప్పుడు ఆ కంపెనీ వాళ్లు చెప్పారు. వాళ్లకి కొన్ని అంతర్గత సమస్యలున్నాయని, వాటిని ఎదుర్కొంటున్నారని చెప్పారు. తర్వాత ఆమెకు కొత్త అకౌంటింగ్ కాంటాక్ట్ ఇచ్చి, 48 గంటల్లో చెల్లింపు జరుగుతుందని చెప్పారు – అలాగే జరిగింది.

ఇప్పుడు ఆ ప్రశ్న ఎలా పనిచేసిందో ఆలోచించండి – ఎటువంటి ఆరోపణ చేయకుండానే, ఆమె ఆ పెద్ద సంస్థను తన సమస్య అర్థం చేసుకునేలా చేసింది. అదే సమయంలో, తాను కోరుకున్న పరిష్కారం వాళ్ల నోటితోనే రాబట్టుకుంది. క్లుప్తంగా చెప్పుకుంటే – ఒక నిర్దిష్ట ఫలితాన్ని సాధించడానికి సున్నితంగా సర్దుబాటు చేసిన ఓపెన్-ఎండెడ్ ప్రశ్నలు అద్భుతమైన సాధనం.

"బహుశా" ("perhaps"), "కావచ్చు" ("maybe"), "నాకు అనిపిస్తోంది" ("I think"), "అలా అనిపిస్తోంది" ("it seems") వంటి మృదువైన పదాలు మరియు పదబంధాలు ఎలా ఒక కఠినమైన వాఖ్యాన్ని లేదా కోపం రేకెత్తించే అభ్యర్థనను సున్నితంగా మార్చగలవో, అలాగే క్యాలిబ్రేటెడ్ ఓపెన్-ఎండెడ్ ప్రశ్నలు కూడా ఘర్షణాత్మక భావాన్ని తగ్గిస్తాయి. ఇవి పనిచేసే కారణం ఏమిటంటే – అవి కఠినంగా నిర్వచించబడిన వ్యాఖ్యలు కావు; అవి మీ ప్రత్యర్థిపక్షం అర్థం చేసుకునే విధంగా అనువాదానికి, విశ్లేషణకు తెరచి ఉంటాయి. ఇవి మీ ఆలోచనలను, అభ్యర్థనలను, ఒత్తిడిగా లేదా బలవంతంగా వినిపించకుండా పరిచయం చేయడానికి సహాయపడతాయి.

తేడా ఎలా ఉంటుందంటే – "మీరు నన్ను డబ్బు విషయంలో మోసం చేస్తున్నారు, ఇది వెంటనే ఆగాలి" అనే వాక్యానికి, "నేను అదెలా చేయగలను?" అనే ప్రశ్నకు మధ్య ఉన్న వ్యత్యాసం.

మొదటిది దాడి చేయదగిన లక్ష్యాన్ని ఇస్తుంది, కానీ రెండవది కాదు. క్యాలిబ్రేటెడ్ ప్రశ్నల అసలు అందం ఏమిటంటే, అవి మీ ఎదురుపక్షానికి సమస్య ఏమిటో చెబుతూ పోరాటం సృష్టించకుండా, సమస్యను వాళ్లకే అర్థమయ్యేలా బోధించడానికి శక్తిని ఇస్తాయి.

క్యాలిబ్రేటెడ్ ప్రశ్నలు యాదృచ్ఛికంగా అడిగిన వ్యాఖ్యలు కావు. వాటికి ఒక దిశ ఉంటుంది. మీరు సంభాషణను ఏ దిశలోకి

తీసుకెళ్లాలనుకుంటున్నారో ఒకసారి నిర్ణయించుకున్నాక, ఆ దిశలో సాఫీగా సంభాషణ సాగేందుకు, ఎదుటి వ్యక్తికి 'తానే ఆ మార్గం ఎంచుకున్నట్టు' అనిపించేలా ఉండే విధంగా ప్రశ్నలను రూపకల్పన చేయాలి.

అందుకే నేను వాటిని 'క్యాలిబ్రేటెడ్ ప్రశ్నలు' అని పిలుస్తాను. ఎలా తుపాకీ గురిని, లేదా కొలత పరికరాన్ని ఒక నిర్దిష్ట లక్ష్యానికి సరిపడేలా ఏ విధంగా సర్దుతారో, అలాగే వీటినీ జాగ్రత్తగా సర్దుబాటు చేయాలి – నిర్దిష్ట సమస్యను లక్ష్యంగా పెట్టుకుని.

శుభవార్త ఏమిటంటే – దానికి కొన్ని స్పష్టమైన నియమాలు ఉన్నాయి.

మొదటగా, క్యాలిబ్రేటెడ్ ప్రశ్నలు "can," "is," "are," "do," లేదా "does" వంటి క్రియలతో మొదలవ్వవు. ఎందుకంటే ఇవి క్లోజ్-ఎండెడ్ ప్రశ్నలు – "yes" లేదా "no" అనే సరళమైన సమాధానంతో ముగిసిపోతాయి. అదివరకు, వీటి ప్రారంభం సాధారణంగా పత్రికా రిపోర్టర్ల ప్రశ్నా పదాలతో ఉంటుంది – "who" (ఎవరు), "what" (ఏమిటి), "when" (ఎప్పుడు), "where" (ఎక్కడ), "why" (ఎందుకు), "how" (ఎలా). ఈ పదాలు ఎదుటి వ్యక్తిని ఆలోచింపజేసి, విస్తృతంగా మాట్లాడేలా ప్రేరేపిస్తాయి.

కానీ ఆ జాబితాను ఇంకాస్త తగ్గిస్తే – "what," "how," మరియు కొన్నిసార్లు "why" తో ప్రారంభించడం ఉత్తమం. ఇతర పదాలు అవసరం లేదు. ఎందుకంటే "who," "when," "where" వంటి ప్రశ్నలు చాలాసార్లు ఎదుటివారిని కేవలం ఒక వాస్తవాన్ని పంచుకునేలా మాత్రమే చేస్తాయి – ఆలోచింపజేయవు. అయితే, "why" (ఎందుకు) అనే పదం తిరిగి విరుచుకుపడే ప్రమాదం కలిగిస్తుంది. "why" అనే పదం ఏ భాషలోకి అనువదించినా, అది కొంతవరకు ఆరోపణాత్మకంగా వినిపిస్తుంది. అది మీకు ప్రయోజనం చేకూర్చే సందర్భాలు చాలా అరుదుగా మాత్రమే ఉంటాయి.

"why" ను విజయవంతంగా ఉపయోగించగలిగే ఏకైక సమయం ఏమిటంటే – దానివల్ల కలిగే రక్షణాత్మక భావం (defensiveness) మీకు అవసరమైన మార్పు వైపు వారిని నడిపించడంలో సహాయపడినప్పుడు మాత్రమే. ఉదాహరణకు – "మీరు ఎప్పటినుంచో చేస్తున్న విధానాన్ని మార్చి, నా పద్ధతి ప్రయత్నించడానికి ఎందుకు సిద్ధం అవుతారు?" లేదా "మీ కంపెనీ ఎందుకు మీకు ఎప్పటినుంచో చేస్తున్న సరఫరాదారుని వదిలి,

మా సంస్థను ఎంచుకుంటుంది?" ఇలాంటి సందర్భాల్లో గౌరవపూర్వకంగా, వినయపూర్వక స్వరంతో మాట్లాడటం అత్యంత కీలకం.

లేదంటే, "why" అనే పదాన్ని వేడి స్టవ్‌పై ఉన్న బర్నర్‌లా భావించండి – తాకితే కాల్తుంది. తాకకండి.

కేవలం రెండు పదాలతో –"what" మరియు "how" – ప్రారంభించడం పెద్ద ఆయుధశక్తిలా అనిపించకపోవచ్చు, కానీ నమ్మండి, మీరు ఈ రెండు పదాలను ఉపయోగించి దాదాపు ఏ ప్రశ్ననైనా సరిగ్గా క్యాలిబ్రేట్ చేయవచ్చు. ఉదాహరణకు, "ఇది మీకు నచ్చినట్టు కనిపిస్తుందా?" అనే ప్రశ్నను ఇలా మార్చవచ్చు – "ఇది మీకు ఎలా కనిపిస్తోంది?" లేదా "ఇందులో మీకు నచ్చిన విషయం ఏమిటి?" అదేవిధంగా, మీరు "ఇందులో మీకు నచ్చని విషయం ఏమిటి?" అని అడగవచ్చు – దాంతో మీ ఎదురుపక్షం నుండి చాలా ఉపయోగకరమైన సమాచారం రాబట్టే అవకాశం ఉంది.

"నువ్వు ఇది ఎందుకు చేశావు?" వంటి కఠినమైన ప్రశ్నను కూడా సున్నితంగా మార్చవచ్చు – "ఇది చేయడానికి కారణం ఏమిటి?" అని అడిగితే భావోద్వేగం తగ్గిపోతుంది, ప్రశ్న ఆరోపణాత్మకంగా వినిపించదు.

క్యాలిబ్రేటెడ్ ప్రశ్నలను మీరు చర్చ మొదట్లోనే మరియు తరచుగా ఉపయోగించాలి. దాదాపు ప్రతి చర్చలోనూ ముందుగా ఉపయోగపడే కొన్ని సాధారణ ప్రశ్నలు ఉన్నాయి. "మీరు ఎదుర్కొంటున్న అతిపెద్ద సవాలు ఏమిటి?" ఇలాంటి ప్రశ్న ఎదుటివారిని వారి గురించి మీకు తెలియజేసేలా చేస్తుంది. అది చాలా కీలకం – ఎందుకంటే ప్రతి చర్చా ప్రక్రియ అనేది ఒక సమాచార సేకరణ ప్రక్రియ.

ఇక్కడ పరిస్థితి ఆధారంగా నేను దాదాపు ప్రతి చర్చలో ఉపయోగించిన కొన్ని ఇతర ప్రశ్నలు ఉన్నాయి:

- ఇందులో మీకు ముఖ్యమైనది ఏమిటి?
- దీనిని మన ఇద్దరికీ మంచి చేసే విధంగా చేయడానికి నేను ఎలా సహాయపడగలను?
- మీరు నేను ఎలా ముందుకు వెళ్లాలని కోరుకుంటున్నారు?
- మనం ఈ పరిస్థితిలోకి రావడానికి కారణం ఏమిటి?

- ఈ సమస్యను మనం ఎలా పరిష్కరించగలం?
- లక్ష్యం ఏమిటి?/ఇక్కడ మనం సాధించాలనుకుంటున్నది ఏమిటి?
- నేను అదెలా చేయగలను?

ఏదైనా సరిగ్గా రూపొందించిన క్యాలిబ్రేటెడ్ ప్రశ్న వెనుక ఉన్న అర్థం ఏమిటంటే – మీరు ఎదుటివారు కోరుకున్నదే కోరుతున్నారు. కానీ ఆ సమస్యను అధిగమించడానికి వారి జ్ఞానం మీకు అవసరం. ఇది ముఖ్యంగా ఆక్రమణాత్మక లేదా అహంకారభరిత వ్యక్తులకు బాగా నచ్చే విధానం.

ఇలా మీరు సహాయం కోరడం ద్వారా, మీరు వారి సహానుభూతిని మరియు సహకారాన్ని ప్రేరేపిస్తారు – వారి రక్షణాత్మక వైఖరిని తగ్గిస్తారు. అలాగే, మీరు ఒక కొత్త పరిస్థితిని సృష్టిస్తారు– ఇప్పటి వరకు మీకు వ్యతిరేకంగా ఉన్న వ్యక్తి, ఇప్పుడు తన మానసిక మరియు భావోద్వేగ వనరులను ఉపయోగించి, మీ సమస్యలను పరిష్కరించడానికి కృషి చేయడం మొదలుపెడతాడు. ఇది మొదటి అడుగు – మీ ప్రత్యర్థిపక్షం మీ దారినే తనదిగా భావించడం, అందులో ఉన్న అడ్డంకులను కూడా తనవిగా గుర్తించడం. అలా చేయడం ద్వారా వారు ఒక పరిష్కారం రూపకల్పన వైపు వెళ్తారు.

అదే మీకు పరిష్కారం.

డాక్టర్ తన రోగిని ఆసుపత్రిలో ఉంచేందుకు క్యాలిబ్రేటెడ్ ప్రశ్నలను ఎలా ఉపయోగించాడో గుర్తుంచుకోండి. ఆ కథలో చూపించినట్టుగా, ప్రజలను మీ దృక్పథాన్ని అంగీకరించేలా చేయాలంటే వారి ఆలోచనలను నేరుగా ప్రతిఘటించడం కాదు ("నువ్వు వెళ్లలేవు"), వారి భావాలను స్పష్టంగా అంగీకరించడం ("నువ్వు కోపంగా ఉన్నావని నేను అర్థం చేసుకున్నాను"). ఆ తరువాత వారినే సమస్య పరిష్కార దిశగా నడిపించడం ("వెళ్లిపోవడం ద్వారా నువ్వు ఏమి సాధించాలనుకుంటున్నావు?") చేయాలి.

నేను ఇంతకు ముందు చెప్పినట్లుగా – చర్చలో పైనుండి నియంత్రణ సాధించే రహస్యం ఎదుటి వారికి నియంత్రణ ఉందన్న భ్రమ ఇవ్వడంలో

ఉంది. అందుకే క్యాలిబ్రేటెడ్ ప్రశ్నలు తెలివైన పద్ధతి. ఎందుకంటే అవి మీ ప్రత్యర్థిపక్షానికి తామే నియంత్రణలో ఉన్నట్టుగా అనిపిస్తాయి – కానీ వాస్తవానికి మీరు సంభాషణ యొక్క పరిమితులను, దిశను మరియు ఫ్రేమ్‌ను నియంత్రిస్తున్నారు. అయితే, ఎదుటివారికి మాత్రం ఆ సంగతి తెలియదు – మీ ప్రశ్నల ద్వారా వారు ఎంత పరిమితులలో బంధించబడ్డారో.

ఒకసారి నేను నా **FBI** బాస్‌లలో ఒకరితో హార్వర్డ్ ఎగ్జిక్యూటివ్ ప్రోగ్రామ్‌కు హాజరు కావడం గురించి చర్చలు జరుపుతున్నాను. అతను నా ప్రయాణం కోసం అయ్యే ఖర్చును ఇప్పటికే ఆమోదించాడు. కానీ నేను బయలుదేరవలసిన రోజు ముందు రోజు అతను నన్ను తన కార్యాలయానికి పిలిచి ఆ ప్రయాణం యొక్క ప్రామాణికతను ప్రశ్నించడం ప్రారంభించాడు.

అతను నాకు బాస్ గా ఉన్నాడని నాకు చూపించడానికి ప్రయత్నిస్తున్నాడని నేను బాగా తెలుసుకున్నాను. నేను అతనికి బాగానే తెలుసు. కాబట్టి మేము కొంతసేపు మాట్లాడిన తర్వాత, నేను అతని వైపు చూసి అడిగాను, "మీరు మొదట ఈ యాత్రను ఆమోదించినప్పుడు, మీ మనసులో ఏముంది?"

అతను తన కుర్చీలో వెనక్కి వాలి కూర్చుని తన వేళ్ల కొనలను, బొటన వేళ్లను కలిపి చర్చి గోపురం ఆకారంలో చేస్తూ ప్రశాంతంగా కూర్చున్నాడు. సాధారణంగా ఇది ఒక బాడీ లాంగ్వేజ్, అంటే ఆ వ్యక్తి తాను ఉన్నతంగా, బాధ్యతతో ఉన్నట్లు భావిస్తున్నట్లు అర్థం.

"ఏమిటంటే, విను" అతను అన్నాడు, "నువ్వు నీ ప్రయాణం నుంచి తిరిగి వచ్చాక అందరికీ ఖచ్చితంగా బ్రీఫ్ చేయడం మర్చిపోకు"

అతని శక్తిని అంగీకరించడానికి, తనను తాను వివరించుకునే దిశగా అతన్ని నెట్టడానికి కేలిబ్రేట్ చేయబడిన ఆ ప్రశ్న, అతనికి నియంత్రణ యొక్క భ్రమను ఇచ్చింది.

అదే సమయంలో అది నాకు కావాల్సింది ఇచ్చింది.

"లేదు" అని చెబుతూనే పనిని సాధించడం ఎలా

ఇక్కడ ఒక నిమిషం ఆగుదాం, ఎందుకంటే మీరు కేలిబ్రేట్ చేయబడిన ప్రశ్నల జాబితాతో చర్చల్లోకి ప్రవేశించినప్పుడు మీరు గుర్తుంచుకోవలసిన చాలా కీలకమైన విషయం ఉంది. అంటే, ఇదంతా గొప్పదే అయినప్పటికీ,

ఒక అడ్డంకి ఉంది: స్వీయ నియంత్రణ మరియు భావోద్వేగ నియంత్రణ లేకుండా, ఇది పని చేయదు.

నేను కొత్తగా చర్చలు జరిపేవారికి శిక్షణ ఇస్తున్నప్పుడు నేను మాట్లాడే మొదటి విషయం స్వీయ నియంత్రణ యొక్క ముఖ్యమైన ప్రాముఖ్యత. మీరు మీ స్వంత భావోద్వేగాలను నియంత్రించలేకపోతే, మీ ప్రత్యర్థి యొక్క భావోద్వేగాలను ప్రభావితం చేయగలరని మీరు ఎలా ఆశించగలరు?

నా ఉద్దేశ్యం ఏమిటో మీకు అర్ధం కావటానికి, నేను మీకు ఒక కథ చెప్తాను.

ఇటీవల కాలంలో, ఒక ఫ్రీలాన్స్ మార్కెటింగ్ స్ట్రాటజిస్ట్ ఒక సమస్యతో నా దగ్గరకు వచ్చింది. ఆమె క్లయింట్‌లలో ఒకరు కొత్త CEOని నియమించుకున్నారు. అతను తనకు వీలైనంత వరకు ప్రతిదీ ఆఫ్ షోరింగ్ చేయడం ద్వారా ఖర్చులను తగ్గించే వ్యూహం కలిగిన లోభంతో ఉన్న వ్యూహకర్త. అతను ఒక పురుషాహంకారి కూడా. అయితే, స్ట్రాటజిస్ట్, ఒక మహిళ. తనను తాను నడిపించే దృఢమైన స్త్రీల శైలిని అతను ఇష్టపడడు.

వెంటనే నా క్లయింట్, CEO కార్పొరేట్ అమెరికాలో ఎప్పటికప్పుడు ఉండే ఆ పాసివ్-అగ్రెసివ్ పద్ధతిలో కాన్ఫరెన్స్ కాల్‌స్‌లో ఒకరితో ఒకరు వాదించుకోవడం ప్రారంభించారు. ఇది కొన్ని వారాల తర్వాత, నా క్లయింట్ యీ కంపెనీతో తనకు సరిపడదని నిర్ణయించుకుంది. ఆమె చేసిన చివరి పని కోసం CEO కి ఇన్‌వాయిస్ పంపింది (సుమారు $7,000). ఇకనుంచీ తాను పని చేయడం లేదని మర్యాదగా చెప్పింది. CEO బిల్లు చాలా ఎక్కువ అని, అతను దానిలో సగం చెల్లిస్తానని, మిగిలిన దాని గురించి తర్వాత మాట్లాడతానని సమాధానం ఇచ్చాడు.

ఆ తర్వాత, అతను ఆమె కాల్‌స్‌కు సమాధానం ఇవ్వడం మానేశాడు.

ఇందులో అంతర్లీనంగా వున్న డైనమిక్ ఏమిటంటే ఈ వ్యక్తి ఎవరైనా తనను ప్రశ్నించడం ఇష్టపడడు, ముఖ్యంగా ఒక మహిళ. కాబట్టి ఆమె, నేను కలిసి ఒక వ్యూహాన్ని అభివృద్ధి చేసాము. అది ఆమె ఎక్కడ తప్పు చేసిందో తనకు అర్థమైందని, అతని శక్తిని అంగీకరిస్తూ, అదే సమయంలో ఆమె సమస్యను పరిష్కరించే దిశగా అతని శక్తిని మళ్లించడం చూపించింది.

మేము రూపొందించిన స్క్రిప్ట్, మనం ఇప్పటివరకు మాట్లాడిన చర్చల యొక్క అన్ని ఉత్తమ పద్ధతులను కలిగి ఉంది. ఇది దశల వారీగా ఇక్కడ ఉంది:

1. సంప్రదింపులను తిరిగి ప్రారంభించడానికి "నో"- ఆధారిత ఇమెయిల్ ప్రశ్న: "మీరు దీనిని సామరస్యపూర్వకంగా పరిష్కరించడం వదులుకుంటున్నారా?"
2. ఒక ఒప్పందం యొక్క డైనమిక్‌ను రూపొందించడానికి "అది సరైనది" అనే సమాధానం మాత్రమే స్ఫురించే ఒక ప్రకటన: "నా బిల్లు న్యాయబద్ధం కాదని మీరు భావిస్తున్నట్లు కనిపిస్తోంది."
3. అతని ఆలోచనను బహిర్గతం చేయడానికి సమస్య గురించి కేలిబ్రేట్ చేయబడిన ప్రశ్నలు: "ఈ బిల్లు మన ఒప్పందాన్ని ఎలా ఉల్లంఘిస్తుంది?"
4. చెప్పని అడ్డంకులను తొలగించడానికి మరిన్ని "నో" - ఆధారిత ప్రశ్నలు: "నేను మిమ్మల్ని తప్పుదారి పట్టించానని మీరు అనుకుంటున్నారా?" "మీరు కోరినట్లు నేను చేయలేదని మీరు అనుకుంటున్నారా?" "నేను మన ఒప్పందాన్ని ఉల్లంఘించానని మీరు భావిస్తున్నారా?" లేదా "నేను మిమ్మల్ని విఫలం చేశానని మీరు అనుకుంటున్నారా?"
5. అతని సమాధానాలు ఆమోదయోగ్యం కానట్లయితే వాటి సారాంశాన్ని లేబలింగ్ మరియు మిర్రరింగ్ చేయడం వలన అతను వాటిని మళ్లీ పరిగణించాలి: "పని నాణ్యత తక్కువగా ఉన్నట్లు కనిపిస్తోంది" లేదా "... నా పని మీరు నాణ్యత తక్కువగా అనుకున్నట్లుగా ఉందా?"
6. అతను ఒక పరిష్కారాన్ని అందించడానికి, పూర్తి చెల్లింపు కాకుండా ఏదైనా ఇతర ఆఫర్‌కు ప్రత్యుత్తరంగా కేలిబ్రేట్ చేయబడిన ప్రశ్న: "నేను దానిని ఎలా అంగీకరించాలి?"
7. ఇవేవీ పూర్తి చెల్లింపు ఆఫర్‌ను పొందకపోతే, అతని నియంత్రణ, అతని శక్తి యొక్క భావాన్ని ప్రశంసించే ఒక లేబుల్: "మీరు వ్యాపారం చేసే విధానం పట్ల గర్వపడే వ్యక్తిగా మీరు కనిపిస్తున్నారు - న్యాయంగానే - మీరు వ్యాపారాన్ని విస్తరించడమే కాకుండా ఓడను మరింత సమర్థవంతంగా నడిపించే నైపుణ్యం కలిగి ఉన్నారు."
8. సుదీర్ఘ విరామం మరియు తర్వాత మరో "నో" -

ఆధారిత ప్రశ్న: "ఒప్పందాలను నెరవేర్చని వ్యక్తిగా మీరు పిలవబడాలనుకుంటున్నారా?"

చర్చలలో నా సుదీర్ఘ అనుభవం నుండి, ఇలాంటి స్క్రిప్ట్‌లు 90 శాతం విజయ రేటును కలిగి ఉంటాయి. అంటే, చర్చలు జరిపే వ్యక్తి ప్రశాంతంగా, హేతుబద్ధంగా ఉంటే.

అది కూడా "అయితే" అనేది పెద్ద విషయం.

ఈ సందర్భంలో, ఆమె అలా చేయలేదు.

మొదటి దశ - మ్యాజిక్ ఇమెయిల్ - ఆమె ఊహించిన దానికంటే బాగా పనిచేసింది. CEO పది నిమిషాలలోపు కాల్ చేసి, ఆమెను ఆశ్చర్యపరిచాడు. దాదాపు వెంటనే అతని ఆదరణగా మాట్లాడే స్వరం విన్న ఆమె కోపం కొద్దిగా పెరిగింది. అతను తప్పు ఎక్కడ చేశాడో చూపించాలని, తన ఇష్టాన్ని అతనిపై రుద్దాలని ఆమె కోరిక, కోరికలానే ఉండిపోయింది. సంభాషణ ఎక్కడికీ వెళ్లని ఒక షోడౌన్‌గా మారింది.

ఆమెకు సగం కూడా రాలేదని నేను మీకు చెప్పాల్సిన అవసరం బహుశా లేదు.

దీన్ని దృష్టిలో ఉంచుకుని, ఒక చర్చలో మీరు హేతుబద్ధంగా ఎలా ఉండాలనే దానిపై కొన్ని సలహాలతో ఈ అధ్యాయాన్ని ముగించాలనుకుంటున్నాను. అన్ని ఉత్తమ టెక్నిక్‌లు, వ్యూహాలతో కూడా, మీరు అగ్రస్థానంలో రావాలనే ఏదైనా ఆశ కలిగి ఉండాలంటే మీ భావోద్వేగాలను నియంత్రించాలి.

మీ భావోద్వేగాలలోని ప్రశాంతతను కాపాడుకోవడానికి మొదటిది, అత్యంత ప్రాథమిక నియమం మీ నాలుకను నియంత్రణలో ఉంచుకోవడం. అక్షరాలా అలాగే వుండాలి. అలాగే, మీరు తక్షణ, ఉద్వేగపూరిత ప్రతిచర్యల నుండి దూరంగా ఉండాలి. విరామం తీసుకోండి. ఆలోచించండి. ఉద్వేగం చెదిరిపోనివ్వండి. అది మీ ఆలోచనలను సేకరించడానికి, మీరు చెప్పేదానిలో మరింత జాగ్రత్తగా ఉండటానికి మిమ్మల్ని అనుమతిస్తుంది. అది మీరు కోరుకున్న దానికంటే ఎక్కువ చెప్పే మీ అవకాశాన్ని కూడా తగ్గిస్తుంది.

జపనీయులు దీనిని గుర్తించారు. విదేశీయులతో చర్చలు జరుపుతున్నప్పుడు, ఒక జపనీస్ వ్యాపారవేత్త అవతలి పక్షం చెప్పేది తనకు సంపూర్ణంగా అర్థమైనప్పటికీ అనువాదకుడిని ఉపయోగించడం సాధారణ

అభ్యాసం. అంటే అనువాదకుడి ద్వారా మాట్లాడటం అతను ఒక అడుగు వెనక్కి తీసుకోవడానికి బలవంతం చేస్తుంది. అది అతని ప్రతిస్పందనను తెలియజేయడానికి అతనికి సమయం ఇస్తుంది.

మరొక సరళమైన నియమం ఏమిటంటే, మీరు మాటల దాడికి గురైనప్పుడు, ప్రతిదాడి చేయవద్దు. బదులుగా, కేలిబ్రేట్ చేయబడిన ప్రశ్న అడగడం ద్వారా మీ ప్రత్యర్థిని నిరాయుధులను చేయండి. తదుపరిసారి ఒక వెయిటర్ లేదా సేల్స్‌క్లర్క్ మీతో మాటల వాగ్వివాదంలో పాల్గొనడానికి ప్రయత్నించినప్పుడు, దీన్ని ప్రయత్నించండి. అది సంభాషణ యొక్క మొత్తం స్వరాన్ని మారుస్తుందని నేను మీకు వాగ్దానం చేస్తున్నాను.

ఇక్కడ ప్రాథమిక సమస్య ఏమిటంటే, వ్యక్తులు తాము నియంత్రణలో లేరని భావించినప్పుడు, వారు మనస్తత్వవేత్తలు తరచుగా చెప్పే 'బందీ మనస్తత్వం' అని పిలుచుకునే దానిని స్వీకరిస్తారు. అంటే, సంఘర్షణ క్షణాల్లో వారు తమ శక్తి లేకపోవడానికి చాలా రక్షణాత్మకంగా మారడం లేదా విరుచుకుపడడం ద్వారా ప్రతిస్పందిస్తారు.

నాడీశాస్త్రపరంగా, ఇలాంటి పరిస్థితుల్లో సరీసృపాల మెదడులో fight-or-flight (పోరాడు - లేదా - పారిపో) యంత్రాంగం లేదా లింబిక్ వ్యవస్థలో భావోద్వేగాలు మన మనస్సు యొక్క హేతుబద్ధ భాగం, నియోకార్టెక్స్‌ను అధిగమిస్తాయి. ఇది మనల్ని ఆకస్మికమైన, సహజమైన విధంగా అతిగా స్పందించేలా చేస్తుంది.

నా క్లయింట్ కు, CEOకు మధ్య జరిగిన చర్చలో, ఇది ఎల్లప్పుడూ ప్రతికూల ఫలితాన్ని యిచ్చింది. కాబట్టి మనం యిప్పుడు మన నియోకార్టెక్స్‌ను ఇతర రెండు మెదడుల నుండి భావోద్వేగాలను అధిగమించడానికి శిక్షణ ఇవ్వాలి.

అంటే మీ నాలుకను కొరుక్కోవడం, మీ స్థితిని మరింత సానుకూలమైనదానికి మార్చడం ఎలాగో బుద్ధిపూర్వకంగా నేర్చుకోవడం. అంటే ఒక ప్రశ్న అడగడం లేదా క్షమాపణ కూడా అందించడం ద్వారా మీ ప్రత్యర్థిలో బందీ మనస్తత్వాన్ని తగ్గించడం. ("మీరు సరిగానే ఉన్నారు. అది కొంచెం కఠినంగా ఉంది.")

మీరు పోలీసులచే చుట్టుముట్టబడిన ఒక సాయుధ కిడ్నాపర్‌ను తీసుకుని అతనిని కార్డియాక్ మానిటర్‌కు కనెక్ట్ చేయగలిగితే, ప్రతి కేలిబ్రేట్

ప్రశ్న, క్షమాపణ అతని హృదయ స్పందన రేటును కొంచెం తగ్గిస్తుందని మీరు కనుగొంటారు. అలాగే మీరు పరిష్కారాలు కనుగొనగలిగే డైనమిక్‌కి చేరుకుంటారు.

ముఖ్యమైన పాఠాలు
(KEY LESSONS)

సంభాషణలో ఎవరికి నియంత్రణ ఉంది, వినే వ్యక్తికా లేదా మాట్లాడే వ్యక్తికా?

వాస్తవానికి, వినే వ్యక్తికి.

అంటే మాట్లాడే వ్యక్తి సమాచారాన్ని బహిర్గతం చేస్తుండగా, వినే వ్యక్తి, అతను బాగా శిక్షణ పొందినట్లయితే, సంభాషణను తన స్వంత లక్ష్యాల వైపు నడిపిస్తున్నాడు. అతను తన స్వంత ప్రయోజనాల కోసం మాట్లాడే వ్యక్తి యొక్క శక్తిని ఉపయోగించుకుంటున్నాడు.

మీరు ఈ అధ్యాయం నుండి నైపుణ్యాలను మీ దైనందిన జీవితంలో పనిచేయడానికి ప్రయత్నించినప్పుడు, ఇవి వినే వ్యక్తి యొక్క సాధనాలు అని గుర్తుంచుకోండి. ఇవి మీ ప్రత్యర్థిని బలవంతంగా లొంగదీసుకోవడం గురించి కావు. బదులుగా, అవి మీ లక్ష్యానికి చేరుకోవడానికి ప్రత్యర్థి యొక్క శక్తిని ఉపయోగించడం గురించి. అవి వినే వ్యక్తి యొక్క జూడో. మీరు వినే వ్యక్తి యొక్క జూడోను ఆచరణలో పెట్టేటప్పుడు, ఈ క్రింది శక్తివంతమైన పాఠాలను గుర్తుంచుకోండి:

- మీరు సరైనవారేనని అంగీకరించటానికి మీ ప్రత్యర్థిని బలవంతం చేయడానికి ప్రయత్నించవద్దు. దూకుడు, ఘర్షణ అనేవి నిర్మాణాత్మక చర్చల శత్రువు.
- "అవును" లేదా చిన్న చిన్న పదాలతో సమాధానం ఇవ్వగలిగే ప్రశ్నలను నివారించండి. ఇవి తక్కువ ఆలోచన అవసరం, పరస్పరత కోసం మానవ అవసరాన్ని ప్రేరేపిస్తాయి; మీరు తిరిగి ఏదో ఇవ్వాలని ఆశించబడుతుంది.

- "ఎలా" లేదా "ఏమిటి" అనే పదాలతో ప్రారంభమయ్యే కేలిబ్రేట్ (క్రమాంకనం) చేయబడిన ప్రశ్నలను అడగండి. పరోక్షంగా సహాయం కోసం అవతలి పక్షాన్ని అడగడం ద్వారా, ఈ ప్రశ్నలు మీ ప్రత్యర్థికి నియంత్రణ యొక్క భ్రమను కల్పిస్తాయి. ముఖ్యమైన సమాచారాన్ని బహిర్గతం చేస్తూ, సుదీర్ఘంగా మాట్లాడేలా వారిని ప్రేరేపిస్తాయి.
- మీకు ఉపయోగపడే లక్ష్యాన్ని రక్షించుకోవాలని మీ ప్రత్యర్థి కోరుకుంటే తప్ప "ఎందుకు"తో ప్రారంభమయ్యే ప్రశ్నలను అడగవద్దు. "ఎందుకు" అనేది ఏ భాషలోనైనా ఎల్లప్పుడూ ఆరోపణ.
- మీ సమస్యను పరిష్కరించే దిశగా మీ ప్రత్యర్థిని సూచించేలా మీ ప్రశ్నలను క్రమాంకనం చేయండి. ఇది ఒక పరిష్కారాన్ని రూపొందించడానికి వారి శక్తిని వెచ్చించేలా వారిని ప్రోత్సహిస్తుంది.
- మీ నాలుకను నియంత్రణలో ఉంచుకోండి. మీరు ఒక చర్చలో దాడి చేయబడినప్పుడు, విరామం తీసుకుండి. కోపంతో కూడిన భావోద్వేగ ప్రతిచర్యలను నివారించండి. బదులుగా, మీ ప్రత్యర్థిని క్రమాంకనం చేయబడిన ప్రశ్న అడగండి.
- అవతలి వైపు ఎల్లప్పుడూ ఒక బృందం ఉంటుంది. మీరు టేబుల్ వెనుక ఉన్నవారిని ప్రభావితం చేయకపోతే, మీకు హాని కలిగే అవకాశం ఉంది.

అధ్యాయం 8

అమలుపరిచేందుకు హామీ ఇవ్వండి

కొన్ని సంవత్సరాల క్రితం లూసియానాలోని సెయింట్ మార్టిన్ పరిష్ జైలులో ఒక ప్రమాదకరమైన, అల్లకల్లోలమైన ముట్టడి జరిగింది. కొంతమంది ఖైదీలు స్వయంగా తయారు చేసుకున్న కత్తులతో వార్డెన్‌ని మరియు అతని సిబ్బందిని బందీలుగా పట్టుకున్నారు. పరిస్థితి చాలా ఉద్రిక్తంగా ఉంది. ఎందుకంటే ఖైదీలు ఒకవైపు టెన్షన్‌లో ఉన్నారు. మరోవైపు అస్తవ్యస్తంగా ఉన్నారు – అంటే ఏ క్షణానైనా ఏదైనా జరగొచ్చు అన్న మాట.

నెగోషియేటర్లు గమనించినది ఏమిటంటే – ఖైదీల ఆత్మవిశ్వాసం, బెదిరింపుల మాటల వెనుక, వారు వాస్తవానికి సిబ్బందిని గాయపరచాలనే ఉద్దేశం పెట్టుకోలేదని. వారు వెనక్కి నెట్టబడ్డారని, ఇప్పుడు ఏదైనా చేసి ఈ పరిస్థితిని ముగించాలనే తపనలో ఉన్నారని వారికి తెలిసింది.

కానీ ఒక పెద్ద ఆటంకం ఉంది: ఖైదీలు భయపడుతున్నారు. ఎందుకంటే, గతంలో అధికారులు లేదా వార్డెన్‌ను బందీలుగా పెట్టి, ఆ తర్వాత లొంగిపోయిన ఖైదీలను పోలీసులు తీవ్రంగా కొట్టారని వారు విన్నారు. తాము అదే పరిస్థితిని ఎదుర్కొంటామేమోనని వారు భయపడ్డారు.

అందుకే నెగోషియేటర్లు బందీలకు రెండు వాకీ-టాకీలను పంపించి, ఒక ప్రత్యేక లొంగుబాటు పద్ధతిని రూపొందించారు. ఆ ఆలోచన చాలా చాకచక్యంగా ఉంది:

ఖైదీలు వారిలో ఒకరిని వాకీ టాకీతో బయటకు పంపాలి. అతను జైలు వెలుపల ఉన్న మూడు భద్రతా వలయాలను దాటాలి – మొదట ఫెడరల్ సెక్యూరిటీ జోన్, తర్వాత స్టేట్ జోన్, చివరగా బయటి పరిధి. ఆ చివరి వలయాన్ని దాటిన తర్వాత, అతను పోలీస్ వ్యాన్‌లో (పంట గింజలు ఉండే వ్యాన్) ఎక్కి జైలుకి తరలించబడతాడు. అక్కడికి వెళ్లాక, అదే వాకీ టాకీతో జైలులో ఉన్న తన స్నేహితులకు కాల్ చేసి చెప్పాలి – "నన్ను కొట్టలేదు." అప్పుడు మిగతావారికి కూడా అది సురక్షితం అని తెలుస్తుంది, వారు ఒక్కొక్కరుగా బయటకు వచ్చేస్తారు.

కొంత సమాలోచన, వాదోపవాదాల తర్వాత, ఖైదీలు ఆ ప్రణాళికకు అంగీకరించారు. మొదటి బందీ బయటకు వచ్చాడు. మొదట్లో అన్నీ బాగానే జరిగాయి – అతను ఫెడరల్ జోన్ దాటాడు, తర్వాత స్టేట్ జోన్ దాటాడు, చివరగా బయట పరిధి దాకా చేరుకున్నాడు. కానీ అతను పాడీ వాగన్‌లో ఎక్కబోతున్న సమయంలో, ఎవరో ఒకరు వాకీ-టాకీని చూసి, "ఇది నీ దగ్గర ఏమిట్రా?" అని అడిగి, దాన్ని స్వాధీనం చేసుకున్నారు. అలా చేసి, అతన్ని వాకీ-టాకీ లేకుండా జైలుకు పంపేశారు.

జైల్లో ఉన్న ఖైదీలు భయంతో తలలు పట్టుకున్నారు. ఎందుకంటే వారి స్నేహితుడు ఇప్పటివరకు కాల్ చేయలేదు. మరో వాకీ-టాకీ ఉన్న ఖైదీ నెగోషియేటర్లకు కాల్ చేసి అరుస్తూ మొదలుపెట్టాడు – "అతను ఎందుకు కాల్ చేయలేదు? వాళ్లు అతన్ని కొడుతున్నారు. మీకు మేం చెప్పాం కదా!" అని. తర్వాత అతను ఒక బందీ యొక్క వేళ్లను కోసేస్తామని బెదిరించడం మొదలుపెట్టాడు – నెగోషియేటర్లకు ఖైదీలు నిజంగానే సీరియస్‌గా ఉన్నారని చూపించడానికి.

ఇప్పుడు నెగోషియేటర్లే భయంతో తలలు పట్టుకున్నారు. వారు పరుగెత్తుకుంటూ భద్రతా పరిధి దగ్గరికి చేరి అందరిపై అరవడం మొదలుపెట్టారు. ఇది జీవనమరణ సమస్యగా మారింది —— లేదా కనీసం బందీల వేళ్లను కోల్పోయే ప్రమాదంగా దారి తీసింది.

చివరికి, పదిహేను నిమిషాలు గోళ్లు కొరుక్కునేటంత ఉత్కంఠ తర్వాత, ఒక స్టేట్ వ్యక్తి గర్వంగా నడుస్తూ వచ్చాడు. "ఎవరో మూర్ఖుడు ఈ వ్యక్తికి రేడియో ఇచ్చాడు" అని చెప్పి, ఒక చిరునవ్వుతో నెగోషియేటర్లకు

వాకీ-టాకీ అందించాడు. నెగోషియేటర్లు అతనిని కొట్టబోయి, తమను తాము అదుపులో ఉంచుకున్నారు; వెంటనే జైలుకి పరుగెత్తి వెళ్లి మొదటి ఖైదీతో కాల్ చేయించేసారు.

సంకట పరిస్థితి తప్పించబడింది – కానీ తృటిలో మాత్రమే.

ఇక్కడ ముఖ్యమైన విషయం ఏమిటంటే – నెగోషియేటర్‌గా మీ పని ఒప్పందం చేసుకోవడం మాత్రమే కాదు. అది అమలు కావడాన్ని, ఆ అమలు జరిగేలా చూసుకోవడమే. నెగోషియేటర్లు ఆర్కిటెక్ట్ లాంటివారని భావించాలి: వారు మాట్లాడే పదాలు, శరీరభావాలు అన్నీ సజీవంగా, పరిస్థితికి అనుగుణంగా డిజైన్ చేయాలి – అనుమతి (consent) కూడా పొందేందుకు, ఆ అనుమతిని అమలు చేయించేందుకు.

"అవును" అనే మాటకు "ఎలా" లేకుండా విలువ లేదు. ఒప్పందం బాగానే ఉంటుంది. కాంట్రాక్ట్ మెరుగ్గా ఉంటుంది. సంతకం చేసిన చెక్కు మరింత ఉత్తమం. ఒప్పందం జరిగినంతలోనే మీరు లాభాల్ని పొందరు. ఒప్పందం అమలు జరిగాక వస్తాయి. విజయమేమిటంటే బందీలుగా పట్టుకున్న వ్యక్తి "మనం ఒప్పందం చేసుకున్నాం" అని చెప్పడంలో కాదు; విజయం వాస్తవానికి తర్వాత స్పష్టమవుతుంది. విముక్తి పొందిన బందీ చిరునవ్వు నవ్వుతూ మీకు "ధన్యవాదాలు" చెబుతుంటే ఉంటుంది.

ఈ అధ్యాయంలో, చర్చల దగ్గర మనకు కనిపించే వారితో పాటు "అడుగున" కనబడకుండా దాగి ఉన్న అదృశ్య శక్తులతో కలిసి, ఎలా అంగీకార దిశగా నడిపించి దాన్ని సాధించాలో చూపిస్తాను; నిజమైన అంగీకారాన్ని (true buy-in) నకిలీ వశీకరణం (fake acquiescence) నుండి ఎలా వేరుచేయాలో వివరించుతాను; అలాగే "రూల్ ఆఫ్ త్రీ" (Rule of Three) ఉపయోగించి ఒప్పంద అమలును ఎలా నిర్ధారించాలో వివరిస్తాను.

"ఎలా" అనేది లేకుండా "అవును" అనేది వ్యర్థం

Dos Palmas సంక్షోభం జరిగిన దాదాపు ఒక సంవత్సరం తర్వాత, నేను క్వాంటికోలోని FBI అకాడమీలో బోధిస్తున్నప్పుడు, బ్యూరోకు

స్టేట్ డిపార్ట్‌మెంట్ నుంచి ఒక అత్యవసరమైన కాల్ వచ్చింది: ఎక్వడార్ జంగిల్‌లో ఒక అమెరికన్‌ను కొలంబియా ఆధారిత తిరుగుబాటు గ్రూప్ అపహరించిందని ఆ కాల్ సారాంశం. FBI అంతర్జాతీయ బందీ చర్చల ప్రధాన అధికారి (lead international hostage negotiator) గా ఇది నా బాధ్యత కాబట్టి, నేను వెంటనే ఒక బృందాన్ని ఏర్పాటు చేసి, క్వాంటికోలో ఆపరేషన్ ప్రధాన కార్యాలయాన్ని ఏర్పాటు చేసాను.

కొన్ని సంవత్సరాలుగా, జోస్, అతని భార్య జూలీ కొలంబియా సరిహద్దు సమీపంలోని జంగిల్‌లో టూర్ గ్రూపులను నడిపించేవారు. ఎక్వడార్‌లో పుట్టిన జోస్, తరువాత అమెరికన్ పౌరుడు అయ్యాడు. న్యూయార్క్ సిటీలో పారామెడిక్‌గా పనిచేస్తుండగా, తాను పుట్టిన దేశంలోనే ఒక ఎకోటూరిజం వ్యాపారం ప్రారంభించాలని జూలీతో కలసి నిర్ణయించాడు. జోస్‌కి ఎక్వడార్ జంగిల్‌పై అపారమైన ప్రేమ ఉంది. చెట్లపైన ఊగే కోతులు, పూలతో సువాసన చిందించే బాటలు గురించి సందర్శకులకు చూపించి, మెప్పించాలనే కల అతని మనసులో ఎప్పటినుంచో ఉంది.

ఆ వ్యాపారం వేగంగా ఎదిగింది – ఎందుకంటే పర్యాటకులు ఆ దంపతుల ఉత్సాహానికి ఆకర్షితులయ్యారు. 2003 ఆగస్టు 20న, జోస్, జూలీ పదకొండుమందిని మిరా నదిపై వైట్-వాటర్ రాఫ్టింగ్ ట్రిప్‌కి తీసుకెళ్లారు. నీటిపై అద్భుతమైన రోజు గడిచిన తర్వాత, అందరూ తడిసి ముద్దయి, నవ్వుతూ, జీపుల్లోనూ, పికప్ వ్యాన్లలోనూ ఎక్కి సమీప గ్రామంలోని ఓ చిన్న హోటల్ కి వెళ్లారు. జోస్ ముందర ట్రక్ నడుపుతూ పెద్ద పెద్దగా కథలు చెబుతున్నాడు. జూలీ అతని కుడి వైపున కూర్చుని ఉంది – ఆమె తొడలమీద వారి పదకొండు నెలల బిడ్డ ఉంది.

మరో ఐదు నిమిషాల్లో హోటల్‌కి చేరుకుంటారనగా, ముగ్గురు వ్యక్తులు రోడ్డుపైకి దూకి ట్రక్ పై తుపాకులు గురిపెట్టారు. నాల్గవ వ్యక్తి బయటకు వచ్చి జూలీ తలపై రివాల్వర్ ఉంచాడు. అంతలోనే దుండగులు జోస్‌ను కారులో నుంచి లాగి, ట్రక్ వెనుక భాగంలో బలవంతంగా నెట్టేశారు. అపహరణదారులు తర్వాత ఆ కారవాన్‌ను కొన్ని చిన్న పట్టణాల గుండా ఒక రెండు దార్ల కూడలి వరకు వెళ్లమని ఆదేశించారు. అక్కడ వారు దిగిపోయి, జోస్‌ను జూలీ కూర్చున్న సీటు పక్కగా నడిపించారు.

"ఏం జరిగినా, ఒక విషయం గుర్తుంచుకో," జూలీ అంది, "నేను నిన్ను ప్రేమిస్తున్నాను."

"ఏం పర్లేదు. భయపడకు. నేను బాగానే ఉంటాను," జోస్ సమాధానమిచ్చాడు.

అంతే, అతను, అతని అపహరణదారులు అడవిలోకి మాయం అయ్యారు.

అపహరణదారులు 5 మిలియన్ డాలర్లు కోరారు. మేము కొంత సమయం కావాలని చెప్పాం.

Dos Palmas వైఫల్యం, Pittsburgh లో వచ్చిన ఆత్మబోధ తర్వాత, "calibrated questions" గురించి నేర్చుకున్న పాఠాలను ఉపయోగించడానికి నేను ఆసక్తిగా ఉన్నాను. అందుకే జోస్ అపహరించబడినప్పుడు, నా బృందాన్ని ఎక్వడార్‌కు పంపించి, "మనకు ఒక కొత్త వ్యూహం ఉంది" అని వారికి చెప్పాను. ఈ అపహరణ ఆ విధానాన్ని నిరూపించడానికి ఒక మంచి అవకాశం అవుతుందని భావించాను.

"మనం చెప్పబోయేది ఒక్కటే – "హేయ్, జోస్ బాగానే ఉన్నాడని మాకెలా తెలుస్తుంది? జోస్ బాగున్నాడని తెలిసేంతవరకు డబ్బు ఎలా చెల్లించగలం?" – ఇదే మాట మళ్లీ మళ్లీ చెబుతాం," అని నేను వారితో చెప్పాను.

ఆ ఋజువుకాని పద్ధతులపై వారికి కొంత సందేహం ఉన్నప్పటికీ, నా బృందం ప్రయత్నించడానికి సిద్ధంగా ఉంది. కానీ స్థానిక పోలీసులు మాత్రం ఆగ్రహంతో ఉన్నారు – ఎందుకంటే వారు ఎప్పుడూ "proof of life" ని పాత పద్ధతిలోనే చేసేవారు (అదీ మొదటగా FBI నేర్పిన విధంగా). అదృష్టవశాత్తూ, జూలీ మాత్రం మాతో పూర్తిగా అంగీకరించింది – ఎందుకంటే ఆమెకు "calibrated questions" సమయాన్ని వృధా కాకుండా నిలిపి పెట్టడంలో ఎంత ఉపయోగపడతాయో తెలుసు. ఆమె నమ్మకం ఏంటంటే – తగినంత సమయం దొరికితే, తన భర్త జోస్ తప్పకుండా ఇంటికి తిరిగి వచ్చే మార్గం కనుగొంటాడు.

అపహరణ జరిగిన మరుసటి రోజు, తిరుగుబాటుదారులు జోస్ ను కొలంబియా సరిహద్దు వెంబడి ఉన్న కొండల్లోకి నడిపించారు. అడవిలోని ఎత్తైన ప్రదేశంలో ఉన్న ఒక చిన్న గుడిసెలో నివాసం

ఏర్పరచుకున్నారు. అక్కడ జోస్ తనను చంపడం కష్టమయ్యేలా చేయడానికి అపహరణకారులతో స్నేహపూర్వక సంబంధం ఏర్పరుచుకున్నాడు. అడవి గురించి తన జ్ఞానంతో వారిని ఆకట్టుకున్నాడు. అలాగే కరాటేలో బ్లాక్ బెల్ట్ కలిగిన వాడైనందున, సమయం గడిపేందుకు వారికి మార్షల్ ఆర్ట్స్ నేర్పడం ప్రారంభించాడు.

మేము తిరుగుబాటుదారుల నుండి సంప్రదింపు వచ్చే వరకు, నా చర్చా బృందం ప్రతిరోజూ జూలీకి మార్గదర్శకత్వం ఇచ్చింది. తరువాత మాకు తెలిసింది ఏమిటంటే, జోస్ ను అపహరించిన వారిలో చర్చల కోసం నియమించబడిన వ్యక్తి, పట్టణానికి నడుచుకుంటూ వెళ్ళి ఫోన్ ద్వారా మాట్లాడాల్సి వచ్చేది.

నా బృందం జూలీకి అపహరణకారుల ప్రతి డిమాండ్‌కి ఒక ప్రశ్నతోనే సమాధానం ఇవ్వమని చెప్పింది. నా వ్యూహం – అపహరణకారులు సంభాషణలో ఉండేలా చేయడం, కానీ వారిని అస్థిరంగా ఉంచడం.

"జోస్ బ్రతికే ఉన్నాడని నేను ఎలా నమ్మాలి?" అని వారు మొదటిసారి మాట్లాడినప్పుడు ఆమె అడిగింది. వారు ఐదు మిలియన్ డాలర్లు కావాలని డిమాండ్ చేసినప్పుడు, ఆమె చెప్పింది – "అంత డబ్బు మా దగ్గర లేదు. అంత మొత్తాన్ని మేము ఎలా సమీకరించగలం?"

మరుసటిసారి వారు మాట్లాడినప్పుడు, జూలీ అడిగింది – "జోస్ సురక్షితంగా ఉన్నాడని తెలియకముందే మేము మీకు డబ్బు ఎలా ఇవ్వగలం?"

ప్రశ్నలు... ఎప్పుడూ ప్రశ్నలే.

జూలీతో మాట్లాడుతున్న కిడ్నాపర్ ఆమె నిరంతర ప్రశ్నలతో పూర్తిగా గందరగోళానికి గురయ్యాడు. ఆలోచించడానికి సమయం కావాలని పదే పదే అడుగుతూనే ఉన్నాడు. దాంతో మొత్తం ప్రక్రియ నెమ్మదించింది. కానీ అతను జూలీపై ఒక్కసారి కూడా కోపం చూపలేదు. ప్రశ్నలకు సమాధానాలు ఇస్తూ ఉండడం వల్ల చర్చలపై తనకే నియంత్రణ ఉందని అతనికి భ్రమ కలిగింది.

ప్రశ్నలు అడుగుతూ, చిన్న చిన్న ప్రతిపాదనలు చేస్తూ, జూలీ వాళ్ళ రాన్సమ్ మొత్తాన్ని $16,500 కి తగ్గించింది. ఆ మొత్తానికి వచ్చాక, కిడ్నాపర్లు ఆమెను వెంటనే డబ్బు ఇవ్వాలని డిమాండ్ చేశారు.

"నా కార్లు, ట్రక్కులు అమ్ముకోవాల్సి ఉంది. నేను వెంటనే ఎలా ఇవ్వగలను?" అని ఆమె అడిగింది.

ఎప్పటిలానే, మరింత సమయం తీసుకోవాలని చేస్తూ.

మేమంతా చిరునవ్వులు చిందించడం ప్రారంభించాము. ఎందుకంటే విజయం చాలా దగ్గరలోనే ఉంది; కుటుంబం భరించగలిగే మొత్తానికి రాన్సమ్ తగ్గించగలిగాము.

అయితే అదే సమయంలో, రాత్రి మధ్యలో, ఈక్వడార్‌లో ఉన్న నా సహచరుల్లో ఒకరైన కెవిన్ రస్ట్ నుండి నాకు ఫోన్ వచ్చింది. కెవిన్ ఒక అద్భుతమైన నెగోషియేటర్. సంవత్సరం క్రితం మార్టిన్ బర్నమ్ చనిపోయాడని చెప్పడానికి కూడా నాకు ఫోన్ చేసిన వ్యక్తి. అతని గొంతు విన్న వెంటనే నా కడుపులో వున్న కండరాలన్నీ ముడుచుకుపోయాయి.

"మాకు ఇప్పుడే జోస్ నుండి కాల్ వచ్చింది" కెవిన్ అన్నాడు. "అతను ఇంకా గెరిల్లా ప్రాంతంలోనే ఉన్నాడు, కానీ పారిపోయాడు. ఇప్పుడు ఒక బస్సులో ప్రయాణిస్తున్నాడు, బయటకు వస్తున్నాడు."

సగం నిమిషం పాటు నేను మౌనంగా ఉండిపోయాను, ఆ తర్వాత నోటి నుంచి వచ్చిన మాట ఒక్కటే – "వారెవ్వా! అదిరిపోయే వార్త!"

తరువాత మాకు తెలిసింది ఏమిటంటే – ఈ ఆలస్యాలు, ప్రశ్నల వలన కొందరు గెరిల్లాలు బోర్ ఫీల్ అయి తిరిగి రాలేదు. కొద్ది రోజుల్లో రాత్రివేళ జోస్ కాపలాగా ఒక్క టీనేజ్ బాలుడు మాత్రమే మిగిలిపోయాడు. ఒక రాత్రి భారీ వర్షం కురుస్తుండగా, జోస్ కు అవకాశం కలిసి వచ్చింది. మెటల్ పైకప్పుపై పడుతున్న వాన చప్పుళ్లు మిగతా అన్ని శబ్దాలను కప్పేశాయి. గార్డు నిద్రలోకి జారుకున్నాడు. బయట తడిగా ఉన్న ఆకులు తన అడుగుజాడల శబ్దాన్ని గ్రహించవని గ్రహించిన జోస్, కిటికీ దూకి బయటకు వచ్చి, అడవి దారుల్లో పరుగెత్తి, చివరికి ఒక మట్టి రోడ్డుకు చేరుకున్నాడు. అక్కడి నుంచి చిన్న పట్టణం వైపు దారితీసుకున్నాడు.

రెండు రోజుల తర్వాత, తన కుమార్తె మొదటి పుట్టినరోజుకి కొన్ని రోజులు ముందు, జోస్ జూలీతో, తన బిడ్డతో తిరిగి ఇంటికి చేరుకున్నాడు.

జూలీ చెప్పినట్టే జరిగింది – తగినంత సమయం దొరికితే, అతను ఇంటికి తిరిగి వచ్చే మార్గం కనుగొన్నాడు.

★

క్యాలిబ్రేటెడ్ "How" ప్రశ్నలు చర్చలను కొనసాగిస్తూ ఉండేందుకు ఖచ్చితమైన, సురక్షితమైన మార్గం. ఇవి ఎదుటి వ్యక్తిపై ఒత్తిడి తెస్తాయి – వారు సమాధానాలు ఆలోచించాల్సిందే. అలాగే తమ డిమాండ్లు చేసే సమయంలో మీ సమస్యలను కూడా పరిశీలించాల్సి వస్తుంది.

సరైన "How" ప్రశ్నలు సరైన సమయంలో అడిగితే, మీరు చర్చా వాతావరణాన్ని చదవగలరు, మార్చగలరు – చివరికి మీరు వినాలనుకునే సమాధానానికి నెమ్మదిగా, కానీ ఖచ్చితంగా చేరుకోగలరు. దీనికి ప్రధానమైన విషయం – మీరు ప్రశ్నలు రూపకల్పన చేస్తున్నప్పుడు సంభాషణను ఏ దిశగా తీసుకెళ్లాలనుకుంటున్నారో మీకు స్పష్టమైన అవగాహన ఉండాలి.

"How" ప్రశ్నలలోని రహస్యం ఏమిటంటే, అవి సరైన విధంగా ఉపయోగిస్తే, అవి ఒక సున్నితమైన, గౌరవపూర్వకమైన No చెప్పే పద్ధతి అవుతాయి – అలాగే ఎదుటి వ్యక్తిని మీరు కోరుకున్న పరిష్కార దిశగా సహజంగానే నడిపిస్తాయి. ఒక సున్నితమైన "How/No" అన్నది సహకారాన్ని ఆహ్వానిస్తుంది. అలాగే ఎదుటివారికి మీరు వారిని గౌరవంతో చూసారనే భావన కలిగిస్తుంది.

కొలంబియన్ కిడ్నాపర్లు మొదటిసారి రాన్సమ్ డిమాండ్ చేసినప్పుడు జూలీ ఏమి చేసిందో గుర్తు చేసుకోండి.

ఆమె అడిగింది "మేము అంత డబ్బు ఎలా సమీకరించగలము?"

గమనించండి – ఆమె ఎక్కడా "No" అనే పదం ఉపయోగించలేదు. కానీ ఆమె ఎంతో నైపుణ్యంగా వారి ఐదు మిలియన్ డాలర్ల డిమాండ్‌ను తిరస్కరించింది.

జూలీ చేసినట్లుగానే, మీరు ఎక్కువగా ఉపయోగించే మొదటి సాధారణమైన "No" ప్రశ్న – "నేను అది ఎలా చేయగలను?" ("How am I supposed to do that?") అనే రూపంలో ఉంటుంది. ఉదాహరణకు: "మేము అంత డబ్బు ఎలా సమీకరించగలము?" ("How can we raise that much?") ఇక్కడ మీ గళం, ధ్వని స్వరం అత్యంత కీలకం. ఎందుకంటే ఈ వాక్యం, మీరు చెప్పే విధానాన్ని బట్టి, దోషారోపణలా అనిపించవచ్చు లేదా సహాయం కోసం అభ్యర్థనలా వినిపించవచ్చు. అందుకే మీ గళ స్వరాన్ని జాగ్రత్తగా ఉపయోగించాలి.

ఈ ప్రశ్న సాధారణంగా ఎదుటివారిని మీ పరిస్థితిని లోతుగా ఆలోచించేలా చేస్తుంది. ఈ సానుకూల ప్రతిస్పందనను నేను Forced Empathy అని పిలుస్తాను – ముఖ్యంగా మీరు ముందుగా వారిపట్ల కొంత సహానుభూతి చూపినప్పుడు ఇది అద్భుతంగా పనిచేస్తుంది. ఇది ప్రతిస్పందన (Reciprocity) అనే మానవ స్వభావాన్ని ప్రేరేపిస్తుంది – అంటే మీరు వారిపట్ల చూపిన అర్థం, గౌరవానికి ప్రతిగా వారు కూడా మీకోసం ఏదో చేయాలనే ప్రేరణ పొందుతారు. జోస్ అపహరణ ఘటన నుంచి మొదలుకొని, "నేను అది ఎలా చేయగలను?" ("How am I supposed to do that?") అనేది మా ప్రధాన సమాధానంగా మారింది – ముఖ్యంగా కిడ్నాపర్లు రాన్సమ్ డిమాండ్ చేసినప్పుడు. అది ఎప్పుడూ విఫలమవలేదు.

ఒకసారి నేను కెల్లీ అనే అకౌంటింగ్ కన్సల్టెంట్‌తో పని చేస్తున్నాను. ఆమెకు ఒక కార్పొరేట్ కస్టమర్ పెద్ద మొత్తంలో డబ్బు ఇవ్వాల్సి ఉంది. ఆమె కన్సల్టింగ్ కొనసాగించింది. ఎందుకంటే ఆమె ఆ సంబంధం భవిష్యత్తులో ఉపయోగపడుతుందనే ఆశతో ఉంది. అలాగే త్వరలోనే డబ్బు వస్తుందనే నమ్మకం ఆమెను ముందుకు నడిపించింది.

కానీ ఒక దశలోకి రాగానే, కెల్లీ తన సొంత బిల్లులను కూడా చెల్లించలేని పరిస్థితికి చేరుకుంది. ఆమెకి ఒక సంక్లిష్ట స్థితి (bind) ఏర్పడింది. ఆమె తనకు చెల్లింపు ఎప్పుడు వస్తుందో అర్థం కాని స్థితిలో పని కొనసాగించడం కష్టమవుతోంది; కానీ ఎక్కువగా ఒత్తిడి పెడితే, డబ్బు పూర్తిగా పోతుందేమో అనే భయం కూడా ఉంది.

నేను కెల్లీకి చెప్పాను – 'కస్టమర్ మరో పని కోరే వరకు వేచి ఉండు'. ఎందుకంటే ఆమె వెంటనే డబ్బు కోసం గట్టిగా డిమాండ్ చేస్తే, వారు తిరస్కరించిన సందర్భంలో ఆమె అసురక్షిత స్థితిలో పడిపోతుంది.

అదృష్టవశాత్తూ, కొద్దిరోజులకే కెల్లీకి కస్టమర్ ఫోన్ చేసి మరికొంత పని చేయమని అడిగాడు. ఆయన తన అభ్యర్థనను పూర్తిచేసిన వెంటనే, కెల్లీ ప్రశాంతంగా ఒక "How" ప్రశ్న అడిగింది – "నేను సహాయం చేయడానికి ఇష్టపడతాను," అంది, "కానీ నేను అది ఎలా చేయగలను?" ("How am I supposed to do that?")

తాను పని చేయాలనే ఉత్సాహాన్ని చూపిస్తూ, అదే సమయంలో దాన్ని ఎలా చేయాలో సహాయం కోరడం ద్వారా, ఆమె తన డబ్బు ఇవ్వని

కస్టమర్‌ను తన అవసరాలను మొదటి ప్రాధాన్యంగా చూడటం తప్ప వేరే మార్గం లేకుండా చేసింది.

అంతే – ఆమెకు డబ్బు వచ్చేసింది.

"కాదు" అనడం కాకుండా, "ఎలా?" అని అడగడం ద్వారా మరొక ముఖ్యమైన ప్రయోజనం ఉంది – అది మీ ఎదుటి వ్యక్తిని ఒక ఒప్పందాన్ని ఎలా అమలు చేయాలి అనే దానిపై ఆలోచించేందుకు, వివరించేందుకు ప్రేరేపిస్తుంది. ఒక ఒప్పందం అమలు చేయలేకపోతే దానికి అర్థమే ఉండదు. ఒప్పందాన్ని సరిగ్గా అమలు చేయలేకపోవడం లాభాలను తినేసే క్యాన్సర్ లాంటిది.

మీ "ఎలా?" అనే జాగ్రత్తగా అడిగిన ప్రశ్నల ద్వారా, మీరు ఎదుటివారి నోట దాని అమలుకి సంబంధించిన మాటలు చెప్పిస్తే, వారు తాము ఆ పరిష్కారం కనుగొన్నామని భావిస్తారు. అది చాలా కీలకం. ఎందుకంటే, మనుష్యులు ఎప్పుడూ తాము కనుగొన్న పరిష్కారాన్ని అమలు చేయడంలో ఎక్కువ శ్రమ పెడతారు. అది సహజ స్వభావం. అందుకే చర్చను "ఇతరుల చేత మీ మార్గాన్ని సాధించుకునే కళ" అంటారు.

తామే విజయాన్ని నిర్వచిస్తున్నామని మీ ఎదుటివారికి అనిపించేలా చేయడానికి మీరు అడగగల రెండు ముఖ్యమైన ప్రశ్నలు ఇవి: "మనం సరైన దారిలో ఉన్నామనే దానిని ఎలా తెలుసుకుంటాం?" మరియు "మనం తప్పుదారిలో ఉన్నామని అనిపిస్తే దానిని ఎలా ఎదుర్కొంటాం?" వారు సమాధానం ఇచ్చిన తర్వాత, మీరు వారి సమాధానాలను సారాంశంగా చెప్పుతూ ఉండాలి – చివరికి వారు "అవును, అదే కదా" (That's right) అని చెబితే, వారు మిమ్మల్ని పూర్తిగా అంగీకరించినట్టు తెలుసుకుంటారు.

అవతలి వైపు, ఎదుటివారికి ఆ ఆలోచన తమదేనని నమ్మకం కుదరకపోతే వారికి ఆ విషయం తెలిసిపోతుందనటానికి రెండు సంకేతాలను జాగ్రత్తగా గమనించాలి. ముందే చెప్పినట్టు, వారు "మీరు కరెక్టే"(You're right) అని అంటే, సాధారణంగా వారు ఆ చర్చలో భాగస్వామ్య భావన లేకపోవడాన్ని సూచిస్తుంది. అలాగే మీరు అమలుపై ఒత్తిడి చేయగానే వారు "నేను ప్రయత్నిస్తాను" (I'll try) అని అంటే, మీ మనసులో ఒక చెడు అనుభూతి కలగాలి. ఎందుకంటే దాని అర్థం "నేను విఫలమయ్యే అవకాశం ఉంది" అని.

ఈ రెండింటిలో ఏదైనా విన్నప్పుడు, వెంటనే మళ్లీ జాగ్రత్తగా "ఎలా?" అనే ప్రశ్నలతో వారు విజయవంతమైన అమలు యొక్క నిర్వచనాన్ని తమ మాటల్లో చెప్పేవరకు అడుగుతూనే ఉండాలి. ఆ తర్వాత వారు చెప్పిన దానిని సారాంశంగా చెప్పి "అదే కదా" అనే స్థాయికి రావాలి.

వారిని విజయాన్ని అనుభవించనివ్వండి. అది వారి ఆలోచన అని వారు భావించనివ్వండి. మీ అహంకారాన్ని తగ్గించుకోండి. గుర్తుంచుకోండి: "అవును" (Yes) అనడం మాత్రమే కాదు, దానికి "ఎలా" (How) అనేది కూడా అవసరం. కాబట్టి ఎప్పుడూ "ఎలా?" అని అడుగుతూనే ఉండండి. అప్పుడు మీరు విజయవంతం అవుతారు.

చర్చల వెనుక ఉన్నవారిని ప్రభావితం చేయడం

(INFLUENCING THOSE BEHIND THE TABLE)

జోస్ యునైటెడ్ స్టేట్స్‌కి తిరిగి వచ్చిన కొన్ని వారాల తర్వాత, నేను అతని కుటుంబం ఉన్న న్యూయార్క్ రాష్ట్రం ఉత్తర భాగంలోని వాళ్ల ఇంటికి వెళ్లాను.

జోస్ తప్పించుకున్నందుకు నాకు చాలా ఆనందం కలిగింది. కానీ ఈ కేసు నాలో ఒక అనుమానం మిగిల్చింది: నా కొత్త వ్యూహం విఫలమైందేమో? జోస్ సురక్షితంగా ఇంటికి చేరుకున్నాడు. కానీ అది మేము చర్చల ద్వారా సాధించలేదని నాకు తెలుసు. అందువల్ల మన విజయం మన వ్యూహం వల్ల కాదేమో, అదృష్టం వల్లనే అయి ఉండొచ్చని నేను ఆలోచించాను.

జూలీ, ఆమె తల్లిదండ్రులు సంతోషంగా స్వాగతించిన తర్వాత, జోస్, నేను కాఫీ తాగుతూ కూర్చున్నాం. నేను అక్కడికి వెళ్ళింది మా చర్చల యూనిట్ (CNU) చెప్పినట్లుగా ఒక "బందీ నుండి బయటపడిన తర్వాతి విశ్లేషణ" (hostage survival debriefing) కోసం. నా ఉద్దేశం – భవిష్యత్తులో బందీ పరిస్థితులను ఎదుర్కొనే వారు కేవలం శారీరకంగా కాకుండా మానసికంగా కూడా ఎలా నిలబడగలరన్న దానిపై అవగాహన పొందడం. అదే సమయంలో, నా కొత్త వ్యూహం పనిచేయలేదేమోనని తెలుసుకోవాలనే ఆసక్తి కూడా ఉంది.

చివరికి "క్యాలిబ్రేటెడ్ ప్రశ్నలు" గురించి మాట్లాడటం మొదలెట్టాం.

"మీకేమి తెలుసు?" అని అతను అన్నాడు, "అసలు విచిత్రమైన విషయం ఏమిటంటే – వాళ్ల చర్చా ప్రతినిధి పట్టణంలో ఉండి డీల్ గురించి మాట్లాడాలని ఉద్దేశించాడు. కానీ జూలీ ఎప్పుడూ అతనికి ఖచ్చితమైన సమాధానం ఇవ్వలేని ప్రశ్నలు అడిగేది. దాంతో అతను అడవిలోకి మళ్లీ మళ్లీ వచ్చేవాడు. వాళ్లందరూ కలిసి పెద్ద చర్చలు చేసేవారు – ఎలా స్పందించాలో. జూలీ ఎప్పుడూ "జోస్ బాగానే ఉన్నాడని నేను ఎలా తెలుసుకోగలను?" అని నిరంతరం అడుగుతూ వుండటం వల్ల, వాళ్లు నన్ను పట్టణానికి తీసుకెళ్లి, ఫోన్‌లో మాట్లాడించాలని కూడా ఆలోచించారు"

ఆ క్షణంలోనే నాకు మన దగ్గర సరైన సాధనం ఉందని తెలుసు. ఇది బర్న్‌హామ్ కేసుకు పూర్తిగా విరుద్ధం. ఆ కేసులో మన చర్చకర్త ఒకరితో ఒప్పందం కుదుర్చుకున్నాడు, కానీ మిగతావారు $300,000 తీసుకుని "మేము అలా చేయం" అన్నారు. ఎదుటివారిని అంతగా శ్రమ పెట్టించి, మన లక్ష్యాలకు అనుగుణంగా అంతర్గత సమన్వయం చేయించడం – ఇంతకు ముందు అలవాటు లేని విషయం.

మన ఎక్వడార్‌లోని చర్చ వ్యూహం విజయవంతమైంది. కేవలం జోస్ తప్పించుకోవడానికి పరిస్థితులు సృష్టించిందని కాదు. కానీ బందీదారులు – మన ఎదుటివారు – అందరూ ఒకే అభిప్రాయంలో ఉండేలా చేసింది.

అవును, చాలామంది బందీదారులు – లేదా వ్యాపార ఒప్పందాల నిర్వాహకులు – ఒంటరిగా పని చేయరు. సాధారణంగా ఎప్పుడూ ఇతర ఆటగాళ్లు ఉంటారు – డీల్‌ను చక్కగా అమర్చేవారు, లేక దాన్ని పాడు చేసే వారు. మీరు నిజంగా "అవును" (Yes) అనే స్థాయికి చేరాలనుకుంటే, ఆ ఒప్పందాన్ని అమలు చేయించాలనుకుంటే, ఆ వ్యక్తులను ఎలా ప్రభావితం చేయాలో తెలుసుకోవాలి.

అమలుచేయటం అనేది కమిటీ ద్వారా జరిగితే, ఆ కమిటీ మద్దతు కీలకం. మీరు ఆ కమిటీ సభ్యులందరి గురించీ తెలుసుకోకపోయినా, వారి ఉద్దేశాలను కనుగొనడం అవసరం. దీనికోసం మీరు కొన్ని జాగ్రత్తగా అడిగే ప్రశ్నలతో ఆరా తీస్తే చాలు, ఉదాహరణకు – "ఇది మీ టీమ్‌లో మిగతావారిని ఎలా ప్రభావితం చేస్తుంది?" "ఈ కాల్‌లో లేని వారు ఎంతవరకు అంగీకరించారు?"

"మీ సహచరులు ఈ అంశంలో తమ ప్రధాన సవాళ్లను ఎలా చూస్తున్నారు?"

ఇక్కడ నేను వివరిస్తున్న పెద్ద సూత్రం ఏమిటంటే – ఏ చర్చలోనైనా మీరు మొత్తం చర్చా స్థలాన్ని విశ్లేషించాలి.

ఒప్పందం వల్ల ప్రభావితమయ్యే, కానీ నేరుగా పాల్గొనని వ్యక్తులు కూడా తర్వాత దానిని సహకరించవచ్చు లేదా అడ్డుకోవచ్చు. కాబట్టి టేబుల్ వద్ద ఉన్న వారి ప్రయోజనాలను మాత్రమే పరిగణనలోకి తీసుకోవడం చాలా పెద్ద తప్పు. "టేబుల్ వెనుక ఉన్న" లేదా "లెవెల్ II" ఆటగాళ్లను గుర్తించాలి – అంటే చర్చలో నేరుగా పాల్గొననివారు, అయినప్పటికీ తాము ఇష్టపడే ఒప్పందాలను అమలు చేయగలిగే లేదా అడ్డుకోగలిగే వ్యక్తులు. వారు CEOతో మాట్లాడుతున్నప్పటికీ కూడా వారికి వెనుక నుండి సలహా ఇచ్చే వ్యక్తి ఉండవచ్చు. చివరికి, డీల్‌ను పాడు చేసే వారు, డీల్‌ను అమలుపరిచే వ్యక్తుల కన్నా ఎక్కువ శక్తివంతులు అవుతారు.

జైలు సీజ్ ఘటనను గుర్తుంచుకోండి: మన పక్షాన ఉన్న ఒక చిన్న ఆటగాడి అసమ్మతి దాన్ని దాదాపు పాడు చేసింది. ఎక్వడార్‌లో మన "క్యాలిబ్రేటెడ్ ప్రశ్నలు" వాడకంతో అది నివారించగలిగాం. అందుకే జోస్ కేసు ఒక గొప్ప విజయంగా మారింది.

ఒక చిన్న పాత్రధారి కూడా ఒక డీల్‌ను పాడు చేయడానికి కారణం అవుతాడు.

ప్రైవేట్ ప్రాక్టీస్‌లో కొన్ని సంవత్సరాల తరువాత, "టేబుల్ వెనుక" జరిగే చర్చలను అంచనా వేసి ప్రభావితం చేయడం ఎంత ముఖ్యమో నేను మర్చిపోయాను – దాని మూలంగా నేను పెద్ద మూల్యమే చెల్లించాల్సి వచ్చింది.

మేము ఫ్లోరిడాలో ఉన్న ఒక పెద్ద కంపెనీతో ఒప్పందం కుదుర్చుకునే దశలో ఉన్నాం. ఆ కంపెనీ తన విభాగాల్లో ఒకదానికి చర్చల (negotiation) విషయమై శిక్షణ కావాలనుకుంది. మేము CEOతో, అలాగే HR విభాగాధిపతితో పలుసార్లు ఫోన్‌లో మాట్లాడాం. వాళ్లిద్దరూ మా ఆఫర్‌పై పూర్తిగా ఉత్సాహంగా ఉన్నారు. మేము చాలా సంతోషించాము – అద్భుతమైన లాభదాయకమైన డీల్‌కి, అగ్రనేతలందరి నుండి పూర్తిగా అంగీకారం లభించిందని భావించాము.

కానీ చివరికి, చిన్నచిన్న వివరాలను ఫైనల్ చేస్తున్న సమయంలోనే ఆ ఒప్పందం బెడిసి కొట్టి ఒప్పందం కోల్పోవాల్సి వచ్చింది.

తరువాత తెలిసిందేమిటంటే – శిక్షణ కావలసిన ఆ విభాగాధిపతి ఆ డీల్‌ను రద్దు చేశాడు. బహుశా అతనికి ప్రమాదం అనిపించి ఉండొచ్చు. లేక గౌరవం దెబ్బతిన్నట్లు అనిపించి ఉండొచ్చు, లేక “తనకీ తన టీమ్‌కి శిక్షణ అవసరమని” చెప్పడం వల్ల వ్యక్తిగతంగా బాధపడి ఉండొచ్చు. (ఆశ్చర్యకరంగా ఎక్కువ శాతం చర్చలు డబ్బు లేదా లాభనష్టాల గురించి కాకుండా, స్వాభిమానం, స్థాయి, లేదా ఇతర ఆర్థికేతర అవసరాల గురించి ఉంటాయి.)

ఇప్పుడే అది మాకు తెలియదు.

సారాంశం ఏమిటంటే – మేం దాన్ని పట్టించుకోలేదు. ఎందుకంటే మేం ఇప్పటికే “ప్రధాన నిర్ణయాధికారులతోనే” మాట్లాడుతున్నామని మమ్మల్ని మేమే నమ్మించుకున్నాం.

మేము కొన్ని కేలిబ్రేటెడ్ ప్రశ్నలు అడిగి ఉంటే, ఈ సమస్యనే ఎదుర్కొనకపోయేవాళ్లం. ఉదాహరణకు: “ఇది మిగతావారిపై ఎలాంటి ప్రభావం చూపుతుంది?” “మీ టీమ్‌లో మిగతావారు ఎంతవరకు అంగీకరించారు?” “మనం సరైన వ్యక్తులకు సరైన శిక్షణ అందిస్తున్నామనే విషయం ఎలా నిర్ధారించుకోవాలి?” “మనం శిక్షణ ఇచ్చే వారికి మేనేజర్లు పూర్తిగా సహకరిస్తారని ఎలా తెలుసుకోవాలి?”

ఇలాంటి ప్రశ్నలు అడిగి ఉంటే, CEO మరియు HR హెడ్ ఆ విభాగాధిపతిని సంప్రదించి ఉండేవారు. బహుశా చర్చలోకి కూడా తీసుకువచ్చేవారు. అలా చేస్తే అందరికీ ఎంతో బాధ తప్పేది.

అబద్ధాలు చెప్పే వాళ్లను గుర్తించడం, దురుసైన వ్యక్తులను ఎదుర్కోవడం, మరియు మిగతా వారిని ఆకట్టుకోవడం

(SPOTTING LIARS, DEALING WITH JERKS, AND CHARMING EVERYONE ELSE)

ఒక చర్చాకర్తగా (negotiator) మీరు అబద్ధం చెప్పేవారినీ, భయపెట్టి ఒప్పించడానికి ప్రయత్నించే వారినీ తప్పక ఎదుర్కొంటారు. దురుసుగా

ప్రవర్తించే వాళ్లు, తరచుగా అబద్ధాలు చెప్పేవాళ్లు – ఇవన్నీ ఈ రంగంలో సహజమే. వారిని ఎలా ఎదుర్కోవాలో నేర్చుకోవడం మీ పనిలో భాగమే అవుతుంది.

కానీ దాడి ధోరణిని ఎలా ఎదుర్కోవాలి, అబద్ధాలను ఎలా గుర్తించాలి అనే దానికన్నా మరో పెద్ద విషయం ఉంది – అది ఏమిటంటే, మీ ఎదుటివారి మనస్థితిని బయటపెట్టే వాచిక (verbal), అవాచిక (nonverbal) సంకేతాలను గుర్తించడం మరియు అర్థం చేసుకోవడం, నేర్చుకోవడం.

నిజమైన, సమర్థవంతమైన చర్చాకర్తలు, వాచిక (verbal), అవాచిక (nonverbal) మరియు పరావాచిక (paraverbal, అంటే ఎలా చెబుతారన్నది) ఈ మూడు రకాల కమ్యూనికేషన్ విషయాల్లో పూర్తిగా అవగాహన కలిగి ఉంటారు. అవి ఎలా పని చేస్తాయో తెలుసుకుని, వాటిని తమకు అనుకూలంగా ఉపయోగించగలరు. ఒక మాటను మార్చడం అనేది మీ ఎదుటివారి నిర్ణయంపై అవచేతన స్థాయిలో ప్రభావం చూపగలదు. ఉదాహరణకు – మీరు ఎంపికలను వివరించేటప్పుడు “keep” అనే పదం బదులు “not lose” (నష్టపోకూడదు) అని వాడితే, ఆ మాట వాళ్లలోని ఆలోచనలను చైతన్యంగా ప్రభావితం చేయగలదు.

ఇప్పుడు నేను చెప్పదలచుకున్నది ఏమిటంటే – అబద్ధాలు చెప్పే వాళ్లను గుర్తించడానికి, దురుసైన వ్యక్తులను నిశ్చలపరిచేందుకు, మరియు మిగతా వారందరినీ ఆకట్టుకోవడానికి మీకు అవసరమైన సాధనాల గురించి. సహజంగానే, వీటిలో ఒకటి ఓపెన్ ఎండ్ “ఎలా?” (How) అనే ప్రశ్న – బహుశా అత్యంత ముఖ్యమైనది కూడా – కానీ ఇలాంటి మరెన్నో సాధనాలు ఉన్నాయి.

2004లో, అలస్టేర్ ఆంగ్లింగ్‌స్వాన్ (Alastair Onglingswan) ఫిలిప్పీన్స్‌లో నివసిస్తున్నాడు. ఒక సాయంత్రం, మానిలా నగరంలోని గ్రీన్‌హిల్స్ షాపింగ్ సెంటర్ నుండి ఇంటికి వెళ్లేందుకు ఒక టాక్సీ ఎక్కాడు.

కొద్దిసేపటికి అతనికి నిద్ర వచ్చింది.

లేచేసరికి – అతను గొలుసులతో కట్టబడి ఉన్నాడు.

దురదృష్టవశాత్తు, అలస్టెయర్‌కి టాక్సీ డ్రైవర్‌గా కాకుండా రెండో వృత్తి కూడా ఉండేది – కిడ్నాపర్. అతడు తన ముందు సీట్లో ఈథర్ సీసా

పెట్టుకొని తిరుగుతూ ఉండేవాడు. ఎవరైనా ప్రయాణికుడు నిద్రపోతే, ఆ వ్యక్తికి మత్తెక్కించి అపహరించి, బందీగా చేసి, డబ్బు అడిగేవాడు.

కొన్ని గంటల్లోనే, ఆ కిడ్నాపర్ అలస్టెయర్ ఫోన్ ద్వారా న్యూయార్క్‌లో ఉన్న అతని ప్రేయసిని సంప్రదించాడు. "అలస్టెయర్‌ను జాగ్రత్తగా చూసుకోవడానికి" ప్రతిరోజూ డబ్బు పంపాలని ఆమెను బలవంతం చేశాడు.

"డబ్బు ఇవ్వకపోయినా పర్వాలేదు" అని అన్నాడు. "అతని అవయవాలను సౌదీ అరేబియాలో అమ్మేస్తాను"

ఇరవై నాలుగు గంటల్లోనే, క్వాంటికో నుండి నేను ఆ చర్చల బాధ్యత తీసుకున్నాను. అలస్టెయర్ ప్రేయసి భయంతో కుటుంబ తరఫున చర్చించలేకపోయింది. ఫిలిప్పీన్స్‌లో ఉన్న అతని తల్లి అయితే కిడ్నాపర్ ఏం అడిగినా వెంటనే అంగీకరించడానికి సిద్ధంగా ఉంది.

కానీ, మణిలాలో ఉన్న అలస్టెయర్ సోదరుడు ఆరన్ మాత్రం భిన్నంగా ఉన్నాడు. అతడు చర్చల మర్మాన్ని అర్థం చేసుకున్నాడు. అలస్టెయర్ చనిపోయి ఉండొచ్చు అనే నిజాన్ని ఒప్పుకున్నాడు. దాంతోనే అతడు మరింత సమర్థవంతమైన చర్చకుడిగా మారాడు. నేను క్వాంటికో నుండి అతనికి సూచనలు ఇస్తూ, ఎల్లప్పుడూ సంబంధం ఉండే ఫోన్ లైన్ ఏర్పాటు చేశాం.

కిడ్నాపర్ మాటల ద్వారా అతడు అనుభవజ్ఞుడు, ఓర్పు కలిగినవాడు అని తెలిసింది. తన "ఉద్దేశాల సాక్ష్యంగా" అలస్టెయర్ చెవి ఒకటి కత్తిరించి వీడియోతో పాటు కుటుంబానికి పంపిస్తానని బెదిరించాడు.

ప్రతిరోజు డబ్బు అడగడం అతని చాకచక్యమైన పద్ధతి – కుటుంబ సంపదను అంచనా వేస్తూ త్వరగా డబ్బు లాగేయడానికి. అతడు ఒంటరిగా ఉన్నాడా లేక అతని వెనుక గుంపు ఉందా? అలస్టెయర్‌ను చంపే ఆలోచన ఉందా లేదా? ఈ ప్రశ్నలకు సమాధానం కనుక్కోవాల్సి ఉంది. కుటుంబం పూర్తిగా దివాళా కాకముందే యిదంతా చేయాలి. అందుకే చర్చను ఎక్కువ రోజులు కొనసాగించాల్సి వచ్చింది. వేగం తగ్గించాల్సి వచ్చింది.

క్వాంటికో నుంచి నేను ఆరన్‌కి పలు "calibrated questions" ఇచ్చాను. "ఎలా?" అనే ప్రశ్నలతో ఆ కిడ్నాపర్ ని ప్రశ్నించమని చెప్పాను. "నేను ఎలా చేయగలను?" "మేము ఎలా నమ్మగలం?" "మేము ఎలా తెలుసుకోవాలి?" – ఇలాంటి ప్రశ్నలు. ఇలాంటి పద్ధతిలో కిడ్నాపర్ కి

గౌరవం చూపడం ద్వారా మనం బలంగా "లేదని" చెప్పే అవకాశం ఉంటుంది – కానీ దాన్ని గోప్యంగా చెప్పగలం.

ఆరన్ అడిగాడు: "మేం నీకు డబ్బు ఇచ్చిన తర్వాత నువ్వు అలస్టెయర్‌కు హాని చేయవని మేం ఎలా తెలుసుకోవాలి?"

చైనీస్ యుద్ధకళ అయిన తాయ్ చీలో, శత్రువు యొక్క దాడి శక్తిని అతనిపైనే తిరగదోడడం ముఖ్యమైన లక్ష్యం. అదే విధంగా మేము కిడ్నాపర్ పట్ల ప్రవర్తించాము – అతని బెదిరింపులను శాంతంగా స్వీకరించి అతడు అలసిపోయేట్లుగా చేసాము. అతనితో కాల్ షెడ్యూల్ చేయడానికే సమయం తీసుకున్నాము. ఈమెయిల్ సమాధానాలను ఆలస్యం చేసాము.

ఈ వ్యూహాలతో, అతనికి నియంత్రణ ఉందన్న భ్రమను కల్పించినా, వాస్తవానికి మేమే ఆధిపత్యం సాధించాము. అతడు ఆరన్ సమస్యలను పరిష్కరిస్తున్నానని అనుకున్నాడు. కానీ మేము అతన్ని చదువుతూనే అతని సమయాన్ని వృథా చేస్తున్నాము.

ఇలాంటి దాడి ధోరణి ఉన్నవారిని నేరుగా ఎదిరించకపోవడం మంచిది. "ఏమిటి?" మరియు "ఎలా?" అనే ప్రశ్నలను ఉపయోగించి మీ స్థానాన్ని మార్చకుండా చర్చను నడపాలి. చిక్కకుండా, తప్పించుకుంటూ ముందుకు వెళ్లాలి.

చివరికి, ప్రతిరోజు చెల్లింపుల రేటు గురించి, ముందు వెనకలుగా జరిగిన పలు రోజులపాటు సాగిన చర్చల తర్వాత, ఆరన్ కిడ్నాపర్‌ను ఒక చిన్న మొత్తానికి ఒప్పించాడు. తన బ్యాంక్ ఖాతాలో కొంత మొత్తాన్ని జమ చేయడానికి అంగీకరించాడు. కొంత మొత్తం చెల్లింపు జరిగిన తర్వాత, ఆరన్ ఎలాంటి విభేదాలు లేకుండా కాబ్ డ్రైవర్‌ను ఎదుర్కొనే సరైన మార్గాన్ని కనుగొన్నాడు – "ఎప్పుడు / ఏమిటి" ప్రశ్నతో.

ఆరన్ అద్భుతంగా ఒక ప్రశ్న అడిగాడు – ఒకేసారి ఎదిరించేలా కూడా, స్నేహపూర్వకంగా, – "డబ్బు అయిపోయిన తర్వాత ఏమవుతుంది?" అని అడిగాడు.

కిడ్నాపర్ కొద్దిసేపు మౌనంగా ఉన్నాడు.

"అంతా బాగానే ఉంటుంది," అని అన్నాడు.

అవును!

అతడు తెలియకుండానే అలస్టెయర్‌కు హానిచేయనని మాట ఇచ్చాడు. "ఏమిటి" మరియు "ఎలా" అనే ప్రశ్నల సరళి ద్వారా, ఒక దౌర్జన్యపూరితమైన వ్యక్తి తెలివితేటల్ని దెబ్బతీయవచ్చు.

చివరికి, ఆరన్‌తో సాగిన దీర్ఘ సంభాషణల వల్ల, కిడ్నాపర్ అతనితో స్నేహితుడిలా ప్రవర్తించడం ప్రారంభించాడు. అతడు అప్రమత్తత కోల్పోయాడు. ఫిలిప్పీన్ నేషనల్ పోలీస్ అతను ఉపయోగించిన ఫోన్‌ను ట్రాక్ చేసి ఒక ఇంటిపై దాడి చేశారు. అక్కడ కిడ్నాపర్ లేకపోయినా, అతని భార్యను పట్టుకున్నారు. ఆమె మరో ఇంటి చిరునామా చెప్పింది. పోలీసులు అక్కడికి వెళ్లి అలస్టెయర్‌ను రక్షించి, కిడ్నాపర్‌ను అరెస్టు చేశారు.

ఇలాంటి సంఘటనల్లో, మీ ఎదుటివారి మానసిక స్థితిని అర్థం చేసుకొని దానిని ప్రభావితం చేయడానికి సున్నితమైన వాచిక, అవాచిక పద్ధతులు ఉపయోగించవచ్చు. ఇప్పుడు వాటిలో కొన్ని నేర్చుకుందాం. వీటిని మనసులో బాగా ముద్రించుకోండి. ఇవి జాగ్రత్తగా పరిశీలించే చర్చకులకు విజయాన్ని అందించే సాధనాలు.

7–38–55 శాతం నియమం

THE 7-38-55 PERCENT RULE

యూసీఎల్ఏ సైకాలజీ ప్రొఫెసర్ ఆల్బర్ట్ మెహ్రాబియన్ రెండు ప్రసిద్ధ అధ్యయనాలలో మనకు ఎవరైనా నచ్చటానికి లేదా నచ్చకపోవడానికి కారణాలు ఏమిటో విశ్లేషించి, "7–38–55" నియమాన్ని రూపొందించారు. అంటే — ఒక సందేశంలో కేవలం 7 శాతం మాత్రమే పదాలపై ఆధారపడుతుంది, 38 శాతం గొంతుపై, 55 శాతం శరీర భాష ముఖ భావాలపై ఆధారపడుతుంది.

ఈ గణాంకాలు మనం ఎవరి గురించి అభిప్రాయం ఏర్పరుచుకుంటున్నామనే సందర్భానికి సంబంధించినవైనా, ఇవి చర్చలలో కూడా చాలా ఉపయోగకరమైన అనుపాతం చూపిస్తాయి. శరీర భాష,

గొంతు – పదాల కంటే చాలా శక్తివంతమైన సూచనలు. అందుకే, ఫోన్‌లో చెప్పగలిగిన విషయాలు ఉన్నా కూడా, నేను చాలాసార్లు వ్యక్తిగతంగా కలవడానికి దూరప్రయాణం చేస్తాను.

అయితే ఈ నియమాన్ని ఎలా ఉపయోగించాలి? మొదట, స్వరం, శరీర భాషను చాలా దగ్గరగా గమనించండి – అవి మాటల లిటరల్ అర్థానికి సరిపోతున్నాయా లేదా చూసుకోండి. అవి సరిపోవటం లేదు అంటే, ఆ ప్రకారం అతను అబద్ధం చెప్పుతున్నాడనో లేదా కనీసం నమ్మకంగా లేడు అనే అవకాశం ఉంది.

ఎవరైనా వారి స్వరాన్ని లేదా శరీర భాష అతను చెప్పిన మాటల అర్థంతో సరిపోకుండా ఉంటే, ఆ అసమంజసానికి మూలం ఏమిటో తెలుసుకోవడానికి లేబల్స్ (లేబలింగ్) ఉపయోగించండి.

ఇదే ఒక ఉదాహరణ:

మీరు: "అప్పుడైతే, మనం ఒప్పుకున్నామా?"

వారు: "అవును..."

మీరు: "నిజానికి మీరు 'అవును' అన్నట్లు విన్నాను, కానీ మీ స్వరంలో సంకోచం ఉండటం గమనించాను."

వారు: "అన్నీ బాగున్నాయి, అసలు పెద్ద విషయమే లేదు."

మీరు: "లేదు, ఇది ముఖ్యం, మనం దీన్ని సరైనదిగానే తీసుకుందామనుకుందాం."

వారు: "థ్యాంక్స్, నేను దీన్ని విలువైనదిగా భావిస్తున్నాను."

ఇలా మీరు మీ ఒప్పందం అమలవుతున్నదో లేదో లేదా ఆశ్చర్యకర పరిణామాలు వస్తున్నాయో తెలుసుకునేందుకు మార్గం ఉంటుంది. అసమంజసాన్ని గుర్తించి ఆత్మీయంగా లేబెల్ ద్వారా దాన్ని పరిష్కరించడం ద్వారా మీరు వారికి గౌరవం చూపినట్లే అనిపిస్తుంది. ఫలితంగా, మీ నమ్మక సంబంధం మెరుగుపడుతుంది.

మూడు అనే నియమం

(THE RULE OF THREE)

నేను ఖచ్చితంగా చెప్పేదేవిటంటే, మీ జీవితంలో ఎప్పుడో ఒకసారి మీరు ఒక చర్చలో పాల్గొన్నారు. అక్కడ మీకు “అవును” అనే సమాధానం వచ్చింది, కానీ అది తర్వాత “కాదు” గా మారిపోయింది. బహుశా అవతలి వ్యక్తి మీకు అబద్ధం చెబుతూ ఉండవచ్చు. లేదా వారు కేవలం ఆశాభావంతో ఆలోచిస్తూ ఉండవచ్చు. ఏ విధంగా అయినా, ఇది అసాధారణమైన అనుభవం కాదు.

ఎందుకంటే వాస్తవానికి “అవును” అనేది మూడు రకాలు ఉంటుంది: నిర్ణయం, (Commitment), నిర్ధారణ (Confirmation), నకిలీ (Counterfeit).

అధ్యాయం 5 లో చర్చించినట్లు, చాలామంది బోగస్ విక్రేతలు తమ ఖాతాదారులను Commitment “అవును” లో పడేలా పట్టుకోవాలని ప్రయత్నిస్తారు; ఫలితంగా చాలామందికి నకిలీ Counterfeit “అవును” చెప్పడంలో నైపుణ్యం వస్తుంది.

ఇలాంటి ఉచ్చులో పడిపోకుండా ఉండేందుకు ఒక అద్భుతమైన సాధనం ఉంది. – అదే మూడు అనే నియమం. (Rule of Three).

మూడు అనే నియమం అంటే ఒకే సంభాషణలో అవతలి వ్యక్తిని ఒకే విషయానికి మూడు సార్లు ఒప్పించడం. ఇదే మీకు ఆ సమయంలో ప్రవేశపెట్టాల్సిన డైనమిక్ ని మూడు రెట్లు బలపరుస్తుంది. ఇలా చేయగానే, సమస్యలు జరిగేముందు బయటకి రావడం ప్రారంభమవుతాయి. తరచుగా అబద్ధం చెప్పడం లేదా నమ్మకంగా కనిపించని నటనను పదేపదే నిరూపించటం చాలా కష్టమవుతుంది.

నేను ఈ నైపుణ్యం నేర్చుకున్నప్పుడు మొదటిసారి భయపడింది ఎందుకంటే – జాగ్రత్తగా చేయకపోతే పాత రికార్డు ప్లేయర్ లా అనిపిస్తుందనే భయం, గొంతు నుంచి ‘హుష్’ మని గాలి వస్తుందనే భయం.

దాని సమాధానం ఏమిటో నేర్చుకున్నాను, ఏమిటంటే – మీ వ్యూహాలను మార్చండి.

మొదటిసారి వారు ఏదైనా ఒప్పుకుంటే లేదా కమిట్ చేస్తే అది No.1.

No.2 కోసం మీరు వారి మాటను లేబెల్ చేయవచ్చు లేదా సారాంశం చేయవచ్చు. వారు "అది సరైనది" అని స్పందిస్తారు. మరియు No.3 కోసం అమలుపై ఒక calibrated "ఎలా" లేదా "ఏమిటి" ప్రశ్న ఉంచవచ్చు – దాని ద్వారా విజయంగా భావించడానికి వారి వివరణను అడుగుతారు. ఉదాహరణకి "మనం ట్రాక్ నుంచి తప్పిపోయినట్లయితే మనం ఏమి చేద్దాం?" వంటివి.

లేదా ఆ మూడుసార్లు ఒకే calibrated ప్రశ్నను మార్చి మార్చి అడగడం మాత్రమే కావచ్చు, ఉదాహరణకి: "మీరు ఎదుర్కొన్న అతిపెద్ద సవాలు ఏమిటి? మన దగ్గర ఉన్న ప్రధాన ఆటంకం ఏమిటి? దాని చుట్టూ తిరగడానికి ఏది అత్యంత కష్టమైనదిగా అనిపిస్తోంది?" – ఇలా మూడు విధాలుగా ప్రశ్నలు వేయొచ్చు.

ఏ విధంగా అయినా, ఒకే సమస్యను మూడుసార్లు చర్చించడం వల్ల అబద్ధాలను బయటపెడుతుంది. అలాగే మునుపటి విభాగంలో మనం పేర్కొన్న మాటలు మరియు శరీర భాషల మధ్య అసంగతులను బయటపెడుతుంది. కాబట్టి తదుపరిసారి మీ సహచరుడు నిజాయితీగా, నిబద్ధతతో ఉన్నాడో లేదో మీకు ఖచ్చితంగా తెలియకపోతే, దీన్ని ప్రయత్నించండి.

పినోచియో ప్రభావం

కార్లో కొలోడి యొక్క ప్రసిద్ధ పాత్ర పినోచియోతో, అతను ఎప్పుడు అబద్ధం చెబుతున్నాడో చెప్పడం సులభం: మీరు కేవలం ముక్కును గమనించాలి.

కొలోడి వాస్తవానికి చాలా దూరంగా లేడని తేలింది. చాలామంది ప్రజలు అబద్ధం చెప్పేటప్పుడు స్పష్టమైన సూచనలను చూపిస్తారు. పెరుగుతున్న ముక్కు కాదు, కానీ దాదాపు అంతే.

అబద్ధం చెప్పే అంశాలపై జరిగిన ఒక అధ్యయనంలో2, హార్వర్డ్ బిజినెస్ స్కూల్ ప్రొఫెసర్ దీపక్ మల్హోత్రా మరియు అతని సహ రచయితలు కనుగొన్నారు. అబద్ధం చెప్పేవాళ్లు నిజం చెప్పేవారి కంటే సగటున ఎక్కువ పదాలను ఉపయోగిస్తారు. చాలా ఎక్కువ మూడవ వ్యక్తి సర్వనామాలను ఉపయోగిస్తారు. వారు తమకు, అబద్ధానికి మధ్య కొంత దూరం ఉంచుకోవడానికి నేను అనే బదులు అతను, ఆమె, అది, ఒకటి, వారు, మరియు వారి గురించి మాట్లాడటం ప్రారంభిస్తారు.

వారు కనుగొన్నది ఏమిటంటే, అబద్ధం చెప్పే వాళ్లు తమ అనుమానాస్పద సహచరులను గెలిచే ప్రయత్నంలో మరింత సంక్లిష్టమైన వాక్యాలతో మాట్లాడే ధోరణి కలిగి ఉంటారని చెప్పారు. డబ్ల్యూ. సి. ఫీల్డ్స్ ఎవరినైనా అర్థంకాని మాటలతో గందరగోళపరచడం గురించి మాట్లాడినప్పుడు అతను ఉద్దేశించినది ఇదే. పరిశోధకులు దీనిని పినోచియో ప్రభావం అని పిలుస్తారు. ఎందుకంటే, పినోచియో ముక్కు లాగానే, అబద్ధంతో పాటు పదాల సంఖ్య కూడా పెరిగింది. అబద్ధం చెబుతున్న వ్యక్తులు, అర్థమయ్యేలా చెప్పాలంటే, తమను నమ్మించడం గురించి ఎక్కువ ఆందోళన చెందుతారు. కాబట్టి వారు నమ్మదగినవారిగా ఉండటానికి చాలా కష్టపడతారు – చాలా ఎక్కువగా కష్టపడతారు.

సర్వనామాల వాడకంపై దృష్టి పెట్టండి

PAY ATTENTION TO THEIR USAGE OF PRONOUNS

ఎదురుగా కూర్చున్న వ్యక్తి వాడే సర్వనామాలు (pronouns) – వారు నిజంగా నిర్ణయం తీసుకునే, లేదా అమలు చేసే స్థాయిలో ఎంత ప్రాముఖ్యమైనవారో అర్థం చేసుకోవడానికి ఉపయుక్తంగా ఉంటాయి. వారు "నేను," "నాకు," "నా" అన్న పదాల పట్ల ఎంత మమకారం చూపుతారో, అంత తక్కువ ప్రాధాన్యమున్న వారని అర్థం చేసుకోవాలి.

దీనికి విరుద్ధంగా, ఒక చర్చకర్త (negotiator) నోటి నుండి "నేను" అన్న పదం రావడం చాలా కష్టంగా ఉంటే, వారు 'అత్యంత ముఖ్యమైనవారు' అని మనం అర్థం చేసుకోవాలి. మల్హోత్రా చేసిన అధ్యయనంలో అబద్ధం చెప్పే వ్యక్తి తన అబద్ధం నుండి దూరంగా ఉండటానికి ప్రయత్నించినట్లే, చర్చల్లో తెలివైన నిర్ణయాధికారులు ఒక మూలన పడిపోయే విధంగా ఉండేందుకు ఇష్టపడరు. కాబట్టి వారు ఎప్పుడూ "టేబుల్ బయట ఉన్న వాళ్లు నిర్ణయం తీసుకుంటారు" అని చెప్పడం ద్వారా తాము చిక్కుకోకుండా తప్పించుకుంటారు.

ఫిలిప్పైన్స్‌లోని అలస్టైయిర్ ఆంగ్‌లింగ్‌స్వాన్ అపహరణ కేసులో ఉన్న టాక్సీ డ్రైవర్ కిడ్నాపర్ మొదటినుంచే "మేము," "వాళ్లు," "వారి" అనే పదాలను చాలా క్రమంగా ఉపయోగించాడు. దాంతో నేను అతనే వారి నాయకుడు అనుకున్నాను – కానీ ఆ నిజం రెస్క్యూ సమయంలో మాత్రమే

అర్థమైంది. అదే విధంగా, రెండవ అధ్యాయంలోని చేజ్ మాన్‌హాటన్ బ్యాంక్ దొంగతనంలో క్రిస్ వాట్స్ అనే దొంగ ఎప్పుడూ “ఇతరులు” ఎంత ప్రమాదకరమో, తనకు వారిపై ఎంత తక్కువ ప్రభావమో అని చెబుతూ ఉండేవాడు — కానీ అది అంతా అబద్ధం.

ది “క్రిస్ డిస్కౌంట్”

చర్చల్లో మనం ఎప్పుడూ “ముందున్న వ్యక్తి పేరు గుర్తుంచుకొని, దాన్ని సరిగ్గా ఉపయోగించాలి (అతి చేయకూడదు)” అని వింటూ ఉంటాం. అది ముఖ్యమే. కానీ వాస్తవానికి, చాలామంది తమ పేరును పదే పదే వింటూ విసిగిపోయి ఉంటారు. “అవును” అనిపించడానికి బలవంతపెట్టే నిపుణుడైన సేల్స్‌మెన్ తరచుగా వారి పేరునే మళ్లీ మళ్లీ వాడుతుంటారు.

దానికి బదులుగా వేరే దారి తీసుకోండి – మీ పేరు వాడండి. అలా నేనొకసారి “క్రిస్ డిస్కౌంట్” సంపాదించాను.

ఎలా అంటే – కిడ్నాపర్‌తో “అలస్టెయిర్” అనే పేరును ఉపయోగించడం, అతనిని ఆ పేరుతో పిలిపించడం వలన అపహరించిన వ్యక్తిని మనుష్యుడిగా చూడగలిగినట్లు చేసింది. అలాగే మీ పేరును వాడటం “బలవంతపు అనుభూతి (forced empathy)” ని సృష్టిస్తుంది. అది ఎదుటివారు కూడా ఒక మనిషే అని, భావోద్వేగాలతో ఉన్నవారని గుర్తించేటట్లు చేస్తుంది.

కొన్ని సంవత్సరాల క్రితం నేను కన్సాస్‌లోని ఒక బార్‌లో స్నేహితులైన FBI చర్చకర్తలతో ఉన్నాను. బార్ నిండిపోయి ఉంది, కానీ ఒక కుర్చీ ఖాళీగా కనిపించింది. నేను దాని దగ్గరకు వెళ్లి కూర్చోబోతుండగా, పక్కన కూర్చున్న వ్యక్తి “అక్కడ కూర్చోవాలని అనుకోకండి” అని అన్నాడు.

“ఎందుకు?” అని అడిగితే, “ఎందుకంటే నిన్ను పగలగొడతాను” అన్నాడు.

అతను పెద్దగా, బలంగా, ఇప్పటికే మత్తులో ఉన్నాడు. కానీ నేను జీవితాంతం బందీల చర్చకర్తను – మధ్యవర్తిత్వం అవసరమైన టెన్షన్ పరిస్థితులవైపు నేను ఎప్పుడూ ఆకర్షితుడినే.

నేను చేతిని చాచి అతనితో చేతులు కలిపి, “నా పేరు క్రిస్” అని అన్నాను.

అతను ఒక్కసారిగా ఆగిపోయాడు. ఆ గ్యాప్‌లో నా FBI సహచరులు వచ్చి అతని భుజంపై తట్టి, "నీకు కూడా ఒక డ్రింక్ తీసుకుంటాం" అన్నారు. ఆ వ్యక్తి వియత్నాం యుద్ధ సైనికుడు, ఆ సమయంలో అతని జీవితం చాలా దీన స్థాయిలో ఉంది. చుట్టూ ఉన్నవాళ్లు సంతోషంగా ఉన్నారని చూసి అతనికి కోపం వచ్చి పోరాడాలనిపించింది. కానీ నేను "క్రిస్" అయిన వెంటనే పరిస్థితి పూర్తిగా మారిపోయింది.

ఇప్పుడు ఆ దృక్పథాన్ని ఆర్థిక చర్చకు తీసుకెళ్లండి. కన్సాస్ సంఘటన తర్వాత కొద్ది నెలలకు నేను ఒక ఔట్‌లెట్ మాల్‌లో షర్టులు కొనుగోలు చేస్తున్నాను. కౌంటర్ వద్ద అమ్మాయి "మీరు మా ఫ్రీక్వెంట్ బయ్యర్ ప్రోగ్రాంలో చేరాలనుకుంటారా?" అని అడిగింది.

నేను "చేరితే డిస్కౌంట్ వస్తుందా?" అని అడిగాను.

ఆమె "లేదు" అని చెప్పింది.

నేను స్నేహపూర్వకంగా "నా పేరు క్రిస్. క్రిస్ డిస్కౌంట్ ఎంత?" అని అడిగాను.

ఆమె కొంచెం నవ్వుతూ, "నా మేనేజర్ కేథీని అడగాలి" అంది. ఆమె పక్కన ఉన్న కేథీ మా మాటలన్నీ విని అంది "చిన్న తగ్గింపే ఇవ్వగలను — పది శాతం."

మానవత్వాన్ని చూపించండి. మీ పేరును ఉపయోగించి పరిచయం చేసుకోండి. సరదాగా, స్నేహపూర్వకంగా ఉండండి. ఆ సంభాషణను వారూ ఆస్వాదించేలా చేయండి – మీకో ప్రత్యేక తగ్గింపు పొందండి.

మీ ప్రత్యర్థులను వాళ్లకు వాళ్లుగా ముందుకు రప్పించండి

HOW TO GET YOUR COUNTERPARTS TO BID AGAINST THEMSELVES

ఆరోన్, జూలీ తమ కిడ్నాపర్లతో చేసినట్లుగానే, ఎదుటివారు తమ డిమాండ్లను తగ్గించుకోవడానికి ఉత్తమ మార్గం "How" అనే ప్రశ్నలతో "No" చెప్పడం. ఈ పరోక్ష "No" చెప్పే విధానం నేరుగా చెప్పే "No" మాదిరిగా వారి గర్వాన్ని గాయపరచదు. అదికాకుండా, ఇవి ప్రతిపాదనలా (counterbids) వినిపించి, ఎదుటివారే తమ ఆఫర్‌ను మళ్లీ మళ్లీ తగ్గించుకుంటారు.

మేము గమనించినది ఏమిటంటే — "No" అనేది నేరుగా చెప్పే ముందు దాన్ని నాలుగు మార్లు పరోక్షంగా చెప్పవచ్చు.

"అది నేను ఎలా చేయగలనండి?"

ఇది వినయపూర్వకంగా, సహాయం అడిగినట్లుగా చెప్పాలి. అలా చెప్పినప్పుడు ఎదుటివారు మీ సమస్యలో భాగస్వాములై, మెరుగైన ఆఫర్ ఇవ్వడానికి ప్రేరేపిస్తారు.

"మీ ప్రతిపాదన చాలా ఉదారంగా ఉంది, క్షమించండి, కానీ అది నాకు సరిపడదు"

ఇది ఒక శైలి గల "No." ఇక్కడ మీరు "ఉదారులు" ("generous") అనే పదం వాడటం వలన వారు తమను నిజంగా ఉదారులుగా నిరూపించుకోవాలనే భావన కలుగుతుంది. "I'm sorry" అనడం "No"ను మృదువుగా చేస్తుంది. (క్షమాపణలు బలహీనత అని చెప్పే "నెగోషియేషన్ నిపుణులను" పట్టించుకోవాల్సిన అవసరం లేదు.)

"క్షమించండి, కానీ నేను అది చేయలేనని అనుకుంటున్నాను."

ఇది కొద్దిగా నేరుగా ఉంటుంది. "నేనా పని చేయలేను" అని చెప్పడం వలన ఎదుటి వారిలో మీ పట్ల సానుభూతి పుడుతుంది.

"క్షమించండి, వీలు కాదు"

ఇది చిన్న మాటే అయినా, సరైన టోన్‌తో చెప్పినప్పుడు అది నెగటివ్‌గా వినిపించదు.

అన్నిటికంటే చివరగా, "No" అనేది తుది పదం. దాన్ని శాంతంగా, దిగువ స్వరంలో చెప్పాలి. "NO!" అని గట్టిగా కేక వేయకూడదు.

నా విద్యార్థులలో ఒకరు, జీసస్ బూయెనో అనే వ్యక్తి, తన సోదరుడు జోక్విన్ ఒక చిక్కు వ్యాపార పరిస్థితి నుంచి బయటపడటానికి " మల్టీ – స్టెప్ 'నో' " పద్ధతిని ఎలా ఉపయోగించాడో వివరిస్తూ ఒక అద్భుతమైన కథను నాకు ఇటీవల రాశాడు.

అతని సోదరుడు, మరో ఇద్దరు స్నేహితులు ఉత్తర స్పెయిన్‌లో గంజాయి పండించడానికి అనుమతి ఉన్న ప్రాంతంలో ఒక కెనాబిస్ గ్రో షాప్ ఫ్రాంచైజ్ కొనుగోలు చేశారు. జోక్విన్, అతని భాగస్వామి బ్రూనో, వ్యాపారంలో ఒక్కొక్కరూ 46 శాతం వాటా కోసం 20,000 యూరోలు

పెట్టుబడి పెట్టారు (మరొక చిన్న భాగస్వామి 8 శాతం వాటా కోసం €3,500 పెట్టాడు).

ప్రారంభం నుంచే జోక్విన్, బ్రూనోల మధ్య సంబంధం అంత సాఫీగా లేదు. జోక్విన్ ఒక అద్భుతమైన సేల్స్‌మన్, కానీ బ్రూనో మాత్రం లెక్కల పుస్తకాలను చూసుకునే వ్యక్తి. చిన్న భాగస్వామి కూడా మంచి సేల్స్‌మన్. కాబట్టి అతను, జోక్విన్ కలిసి అమ్మకాలను పెంచగలరని అందరూ నమ్మారు. పెద్ద ఆర్డర్లు, తరచుగా వచ్చే కస్టమర్లకు తగ్గింపు ఇవ్వడం – దీనికి బ్రూనో ఒప్పుకోలేదు. వెబ్‌సైట్ ప్రారంభం, స్టాక్ విస్తరణ కోసం చేసిన ఖర్చుల ప్రణాళిక కూడా అతనికి నచ్చలేదు.

దానికి తోడు, బ్రూనో భార్య కూడా ఒక సమస్యగా మారింది. ఆమె జోక్విన్‌ను తరచుగా మందలిస్తూ, విస్తరణపై అంత ఖర్చు చేయకూడదని, బదులుగా ఎక్కువ లాభాలను తీసుకోవాలని ఒత్తిడి చేయసాగింది. ఒక రోజు జోక్విన్ స్టాక్ కొనుగోళ్లను సమీక్షిస్తూ ఉండగా, కొన్ని వస్తువులు షెల్ఫ్‌లపై లేవని గమనించాడు. ఆ వస్తువులను ఆన్‌లైన్‌లో వెతికినప్పుడు ఆశ్చర్యపడి చూశాడు – బ్రూనో భార్య పేరుతో ఒక eBay స్టోర్ కనబడింది. ఆ సంస్థ అదే ఉత్పత్తులు అమ్ముతున్నది!

దీంతో జోక్విన్, బ్రూనో మధ్య పెద్ద వాదన జరిగింది. వాళ్ల మధ్య సంబంధం చెడిపోయింది. ఆ వేడిలో, బ్రూనో వ్యాపార రిస్కులు ఎక్కువగా ఉన్నాయని చెప్పి తన వాటాలను అమ్మడానికి సిద్ధమని అన్నాడు. అప్పుడు జోక్విన్ తన సోదరుడు జీసస్‌ను సంప్రదించాడు.

బ్రూనో భార్య ఒత్తిడే అమ్మకం వెనుక కారణమని నమ్మి, జీసస్ అతనికి ఒక సహానుభూతి సందేశం తయారు చేయమని సూచించాడు:

"నువ్వు ఎక్కువగా నీ భార్య నుండి కలుగుతున్న ఒత్తిడిలో ఉన్నట్లు కనిపిస్తోంది" జోక్విన్ కూడా అప్పట్లో విడాకుల విషయంలోనే ఉన్నాడు కాబట్టి, ఇద్దరూ ఈ అంశంపై అనుసంధానం చేసుకోవచ్చు అని భావించారు. అలాగే వారు ఒక "accusation audit" సిద్ధం చేశారు – "నువ్వు అనుకుంటున్నావు నేను ఖర్చులను పట్టించుకోను, కంపెనీ లాభాల గురించి ఆలోచించను" అని ముందే చెప్పి ప్రతికూలతను తగ్గించి సంభాషణ మొదలుపెట్టారు.

ఇది అద్భుతంగా పనిచేసింది. బ్రూనో వెంటనే అంగీకరించి, జోక్విన్

ఎందుకు ఖర్చుల్లో జాగ్రత్తగా లేడని తాను అనుకుంటున్నాడో వివరించడం మొదలుపెట్టాడు. అతను ఇంకా చెప్పాడు – "జోక్విన్‌కి తన తల్లి సహాయం చేస్తోంది కానీ నాకు ఎవరూ లేరు." జోక్విన్ మిర్రరింగ్ టెక్నిక్ ఉపయోగించి అతనిని మాట్లాడించసాగాడు. బ్రూనో ఎక్కువగా చెప్పసాగాడు.

చివరగా జోక్విన్ అన్నాడు: "నీ భార్య ఒత్తిడి ఎలా ఉంటుందో నాకు తెలుసు. నేను కూడా విడాకులు తీసుకునే క్రమంలోనే ఉన్నాను. అది నిజంగా మనసును క్రుంగదీస్తుంది." దీంతో బ్రూనో తన భార్య గురించి పది నిమిషాలు నిరంతరంగా మాట్లాడాడు – అప్పుడు ఒక కీలకమైన సమాచారం బయటపడింది: బ్యాంక్ వారి €20,000 రుణాన్ని తిరిగి సమీక్షించి రెండు ఆప్షన్లు ఇచ్చిందట – మొత్తం రుణాన్ని వెంటనే చెల్లించాలి, లేదా ఎక్కువ వడ్డీ చెల్లించాలి.

వావ్ !

జోక్విన్, జీసస్ చర్చించి నిర్ణయించారు – బ్రూనో ఇప్పటికే కంపెనీ నుండి €14,000 జీతంగా తీసుకున్నందున, జోక్విన్ రుణ మొత్తానికి కొంచెం ఎక్కువ చెల్లించవచ్చని. బ్యాంక్ లేఖ కారణంగా బ్రూనో ఇబ్బందిలో ఉన్నాడు. అలాగే అతని వాటాలను కొనుగోలు చేయడానికి మార్కెట్‌లో ఎవరూ లేరు.

కాబట్టి వారు €23,000ని సరైన ధరగా నిర్ణయించారు – అందులో €11,000 వెంటనే, మిగతా €12,000 ఏడాది వ్యవధిలో చెల్లించాలి.

కానీ తర్వాత విషయాలు తారుమారయ్యాయి.

బ్రూనో మొదట ధర చెప్పే వరకు వేచి ఉండటానికి బదులుగా, జోక్విన్ ముందుగానే తన ఆఫర్ ఇచ్చి, ఇది "చాలా న్యాయమైనదని" అన్నాడు. ఎవరైనా మీతో ఏకీభవించకపోతే వారు "అన్యాయంగా" ఉన్నట్టు సూచించడం అనేది వారిని మరింత ఆగ్రహానికి గురిచేస్తుంది.

అదే జరిగింది.

బ్రూనో ఫోన్ కట్ చేశాడు. రెండు రోజుల తర్వాత జోక్విన్‌కు ఒక ఇమెయిల్ వచ్చింది – బ్రూనో తరపున ఒక వ్యక్తిని ప్రతినిధిగా నియమించారని, వారు €30,812 కోరుతున్నారని చెప్పారు. వారు వివరంగా విభజించి €20,000 రుణానికి, €4,000 జీతానికి, €6,230 ఈక్విటీకి, €582 వడ్డీకి.

ఇంత స్పష్టమైన అంకెలు – ఈ సంఖ్యలు మార్చలేనివి అనిపించాయి.

ఎందుకంటే, ఆ వ్యక్తి ప్రొఫెషనల్.

జీసస్, జోక్విన్‌కి అతను తప్పు చేశాడని చెప్పాడు. అయినప్పటికీ, వాళ్లకి అర్థం అయ్యిందేమిటంటే, బ్రూనోకు వాటాలను అమ్మడం తప్ప మార్గం లేదు. కాబట్టి వారు "మల్టీ-స్టెప్ నో" వ్యూహాన్ని ఉపయోగించి బ్రూనోను అతని సొంత ఆఫర్‌కే పోటీగా పెట్టాలని నిర్ణయించారు. ఊహించని పరిణామం ఏమిటంటే, బ్రూనో అమ్మకాన్ని రద్దు చేసుకునే ప్రమాదం ఉంది. కానీ అది రిస్క్ తీసుకోవాల్సిందే.

వారి మొదటి "నో" సందేశం ఇలా రాశారు:

> *"మీరు చెప్పిన ధర చాలా న్యాయమైనది. అయితే, దాన్ని నేను భరించగలిగి వుండుంటే బాగుండేది. బ్రూనో ఈ వ్యాపారానికి ఎంతో కృషి చేశాడు. అతనికి సరైన ప్రతిఫలం దక్కాలి. నాకు చాలా విచారంగా ఉంది, అయినప్పటికీ మీకు శుభాకాంక్షలు."*

ఇక్కడ వారు "నో" అనే పదం ఉపయోగించకుండా, "నో" అర్థాన్ని అద్భుతంగా తెలిపారు.

జోక్విన్ ఆశ్చర్యపోయాడు – మరుసటి రోజే బ్రూనో ప్రతినిధి ధరను € 28,346కు తగ్గించాడు.

తర్వాత రెండవ మృదువైన "నో" రాశారు:

> *"మీ ఆఫర్‌కి ధన్యవాదాలు. మీరు ధర తగ్గించినందుకు నిజంగా కృతజ్ఞతలు. నేను ఎంతో ఇష్టపడి ఈ మొత్తాన్ని చెల్లించాలనుకున్నాను. కానీ వాస్తవానికి నేను ఈ మొత్తాన్ని భరించలేను. మీకు తెలుసుకదా, నేను నా భార్యతో విడాకుల గొడవలో ఉన్నాను. అందువల్ల, ఈ సమయంలో నాకు అంత డబ్బు దొరకడం అసాధ్యం. మళ్లీ శుభాకాంక్షలు."*

తరువాతి రోజు ప్రతినిధి నుండి మరో ఇమెయిల్ వచ్చింది – కేవలం ఒక వాక్యంతో – ధరను €25,000కి తగ్గించారు. జోక్విన్ ఒప్పుకోవాలని అనుకున్నాడు, కానీ జీసస్ ఆపాడు – "ఇంకా 'నో' స్టెప్స్ ఉన్నాయి." జోక్విన్ కొద్దిగా ప్రతిఘటించాడు, కానీ చివరికి విన్నాడు.

ఇక్కడ ఒక ముఖ్యమైన పాఠం ఉంది – ఒప్పందాన్ని ముగించే కళ అంటే చివరి వరకు దృష్టి వదులుకోకపోవడం. ఆఖరి దశల్లో మానసిక క్రమశిక్షణ అత్యవసరం. "చివరి విమానం ఎప్పుడు ఉంది?", "ఇంటికి వెళ్లి విశ్రాంతి తీసుకోవాలి" – ఇలాంటి ఆలోచనలకు గురి కావద్దు. మనసును కేంద్రీకరించండి.

వారి చివరి సందేశం ఇలా ఉంది:

> *"మరోసారి మీ ఉదారమైన ఆఫర్‌కు ధన్యవాదాలు. మీరు ధరను బాగా తగ్గించారు. నేను ఎంత ప్రయత్నించినా కూడా ఆ మొత్తాన్ని సమకూర్చలేకపోయాను. ఎవరూ నాకు అప్పు ఇవ్వటానికి సిద్ధంగా లేరు. నా తల్లి కూడా వీలు కాదంది. నేను అనేక రకాలుగా ప్రయత్నించాను కానీ ఫలితం లేదు. చివరికి నేను మీకు €23,567 ఇవ్వగలను – అందులో €15,321.37ను వెంటనే చెల్లిస్తాను. మిగతా మొత్తాన్ని ఒక సంవత్సరం వ్యవధిలో చెల్లిస్తాను. ఈ మాత్రమే నేను చేయగలను. మీ నిర్ణయానికి శుభాకాంక్షలు."*

ఎంత అద్భుతమైన విధంగా "నో" అనే పదం లేకుండా "నో" చెప్పారో గమనించండి – అదీగాక, ఎంత సహానుభూతితో చెప్పారు!

అది పనిచేసింది. ఒక గంటలోపే సలహాదారు అంగీకార సమాధానం పంపాడు.

దీన్ని జాగ్రత్తగా గమనించండి: మిర్రరింగ్ (ప్రతిబింబించడం) మరియు ఓపెన్-ఎండెడ్ ప్రశ్నల కలయిక బ్రూనో ఆర్థిక సమస్యల గురించి సమాచారం బయటకు తీసినప్పుడు, "నో" పద్ధతి అతని నిరాశను ఎలా ఉపయోగించుకుందో గమనించండి. మరో కొనుగోలుదారు ఉన్నపక్షంలో ఈ పద్ధతిని ఉపయోగించడం మంచిది కాకపోయేది. కానీ ఎవరూ లేని పరిస్థితిలో బ్రూనోను అతడే తనకు వ్యతిరేకంగా బిడ్ చేయించుకోవడానికి ఇది అద్భుతమైన మార్గం.

ముఖ్య పాఠాలు
(KEY LESSONS)

సూపర్‌స్టార్ నెగోషియేటర్లు – నిజమైన “రెయిన్‌మేకర్లు” – ఒక చర్చ అనేది మాటల క్రింద ఉన్న ఆట స్థలం అని తెలుసుకుంటారు. నిజమైన మంచి ఒప్పందానికి చేరుకోవడం అంటే ఉపరితలానికి దిగువన ఉన్న సూక్ష్మమైన, స్పష్టంగా కనిపించని సంకేతాలను గుర్తించి, వాటిని ప్రభావితం చేయడం. ఈ లోతైన అంశాలను దృష్టిలో ఉంచుకుని, వాటిని సవరించడం ద్వారా మాత్రమే మీరు గొప్ప ఒప్పందాన్ని రూపొందించి, దాన్ని అమలు చేయగలరు.

ఇప్పుడు మీరు ఈ సాధనాలను ఉపయోగించడం ప్రారంభించినప్పుడు, ఈ అధ్యాయం యొక్క అత్యంత ముఖ్యమైన విషయాలను గుర్తుంచుకోండి. “‘Yes’ అనేది ‘How’ లేకుండా ఏమీ కాదు.” “ఎలా?” అని అడగడం, “ఎలా?” అని తెలుసుకోవడం, “ఎలా?” అని నిర్వచించడం – ఇవన్నీ సమర్థవంతమైన చర్చాకారుడి ఆయుధాలుగా అర్థం చేసుకోండి. ఇవి లేకపోతే గనుక అతని దగ్గర ఎలాంటి ఆయుధాలు లేనట్టే.

- సరిగ్గా నిర్ణయించుకున్న “ఎలా” ప్రశ్నలు అడగండి – మళ్లీ మళ్లీ అడగండి. “ఎలా?” అని అడగడం మీ ప్రత్యర్థిని చర్చలో పాల్గొనేటట్లు చేస్తుంది. కానీ అదే సమయంలో అతనిని అసమతుల్యంగా ఉంచుతుంది. ఈ ప్రశ్నలకు సమాధానం ఇవ్వడం ద్వారా వారికి నియంత్రణ భ్రమ కలుగుతుంది. అలాగే వారు తమ డిమాండ్లు చేసేటప్పుడు మీ సమస్యలను కూడా పరిగణనలోకి తీసుకుంటారు.
- “ఎలా?” ప్రశ్నలను ఉపయోగించి చర్చా వాతావరణాన్ని రూపు దిద్దుకోండి. “నేను అలా ఎలా చేయగలను?” అనే ప్రశ్నను “నో” యొక్క మృదువైన రూపంగా ఉపయోగించండి. ఇది మీ ప్రత్యర్థిని మీ పరిష్కారాల వైపు సున్నితంగా నెడుతుంది. చాలా సందర్భాల్లో, ఇది వారిని తమకే వ్యతిరేకంగా బిడ్ చేయించేలా చేస్తుంది.
- మీరు నేరుగా చర్చిస్తున్న వ్యక్తులకే కాకుండా, “చర్చలలో కనిపించకుండా వున్న వ్యక్తుల” ప్రేరణలను కూడా ఎల్లప్పుడూ

గుర్తించండి. ఒక ఒప్పందం మిగతా వారిపై ఎలా ప్రభావం చూపుతుందో, వారు దానిపై ఎంతవరకు అంగీకరిస్తున్నారో "ఎలా" అనే ప్రశ్నల ద్వారా తెలుసుకోండి.

- 7-38-55 శాతం నియమాన్ని (Rule) అనుసరించండి – అంటే వాక్యశైలిపై (tone of voice) మరియు శరీర భాష (body language) పై దృష్టి పెట్టండి. మాటలు, అప్రత్యక్ష సంకేతాల మధ్య అసమతుల్యత కనిపిస్తే, మీ ప్రత్యర్థి అబద్ధం చెబుతున్నాడో లేదా ఒప్పందంపై అసౌకర్యంగా ఉన్నాడో మీరు తెలుసుకోగలరు.
- "యస్" నిజమా లేక నకిలీదా? దాన్ని 'రూల్ ఆఫ్ త్రీ' ద్వారా పరీక్షించండి – కొలిచిన ప్రశ్నలు, సారాంశాలు, లేబుళ్లను ఉపయోగించి మీ ప్రత్యర్థిని కనీసం మూడు సార్లు తన అంగీకారాన్ని పునరుద్ధరించేటట్లు చేయండి. ఒకరు పదేపదే అబద్ధం చెప్పడం లేదా నకిలీ నమ్మకాన్ని ప్రదర్శించడం చాలా కష్టం.
- ఒక వ్యక్తి ఉపయోగించే సర్వనామాలు (pronouns) అతని అధికార స్థాయి గురించి లోతైన అవగాహన ఇస్తాయి. "నేను", "నాకు", "నా" వంటి పదాలు ఎక్కువగా వింటే, నిర్ణయం తీసుకునే అసలు అధికారం వేరే చోటుందని అర్థం. "మేము", "వాళ్లు", "వారికి" వంటి పదాలు ఎక్కువగా వస్తే, మీరు తెలివైన నిర్ణయాధికారితో నేరుగా వ్యవహరిస్తున్నారని సూచిస్తుంది.
- మీ పేరు స్వయంగా ఉపయోగించి మీరు నిజమైన మనిషిగా కనిపించండి – దాంతో మీరు మీ ప్రత్యర్థులతో మానవీయ అనుసంధానం ఏర్పరచుకోగలరు. కొన్నిసార్లు మీ కోసం ప్రత్యేక రాయితీ కూడా దొరికే అవకాశం ఉంది. హాస్యం, మానవత్వం అనేవి విషయం ఒక కొలిక్కి రావటానికి ఉత్తమ మార్గాలు – అవి అడ్డంకులను తొలగిస్తాయి.

అధ్యాయం 9

గట్టిగా చర్చించండి

కొన్ని సంవత్సరాల క్రితం నేను ఒక ఎర్ర రంగు టయోటా 4 రన్నర్ మీద ప్రేమలో పడ్డాను. "ఎర్ర" అని మాత్రమే కాదు, "సాల్సా రెడ్ పెర్ల్" అని పిలిచే రంగు. రాత్రివేళల్లో మెరుస్తూ పొగలు కమ్మినట్టు కనిపించే ఆ ఎరుపు. ఎంత సొగసుగా ఉంటుందో! దాన్ని తప్పక సంపాదించాలి అనిపించింది; ఆ కారు దొరికి పుచ్చుకోవడం నా పిచ్చిగా మారింది.

వాషింగ్టన్, డి.సి. ప్రాంతంలోని అందరి డీలర్ల దగ్గరా వెతికాను. త్వరలోనే అర్థమైంది – అదే రంగులో ఉన్న ఆ ట్రక్కును కోరుకున్నది నేను మాత్రమే కాదు; ఆ రంగులో ఒక్క కారు కూడా ఆ ప్రాంతంలో లేదు. ఒక్క డీలర్ దగ్గర తప్ప.

మీకు తెలుసా, "ఆకలితో ఉన్నప్పుడు కిరాణా సరుకులు కొనకండి" అని చెబుతారు కదా? నేను అప్పుడు ఆకలితో ఉన్నాను. చాలా ఆకలితో! నిజంగా చెప్పాలంటే, ప్రేమలో ఉన్నాను. నేను ప్రశాంతంగా కూర్చున్నాను. మనసును ఆధీనంలోకి తెచ్చుకున్నాను. వ్యూహం వేసుకున్నాను. ఆ డీలర్ లాట్ ఒక్కటే నాకున్న అవకాశం. దాన్ని సాధించాలి.

ఎండాకాలం, శుక్రవారం మధ్యాహ్నం నేను డీలర్ దగ్గరికి వెళ్లాను. అక్కడ సేల్స్‌మ్యాన్ – స్నేహపూర్వకంగా కనిపించిన స్టాన్ – ఆయన ఎదుట కూర్చున్నాను. ఆ వాహనం ఎంత అందంగా ఉందో చెప్పాను.

అతను మామూలుగానే ఆత్మవిశ్వాసంతో చిరునవ్వు నవ్వాడు –

"ఇతను నా చేతిలో ఉన్నాడు" అన్న భావనతో – "ఆ అందమైన వాహనం" ధర $36,000 అని చెప్పాడు.

నేను అర్థం చేసుకున్నట్టు తల ఊపాను. పెదవులు చిట్లించాను. ఒక చర్చను ప్రారంభించడానికి ముఖ్యమైనది – ఎదురుగా ఉన్న వ్యక్తిని స్వల్పంగా కదిలించడం. అది చాలా మృదువుగా చేయాలి. ఆ సమతుల్యాన్ని సాధిస్తే, నాకు కావాల్సిన ధర పొందే అవకాశం ఉంది.

"నేను $30,000 చెల్లించగలను," అన్నాను. "అది కూడా నగదుగా, ముందుగానే! ఈరోజే చెక్కు రాయగలను. అంతకంటే ఎక్కువ మాత్రం సాధ్యం కాదు."

అతని చిరునవ్వు కొంచెం మసకబారింది. కానీ వెంటనే దాన్ని తిరిగి బిగించాడు. తల ఊపాడు.

"మీరూ అర్థం చేసుకోవాలి. మేము అలా చేయలేము. స్టిక్కర్ ధర $36,000 కదా."

"అయితే నేను ఎలా చేయగలను?" అని వినయంగా అడిగాను.

"మేము ఏదో ఫైనాన్సింగ్ ప్లాన్‌తో $36,000 కు సరిపడేలా చూడగలం" అని అతను అన్నాడు. కానీ అతని మాటల్లో ధైర్యం తగ్గింది.

"ఇది అద్భుతమైన ట్రక్. నిజంగా అద్భుతం. దీన్ని పొందితే ఎంత సంతోషపడతానో చెప్పలేను. నా ఆఫర్ కన్నా దీని విలువ ఎక్కువే. కానీ నిజంగా విచారంగా ఉంది. అంతకన్నా ఇవ్వలేను."

అతను కాసేపు నిశ్శబ్దంగా, కొంచెం గందరగోళంగా నా వైపు చూశాడు. తరువాత లేచి వెనుకకు వెళ్లిపోయాడు. చాలాసేపు కనబడలేదు. అతనలా వెళ్ళిపోయిన తరువాత నేను నాలోనే అనుకున్నాను: "అయ్యో! నేను మరింత తక్కువ ధర చెప్పాల్సింది! వాళ్లు తగ్గేలానే ఉన్నారు" మీ ఆఫర్‌ను పూర్తిగా తిరస్కరించని ప్రతిస్పందన అంటే మీరు ఆధిపత్యం సాధించారన్న మాట.

అతను తిరిగి వచ్చి "మా బాస్ కొత్త ధరను అంగీకరించారు – $34,000," అన్నాడు.

"వావ్, మీ ఆఫర్ చాలా గొప్పది. ఇది నా కలల కారు" అన్నాను. "నిజంగా నేను మీరు చెప్పిన ధర యివ్వగలిగితే చాలా బాగుండేది. చాలా ఇబ్బందిగా ఉంది. కానీ సాధ్యం కాదు."

అతను మళ్లీ నిశ్శబ్దంగా కూర్చున్నాడు. నేనూ మాట్లాడలేదు. ఆ నిశ్శబ్దాన్ని కొనసాగించాను. చివరికి ఒక నిట్టూర్పు వదిలి మళ్లీ వెనుకకు వెళ్లిపోయాడు.

మరలా వచ్చి "మీరు గెలిచారు," అన్నాడు. "నా మేనేజర్ $32,500 అంగీకరించాడు" అతను ఒక పేపర్‌ను నా ముందుంచాడు. దానిపై పెద్ద అక్షరాలతో "YOU WIN" అని, చుట్టూ స్మైలీ ముఖాలు వేసి ఉన్నాయి.

"నేను ఎంతో కృతజ్ఞుడిని. మీరు చాలా ఉదారంగా వ్యవహరించారు. ఈ ట్రక్ ఖచ్చితంగా నేను చెప్పిన ధర కంటే ఎక్కువ విలువైనది" అన్నాను. " కానీ క్షమించండి, నేను నిజంగా భరించలేను"

అతను మళ్లీ లేచాడు. ఈసారి చిరునవ్వు లేదు. ఇంకా గందరగోళంగా కనిపించాడు. కొద్ది సెకన్ల తరువాత వెనుకకు వెళ్లాడు. నేను వెనక్కి వాలి కూర్చున్నాను. నాకు విజయం లభించబోతోందని నాకు తెలుసు.

నిమిషం తర్వాత – ఈసారి ఎక్కువ సమయం కాదు – తిరిగి వచ్చి కూర్చున్నాడు. "మేము అంగీకరించాం" అన్నాడు.

రెండు రోజుల తరువాత, నేను నా సాల్సా రెడ్ పెర్ల్ టయోటా 4 రన్నర్‌ను $30,000 చెల్లించి నడుపుకుంటూ వెళ్లాను.

భగవంతుడా, ఆ ట్రక్ నాకు చాలా ఇష్టం. ఇప్పటికీ అదే నడుపుతున్నాను.

బహుశా ప్రతి చర్చలో ఒక దశ వస్తుంది – ఇద్దరు వ్యక్తుల మధ్య సాగుతున్న మృదువైన మాటలు ఆకస్మికంగా కాఠిన్యంగా మారే దశ. మీకు తెలుసు, అదే "అసలు విషయానికి రావటం" (brass tacks) దశ. మీరు మిరరింగ్, లేబ్లింగ్ ద్వారా ఒక రాపోర్ట్ సృష్టించారు; "Accusation Audit" ద్వారా మిగిలిన భావోద్వేగ అడ్డంకులు తొలగించారు; రెండు పక్షాల ప్రయోజనాలను గుర్తించి "That's right" అని ఆమోదం పొందారు.

ఇప్పుడు వేదిక సిద్ధమైంది – నిజమైన బేరసారాల కోసం.

ఒకసారి యిది గమనించండి: డబ్బు కోసం జరిగే ఒత్తిడి – ఆఫర్లు, కౌంటర్ల మధ్య జరిగే అసౌకర్యకరమైన నృత్యం. ఇది చాలామందికి చల్లని చెమట పట్టించే పరిస్థితి. మీరు కూడా ఆ బహుళంలో భాగమే అయితే – ఈ

తప్పదనిపించే క్షణాన్ని కేవలం ఒక అవసరమైన దుష్టమైన దశగా మాత్రమే చూస్తే – అప్పుడు ఈ ప్రక్రియను ఆత్మీయంగా స్వీకరించిన వారిచేత మీరు తరచుగా ఓడిపోతూ ఉంటారు అనే అవకాశం ఉంది.

ఒక చర్చలో (negotiationలో) అత్యధిక ఆందోళనను, అజాగ్రత్తపరమైన దాడి స్వభావాన్ని కలిగించే భాగం బేరసారాలు (bargaining). అందుకే దానిని మిగతా అన్ని భాగాల కంటే ఎక్కువగా గందరగోళంగా, తప్పుగా నిర్వహిస్తారు. ఇది చాలామందికి సహజంగా సౌకర్యంగా అనిపించే ప్రక్రియ కాదు. మన దగ్గర ఎంత మంచి ప్రణాళికలు ఉన్నా, ధరలు మార్పిడి చేసే సమయంలో చాలా మంది వెనక్కి తగ్గిపోతారు.

ఈ అధ్యాయంలో, బేరసారాల ప్రక్రియను నిర్మించే వ్యూహాలను (tactics) నేను వివరించబోతున్నాను. అలాగే ఆ వ్యూహాలను ఎప్పుడు, ఎలా ఉపయోగించాలో నిర్ణయించే మానసిక గుణాత్మకతలు (psychological dynamics) గురించి కూడా మాట్లాడతాను.

ఇప్పుడు, బేరసారాలు అనేవి రాకెట్ సైన్స్ కాదు. కానీ అవి సరళమైన అంతఃప్రేరణ (intuition) లేదా గణితం కూడా కావు. బాగా బేరసారాలు చేయాలంటే, మీరు కొసరి కొసరి బేరమాడే (haggling) ప్రక్రియ గురించి మీలో ఉన్న అంచనాలను వదిలేయాలి. అలాగే బేరసారాల విషయంలో కీలక పాత్ర పోషించే సూక్ష్మమైన మానసిక వ్యూహాలను గుర్తించడం నేర్చుకోవాలి. నైపుణ్యమున్న బేరసారాలు చేసేవాళ్లు కేవలం మొదటి ఆఫర్లు, కౌంటర్ ఆఫర్లు, లేదా ముగింపు కదలికలు మాత్రమే చూడరు – వారు ఉపరితలానికి దిగువన ప్రవహించే మానసిక ప్రవాహాలను (psychological currents) కూడా గమనిస్తారు.

ఈ ప్రవాహాలను గుర్తించడం నేర్చుకున్న తర్వాత, మీరు బేరసారాల పరిస్థితులను మరింత ఖచ్చితంగా "చదవగలరు". అత్యుత్తమ చర్చకారులను కూడా బాధించే వ్యూహాత్మక ప్రశ్నలకు ధైర్యంగా సమాధానం ఇవ్వగలరు.

అప్పుడు మీరు "బేర్-నకిల్ బార్గెనింగ్" (bare-knuckle bargaining — అంటే చేతికి గ్లోవ్స్ లేకుండా బాక్సింగ్ చేయటం లాంటిది) కోసం సిద్ధంగా ఉంటారు. మీరు దానిని ఎలా ఎదుర్కొంటారో ఊహించలేరు.

మీ స్వభావం ఎలాంటిది?

కొన్ని సంవత్సరాల క్రితం నేను నా పడవలో నా ఉద్యోగుల్లో ఒకరితో ఉన్నాను – అతని పేరు కీనన్, అతను చాలా మంచి వ్యక్తి. ఆ రోజు నేను అతనికి ఉత్సాహం ఇచ్చే మాటలు చెప్పడం (pep talk) పనితీరు సమీక్ష (performance review) చేయడం కోసం ఉన్నాను.

"మనం చేసే పని గురించి నేను ఆలోచించినప్పుడు, దాన్ని 'అదృశ్యంగా ఉండే అలను బయటికి చూపించడం' (uncovering the riptide) అని వర్ణిస్తాను" నేను అన్నాను.

"అదృశ్యంగా ఉండే అలను బయటికి చూపించడమా?" అని కీనన్ అన్నాడు.

"అవును," నేను చెప్పాను. "నా ఆలోచన ఏమిటంటే — మనం, నేను, నువ్వు, ఇక్కడ ఉన్న అందరం — తీరానికి దూరంగా లాక్కెళ్తున్న మానసిక శక్తులను గుర్తించి, వాటిని ఉపయోగించి మరింత ఫలప్రదమైన దిశలో వెళ్లగలిగే నైపుణ్యం కలిగి ఉన్నాం"

"అవును. ఎంతో ఫలప్రదమైన దిశలో" అని కీనన్ అన్నాడు.

"ఖచ్చితంగా," నేను చెప్పాను. "అంటే మనం చేరగలిగే ఒక స్థలం, అక్కడ మనం..."

మేము దాదాపు నలభై ఐదు నిమిషాలు మాట్లాడుకుంటూ ఉన్నాం. నా కుమారుడు బ్రాండన్ – అతను ది బ్లాక్ స్వాన్ గ్రూప్ లో ఆపరేషన్లను నడుపుతాడు – ఒక్కసారిగా పెద్దగా నవ్వుతూ ఉక్కిరిబిక్కిరై పోయాడు.

"అబ్బా.. ఇంకా తట్టుకోలేను! మీరు గమనించలేదా? నాన్నా, మీరు గమనించలేదా?" అని అడిగాడు.

నేను కళ్ళు టపటపలాడించాను. "ఏమిటన్నావ్?" అని అడిగాను.

"కీనన్ చేస్తున్నది అంతా మీ మాటలను మిర్రర్ (అద్దంలా ప్రతిబింబించడం) చేయడమే. అతను దాదాపు గంట నుండి అలాగే చేస్తున్నాడు"

"ఓహ్," అని నేను అన్నాను. నా ముఖం ఎర్రగా మారింది. కీనన్ నవ్వడం మొదలుపెట్టాడు.

అతను పూర్తిగా సరిగ్గానే చెప్పాడు. కీనన్ మొత్తం సమయం నాతో ఆడుకున్నాడు – నా లాంటి దూకుడు వ్యక్తులపై బాగా పనిచేసే మానసిక పద్ధతిని ఉపయోగించేది: మిర్రరింగ్ (Mirroring).

మీ వ్యక్తిగత చర్చా శైలి (personal negotiation style) – అలాగే మీ ప్రత్యర్థి (counterpart) శైలి కూడా – బాల్యంలో స్థితి, విద్య, కుటుంబం, సంస్కృతి, ఇంకా మరెన్నో అంశాల ద్వారా ఏర్పడుతుంది. వాటిని గుర్తించడం ద్వారా మీరు మీ చర్చా బలాలు, బలహీనతలు (strengths and weaknesses) – అలాగే మీ ప్రత్యర్థివి కూడా – గుర్తించి, దానికి అనుగుణంగా మీ మనస్తత్వం మరియు వ్యూహాలను (mindset and strategies) సర్దుబాటు చేసుకోవచ్చు.

చర్చా శైలి అనేది బేరసారాల (bargaining) లో ఒక కీలకమైన మార్పు తెచ్చే చలనశీలి. వివిధ పరిస్థితుల్లో మీరు లేదా ఎదుటి వారు ఏ రకమైన ప్రేరణతో ఎలా స్పందిస్తారో తెలియకపోతే, సమర్థమైన వ్యూహాలు, ఎత్తులు సిద్ధం చేయడం చాలా కష్టమవుతుంది. మీకు, మీ ప్రత్యర్థికీ కూడా కొన్ని ఆలోచనా పద్ధతులు, ప్రవర్తనా అలవాట్లు ఉంటాయి. వాటిని మీరు గుర్తించిన తరువాత, వాటిని యుక్తిగా (strategically) ఉపయోగించవచ్చు.

కీనన్ చేసినట్లుగానే!

చర్చల దగ్గర మీరు కలుసుకునే అనేక రకాలైన వ్యక్తుల గురించి – వారి ఆర్కిటైప్స్ (archetypes) మరియు ప్రవర్తనా నమూనాలు (behavioral profiles) పై విస్తారమైన పరిశోధనలు ఉన్నాయి. అది అంతా ఒక పెద్ద గ్రంథాలయం లాంటిది. అయితే, అవి అంతగా విస్తరించి ఉండటంతో దాని ఉపయోగం తగ్గిపోతుంది. గత కొన్ని సంవత్సరాల్లో, ముఖ్యంగా నా కుమారుడు బ్రాండన్ ఆధ్వర్యంలో, మేము ఆ సమస్త పరిశోధనలను ఏకీకృతం చేసి సరళీకరించాము. వాటిని మా అనుభవాలు, బిజినెస్ స్కూల్ విద్యార్థుల కేస్ స్టడీలతో క్రాస్‌రిఫరెన్స్ చేసి, మేము కనుగొన్నది ఏమిటంటే: ప్రజలు సాధారణంగా మూడు విభాగాలలోకి వస్తారు. కొందరు 'సర్దుకుపోయే వాళ్లు' (అనుకూలవాది, Accommodators), మరికొందరు – నాలాంటి వాళ్లు – 'ఖచ్చితంగా చెప్పేవాళ్లు' (దృఢవాది, Assertive), మిగిలిన వారు విశ్లేషించే వాళ్లు (Analysts).

హాలీవుడ్ సినిమాలలో చర్చా సన్నివేశాలు తరచుగా ఒక Assertive శైలి, ఖచ్చితమైన మాట చెప్పడం, మాత్రమే సమర్థవంతమైన బేరసారాలకు అవసరమని చూపిస్తాయి. కానీ వాస్తవానికి ప్రతి శైలీ సమర్థవంతంగా ఉంటుంది. అయితే నిజంగా సమర్థవంతం కావాలంటే – ఈ మూడింటిలో ముఖ్యమైన అంశాలు మీరు కలిగి ఉండాలి.

ఒక అధ్యయనం ప్రకారం, అమెరికాలోని రెండు ప్రధాన నగరాల న్యాయవాది - చర్చకారుల్లో (lawyer-negotiators) 65% మంది సహకార (cooperative) శైలిని ఉపయోగిస్తుండగా, కేవలం 24% మంది మాత్రమే నిజంగా Assertive గా ఉన్నారు. అయితే ఈ న్యాయవాదుల సమర్థతను కొలిచినప్పుడు, 75% కంటే ఎక్కువ మంది సమర్థవంతమైనవారు సహకార శైలిలో నుంచే వచ్చారు, కేవలం 12% మంది మాత్రమే నిజంగా Assertive. అందువల్ల మీరు Assertive కాకపోయినా నిరాశ చెందాల్సిన అవసరం లేదు. ఎందుకంటే బలవంతపు ఆత్మవిశ్వాసం (blunt assertion) ఎక్కువసార్లు ప్రతికూల ఫలితాలను ఇస్తుంది.

బాగా గుర్తుంచుకోండి – మీ వ్యక్తిగత చర్చా శైలి ఒక బంధనం (straitjacket) కాదు. అందరూ ఒకే రకమైన శైలిలో ఉండరు. మనలో చాలామందికి పరిస్థితి అనుసరించి ఇతర శైలులను కూడా ప్రదర్శించే సామర్థ్యం ఉంటుంది. విజయవంతమైన బేరసారాల గురించి ఒక ప్రాథమిక సత్యం ఉంది: మంచి చర్చకారుడు కావాలంటే, చర్చా స్థలం దగ్గర మీ నిజ స్వరూపంతో ఉండటం నేర్చుకోవాలి. మహత్తరమైన చర్చకారుడు కావాలంటే, మీ బలాలను పెంచుకోవాలి – వాటిని మార్చకూడదు.

ఇక మీ ముందున్న చర్చకారుడు ఏ రకానికి చెందినవాడో తెలుసుకోవడానికి, మీకు సరిపోయే వ్యూహాలు ఏమిటో గుర్తించడానికి కొన్ని మార్గదర్శక సూత్రాలు ఇక్కడ ఉన్నాయి.

విశ్లేషకుడు (ANALYST)

విశ్లేషకులు పద్ధతిగా, క్రమబద్ధంగా పనిచేసే వారుగా ఉంటారు. వారు తొందరపడరు. బదులుగా, ఉత్తమ ఫలితాన్ని సాధించడానికి పరిపూర్ణమైన, వ్యవస్థాత్మకమైన విధంగా పనిచేస్తే సమయం యిబ్బంది పెట్టదని నమ్ముతారు. వారు చేసే తప్పులను తగ్గించుకోవడమే తమ స్వరూపమని భావిస్తారు. వారి

మంత్రం: "సరైన పని చేయడానికి ఎంత సమయం పడితే అంత సమయం తీసుకోవాలి."

సాంప్రదాయ విశ్లేషకులు ఒంటరిగా పనిచేయడానికే ఇష్టపడతారు. తమ లక్ష్యాల నుండి చాలా అరుదుగా పక్కకు తొలగుతారు. వారు భావోద్వేగాలను చాలా అరుదుగా ప్రదర్శిస్తారు. సాధారణంగా మూడవ అధ్యాయంలో నేను చెప్పిన **FM DJ** స్వరం మాదిరిగా – నెమ్మదిగా, తూనిక రాళ్లతో తూచిన విధంగా, సూటిగా మాట్లాడతారు. అయితే, విశ్లేషకులు చాలాసార్లు శాంతంగా మాట్లాడేందుకు బదులుగా దూరాన్ని పెంచుతున్నట్టుగా మాట్లాడుతారు. ఇది వారికి తెలియకుండానే ఇతరులను దూరం చేస్తుంది. దీనివల్ల, ప్రత్యర్థులు సౌకర్యంగా భావించి వాళ్ల మనసులో విషయాలు బయటపడనీయకుండా చేస్తుంది.

విశ్లేషకులు, విస్తృతమైన సిద్ధత కలిగి వుండటం వల్ల చర్చలలో ఎలాంటి వివరాన్నయినా తప్పి పోకుండా చూసుకోవడంలో గర్విస్తారు. వారు రెండు వారాలు పరిశోధన చేయవచ్చు – అదే డేటాను చర్చా టేబుల్ వద్ద పదిహేను నిమిషాల్లో పొందగలిగినా కూడా! – కేవలం ఆశ్చర్యానికి గురి కాకుండా ఉండటానికిగాను, విశ్లేషకులు ఆశ్చర్యాలను అసహ్యించుకుంటారు.

వారు మితభాషులు, సమస్య పరిష్కారకులు, సమాచారం సేకరించే వారు. వారికి "పరస్పరత" (reciprocity) పట్ల చాలా సున్నితత్వం ఉంటుంది. వారు ఒక భాగం ఇస్తారు, కానీ తగిన సమయానికి ప్రతిగా మరొక భాగం రాకపోతే నమ్మకం కోల్పోయి సంభాషణను నిలిపేస్తారు. ఇది చాలాసార్లు ఎక్కడినుంచో అకస్మాత్తుగా వచ్చినట్లుగా అనిపిస్తుంది, కానీ గుర్తుంచుకోండి – వారు ఒంటరిగా పని చేయడానికే ఇష్టపడతారు. కాబట్టి వారు మీతో మాట్లాడటం అనేది వారి దృష్టిలో ఒక రకమైన రాయితీ (concession). వారు తమ ఎదుటివారి నుండి వచ్చే రాయితీలను కూడా ఒక కొత్త సమాచారంగా తీసుకుని తిరిగి వెళ్ళి పరిశీలిస్తారు. కాబట్టి వారివద్ద నుండి తక్షణ ప్రతిపాదనలు ఆశించవద్దు.

ఇలాంటి వారు సహజంగా అనుమానాస్పద మనస్తత్వం కలిగినవారై ఉంటారు. కాబట్టి ప్రారంభంలోనే వారిని చాలా ప్రశ్నలు అడగడం మంచిది కాదు. ఎందుకంటే అన్ని పరిణామాలను పూర్తిగా అర్థం చేసుకునే వరకు వారు సమాధానం చెప్పడానికి ఇష్టపడరు. వారితో మాట్లాడేటప్పుడు, మీరు

సిద్ధంగా ఉండటం చాలా ముఖ్యం. స్పష్టమైన డేటాతో మీ తర్కాన్ని నడపండి; ఊహాగానాలు చేయవద్దు; వాస్తవాలను ఆధారంగా చేసుకుని విభేదాలను చూపండి; సమస్యలను ముందుగానే హెచ్చరించండి; ఆశ్చర్యాలను నివారించండి.

నిశ్శబ్దాన్ని వారు ఆలోచించే అవకాశంగా భావిస్తారు. వారు మీపై కోపంగా ఉండరు. మీరు ఇంకా ఎక్కువగా మాట్లాడటానికి అవకాశం ఇస్తున్నారు అనుకోవద్దు. వారు మీ దృక్కోణాన్ని అంగీకరించట్లేదని అనిపిస్తే, మొదట వారికి ఆలోచించే సమయం ఇవ్వండి. క్షమాపణల గురించి వారు పెద్దగా పట్టించుకోరు. ఎందుకంటే వారు చర్చను, మీతో ఉన్న వ్యక్తిగత సంబంధాన్ని వేర్వేరు విషయాలుగా చూస్తారు. "లేబల్స్" (labels) వారికి ఆ క్షణంలో బాగానే స్పందిస్తాయి. కానీ వారు "క్యాలిబ్రేటెడ్ ప్రశ్నలకు" (calibrated questions) లేదా "అవును" అని సమాధానమిచ్చే మూసబద్ధ ప్రశ్నలకు త్వరగా స్పందించరు. అందువల్ల, వారికి సమాధానం ఇవ్వడానికి కొన్ని రోజులు పట్టవచ్చు.

మీరు ఒక విశ్లేషకుడైతే, మీ ఎదుటివారి నుండి – అంటే ఒక ముఖ్యమైన డేటా మూలం నుండి – మిమ్మల్ని మీరు వేరు చేసుకుంటున్నారా లేదా అన్నది గమనించాలి. మీరు చేయగలిగే అతిపెద్ద మార్పు ఏమిటంటే — మీరు మాట్లాడేటప్పుడు చిరునవ్వు చిందించండి. దానివల్ల ప్రజలు మీతో ఎక్కువగా సమాచారాన్ని పంచుకుంటారు. చిరునవ్వు అలవాటుగా మారితే, మీరు అప్రయత్నంగా ఆశ్చర్యానికి గురైన క్షణాలను కూడా సులభంగా దాచుకోగలుగుతారు.

అనుకూలవాది (ACCOMMODATOR)

ఈ రకమైన చర్చకర్తకు అత్యంత ముఖ్యమైన విషయం – సంబంధాన్ని నిర్మించడంలో గడిపిన సమయం. అనుకూలవాదులు భావిస్తారు – ఎప్పటికప్పుడు, నిరంతర సమాచార మార్పిడి జరుగుతున్నంత వరకు సమయం సద్వినియోగమవుతోంది. వారు సంభాషణలో ఉన్నంత కాలం సంతోషంగా ఉంటారు. వారి లక్ష్యం తమ ఎదుటివారితో మంచి సంబంధాలు ఏర్పరచుకోవడం. వారు "విన్-విన్" (Win-Win) పరిస్థితిని ప్రేమిస్తారు.

మనం చెప్పుకునే మూడు రకాల చర్చకర్తల్లో, ఏదీ సాధించకుండానే మంచి స్నేహం నిర్మించే అవకాశం ఎక్కువగా వీరికి ఉంటుంది.

అనుకూలవాదులు, ఒప్పందం కుదరకపోయినా, తమ ఎదుటివారితో స్నేహాన్ని కొనసాగించాలని కోరుకుంటారు. వారితో మాట్లాడటం చాలా సులభం – వారు అత్యంత స్నేహపూర్వకంగా, మృదుస్వరంతో మాట్లాడుతారు. ఎదుటివారి మనసు గెలుచుకోవడానికి లేదా వారిని సంతోషపెట్టడానికి రాయితీ ఇవ్వడంలో వీరు వెనుకాడరు – ఎదుటివారు కూడా అలాగే ప్రతిస్పందిస్తారని ఆశిస్తారు.

మీ ప్రత్యర్థులు స్నేహపూర్వకులు, శాంతికాముకులు, ఆశావాదులు, సులభంగా దృష్టి తప్పేవారు, సమయపాలనలో బలహీనులు అయితే – వారు అనుకూలవాదులు కావచ్చు. వారు మీ ప్రత్యర్థులైతే గనుక, మీరు కూడా స్నేహపూర్వకంగా, సౌమ్యంగా ఉండాలి. వారు తమ ఆలోచనల గురించి మాట్లాడటానికి అవకాశం ఇవ్వండి. "ఎలా అమలు చేయాలి" అనే దానిపై దృష్టి పెట్టిన క్యాలిబ్రేటెడ్ ప్రశ్నలు అడిగి వారిని ముందుకు నడిపించండి – తద్వారా వారి మాటలు చర్యల్లోకి మార్చే మార్గాన్ని కనుగొనవచ్చు. కానీ వీరి స్వభావం కారణంగా, "మొదటగా రాయితీ ఇచ్చే" చక్రాన్ని ప్రారంభించే అవకాశం ఎక్కువగా ఉంటుంది – కాబట్టి వారు నిజంగా ఇవ్వలేని ఏదైనా వాగ్దానం చేసిన ఉండవచ్చు.

వారి సంసిద్ధత కొంత బలహీనంగా ఉంటుంది. ఎందుకంటే వారు చర్చా టేబుల్ వెనుక 'అదృశ్యంగా ఉన్న వ్యక్తి' పైనే ఎక్కువ దృష్టి పెడతారు. వారు మీ గురించి తెలుసుకోవాలను కుంటారు. వారికి చర్చ యొక్క ఆత్మపై, భావోద్వేగాలను నియంత్రించడమే కాక వాటిని తృప్తి పరచడంలో కూడా, అపారమైన ఆసక్తి ఉంటుంది.

అనుకూలవాదితో విభేదించడం చాలా సులభం. ఎందుకంటే వారు మీరు చెప్పేది వినడానికి ఎప్పుడూ సిద్ధంగా ఉంటారు. కానీ వారి అభ్యంతరాలను బయటపెట్టించడం మాత్రం కష్టం. వారు సమస్యాత్మక అంశాలను ముందుగానే గుర్తించి ఉంటారు. అయితే, వాటిని ప్రస్తావించడాన్ని తప్పించుకుంటారు – ఎందుకంటే వాటి వల్ల ఘర్షణ ఏర్పడుతుందేమో అనే భయం ఉంటుంది.

మిమ్మల్ని మీరు ఒక అనుకూలవాదిగా గుర్తించుకుంటే – మీ

స్నేహపూర్వకతను కొనసాగించండి, కానీ మీ అభ్యంతరాలను త్యజించవద్దు. ఇతర రెండు రకాల చర్చకర్తలకు కూడా మీ అభిప్రాయాన్ని వినడం అవసరం; అలాగే మీరు మరో అనుకూలవాదితో వ్యవహరిస్తున్నట్లయితే, వారు కూడా దాన్ని స్వాగతిస్తారు. అలాగే, అధికంగా కబుర్లు (chitchat) చెప్పుకునే విషయంలో జాగ్రత్తగా ఉండండి: ముందు చెప్పుకున్న రెండు రకాల వ్యక్తులకు దాని అవసరం ఉండదు. మీరు మీలాంటి వారితో కూర్చున్నట్లయితే, సంభాషణ ముందుకు కదలని ప్రమాదం ఉంటుంది.

దృఢవాది (ASSERTIVE)

దృఢవాది రకానికి చెందిన వ్యక్తులు "సమయం అంటే డబ్బు" అని నమ్ముతారు; వాళ్ల దృష్టిలో వృధా అయిన ప్రతి నిమిషం, వృధా అయిన రూపాయి. వారి స్వరూపం – వారు ఒక పనిని ఎంత కాల వ్యవధిలో పూర్తి చేస్తారన్నదానిపై ఆధారపడి ఉంటుంది. వారికి పనిని తప్పు లేకుండా చేయడం కంటే "పూర్తి చేయడం" ముఖ్యం.

దృఢవాదులు ఉత్సాహభరితులు. గెలవడమే వారికి ప్రధానమైన లక్ష్యం – తరచుగా దానికి ఇతరులు మూల్యం చెల్లిస్తారు. వీరి సహచరులు, ప్రత్యర్థులు ఎప్పుడూ వీరి స్థితి ఏంటో ప్రశ్నించాల్సిన అవసరం ఉండదు. ఎందుకంటే వారు ఎప్పుడూ నేరుగా, స్పష్టంగా మాట్లాడుతారు. వారి కమ్యూనికేషన్ శైలి దూకుడుగా ఉంటుంది. వారు భవిష్యత్తు సంబంధాల గురించి పెద్దగా ఆందోళన చెందరు. వారి వ్యాపార సంబంధాల దృక్కోణం గౌరవంపైనే ఆధారపడి ఉంటుంది – అంతకంటే ఎక్కువ కాదు, తక్కువ కూడా కాదు.

ముఖ్యంగా, దృఢవాది వినడం పట్ల ఎక్కువ ఉత్సాహం చూపిస్తాడు. ఏదైనా విషయం వారు విన్న తర్వాతనే దాని గురించి ప్రత్యర్థితో మాట్లాడతారు. వారు వ్యక్తుల కంటే తమ లక్ష్యాలపైనే దృష్టి పెడతారు. వారు "అడగరు" అందుకు బదులుగా "చెబుతారు."

దృఢవాదులతో వ్యవహరించేటప్పుడు, వారు చెప్పేది వినడంపైనే దృష్టి పెట్టండి – ఎందుకంటే మీరు వారిని అర్థం చేసుకున్నారని వారు నమ్మిన తరువాత మాత్రమే మీ దృక్కోణాన్ని వినడానికి సిద్ధపడతారు.

దృఢవాదికి 'నిశ్శబ్దం' అనేది మరింత మాట్లాడేందుకు ఒక అవకాశం.

అద్దం లాంటి "మిర్రర్స్" (Mirrors) ఈ రకానికి అద్భుతమైన సాధనం. అలాగే క్యాలిబ్రేటెడ్ ప్రశ్నలు, "లేబల్స్" (labels), "క్లుప్త వివరణలు" (summaries) కూడా సహాయకంగా ఉంటాయి. దృఢవాది నుండి మీరు పొందవలసిన అత్యంత ముఖ్యమైన ప్రతిస్పందన – ఒక "అదే కదా" ("that's right") – అది "అదే కచ్చితంగా" ("that's it exactly") లేదా "మీరు కచ్చితంగా చెప్పారు" ("you hit it on the head") అనే రూపంలో రావచ్చు.

పరస్పరత (reciprocity) విషయానికి వస్తే, ఈ రకమైన వ్యక్తులకు "ఒక అంగుళం ఇస్తే ఒక మైలు తీసుకోవాలి" అనే ధోరణి ఉంటుంది. మీరు ఇచ్చినదేదైనా తమకే అర్హమని వారు భావిస్తారు. కాబట్టి వారు ప్రతిగా ఏదైనా ఇవ్వాలి అనే విషయంపై అవగాహన లేకుండా ఉంటారు. వాస్తవానికి, వారు మరిన్ని పొందే అవకాశాలకే ఎదురుచూస్తుంటారు. వారు ఎప్పుడైనా రాయితీ ఇచ్చినా, దానికి ప్రతిగా ఏదైనా తిరిగి పొందే క్షణాల కోసం కౌంట్‌డౌన్ ప్రారంభిస్తారు.

మీరు ఒక దృఢవాది (Assertive) అయితే, మీ స్వరాన్ని గమనించడం చాలా ముఖ్యం. మీరు ఉద్దేశపూర్వకంగా కఠినంగా మాట్లాడకపోయినా, మీరు ఆ విధంగా వినిపించే అవకాశం ఉంటుంది. కాబట్టి, ఉద్దేశపూర్వకంగా మీ స్వరాన్ని మృదువుగా చేసి, మరింత ఆహ్లాదకరంగా మార్చేందుకు ప్రయత్నించండి. మీ ఎదుటివారితో "క్యాలిబ్రేటెడ్ ప్రశ్నలు" (calibrated questions) మరియు "లేబల్స్" (labels) ఉపయోగించండి – ఇవి మిమ్మల్ని మరింత సులభంగా అవతలి వాళ్లకు దగ్గర చేస్తాయి. సహకారం పెరగడానికి అవకాశాలను పెంచుతాయి.

మనం ఇప్పటికే చూశాం – ఈ మూడు రకాల చర్చకర్తలు సమయాన్ని ఎలా వేరువేరు దృష్టికోణాల నుండి చూస్తారో (సమయం = సిద్ధత; సమయం = సంబంధం; సమయం = డబ్బు). అలాగే, వారు నిశ్శబ్దాన్ని కూడా పూర్తిగా వేర్వేరు విధాలుగా అర్థం చేసుకుంటారు.

నేను ఒక దృఢవాదిని. ఒక సదస్సులో ఒక అనుకూలవాది (Accommodator) నాకు చెప్పాడు – "నేను ఒక ఒప్పందాన్ని పాడుచేశాను." నేను వెంటనే అనుకున్నాను "నువ్వేం చేశావు? ఎదుటివాడిపై

అరిచి వెళ్లిపోయావా?" ఎందుకంటే, నా తరహా ఒప్పందం చెడిపోవడం అంటే అదే!

కానీ తేలిందేమిటంటే, అతను నిశ్శబ్దంగా ఉన్నాడు. అనుకూలవాది రకానికి నిశ్శబ్దం అంటే కోపం.

కానీ విశ్లేషకుడు (Analyst) రకానికి నిశ్శబ్దం అంటే వారు ఆలోచిస్తున్నారు. మరి దృఢవాది (Assertive) రకానికి నిశ్శబ్దం అంటే, మీరు చెప్పడానికి ఏమీ లేవు లేదా మీరు వారిని మరింత మాట్లాడమని కోరుతున్నారు అన్న భావన. నేను కూడా అలాంటివాడినే, కాబట్టి నాకు తెలుసు, నేను నిశ్శబ్దంగా ఉండే ఏకైక సమయం, నేను చెప్పడానికి ఏమీ లేకపోయినప్పుడు మాత్రమే.

ఇవి క్రాస్ అయ్యే సందర్భాలు ఆసక్తికరంగా ఉంటాయి. ఒక విశ్లేషకుడు ఆలోచించడానికి ఆగినప్పుడు, అతని ఎదుట ఉన్న అనుకూలవాది ఆందోళన చెందుతాడు. దృఢవాది మాత్రం మాట్లాడడం మొదలుపెడతాడు. దీంతో విశ్లేషకుడు చిరాకు పడతాడు, తనలో అనుకుంటాడు "ప్రతి సారి నేను ఆలోచించాలనుకుంటే నువ్వు దాన్ని మరింత మాట్లాడటానికి అవకాశంగా తీసుకుంటావు. ఎప్పుడైనా కాసేపు నోరు మూస్తావా?"

ముందుకు సాగేముందు, ప్రజలు ఎందుకు తమ ప్రత్యర్థుల శైలిని గుర్తించడంలో విఫలమవుతారో చెప్పదలిచాను.

ఎవరినైనా సరైన రీతిలో గుర్తించడంలో అతిపెద్ద అడ్డంకి, నేను "నేను సాధారణం" (I am normal) అనే విరోధాభాసం అని పిలుస్తాను. అంటే, ప్రపంచం మనకు కనిపించే విధంగానే ఇతరులకు కూడా కనిపించాలి అన్న భావన. చివరికి, ఎవరు మాత్రం అలా అనుకోకుండా ఉంటారు?

కానీ నిర్దోషమైనదిగా, సహజమైనదిగా కనిపించినా, "నేను సాధారణం" అని అనుకోవడం చర్చల్లో అత్యంత హానికరమైన అంచనాల్లో ఒకటి. ఎందుకంటే ఆ భావనతో మనం మన శైలిని అవగాహన లేకుండా ఎదుటివారి మీద ప్రతిబింబింపజేస్తాం. కానీ ఈ ప్రపంచంలో మూడు రకాల చర్చకర్తలు ఉన్నందున, 66 శాతం అవకాశం ఉంది, మీ ఎదుటివారి శైలి మీది కాదని. అంటే, అది ఒక విభిన్నమైన "సాధారణం."

ఒకసారి ఒక CEO నాతో చెప్పాడు. "నేను చేసే చర్చల్లో పదిలో

తొమ్మిది విఫలమవుతాయి" అని. అతను తన నమ్మకాలను ఎదుటివారిపై ప్రతిబింబింపజేస్తున్నాడు. వాస్తవంగా, అతనికి తనలాంటి వారితో చర్చలు సజావుగా సాగినది పదిసార్లలో ఒకసారి మాత్రమే అయి ఉండవచ్చు. తన ఎదుటివారి శైలి తనదానికంటే వేరుగా ఉందని అతనికి అర్థమైతే, అతని విజయం రేటు ఖచ్చితంగా పెరిగి ఉండేది.

వారు సిద్ధం అయ్యే విధానం నుండి సంభాషణలో పాల్గొనే విధానం వరకు, ఈ మూడు రకాల చర్చకర్తలు పూర్తిగా వేరుగా వ్యవహరిస్తారు. కాబట్టి మీరు సమర్థవంతంగా బేరసారాలు (bargaining) చేయాలని అనుకునే ముందు, మీరు మీ ఎదుటివారి "సాధారణాన్ని" అర్థం చేసుకోవాలి. వారి వైవిధ్యాన్ని స్వీకరించడం ద్వారా వారి రకాన్ని గుర్తించాలి. ఎందుకంటే చర్చల్లో, "గోల్డెన్ రూల్" తప్పు.

"బ్లాక్ స్వాన్ రూల్" ఏమిటంటే – "ఇతరులను మీరు చూడాలనుకున్న విధంగా చూడకండి; వారు ఎలా ప్రవర్తించబడాలని కోరుకుంటారో అలా ప్రవర్తించండి."

(మీరు ఎలాంటి వారో, మీ చుట్టూ ఉన్నవారు ఏ రకానికి చెందుతారో గుర్తించడంలో సహాయపడే ఒక అనుబంధ PDF నా దగ్గర ఉంది. దయచేసి సందర్శించండి: http://info.blackswanltd.com/3-types)

ఒక దెబ్బ తగిలినప్పుడు (TAKING A PUNCH)

చర్చల శాస్త్రవేత్తలు బేరసారాలను భావోద్వేగరహితమైన తార్కిక ప్రక్రియగా భావిస్తారు. వారు ZOPA – "Zone of Possible Agreement" గురించి మాట్లాడుతారు, అంటే విక్రేత మరియు కొనుగోలుదారు ప్రాంతాలు కలిసే ప్రదేశం. ఉదాహరణకి, టోనీ తన కారు $5,000 కంటే తక్కువకు అమ్మబోడు, సమంతా $6,000 కంటే ఎక్కువ చెల్లించబోదు అని అనుకుందాం. అయితే ఇప్పుడు ZOPA $5,000 నుండి $6,000 వరకు ఉంటుంది. కొన్ని ఒప్పందాలకు ZOPA ఉంటుంది, కొన్ని ఒప్పందాలకు ఉండదు. ఇది అంతా చాలా తార్కికంగా అనిపిస్తుంది.

లేదా కనీసం వారు మీకు అలా అనిపించేలా చేస్తారు.

మీరు ఆ ఆలోచనను వదిలేయాలి. వాస్తవమైన బేరసారాల్లో, గొప్ప చర్చకర్తలు ZOPA ని ఉపయోగించరు. అనుభవజ్ఞులైన చర్చకర్తలు తరచుగా ఒక తీవ్రమైన, హాస్యాస్పదమైన ఆఫర్‌తో ప్రారంభిస్తారు, దానిని "ఎక్స్‌ట్రీమ్ యాంకర్" అంటారు. మీరు దానికి సిద్ధంగా లేకపోతే, మీరు మీ స్థిరస్థితిని కోల్పోతారు, వెంటనే మీ గరిష్ఠ పరిమితికి వెళ్తారు. ఇది మానవ సహజం. ప్రసిద్ధ బాక్సర్ మైక్ టైసన్ చెప్పినట్లు: "ప్రతి ఒక్కరికీ ఒక ప్రణాళిక ఉంటుంది... ముఖం మీద పంచ్ తగిలే వరకు."

బాగా సిద్ధమైన, సమాచారాన్ని నిరంతరం సేకరించే చర్చకర్తగా, మీరు మీ ప్రత్యర్థి కంటే ముందుగా ధర చెప్పాలని కోరుకుంటారు. ఎందుకంటే మీరు అతని గుప్పెట్లో ఏముందో తెలుసుకోవాలనుకుంటారు. మీరు "ఎక్స్‌ట్రీమ్ యాంకర్"ని స్వాగతిస్తారు. కానీ అది చాలా శక్తివంతమైనది. మీరు మనుషులేగా, మీ భావోద్వేగాలు ఉప్పొంగవచ్చు. అలా జరిగితే, ఆ తుఫానును ఎదుర్కొని, కోపంతో స్పందించకుండా, మీకు నష్టం కలగకుండా కొన్ని పద్ధతులు ఉన్నాయి. ఒకసారి మీరు ఈ వ్యూహాలను నేర్చుకుంటే గనుక, మీరు ఆ దెబ్బను తట్టుకుని, నైపుణ్యంగా ప్రతిస్పందించగలుగుతారు.

ఆ దెబ్బను మొదట మీ ప్రత్యర్థిపై గురి పెట్టండి. విజయవంతమైన చర్చకర్తలు తరచుగా "లేదు" అని చెప్పేటప్పుడు మనం ఇప్పటికే నేర్చుకున్న పద్ధతులను ఉపయోగిస్తారు (ఉదాహరణకు "నేను దాన్ని ఎలా అంగీకరించాలి?"), లేదా "ఇక్కడ మనం ఏం సాధించడానికి ప్రయత్నిస్తున్నాం?" వంటి ప్రశ్నలతో యాంకర్‌ను గందరగోళపరుస్తారు. ఇలాంటి సమాధానాలు, మీరు రాజీ పడ్డట్టు అనిపించే సమయంలో, ఎదుటివారిని మళ్లీ దృష్టి పెట్టించే అద్భుత మార్గాలు.

ముఖంలో పంచ్ లాంటి యాంకర్‌కి మరో రీతిగా స్పందించే మార్గం, "షరతులవైపు మలుపు తిప్పడం." అంటే, మీరు "ధర చర్చ"లోకి లాగబడుతున్నట్టు అనిపిస్తే, సంభాషణను తాత్కాలికంగా ధర నుండి దూరంగా తీసుకెళ్లి, ఆ తుది ధరను ప్రభావితం చేసే ఇతర అంశాలపై దృష్టి పెట్టండి.

దాన్ని మీరు నేరుగా ఇలా చెప్పవచ్చు, "ధరను కాసేపు పక్కన పెట్టి, ఈ ఒప్పందాన్ని మంచి ఒప్పందంగా మార్చే అంశాల గురించి మాట్లాడుకుందాం" లేదా కొంత పరోక్షంగా అడగవచ్చు "ఆ ధర నాకు ఆహ్లాదంగా ఉండేందుకు మీరు ఇంకేం ఇవ్వగలరు?"

ఒకవేళ, మీ ప్రత్యర్థులు మిమ్మల్ని ముందుగా ధర చెప్పమని ఒత్తిడి చేస్తే, మీరు జారిపోవాలి. అంటే నేరుగా ధర చెప్పకుండా, మరెవరైనా వసూలు చేసే అత్యంత ఎక్కువ ధరను సూచించండి. ఒకసారి, ఒక ఆసుపత్రి వాళ్లు నన్ను ముందుగా ధర చెప్పమని అడిగినప్పుడు, నేను అన్నాను: "బాగుంది, మీరు హార్వర్డ్ బిజినెస్ స్కూల్‌కి వెళ్తే, వారు ప్రతి విద్యార్థికి రోజుకు $2,500 వసూలు చేస్తారు."

ఏదేమైనా, ఇక్కడ అసలు ఉద్దేశ్యం, మీ ఎదుటివారి నుండి సమాచారం సేకరించడం. వారిని ముందుగా యాంకర్ వేయనివ్వడం ద్వారా మీరు వారిని బాగా అర్థం చేసుకునే అవకాశం పొందుతారు. మీకు తెలుసుకోవలసిన ఏకైక విషయం ఒహటే 'మొదటి దెబ్బ ఎలా కొట్టాలి!'

జార్జ్‌టౌన్ MBA విద్యార్థుల్లో నా విద్యార్థి ఒకడు ఫరూక్ అనే ఒక వ్యక్తి. ఎదురుదెబ్బ తిన్న తర్వాత ఎలా తలవంచకూడదో చూపించాడు. దుబాయ్‌లో పెద్ద పూర్వ విద్యార్థుల ఈవెంట్ నిర్వహించడానికి నిధులు కోసం MBA డీన్‌ను కలిసినప్పుడు యిది జరిగింది. అది ఒక అత్యవసర పరిస్థితి, ఎందుకంటే అతనికి $600 అవసరం. అదీగాక, ఆమె అతని చివరి ఆశ.

సమావేశంలో, ఫరూక్ విద్యార్థులు ఆ ట్రిప్ పట్ల ఎంత ఉత్సాహంగా ఉన్నారో, అది జార్జ్‌టౌన్ MBA బ్రాండ్‌కి ఆ ప్రాంతంలో ఎంత ప్రయోజనకరంగా ఉంటుందో వివరించడం ప్రారంభించాడు.

అతను మాట్లాడటం ముగించకముందే డీన్ మధ్యలోనే అడ్డుకుంది.

"మీరు ప్లాన్ చేస్తున్న ట్రిప్ చాలా బాగుంది" అని ఆమె అంది. "కానీ డబ్బు తక్కువగా ఉంది, నేను గరిష్టంగా $300 వరకు మాత్రమే ఆమోదించగలను"

ఫరూక్‌కి డీన్ ఇంత త్వరగా సమాధానం ఇస్తుందని ఊహించలేదు. కానీ ప్రతిదీ ప్లాన్ ప్రకారం జరగదు.

"మీ బడ్జెట్ పరిమితులను పరిగణనలోకి తీసుకుంటే ఇది చాలా ఉదారమైన ఆఫర్. కానీ దాంతో ఆ ప్రాంతంలోని పూర్వ విద్యార్థులకు మంచి రిసెప్షన్ ఇవ్వగలమో లేదో నాకు తెలియదు" అని ఫరూక్ అన్నాడు. ఆమె పరిమితులను గుర్తించి, "నో" అనకుండా నిరాకరించాడు. తరువాత అతను ఒక ఎక్స్‌ట్రీమ్ యాంకర్ వేశాడు. "నేను కాస్త పెద్ద మొత్తం అనుకుంటున్నాను: మాకు $1,000 అవసరం"

ఆతను ఊహించినట్టుగానే, ఆ తీవ్రమైన యాంకర్ డీన్ నిర్ణయాన్ని కదిలించింది.

“అది నా పరిధి దాటి ఉంది. నేను అంత ఇవ్వలేను. $500 అయితే ఇస్తాను” అంది డీన్.

ఫరూక్ కొంత ఒప్పుకోవాలనిపించింది – $100 తక్కువగా ఉండటం పెద్ద విషయం కాదు – కానీ అతనికి తక్కువ లక్ష్యాన్ని పెట్టుకోవడంవల్ల కలిగే శాపం గుర్తుకొచ్చింది. అతను ముందుకు వెళ్లాలని నిర్ణయించుకున్నాడు.

$500 మనల్ని దగ్గరకు తీసుకువెళుతుంది కానీ పూర్తిగా సరిపోదు. అతను అన్నాడు “$850 ఇవ్వగలిగితే సరిపోతుంది”

డీన్ స్పందించింది. “నేను ఇప్పటికే నాకు అనుకూలంగా ఉన్నదానికంటే ఎక్కువ ఇస్తున్నాను, $500 సరైనదే.” ఈ సమయంలో ఫరూక్ తక్కువగా సిద్ధమై ఉంటే వదిలేసేవాడు, కానీ అతను సిద్ధంగా ఉన్నాడు.

“మీ ఆఫర్ చాలా సహజమైనది అని నేను అనుకుంటున్నాను. మీ పరిమితులను నేను అర్థం చేసుకుంటున్నాను. కానీ స్కూల్ కోసం గొప్ప షో పెట్టడానికి నాకు ఇంకాస్త డబ్బు కావాలి” అని అన్నాడు. “$775 అయితే ఎలా ఉంటుంది?”

డీన్ నవ్వింది, ఫరూక్ ఆమెను గెలిచాడని గ్రహించాడు. “నీ మనసులో ఒక నిర్దిష్ట సంఖ్య ఉందనిపిస్తోంది” అని ఆమె అంది. “దాన్ని నేరుగా చెప్పు.”

ఇప్పుడు ఫరూక్ ఆమె నిజాయితీగా ఉందని భావించాడు.

“ఈ ప్రాజెక్ట్ పూర్తి చేయడానికి నాకు $737.50 అవసరం. మీరు నా చివరి ఆశ” అని అన్నాడు.

ఆమె నవ్వింది.

తరువాత డీన్ అతనికి తనకు కావలసినదాన్ని బాగా తెలుసు అని ప్రశంసించి, బడ్జెట్‌ను చెక్ చేస్తానంది. రెండు రోజుల తరువాత, ఫరూక్‌కి ఒక ఇమెయిల్ వచ్చింది. ఆమె కార్యాలయం $750 ఇస్తుందని.

దృఢంగా, ధైర్యంగా ప్రతిఘటించడం! కానీ దాని వల్ల ఇతరులు మిమ్మల్ని వాడుకునే పరిస్థితి రాకుండా జాగ్రత్తగా ఉండడం

ఒక చర్చ ఎటూ కదలకుండా బిగుసుకుపోతే, మీరు పరిస్థితిని కదిలించాలి. మీ ప్రత్యర్థిని వారి కఠినమైన మనస్తత్వం నుంచి బయటకు తీయాలి. అలాంటి సమయాల్లో బలమైన చర్యలు చాలా ప్రభావవంతమైన సాధనాలుగా ఉపయోగిస్తాయి. కొన్నిసార్లు మీరు దూకుడుగా ఉండాలి, ప్రత్యర్థికి "ఒక పంచ్" ఇవ్వాలి.

అయితే, మీరు సహజంగా ఒక మంచి మనిషి అనుకోండి. మైక్ టైసన్‌లా కొట్టడం కష్టమే. మీరు కాని వ్యక్తిగా మీరు ఉండలేరు. డానిష్ సామెత చెబుతుంది: "నీ దగ్గర ఉన్న పిండితోనే రొట్టెలు కాల్చాలి." కానీ ఎవరైనా కొంత శిక్షణతో తెలివిగా దూకుడుగా ఉండడం నేర్చుకోవచ్చు.

ఇక్కడ కొన్ని సమర్థవంతమైన పద్ధతులు ఉన్నాయి:

నిజమైన కోపం, కోపంలేని బెదిరింపులు, మరియు వ్యూహాత్మక ఆవేశం

INSEAD కు చెందిన మార్వాన్ సినాస్యూర్, స్టాన్‌ఫర్డ్ యూనివర్సిటీకి చెందిన లారిసా టీడెన్స్ పరిశోధన ప్రకారం, కోపాన్ని వ్యక్తపరచడం ఒక చర్చకర్తకు ఎక్కువ లాభాన్ని తెస్తుంది.2 కోపం అభిరుచినీ, నిబద్ధతనీ చూపుతుంది. ఇది ప్రత్యర్థిని తక్కువ ఆఫర్‌కి ఒప్పించవచ్చు. ఏమైనప్పటికీ, మీ కోపం ప్రత్యర్థి మనసులో భయాన్ని పెంచుతుంది. అది వారి ఆలోచనా సామర్థ్యాన్ని తగ్గిస్తుంది. ఫలితంగా వారు పనికిమాలిన రాయితీలు ఇస్తారు. తరువాత వాటి అమలు సమస్యలకి దారితీస్తుంది. ఆ విధంగా మీకు కలిగే లాభాలు తగ్గిపోవచ్చు.

అలాగే జాగ్రత్త: నకిలీ కోపం – అంటే నటించడం – తిరగబడుతుంది. అది అవతలివాళ్లకి అవిశ్వాసాన్ని కలిగిస్తుంది. కోపం ప్రభావవంతంగా ఉండాలంటే అది నిజమైనదై ఉండాలి. నియంత్రణలో ఉండాలి. ఎందుకంటే కోపం మన ఆలోచనను కూడా దారి తప్పేట్టు చేస్తుంది.

ఎవరైనా విపరీతమైన ఆఫర్ ఇస్తే, అది నిజంగా కోపం తెప్పిస్తే, ఒక లోతైన శ్వాస తీసుకుని, కొద్దిగా కోపాన్ని ఆ ఆఫర్‌పై కేంద్రీకరించి, "అది

ఎలా పని చేస్తుందో నాకు అర్థం కావటం లేదు. కాస్త వివరించండి" అని చెప్పండి.

ఇలాంటి సమయోచిత అభ్యంతర వ్యక్తీకరణను "వ్యూహాత్మక ఆవేశం" (strategic umbrage) అంటారు. ఇది మీ ప్రత్యర్థిని సమస్యను గుర్తించేటట్లు చేస్తుంది. కొలంబియా విశ్వవిద్యాలయ పరిశోధకులు డానియెల్ ఏమ్స్, అబ్బీ వాజ్లావెక్ చేసిన అధ్యయనంలో, "వ్యూహాత్మక ఆవేశం" ను ఎదుర్కొన్నవారు తమను తాము "అతి దూకుడుగా" చెప్పుకున్నారు, తమ ప్రత్యర్థులు ఏమీ మాట్లడనప్పటికీ!3 అంటే, ఈ పద్ధతిని మీపై ఎవరో ఉపయోగించినప్పుడు జాగ్రత్తగా ఉండండి – దానికి బలి కావద్దు.

కోపం లేకపోయినా, స్థిరత్వంతో (poise) ఇచ్చిన బెదిరింపులు చాలా ప్రభావవంతంగా ఉంటాయి. "క్షమించండి, అది నాకు సరిపడదు" అని ప్రశాంతంగా చెప్పడం మంచి సాధనం.

"ఎందుకు" అనే ప్రశ్నలు

7వ అధ్యాయంలో మనం "ఎందుకు?" అనే ప్రశ్న ప్రమాదకరమని చూశాం. ప్రపంచంలో ఎక్కడైనా "ఎందుకు?" అనడం రక్షణాత్మక ప్రతిస్పందనను రేపుతుంది.

ఒకసారి ప్రయోగంగా చూడండి: మీ బాస్ మీకు ఏదైనా చెప్పినప్పుడు "ఎందుకు?" అని అడగండి. తరువాత మీ సహచరుడు, సిబ్బంది, స్నేహితుడు – అందరిపై ప్రయత్నించి చూడండి. కొంతమేరకు ప్రతి ఒక్కరూ రక్షణాత్మకంగా మారతారు. అయితే, యిలా ప్రశ్నించడం ఎక్కువైతే, మీ ఉద్యోగం పోవచ్చు. మీరు స్నేహితులను కోల్పోతారు!

ఒక చర్చలో నేను "మీరు అదెలా చేశారు?" అని అడిగే ఏకైక సమయం – నేను ఎవరినైనా వెనక్కి తగ్గించాలనుకున్నప్పుడు మాత్రమే. అది కొంచెం అనిశ్చితమైన పద్ధతి. అందువల్లనే, నేను దాన్ని సిఫారసు చేయను.

కానీ "ఎందుకు?"ని మరో రీతిగా ఉపయోగించవచ్చు – మీ స్థానాన్ని రక్షించమని ప్రత్యర్థిని ప్రేరేపించడానికి.

నాకు తెలుసు ఇది విచిత్రంగా వినిపిస్తుంది, కానీ ఇది పనిచేస్తుంది. ప్రాథమిక నమూనా ఇలా ఉంటుంది: మీరు సందేహాస్పదమైన ప్రత్యర్థిని మీ

వైపుకు తిప్పాలనుకుంటే, వారికి "మీరు అలా ఎందుకు చేయకూడదు?" అని అడగండి – అయితే ఆ "అలా" మీకే అనుకూలంగా ఉండే రీతిలో. నన్ను కాస్త వివరంగా చెప్పనివ్వండి. మీరు ఒక క్లయింట్‌ను మీ పోటీదారుని నుండి తప్పించి క్లయింట్ వైపుకు తీసుకొస్తానని చెప్పినట్లయితే, మీరు ఇలా చెప్పవచ్చు: "మీరు ఎప్పుడైనా నాతో వ్యాపారం ఎందుకు చేయాలి? మీ ప్రస్తుత సరఫరాదారుని ఎందుకు మార్చి వెళ్లాలి? వారు గొప్పవారు!"

ఈ ప్రశ్నలలో "ఎందుకు" వారిని రక్షణాత్మక స్థితిలోకి నెడుతుంది, కానీ వారు చివరికి మీ పక్షాన వాదిస్తారు.

"నేను" సందేశాలు

"నేను" అనే వ్యక్తిగత సర్వనామం ఉపయోగించడం ద్వారా, మీరు సరిహద్దును స్పష్టంగా నిర్ణయించవచ్చు, ఎలాంటి వివాదం సృష్టించకుండానే!

మీరు "క్షమించండి, అది నాకు సరిపడదు" అని అన్నప్పుడు, ఆ "నేను" అనే పదం మీ పట్ల ప్రత్యర్థి దృష్టిని తాత్కాలికంగా ఆకర్షిస్తుంది – మీరు చెప్పదలచిన అంశం స్పష్టంగా వినిపిస్తుంది.

సాంప్రదాయ "నేను" (I) సందేశం అనేది "నేను" అనే పదాన్ని ఉపయోగించి తాత్కాలికంగా ఆగి, చెడిపోయిన పరిస్థితి నుండి బయటకు రావడమే. మీ ప్రత్యర్థి నుండి ఉత్పాదకత లేని వాక్యాలు వస్తున్నప్పుడు, మీరు ఇలా చెప్పవచ్చు, "నేను ____________ అనిపిస్తుంది, అప్పుడు మీరు ____________ ఎందుకంటే ____________" ఇది మరో వ్యక్తి నుంచి ఒక "టైమ్-అవుట్"ను కోరేలా చేస్తుంది.

కానీ పెద్ద "నేను" (big "I") విషయంలో జాగ్రత్తగా ఉండాలి: మీ స్వరం దూకుడుగా లేక వాదనాత్మకంగా మారకూడదు. అది ప్రశాంతంగా, సమతుల్యంగా ఉండాలి.

అవసరపడకండి: "వెళ్లిపోవడానికి సిద్ధం" అనే మనస్థితిలో ఉండండి

మనం ముందు చెప్పుకున్నట్టుగా – చెడు ఒప్పందం కంటే ఒప్పందం లేకపోవడం మంచిది. మీరు "లేదు" అనలేకపోయినట్లయితే, మీకు మీరే బందీ అయినట్టే.

మీ కనీస పరిమితి (bottom line) ఏమిటో స్పష్టంగా తెలిసిన తర్వాత, మీరు వదిలి వెళ్లడానికి సిద్ధంగా ఉండాలి. ఒప్పందం కోసం ఎప్పుడూ అవసరం అన్నట్టు కనిపించకండి.

మనం ముందుకు వెళ్ళే ముందు, ఒక ముఖ్యమైన విషయం పైన దృష్టి పెట్టాలి – మీరు సరిహద్దులు (boundaries) సెట్ చేస్తున్నప్పటికీ, సహకార సంబంధాన్ని కొనసాగించాలి. మీ ప్రతిస్పందన ఎల్లప్పుడూ దృఢమైనదిగా ఉన్నప్పటికీ సహానుభూతితో కూడిన పరిమితుల రూపంలో ఉండాలి – అంటే "tough love" లా ఉండాలి, కానీ ద్వేషం లేదా హింసలా కాకూడదు. కోపం, ఇతర బలమైన భావాలు అరుదుగా ప్రయోజనకరంగా ఉండవచ్చు, కానీ అవి గణనాత్మక చర్యలుగా మాత్రమే ఉండాలి, వ్యక్తిగత దాడిగా ఉండకూడదు. ఏదైనా తీవ్రమైన చర్చలో (bare-knuckle bargaining) గుర్తుంచుకోవలసిన అత్యంత కీలక సూత్రం, మీ ప్రత్యర్థిని శత్రువుగా చూడకూడదు.

మీకు ఎదురుగా ఉన్న వ్యక్తి సమస్య కాదు. పరిష్కరించబడని అంశమే సమస్య. అందుకే దానిపై దృష్టి పెట్టండి. ఇది భావోద్వేగ విస్ఫోటనాలను నివారించడానికి అత్యంత ప్రాథమిక పద్ధతుల్లో ఒకటి. మన సంస్కృతి, సినిమాలు, రాజకీయాలు వంటి చోట్ల వ్యక్తులను దయ్యాలుగా చూపుతుంది. దాంతో "ఆ వ్యక్తిని తొలగిస్తే అంతా బాగుపడుతుంది" అనే భావన కలుగుతుంది. కానీ ఇలాంటి ఆలోచన ఎలాంటి చర్చలకైనా విషంలాంటిది.

"Punching back" అంటే తిరిగి ప్రతిఘటించడం, అది చివరి మార్గం మాత్రమే. అలా చేయడానికి ముందు, నేను ఎప్పుడూ ఒక ప్రయత్నం చేయమని సిఫారసు చేస్తాను – పరిస్థితిని తగ్గించడం (de-escalation). ఒక టైమ్-అవుట్ సూచించండి. మీ ప్రత్యర్థి వెనక్కి అడుగు వేసి, కాస్త ఊపిరి తీసుకుంటే, వారు చెడ్డ పరిస్థితిలో చిక్కుకుపోయినట్టు అనిపించదు. వారికి మళ్లీ నియంత్రణ మరియు శక్తి ఉన్న భావన వస్తుంది. దానికోసం వారు మిమ్మల్ని అభినందిస్తారు.

"Punching back" మరియు "boundary-setting tactics"లను ఒక సమతలమైన S-curve లా ఊహించండి: మీరు చర్చలో వేగంగా ముందుకు వెళ్లి ఒక స్థాయికి చేరుకున్నప్పుడు,

తాత్కాలికంగా కొద్దిసేపు ఆగి, అడ్డంకిగా ఉన్న అంశాన్ని ఎత్తిపడేయడం లేదా తగ్గించడం అవసరం. తరువాత మళ్లీ సంబంధాన్ని పునరుద్ధరించి, ఆ ప్రగతిని కొనసాగించాలి. సంఘర్షణను సానుకూలంగా, నిర్మాణాత్మకంగా పరిష్కరించాలంటే, సంబంధం (bond) ఏ పరిష్కారానికైనా మౌలికమైనదని అర్థం చేసుకోవాలి. ఎప్పుడూ శత్రువును సృష్టించకండి.

ఆకర్మాన్ బేరసారపు పద్ధతి

ACKERMAN BARGAINING

నేను తరచుగా మాట్లాడిన ఒక అంశం – నా ప్రత్యేకతైన మానసిక జూడో (psychological judo) గురించి. అంటే, క్యాలిబ్రేటెడ్ ప్రశ్నలు, మిర్రర్‌లు, ప్రత్యర్థిని గందరగోళానికి గురి చేసే పద్ధతులు, వారిపై వారే బిడ్లు వేసుకునే పద్ధతులు ఇవన్నీ.

కానీ చివరికి చర్చ అనేది ఎవరికీ ఏ భాగం దక్కుతుందో నిర్ణయించడమే. కొన్నిసార్లు మీరు కఠినంగా, కొసరి కొసరి బేరమాడే వాళ్లతో నిజమైన "bare-knuckle bargaining"లోకి దిగవలసి వస్తుంది.

నేను హోస్టేజ్ ప్రపంచంలో ఎల్లప్పుడూ ఇలాంటి కఠినమైన బేరసారాలు ఎదుర్కొన్నాను. "డబ్బు ఇవ్వండి లేకపోతే చంపేస్తాం" అని చెప్పే వారితో బేరసారాలు చేసేవాడిని. వారు నిజంగా అలాంటి పనులే చేసేవారు. అలాంటి వారిని ఒప్పించడానికి మీ నైపుణ్యం బలంగా ఉండాలి. అందుకే మీరు మంచి పద్ధతులు కావాలి.

FBI చర్చ శిక్షణ సమయంలో, నేను ఇప్పటికీ ఉపయోగిస్తున్న ఒక బేరసారాల పద్ధతిని నేర్చుకున్నాను – నేను దానిని Ackerman Model అని పిలుస్తాను.

ఇది మైక్ ఆకర్మన్ అనే మాజీ CIA వ్యక్తి నుండి వచ్చింది. అతను మయామీలో "kidnap-for-ransom consulting company" స్థాపించాడు. అనేక కిడ్నాప్ కేసుల్లో మేం చాలాసార్లు "ఆకర్మన్ వాళ్లతో" జతగా ఉండేవాళ్లం – అయితే యీ హ్యాగ్లింగ్ పద్ధతిని రూపొందించిన మైక్‌తో స్వయంగా మాత్రం కాదు.

FBI నుండి నేను రిటైర్ అయిన తరువాత, ఒకసారి మయామీ ప్రయాణంలో మైక్‌ను కలిశాను. నేను ఈ పద్ధతిని వ్యాపార చర్చల్లో కూడా ఉపయోగిస్తున్నానని చెప్పాను. అతను నవ్వి, "నేను ఈ సిస్టమ్‌ను హార్వర్డ్‌కి చెందిన ప్రముఖ చర్చ నిపుణుడు హోవర్డ్ రైఫాకు చూపించాను. ఆయన ఇది ఎలాంటి పరిస్థితుల్లోనైనా పనిచేస్తుందని అన్నారు" అన్నాడు. ఆ విధంగా నాకు ఆమోదం లభించింది.

Ackerman Model అనేది పైపైన చూస్తే ఒక offer–counteroffer పద్ధతిగా చెప్పుకోవచ్చు. కానీ ఇది సాధారణమైన "మధ్యలో కలుద్దాం" అనే నిరుత్సాహకరమైన బేరసారాలను ఓడించడానికి చాలా ప్రభావవంతమైన వ్యవస్థ.

ఈ పద్ధతి సులభంగా గుర్తుంచుకునే నాలుగు దశలతో ఉంటుంది:

1. మీ లక్ష్య ధర (target price) నిర్ణయించండి.
2. మీ మొదటి ఆఫర్‌ను లక్ష్య ధరలో 65 శాతం వద్ద సెట్ చేయండి.
3. తగ్గుతూ పోయే మూడు పెరుగుదలలను లెక్కించండి — 85%, 95%, 100%.
4. ఎక్కువ సహానుభూతి చూపండి, "లేదు" అనే పలు రకాల పద్ధతులు వాడండి – తద్వారా వారు మీకంటే ముందుగా కౌంటర్ ఆఫర్ ఇవ్వాలనే భావన పొందుతారు.
5. తుది మొత్తం యిచ్చేటప్పుడు గుండ్రని కాని సంఖ్యలు వాడండి – ఉదాహరణకు, $38,000 బదులు $37,893 లాంటివి. ఇది ఆ సంఖ్యకు విశ్వసనీయత ఇస్తుంది.
6. తుది ఆఫర్‌లో ఒక ఆర్థికేతర అంశాన్ని (non-monetary item) కలపండి – వారు బహుశా కోరుకోని దాన్ని – ఇది మీరు మీ పరిమితికి వచ్చారని చూపుతుంది.

ఈ పద్ధతి యొక్క ప్రతిభ ఏమిటంటే – ఇది మనం ఇప్పటికే చర్చించిన మనోవిజ్ఞానిక వ్యూహాలను – పరస్పర ప్రతిఫలం (reciprocity), తీవ్ర యాంకర్లు (extreme anchors), నష్ట భయం (loss aversion) – వీటిని ఆటోమేటిక్‌గా కలుపుతుంది.

మీరు నాతో కాసేపు ఓపికపడితే నేను చెప్పాలనుకున్న ప్రతి దశను ఇప్పుడు ఒకసారి చెబుతాను.

ముందుగా, లక్ష్యధరలో 65 శాతం వద్ద ఆఫర్ చేయడం ఒక తీవ్ర యాంకర్ (extreme anchor) ను సెట్ చేస్తుంది – ఇది ఒక "పెద్ద చెంప దెబ్బ" (slap in the face) లాంటిది, ప్రత్యర్థిని తక్షణమే వారి పరిమితి దగ్గర నిలబడేట్టు చేస్తుంది. ఈ షాక్ ఎక్కువమంది చర్చకర్తల్లో "fight-or-flight" ప్రతిచర్యను కలిగిస్తుంది. వారి ఆలోచన సామర్థ్యాన్ని తగ్గించి, తొందరపాటు చర్యలకు దారితీస్తుంది.

ఇప్పుడు 85, 95, మరియు 100 శాతం లక్ష్య ధర వరకు క్రమంగా ఆఫర్ పెంపుదలను గమనించండి. మీరు వీటిని చాలా అరుదుగా ఉపయోగించాలి: ప్రత్యర్థి మరో ఆఫర్ ఇచ్చిన తరువాత, మీరు కొన్ని క్యాలిబ్రేటెడ్ ప్రశ్నలు వేసి వారికి వారుగా బిడ్ వేసుకునేలా చేయాలి.

మీరు ఈ ఆఫర్లు చేసినప్పుడు, అవి పలు స్థాయిలలో పనిచేస్తాయి. మొదటగా, అవి పరస్పర సహకార నిబంధనపై ప్రభావం చూపుతాయి; అవి మీ ప్రత్యర్థిని కూడా ఒక రాయితీ ఇవ్వడానికి ప్రేరేపిస్తాయి. మొదటగా ఎవరో వారికి క్రిస్మస్ కార్డులు పంపితే, వారు కూడా తిరిగి కార్డులు పంపే అవకాశం ఎక్కువగా ఉంటుందన్నట్లే, తమ దిశగా కొంత రాజీ చూపిన వారికి వారు కూడా చర్చలలో రాయితీలు ఇవ్వడానికి ఎక్కువ ఆసక్తి చూపుతారు.

రెండవది, పెంపుల పరిమాణం తగ్గుతూ ఉండడం – ప్రతిసారి అవి సగానికి తగ్గుతున్నాయని గమనించండి – మీ ప్రత్యర్థికి మీరు వెనకంజ వేస్తున్నారనే భావనకు వచ్చారని భావింపజేస్తుంది. చివరి ఆఫర్ వరకు వచ్చినప్పటికి, వారు నిజంగా మీ నుండి చివరి చుక్కను కూడా పిండేశామనే భావనతో ఉంటారు.

ఇది వారి స్వీయ గౌరవాన్ని బలంగా పెంచుతుంది. పరిశోధకులు కనుగొన్నదేమిటంటే, చర్చల్లో రాయితీలు పొందుతున్నవారు, ఒకేసారి "న్యాయమైన" స్థిరమైన ఆఫర్ అందుకున్న వారికంటే, చర్చా ప్రక్రియ పట్ల ఎక్కువ సంతృప్తి చెందుతారు. వాస్తవానికి, వారు కొంత ఎక్కువ చెల్లించినా – లేదా తక్కువ పొందినా – వారు తాము మంచిగా వ్యవహరించామనే భావనతోనే ఉంటారు.

చివరగా, నాన్-రౌండ్ నంబర్ల శక్తిని మళ్లీ నొక్కి చెప్పాల్సిన అవసరం ఉంది.

హైతీలో ఉన్నప్పుడు, నేను ఆకర్మన్ సిస్టమ్‌ను తీవ్రంగా ఉపయోగించేవాడిని. పద్దెనిమిది నెలల్లో మాకు వారానికి రెండు లేదా మూడు కిడ్నాపింగ్‌లు జరిగేవి. కాబట్టి మా అనుభవంలో మాకు తెలిసిందేమంటే, కిడ్నాప్ మార్కెట్ ధరలు బాధితుడికి $15,000 నుండి $75,000 వరకు ఉన్నాయని మాకు తెలుసు. నేను కఠినంగా ఉండేవాడిని కాబట్టి, నేను నడిపించిన ప్రతి కిడ్నాపింగ్‌లో $5,000 లోపే పూర్తి చేయాలన్నది నా లక్ష్యంగా పెట్టుకున్నాను.

ఒకటి నిజంగా ప్రత్యేకంగా గుర్తుకు వస్తుంది. ఈ పుస్తకంలో నేను మొదట ప్రస్తావించినది. నేను ఆకర్మన్ ప్రక్రియ ద్వారా వెళ్లి, తీవ్రమైన యాంకర్‌తో వారి ఆటను భంగం చేసి, క్యాలిబ్రేటెడ్ ప్రశ్నలతో వారిని కొట్టి, నెమ్మదిగా క్రమంగా చిన్న రాయితీలు ఇచ్చుకుంటూ వచ్చాను. చివరగా, నేను ఒప్పందాన్ని ముగించిన విచిత్రమైన సంఖ్యను వదిలాను. మర్నాడు మయామి FBI కార్యాలయ అధిపతి నా సహోద్యోగిని పిలిచి, "వాస్ ఈ వ్యక్తిని $4,751కి బయటికి తెచ్చాడా? $1 తేడా ఎలా ఉంటుంది?" అని అడిగిన విషయం నేను ఎప్పటికీ మర్చిపోలేను.

ఆ మాటకు వాళ్లంతా హోరెత్తినట్టు నవ్వుకున్నారు. వాస్తవానికి, వారి మాట కూడా నిజమే. ఆ $1 హాస్యాస్పదంగా ఉంది. కానీ అది మన మానవ స్వభావంపై పని చేస్తుంది. మీరు $2కి ఏదీ కొనలేరని గమనించండి. కానీ మీరు $1.99 కి మిలియన్ల విషయాలు కొనవచ్చు. ఒక సెంటు ఏదైనా ఎలా మార్చుతుంది? అది మార్చదు. కానీ అది ప్రతిసారి తేడా చేస్తుంది. మనకు $2.00 కంటే $1.99 ఎక్కువ ఇష్టం. అది ఒక ట్రిక్ అని మనకు తెలిసినా కూడా.

నోటీసు అందిన తర్వాత పెరిగిన అద్దె తగ్గింపు చర్చలు

నా జార్జ్‌టౌన్ MBA విద్యార్థి మిషారీ నెలకు $1,850 కి అద్దె ఒప్పందంపై సంతకం చేసిన ఎనిమిది నెలల తర్వాత, అతనికి కొన్ని అవాంఛిత వార్తలు వచ్చాయి: అతను అద్దె ఒప్పందాన్ని రీ-అప్ చేయాలనుకుంటే, పది నెలలకు

నెలకు $2,100, లేదా ఒక సంవత్సరానికి నెలకు $2,000 అవుతుందని అతని ఇంటి యజమాని అతనికి తెలియజేశాడు.

మిషారీకి ఆ స్థలం చాలా ఇష్టం. దాని కంటే మంచిది దొరుకుతుందని అతను అనుకోలేదు. కానీ ధర ఇప్పటికే ఎక్కువగా ఉంది. అంతకన్నా ఎక్కువ అతను భరించలేడు.

మేం తరగతిలో చెప్పుకునే నినాదం ఏమిటంటే, "మనం ఉన్నత స్థాయిలో తయారుగా ఉంటే దానినే సాధిస్తాం" అనేది గాఢంగా నమ్మి, అతను రియల్ ఎస్టేట్ వెతుకులాట మొదలుపెట్టాడు. అపార్ట్‌మెంట్ల ధరలు పోల్చినప్పుడు నెలకు $1,800 - $1,950 అని తెలుసుకున్నాడు. కానీ వాటిలో ఏది కూడా అంత మంచి భవనంలో లేవు. తర్వాత అతను తన స్వంత ఆర్థిక స్థితిని పరిశీలించి, అతను చెల్లించాలనుకునే అద్దె $1,830 అని నిర్ణయించుకున్నాడు.

అతను తన రెంటల్ ఏజెంట్‌తో కూర్చుని మాట్లాడటానికి అభ్యర్థించాడు.

ఇది చాలా కష్టంగా ఉండబోతోంది.

వారి సమావేశంలో, మిషారీ తన పరిస్థితిని వివరించాడు. భవనంలో తన అనుభవం నిజంగా సానుకూలంగా ఉందని అతను చెప్పాడు. అదీగాక అతను ఎప్పుడూ సమయానికి చెల్లిస్తాడని చెప్పాడు. అక్కడి నుంచి తను వెళ్లడం తనకు విచారంగా ఉంటుందని, అలాగే మంచి అద్దెదారుని కోల్పోవడం కూడా ఇంటి యజమానికి విచారంగా ఉంటుందని అతను చెప్పాడు. ఏజెంట్ తల ఊపాడు.

"పూర్తిగా అంగీకరిస్తున్నాను" అని అతను అన్నాడు. "అందుకే లీజ్ రిన్యూ చేసుకోవడంపై అంగీకరించడం మన ఇద్దరికీ ప్రయోజనకరంగా ఉంటుందని అనుకుంటున్నాను"

అప్పుడు మిశారీ తన పరిశోధనను బయటకు తీశాడు: పరిసర ప్రాంతాల్లోని భవనాలు "చాలా తక్కువ" ధరలను ఆఫర్ చేస్తున్నాయని చెప్పాడు. "మీ భవనం స్థానం మరియు సేవల పరంగా మంచి స్థితిలో ఉందని నాకు తెలుసు, కానీ అదనంగా $200 ఎలా చెల్లించగలను?" అని అన్నాడు.

ఇప్పుడే చర్చ మొదలైంది.

ఏజెంట్ కొన్ని క్షణాలు నిశ్శబ్దంగా ఉన్నాడు, తర్వాత అన్నాడు

"మీరు మంచి పాయింట్ చెప్పారు. కానీ ఇది ఇంకా మంచి ధరే. మీరు చెప్పినట్లుగానే, మేము ప్రీమియం ఛార్జ్ చేయగలము"

మిశారీ వెంటనే ఒక ఎక్స్‌ట్రీమ్ ఆంకర్ వేశాడు.

"నాకు పూర్తిగా అర్థమవుతోంది, మీ భవనం మంచి లొకేషన్లో ఉంది. అన్ని సౌకర్యాలున్నాయి. కానీ క్షమించాలి, నేను అంత ఇవ్వలేను" అని మళ్లీ అన్నాడు "$1,730 నెలకు ఒక ఏడాది లీజ్‌కి సరైన ధరలా మీకు అనిపిస్తుందా?"

ఏజెంట్ నవ్వి, "ఆ సంఖ్య ఎట్టి పరిస్థితుల్లోనూ అంగీకరించలేము. అది మార్కెట్ ధర కంటే చాలా తక్కువ" అని అన్నాడు.

బేరసారంలో చిక్కుకోకుండా, మిశారీ తెలివిగా క్యాలిబ్రేటెడ్ ప్రశ్నలకు మారాడు.

"సరే, దయచేసి నాకు అర్థమయ్యేలా చెప్పండి: లీజ్ రిన్యూయల్‌లకు మీరు ధరను ఎలా నిర్ణయిస్తారు?"

ఏజెంట్ ఆశ్చర్యపడిపోయి కాసేపు ఏమీ మాట్లాడలేదు – వారు ప్రాంతీయ ధరలు, సరఫరా–డిమాండ్ వంటి అంశాలను పరిగణనలోకి తీసుకుంటామని మాత్రమే అన్నాడు – కానీ అదే మిశారీకి ఒక అవకాశం ఇచ్చింది. అతను మెల్లగా చెప్పాడు. తాను వెళ్లిపోతే, ఆ అపార్ట్‌మెంట్ ఖాళీగా ఉండే ప్రమాదం ఉంది. మళ్లీ పెయింట్ చేయించుకోవాల్సి వస్తుంది. అంటే ఒక నెల ఖాళీగా ఉంటే $2,000 నష్టం అవుతుందని.

తర్వాత మరో ఆఫర్ ఇచ్చాడు. ఇప్పుడు మీరు అనుకుంటుండవచ్చు, మరో ఆఫర్ ఇవ్వకముందే రెండోది ఎందుకు ఇస్తున్నాడు? మీరు కరెక్ట్; సాధారణంగా అది నిషిద్ధం. కానీ మీరు చర్చపై నియంత్రణలో ఉన్నట్లు అనిపిస్తే, రెండు లేదా మూడు అడుగులు ముందుకు వేయవచ్చు. నియమాలు ప్రవాహాన్ని ఆపనివ్వొద్దు.

"నేను మీతో కొంచెం ముందుకు సాగేందుకు ప్రయత్నిస్తాను: 12 నెలలకు $1,790 ఎలా ఉంటుంది?"

ఏజెంట్ ఆగిపోయాడు.

"సర్, మీరు చెప్పినవన్నీ నిజమే. మీరు చెప్పిన దానిలో అర్థముంది" అని మళ్లీ అన్నాడు. "మీరు చెప్పిన సంఖ్య మాత్రం చాలా తక్కువ. అయితే,

దానిపై ఆలోచించడానికి నాకు సమయం ఇవ్వండి, మనం మరోసారి కలుద్దాం. ఏమంటారు?"

గమనించండి, నేరుగా తిరస్కరించని ఏ సమాధానమైనా మీరు పైచేయి సాధించారనే అర్థం.

ఐదు రోజుల తర్వాత ఇద్దరూ మళ్లీ కలిశారు.

"నేను సంఖ్యలు చూశాను, నమ్మండి ఇది మంచి డీల్" అని ఏజెంట్ మళ్లీ మొదలుపెట్టాడు. "నేను మీకు నెలకు $1,950 తో ఒక సంవత్సరానికి ఆఫర్ ఇవ్వగలను"

మిశారీకి తన విజయం అర్థమైంది. ఏజెంట్‌కి కాస్త ఒత్తిడి అవసరం మాత్రమే. అతను ఏజెంట్‌ని పొగిడాడు, కానీ నేరుగా "కాదు" అని చెప్పకుండా తిరస్కరించాడు. గమనించండి, అతను మిస్‌లేబలింగ్‌ని ఉపయోగించి ఏజెంట్‌ను మరింతగా మాట్లాడేలా చేశాడు.

"అది చాలా దాతృత్వంగా ఉంది. నేను ఎలా అంగీకరించగలను, నేను రెండు వీధులు దూరంలో $1,800 కు ఉండగలను? నెలకు $150 నాకు చాలా ముఖ్యం. నేను విద్యార్థిని కదా. మీకు ఆ ఇల్లు ఖాళీగా ఉంచే రిస్క్ తీసుకోవడం ఇష్టం అనిపిస్తోంది" అన్నాడు.

"అది కాదు" అని ఏజెంట్ సమాధానమిచ్చాడు. "కానీ నేను మార్కెట్ ధర కంటే తక్కువ ఇవ్వలేను"

మిశారీ కొద్ది సేపు నిశ్శబ్దంగా ఉన్నాడు, ఏజెంట్ తన దగ్గర ఉన్న ప్రతి పైసాను లాగుతున్నట్లు నటించాడు.

"అయితే ఇలా చేద్దాం" అన్నాడు. "నేను మొదట $1,730 నుంచి $1,790కి పెంచాను. ఇప్పుడు $1,810కి పెంచుతాను. ఇది మన ఇద్దరికీ సరిపోతుందని అనుకుంటున్నాను"

ఏజెంట్ తల ఊపాడు.

"ఇది ఇంకా మార్కెట్ కంటే తక్కువే సర్. నేను చేయలేను"

తర్వాత మిశారీ తన చివరి ఆకర్‌మన్ ఆఫర్‌కు సిద్ధమయ్యాడు. కొన్ని క్షణాలు మౌనంగా ఉండి, ఏజెంట్‌ను కలం, పేపర్ ఇవ్వమన్నాడు. అతను అలా కూర్చొని నంబర్లు లెక్కపెట్టినట్లుగా నటించాడు. తాను నిజంగా ప్రయత్నిస్తున్నట్లు చూపించాడు.

చివరికి ఏజెంట్ వైపు చూసి అన్నాడు, "నేను కొంచెం లెక్కలు చూసాను, నేను భరించగల గరిష్టం $1,829"

ఏజెంట్ తలను అటు ఇటు కదిలిస్తూ ఆలోచించాడు. చివరికి అన్నాడు.

"వావ్. $1,829. మీరు చాలా ఖచ్చితంగా ఉన్నారు. మీరు అకౌంటెంట్ కావాల్సిన వాళ్లు. [మిశారీ కాదు.] వినండి, మీరు లీజ్ రిన్యూ చేయాలనే ఉద్దేశ్యాన్ని నేను విలువగా చూస్తున్నాను. దానికోసం, నేను దీన్ని పన్నెండు నెలల లీజ్‌కి అంగీకరించగలను"

కా-చింగ్! ఈ అద్భుతమైన కాంబినేషన్ గమనించండి – తగ్గుతూ వచ్చే ఆకర్‌మన్ ఆఫర్లు, రౌండ్ కాని సంఖ్యలు, లోతైన పరిశోధన, తెలివైన లేబెలింగ్, మరియు "కాదు" అని చెప్పకుండా తిరస్కరించడం – ఇవన్నీ కలిపి ఇంటి యజమాని నెలసరి అద్దె పెంచాలని అనుకున్నప్పటికీ మీరు తగ్గింపును సాధించగలుగుతారు.

ముఖ్యమైన పాఠాలు (KEY LESSONS)

ఒక దశలో – అది తప్పక వస్తుంది – మీరు ఒక బేర్-నకిల్ (నేరుగా పోరాడే) నెగోషియేటర్ ఎదురుగా కూర్చుంటారు. మీరు అన్ని సైకాలజికల్ టెక్నిక్స్ – లేబెలింగ్, మిరరింగ్, క్యాలిబ్రేటింగ్ – పూర్తిగా ఉపయోగించిన తర్వాత, మీరు చివరికి "brass tacks" (అసలు అంశాలు) చర్చించాల్సిందే.

మనలో చాలామందికి అది సరదాగా అనిపించదు.

కానీ టాప్ నెగోషియేటర్లు మాత్రం తెలుసుకుంటారు —— ఘర్షణ చాలాసార్లు గొప్ప ఒప్పందాలకు దారిగా మారుతుంది. ఉత్తములైన వాళ్లు దానిలో పాల్గొనడం కూడా ఆస్వాదించగల మార్గాలను కనుగొంటారు. ఘర్షణ నిజాన్ని, సృజనాత్మకతను, పరిష్కారాన్ని బయటకు తేవడంలో సహాయపడుతుంది. కాబట్టి, తర్వాత మీరు ఒక బేర్-నకిల్ bargainer, ఎదురుగా కూర్చున్నప్పుడు, ఈ అధ్యాయం లోని పాఠాలను గుర్తు చేసుకోండి:

- మీ ప్రత్యర్థి నెగోషియేటింగ్ స్టైల్‌ను గుర్తించండి. వారు Accommodator (సర్దుకునేవారు), Assertive (దృఢంగా

చెప్పేవారు), లేక Analyst (విశ్లేషణాత్మకంగా ఆలోచించేవారు) అనే విషయం తెలుసుకున్న వెంటనే, వారిని ఎలా ఎదుర్కోవాలో మీకు స్పష్టమవుతుంది.

- సిద్ధం అవ్వండి, సిద్ధం అవ్వండి, సిద్ధం అవ్వండి. ఒత్తిడి వచ్చినప్పుడు మీరు ఒక్కసారిగా అద్భుతంగా ప్రదర్శించలేరు; మీరు సిద్ధమైన స్థాయికి మాత్రమే పడతారు. కాబట్టి ఒక ఆత్మవిశ్వాసపూరితమైన కానీ న్యాయమైన లక్ష్యాన్ని నిర్ణయించుకోండి, దాన్ని చేరుకునేందుకు మీరు ఉపయోగించే లేబెల్స్, క్యాలిబ్రేటెడ్ ప్రశ్నలు, సమాధానాలు అన్నింటినీ ముందుగానే ఆలోచించండి. అలా చేస్తే, మీరు బేరసారపు టేబుల్ వద్ద ఉన్నప్పుడు తడబడకుండా ముందుకు సాగగలుగుతారు.
- ఒక దెబ్బ తినడానికి సిద్ధంగా ఉండండి. శక్తివంతమైన నెగోషియేటర్లు సాధారణంగా ఎక్స్ట్రీమ్ ఆంకర్‌తో ప్రారంభిస్తారు – మీ ధైర్యాన్ని కదిలించడానికి. మీరు సిద్ధంగా లేకపోతే, మీరు ప్రతిఘటన లేకుండానే మీ గరిష్ట స్థాయికి వెళ్ళిపోతారు. అందుకే, సమతుల్య వ్యూహాలు సిద్ధం చేసుకోండి. మీరు కాంప్రొమైజ్ ట్రాప్‌లో చిక్కుకోకుండా ఉండేందుకు.
- హద్దులు పెట్టుకోండి, కోపం లేకుండా దెబ్బ తినడం లేదా తిరిగి ఇవ్వడం నేర్చుకోండి. మీ ఎదురుగా కూర్చున్న వ్యక్తి సమస్య కాదు; పరిస్థితి సమస్య.
- ఒక Ackerman ప్రణాళిక సిద్ధం చేయండి. బేరసారపు లోతుల్లోకి వెళ్ళే ముందు, మీరు ఎక్స్ట్రీమ్ ఆంకర్, క్యాలిబ్రేటెడ్ ప్రశ్నలు, స్పష్టంగా నిర్వచించిన ఆఫర్లు కలిగిన ప్రణాళికను సిద్ధం చేసుకోవాలి. గుర్తుంచుకోండి: 65%, 85%, 95%, 100%. తగ్గుతూ వెళ్తున్న పెరుగుదలలు మరియు రౌండ్ కాని సంఖ్యలతో ముగించడం – ఇవి మీ ప్రత్యర్థికి మీరు చివరి పైసా వరకు వత్తిడి చేయిస్తున్నట్లుగా అనిపింపజేస్తాయి, కానీ వాస్తవంలో మీరు మీకు కావలసిన సంఖ్యను సాధిస్తారు.

అధ్యాయం 10

బ్లాక్ స్వాన్ ను కనుగొనండి

1981 జూన్ 17న ఉదయం 11:30కి, వసంత ఋతువులో 70 డిగ్రీలతో చల్లగా ఉన్న రోజున, పశ్చిమ దిశనుంచి వీచే గాలుల మధ్య, ముప్పై ఏడు సంవత్సరాల విలియం గ్రిఫిన్ రోచెస్టర్, న్యూ యార్క్‌లోని తన తల్లిదండ్రుల ఇంటి రెండో అంతస్తులోని బెడ్‌రూమ్ నుంచి బయలుదేరాడు. తన తల్లిదండ్రుల యింట్లో లివింగ్ రూమ్‌కి దారితీసే మెరుస్తున్న, శుభ్రమైన మెట్లపై నడుచుకుంటూ దిగాడు.

మెట్ల చివరకి చేరిన తరువాత, అతడు కాసేపు ఆగి, మౌనంగా నిలబడి, ఎలాంటి హెచ్చరికలు లేకుండా మూడుసార్లు తుపాకీ కాల్పులు జరిపాడు. ఆ కాల్పుల్లో అతని తల్లి, వాల్‌పేపర్ అంటిస్తున్న హ్యాండీమ్యాన్ అక్కడికక్కడే చనిపోయారు; అతని సవతి తండ్రి తీవ్రంగా గాయపడ్డాడు. మూసివున్న ఆ గదిలో తుపాకీ శబ్దం ప్రతిధ్వనించింది.

తర్వాత గ్రిఫిన్ ఇంటిని వదిలి బయటికి వచ్చి, రెండు బ్లాకుల దూరంలో ఉన్న 'సెక్యూరిటీ ట్రస్ట్ కంపెనీ' అనే, పక్కనే ఉన్న బ్యాంక్ వైపుకు పరుగెత్తుతూ వెళ్ళాడు. మార్గమధ్యంలో ఒక కార్మికుడిని, మరో ఇద్దరు పాదచారులను కూడా కాల్చాడు. బ్యాంక్‌లోకి ప్రవేశించిన కొన్ని సెకన్లలోనే, అక్కడి కస్టమర్లు భయంతో బయటికి పరుగులు తీశారు. గ్రిఫిన్ తొమ్మిది మంది బ్యాంక్ ఉద్యోగులను బందీలుగా తీసుకుని, మిగతా కస్టమర్లను బయటకు పంపేశాడు.

ఆ తర్వాత మూడున్నర గంటల పాటు, గ్రిఫిన్ పోలీసులు, FBI

అధికారులతో ఘోరమైన ప్రతిష్టంభన కొనసాగించాడు. బ్యాంక్ అలారం అందుకున్న తొలి ఇద్దరు పోలీసు అధికారులపై అతను కాల్పులు జరిపి గాయపరిచాడు. అలాగే బ్యాంక్ చుట్టుపక్కల నడుస్తున్న ఆరుగురిపై కూడా తుపాకీ కాల్పులు జరిపాడు. గ్రిఫిన్ చాలా రౌండ్లు కాల్పులు జరిపాడు – మొత్తం వందకు పైగా రౌండ్లు – అందువల్ల పోలీసులు ఒక గార్బేజ్ ట్రక్‌ను ఉపయోగించి ఒక అధికారిని కాపాడి బయటకు తీయాల్సి వచ్చింది.

మధ్యాహ్నం 2:30కి, గ్రిఫిన్ ఆ తొమ్మిది మంది బ్యాంక్ ఉద్యోగులను ఒక చిన్న ఆఫీసు గదిలోకి తీసుకెళ్ళి, మేనేజర్‌ను చూసి ఇలా అన్నాడు – "పోలీసులకు ఫోన్ చేసి నేను చెప్పింది వాళ్లకు చెప్పు"

బయట, FBI ఏజెంట్ క్లింట్ వాన్ జాండ్ పక్కనే ఉండగా, రోచెస్టర్ పోలీస్ అధికారి జిమ్ ఓ'బ్రియన్ ఫోన్ తీసుకున్నాడు.

"మూడు గంటలకు మీరు బ్యాంక్ ముందు ప్రవేశద్వారం వద్దకు వచ్చి పార్కింగ్ గుండా అతనిపై కాల్పులు జరపాలి" మేనేజర్ కన్నీళ్లు కారుస్తూ అరిచింది, "లేదంటే అతను బందీలను చంపడం ప్రారంభించి, శవాలను బయటకు విసురుతాడు"

ఫోన్ లైన్ కట్ అయింది.

ఇంతకు ముందు అమెరికా చరిత్రలో ఎప్పుడూ ఏ బందీదారుడు కూడా నిర్ణయించిన గడువు తీరక ముందే బందీని చంపలేదు. గడువు పెట్టడం అనేది సాధారణంగా ఒత్తిడిని పెంచేందుకు వాడే పద్ధతి మాత్రమే. దోషులు నిజంగా కోరుకునేది డబ్బు, గౌరవం, లేదా హెలికాప్టర్ మాత్రమే. అది అందరికీ తెలుసు. అది ఒక శాశ్వతమైన, మార్పులేని "తెలిసిన నిజం."

కానీ ఆ శాశ్వతమైన, మార్పులేని నిజం ఇప్పుడు మారబోతోంది.

తర్వాత జరిగిన సంఘటనలు "బ్లాక్ స్వాన్‌లు" – అంటే దాగి ఉన్న, ఊహించని, కానీ బయటపెట్టినపుడు ఆటను పూర్తిగా మార్చేసే సమాచారం – యొక్క శక్తిని చూపించాయి.

నెగోషియేషన్‌లో పెద్ద మలుపులు – ఆటను మీకు అనుకూలంగా శాశ్వతంగా తిప్పే క్షణాలు – "బ్లాక్ స్వాన్‌లను" గుర్తించి వాటిని ఉపయోగించగలవారిచే సృష్టించబడతాయి.

ఎలాగో యిప్పుడు చూద్దాం.

అనూహ్యమైనదానిలో లీవరేజ్ కనుగొనడం

సరిగ్గా మధ్యాహ్నం 3 గంటలకు, గ్రిఫిన్ తన బందీలలో ఒకరైన 29 ఏళ్ల టెల్లర్ మార్గరెట్ మూర్ వైపు చూపించి, ఆమెను బ్యాంక్ గాజు తలుపులవైపు నడవమని ఆదేశించాడు. భయంతో వణికిపోయిన మూర్ అతను ఆదేశించినట్లే నడవడం ప్రారంభించింది. కానీ ముందుగా ఆమె ఏడుస్తూ అరిచింది, "నాకో చిన్న పిల్లాడున్నాడు, ఒంటరిగా ఉన్నాను"

గ్రిఫిన్ ఆమె మాట విననట్టుగానో, లేదా వినినా పట్టించుకోనట్టుగానో కనిపించాడు. ఏడుస్తూ మూర్ ఆ గాజు తలుపుల దగ్గరికి చేరిన వెంటనే, గ్రిఫిన్ తన 12 – గేజ్ షాట్‌గన్‌తో రెండు సార్లు కాల్పులు జరిపాడు. ఆ రెండు భారీ బుల్లెట్లు మూర్ పొట్ట భాగంలో తాకి, ఆమెను గాజు తలుపు గుండా దూసుకుపోయేలా చేసాయి. దాంతో ఆమె శరీరం దాదాపు రెండు ముక్కలుగా విడిపోయింది.

బయట నిల్చుని వున్న అధికారులు షాక్‌తో మౌనంగా నిలబడిపోయారు. గ్రిఫిన్ డబ్బు, గౌరవం, లేదా తప్పించుకునే మార్గం ఏదీ కోరుకోవడంలేదు అనేది స్పష్టంగా కనిపించింది. అతను బయటికి రాబోయే ఏకైక మార్గం – మృతదేహంగా మాత్రమే.

అప్పుడు గ్రిఫిన్ బ్యాంక్‌లోని పొడవైన గాజు కిటికీ వైపుకు వెళ్లి, తన శరీరాన్ని గాజుపై ఒత్తాడు. ఎదుటి వీధిలోని చర్చిలో స్నైపర్ తుపాకీతో తనపై లక్ష్యంతో ఉన్నాడని గ్రిఫిన్‌కి బాగా తెలుసు; ఆ రోజు మొదట్లోనే అతడు ఆ స్నైపర్‌పై కాల్పులు జరిపాడు.

గ్రిఫిన్ నీడ స్నైపర్ స్కోప్‌లో కనిపించిన క్షణం కూడా గడవక ముందే, స్నైపర్ ట్రిగ్గర్‌ను నొక్కాడు.

గ్రిఫిన్ నేలపై కూలిపోయాడు – చనిపోయాడు.

బ్లాక్ స్వాన్ సిద్ధాంతం ఏం చెబుతుందంటే, ముందుగా అసాధ్యమని, లేదా ఎప్పుడూ ఊహించని విషయాలు కూడా ఒక్కో సమయంలో జరుగుతాయి. ఇది "ఒక లక్షలో ఒక అవకాశం" ఉన్న ఘటనలు కూడా జరుగుతాయి అని చెప్పడమేం కాదు. కానీ మనం ఎప్పుడూ ఊహించనివి కూడా సంభవిస్తాయి అని అర్థం.

బ్లాక్ స్వాన్ అనే ఆలోచనను ప్రసిద్ధి చెందిన రిస్క్ విశ్లేషకుడు నసీమ్ నికోలస్ తాలెబ్ తన బెస్ట్‌సెల్లర్ పుస్తకాల్లో Fooled by Randomness1 (2001) మరియు The Black Swan2 (2007) లో ప్రజాదరణ పొందేలా చేశారు. అయితే, ఆ పదం చాలా పాతది. పదిహేడవ శతాబ్దం వరకు ప్రజలు కేవలం తెల్లని హంసలనే ఊహించగలిగారు. ఎందుకంటే అప్పటివరకు అందరూ చూసిన హంసలు తెల్లగా ఉండేవి. పదిహేడవ శతాబ్దం లండన్‌లో, అసాధ్యమైన విషయాలను "బ్లాక్ స్వాన్స్" అని పిలవడం సాధారణం.

కానీ 1697లో డచ్ అన్వేషకుడు విలియం డి వ్లామింగ్ పశ్చిమ ఆస్ట్రేలియాకు వెళ్లి, ఒక నల్ల హంసను చూశాడు. ఒక్కసారిగా "అసాధ్యం"గా, "ఊహించని"దిగా భావించినది నిజమైంది. ప్రతి ఒక్కరూ హంస తెల్లగానే ఉంటుందని అనుకుంటున్న సమయంలో, ఆ నల్ల హంస కనబడటం వారి ప్రపంచ దృక్కోణాన్ని ఛిన్నాభిన్నం చేసింది.

బ్లాక్ స్వాన్స్ అనేవి కేవలం ఒక ఉపమానం మాత్రమే. పెర్ల్ హార్బర్ దాడి, ఇంటర్నెట్ ఉద్భవం, 9/11, ఇటీవల జరిగిన బ్యాంకింగ్ సంక్షోభం – ఇవన్నీ గుర్తు తెచ్చుకోండి.

వీటిని ముందుగా ఎవరూ ఊహించలేదు – కానీ తర్వాత చూసినప్పుడు, అన్ని సంకేతాలు కనిపిస్తాయి. కానీ ప్రజలు వాటిని గమనించలేదు.

తాలెబ్ ఉపయోగించిన అర్థంలో, బ్లాక్ స్వాన్ అంటే గత అనుభవాలపై ఆధారపడి చేసే ఊహాగానాల నిష్ప్రయోజకతకు ప్రతీక. బ్లాక్ స్వాన్స్ అనేవి మన సాధారణ అంచనాల పరిధికి బయట ఉన్న సంఘటనలు లేదా జ్ఞాన భాగాలు – అందువల్ల అవి అంచనా వేయలేము.

ఇది నెగోషియేషన్‌లో ఒక కీలక భావన. ప్రతి చర్చలోనూ వివిధ రకాల సమాచారముంటుంది. మనకు తెలిసిన విషయాలు ఉంటాయి – ఉదాహరణకు మన ప్రత్యర్థి పేరు, వారి ఆఫర్, మన గత అనుభవాలు – ఇవన్నీ "known knowns." మరొకవైపు, మనకు తెలుసు కానీ వివరాలు తెలియని విషయాలు ఉన్నాయి – ఉదాహరణకు, మరోవైపు వ్యక్తి అనారోగ్యంతో బాధపడుతూ చర్చ నుంచి తప్పుకోవచ్చనే అవకాశం. ఇవి "known unknowns." ఇవి పోకర్ గేమ్ లోని వైల్డ్ కార్డుల వంటివి – అవి ఎక్కడో ఉన్నాయని మీకు తెలుసు కానీ ఎవరి చేతిలో ఉన్నాయో తెలియదు.

అయితే, అత్యంత ముఖ్యమైనవి మనకు తెలియదనే విషయం మనకు తెలియకుండా ఉండటం. ఇలాంటి విషయాలు – మనం ఊహించనివి. అవే గనుక తెలిసినట్లయితే మొత్తం ఆటను మార్చివేయగలిగేవి. ఉదాహరణకు, మన ప్రత్యర్థి ఒప్పందం విఫలమవ్వాలని కోరుకోవచ్చు ఎందుకంటే అతను పోటీ కంపెనీకి వెళ్ళబోతున్నాడు.

ఇలాంటి "తెలియదనే విషయం మనకు తెలియకుండా ఉండే" విషయాలే బ్లాక్ స్వాన్స్.

తమ "known knowns" మరియు గత అంచనాల ఆధారంగా పనిచేస్తూ, వాన్ జాండ్, వాస్తవానికి మొత్తం FBI కూడా, ఆ పరిస్థితిలో ఉన్న క్లూలను, సంబంధ సంకేతాలను గమనించలేకపోయారు. వారి ముందే ఉన్న బ్లాక్ స్వాన్స్ వారికి కనిపించలేదు.

నేను ఇక్కడ వాన్ జాండ్‌ని ప్రత్యేకంగా తప్పుబట్టాలనుకోవడం లేదు. ఆ సంఘటనను వెలుగులోకి తీసుకురావడం ద్వారా ఆయన మొత్తం చట్టాన్ని అమలు చేసే వ్యవస్థకు సేవ చేశాడు. క్వాంటికోలో జరిగిన ఒక శిక్షణా సమావేశంలో ఆయన ఆ భయంకరమైన జూన్ నెల కథను నాతో పాటు అక్కడ ఉన్న అనేకమంది ఏజెంట్లకు చెప్పాడు. అది "స్యూసైడ్-బై-కాప్" అనే పరిణామానికి ఒక పరిచయం – అంటే, ఒక వ్యక్తి ఉద్దేశపూర్వకంగా ఒక సంక్షోభ పరిస్థితిని సృష్టించి, పోలీసుల చేతిలో తాను చనిపోవడమే లక్ష్యంగా పెట్టుకోవడం. కానీ ఆ సంఘటనలో ఉన్న మరింత గొప్ప పాఠం ఏమిటంటే – ఊహించని విషయాలను గుర్తించడం ఎంత ముఖ్యమో, అదే సమయంలో మూర్ మరణం వంటి విషాదాలు మళ్లీ జరగకుండా చూడడం.

1981 జూన్ నెలలో ఆ రోజున, ఓ'బ్రియన్ బ్యాంక్‌కి మళ్లీ మళ్లీ ఫోన్ చేస్తూనే ఉన్నాడు. కానీ ప్రతిసారి బ్యాంక్ ఉద్యోగి ఫోన్ ఎత్తగానే వెంటనే కట్ చేసేశాడు. అదే సమయంలో వారు గ్రహించాలి – ఇది సాధారణ పరిస్థితి కాదని. ఎందుకంటే బందీలను పట్టుకున్నవారు ఎప్పుడూ మాట్లాడుతారు. ఎందుకంటే వారికి ఎప్పుడూ ఏదో కావాలి – డబ్బు, గౌరవం లేదా శ్రద్ధ.

కానీ ఈ వ్యక్తి అలాంటివాడు కాదు.

స్టాండాఫ్ మధ్యలో, ఒక పోలీసు అధికారి కమాండ్ పోస్టులోకి వచ్చి,

కొద్ది బ్లాకుల దూరంలో జరిగిన రెండు హత్యల గురించి (మరొక వ్యక్తి తీవ్ర గాయాలతో ఉన్నాడు) సమాచారం ఇచ్చాడు.

“ఇది మనం తెలుసుకోవాలా?” అని వాన్ జాండ్ అడిగాడు. “దీనితో ఏమైనా సంబంధం ఉందా?”

ఎవరూ అప్పుడు తెలియజేయలేదు, తెలుసుకోలేకపోయారు. తెలిసుంటే వారు రెండవ బ్లాక్ స్వాన్‌ను గుర్తించేవారు – గ్రిఫిన్ ఇప్పటికే అనేకమందిని చంపేశాడు, కానీ ఎటువంటి డబ్బు డిమాండ్లు చేయలేదు.

కొన్ని గంటల తరువాత, బందీదారుడు తన బందీలలో ఒకరిని పోలీసులకు ఫోన్‌లో ఒక నోట్ చదవమని చెప్పాడు. ఆశ్చర్యకరంగా, ఆ నోట్ లోపల ఎటువంటి డిమాండ్లు లేవు. బదులుగా, గ్రిఫిన్ జీవితంలో తనకు ఎదురైన అన్యాయాల గురించి ఒక అయోమయమైన ఆవేశపూరిత ప్రసంగం ఉంది. ఆ నోట్ చాలా పొడవుగా, అస్పష్టంగా ఉండటంతో, దానిని పూర్తిగా చదవలేదు. అందువల్ల ఒక కీలకమైన వాక్యం – మరో బ్లాక్ స్వాన్ – గమనించబడలేదు:

“...పోలీసులు నా ప్రాణం తీసుకున్న తర్వాత...”

ఈ బ్లాక్ స్వాన్‌లు గుర్తించబడకపోవడంతో, వాన్ జాండ్, అతని సహచరులు ఆ పరిస్థితిని నిజంగా ఉన్నట్టుగా చూడలేకపోయారు. గ్రిఫిన్ చనిపోవాలని కోరుకున్నాడు. కానీ అతడు పోలీసుల చేతిలో చనిపోవాలని కోరుకున్నాడు.

ఇంతకు ముందు ఇలాంటి సంఘటన – ఒక గడువు పెట్టుకుని కాల్పులు జరపటం – FBIకి ఎప్పుడూ జరగలేదు. కాబట్టి వారు ఆ సమాచారాన్ని గత అనుభవాల మాదిరిగానే అన్వయించడానికి ప్రయత్నించారు. పాత నమూనాల్లోకి దాన్ని బలవంతంగా చేర్చారు. వారు ఆలోచించారు – “అతను నిజంగా ఏమి కోరుకుంటున్నాడు?” కొంతసేపు భయపెట్టిన తర్వాత, గ్రిఫిన్ ఫోన్ తీసుకుని మాట్లాడతాడని వారు భావించారు. ఎవరూ గడువు నాటికి చంపబడరు అని అనుకున్నారు.

కనీసం వాళ్లు అలా ఆలోచించారు.

తెలియదని, తెలియనివి బహిర్గతం చేయడం

UNCOVERING UNKNOWN UNKNOWNS

1981 జూన్ 17న మధ్యాహ్నం 3 గంటలకు న్యూయార్క్ రాష్ట్రంలోని రోచెస్టర్‌లో జరిగిన సంఘటన మనకు నేర్పిన పాఠం ఏమిటంటే – ఒక కేసులో వివిధ అంశాలు కలిసిరాకపోతే, అది సాధారణంగా మన దృష్టికోణం తప్పు దిశలో ఉందని సూచిస్తుంది. మన అంచనాలను విడిచిపెట్టకపోతే అవి ఎప్పటికీ సరిపడవు.

ప్రతి కేసు కొత్తదే! మనకు తెలిసిన విషయాలు – known knowns – మనకు మార్గదర్శకంగా ఉండాలి కానీ మన కళ్ళు మూసేయకూడదు. మనము ఏ పరిస్థితిలోనైనా సర్దుబాటు చేయగల, మార్పును అంగీకరించే మనసుతో ఉండాలి. మనమందరం ఎప్పుడూ ప్రారంభకుడి మనసు కలిగి ఉండాలి. మన అనుభవాన్ని అతిగా మదింపు చేయకూడదు; అలాగే, మన ముందున్న పరిస్థితి మనకు చూపే భావోద్వేగ, సమాచార వాస్తవాలను తక్కువ అంచనా వేయకూడదు.

కానీ ఇవే కాకుండా ఆ దుర్ఘటన మనకు నేర్పిన మరిన్ని ముఖ్యమైన పాఠాలు ఉన్నాయి. ఎవరైనా "known knowns" పైనే ఎక్కువగా ఆధారపడితే, అది అతడిని అంచనాల బంధనంలోకి నెట్టేస్తుంది – దాంతో అతను వాస్తవాన్ని చూసే, వినే సామర్థ్యాన్ని కోల్పోతాడు. కానీ, "unknown unknowns" – అంటే ఊహించని తెలియని అంశాలను – గుర్తించే సామర్థ్యం పెరిగితే, అదే చర్చకర్త మహత్తరమైన మార్పులను సాధించగలడు.

నేను 1981 జూన్ 17 కథను మొదట విన్న క్షణం నుంచే, నేను చర్చలను ఎదుర్కొనే నా విధానాన్ని పూర్తిగా మార్చుకోవాలని గ్రహించాను. ప్రతి చర్చలో రెండు పక్షాలు కనీసం మూడు "బ్లాక్ స్వాన్స్" – అంటే మూడు ముఖ్యమైన సమాచారం భాగాలు – కలిగి ఉంటాయి. అవి మరో పక్షం కనుగొంటే, మొత్తం పరిస్థితిని పూర్తిగా మార్చేస్తాయి అని నేను ఊహించాను.

నా అనుభవం అది నిజమని నిరూపించింది.

ఇప్పుడు, నేను ఇక్కడ గమనించాల్సిన విషయం ఏమిటంటే, ఇది కేవలం చర్చా (నెగోషియేషన్) పద్ధతిలోని ఒక చిన్న మార్పు మాత్రమే

కాదు. నేను నా సంస్థకు "బ్లాక్ స్వాన్" అనే పేరును ఇవ్వడం, అలాగే మా విధానానికి అది ప్రతీకగా నిలవడం యాదృచ్ఛికం కాదు.

బ్లాక్ స్వాన్‌లను కనుగొని, వాటిపై చర్య తీసుకోవడం మీ ఆలోచన విధానంలో ఒక మార్పును కోరుతుంది. ఇది చర్చను ఒకే కోణంలో నుంచి, కదలిక – ప్రతికదలికల ఆట అయిన చెకర్స్ నుండి, భావోద్వేగపూర్వకంగా, అనుకూలంగా, అంతర్భావపూర్వకంగా, మరియు నిజంగా ఫలితాలనిచ్చే ముక్కోణపు ఆటగా మార్చుతుంది.

బ్లాక్ స్వాన్‌లను కనుగొనడం అంత సులభం కాదు. మనమందరం కొంత మేరకు కళ్ళు మూసుకున్నవాళ్లమే. తిరిగే వరకు మలుపులో ఏముందో మనకు తెలియదు. ఇంకా చెప్పాలంటే, నిర్వచనాల ప్రకారం, 'మనకు ఏమి తెలియదో కూడా మనకు తెలియదు'.

అందుకే నేను చెబుతున్నాను – బ్లాక్ స్వాన్‌లను కనుగొనడం, అవగాహన చేసుకోవడం అంటే మనసు మార్పు అవసరం. మన స్థిరమైన ఆలోచనా మార్గాలను విప్పి, మరింత సహజమైన, సూక్ష్మమైన వినికిడి పద్ధతులను స్వీకరించాలి.

ఇది జీవితంలోని అన్ని రంగాల వారికీ, చర్చకర్తల నుండి ఆవిష్కర్తలు, మార్కెటింగ్ నిపుణుల వరకు, అత్యంత అవసరమైనది. మీకు తెలియనిది మిమ్మల్ని లేదా మీ ఒప్పందాన్ని నాశనం చేయగలదు. కానీ ఆ విషయాన్ని తెలుసుకోవడం మనం నమ్మలేనంత క్లిష్టమైనది. అత్యంత ప్రాథమికమైన సవాలు ఏమిటంటే, ప్రజలు కస్టమర్, యూజర్ లేదా ప్రతిపక్ష వ్యక్తిని ఏ ప్రశ్నలు అడగాలో తెలియదు. సరైన విధంగా ప్రశ్నించకపోతే, చాలామంది మీరు కోరుతున్న సమాచారాన్ని వ్యక్తపరచలేరు. ప్రపంచం స్టీవ్ జాబ్స్‌కి "మాకు ఐప్యాడ్ కావాలి" అని చెప్పలేదు; ఆయన మనలో ఉన్న ఆ అవసరాన్ని, – ఆ బ్లాక్ స్వాన్‌ను – మనకు తెలియకముందే వెలికితీశాడు.

సమస్య ఏమిటంటే, సంప్రదాయ ప్రశ్నించడం మరియు పరిశోధనా పద్ధతులు తెలిసిన విషయాలను మాత్రమే నిర్ధారించడానికి, మరియు అనిశ్చితిని తగ్గించడానికి రూపొందించబడ్డాయి. అవి తెలియని విషయాల లోతుల్లోకి వెళ్లవు.

చర్చల్లో ఎల్లప్పుడూ పరిమితమైన, ఊహించగల సామర్థ్యం ఉంటుంది. మీ ప్రత్యర్థి "ఇది చాలా అందమైన స్థలం" అని చెబుతాడు,

కానీ అది "సూపర్ ఫండ్ సైట్" అని చెప్పడు. వారు "పక్కింటివాళ్లు గొడవ చేస్తున్నారా? అందరూ ఎంతో కొంత శబ్దం చేస్తారు కదా?" అంటారు – కానీ నిజానికి అక్కడ ప్రతి రాత్రీ ఒక హెవీ మెటల్ బ్యాండ్ సాధన చేస్తోంది.

తెలియని వాటిని వెలికి తీయగలిగిన వ్యక్తి, వాటిని అనుకూలంగా మలుచుకోగలిగిన వ్యక్తి, వాటిని సద్వినియోగం చేసుకోగల వ్యక్తి మాత్రమే చివరికి విజేతగా నిలుస్తాడు.

ఈ తెలియని వాటిని బయటపెట్టడానికి, మనం మన ప్రపంచాన్ని ప్రశ్నించాలి. దానికి పిలుపునివ్వాలి. ప్రతిస్పందనను గమనించి లోతుగా వినాలి. అనేక ప్రశ్నలు అడగాలి. శరీర భాష, భావవ్యక్తీకరణల ద్వారా వచ్చే సూచనలను తెలుసుకోవాలి. మీ ప్రత్యర్థితో మీ పరిశీలనలను ఎల్లప్పుడూ పంచుకోవాలి.

ఇది మీరు ఇప్పటివరకు నేర్చుకున్నదాని కంటే వేరే కొత్తదేమీ కాదు. ఇది కేవలం మరింత తీవ్రంగా, మరింత అంతర్భావపూర్వకంగా ఉంటుంది. మీరు మాయా చిత్రాల వెనుక ఉన్న నిజాన్ని "అనుభవించాలి"; చిన్న అసౌకర్యాలు, అబద్ధాలను గమనించాలి. మీరు ఆశిస్తున్న దాన్ని నిర్ధారించడానికి మాత్రమే చూడకండి. అలా చేస్తే, మీరు చూడబోయేది అదే అవుతుంది. దానికి బదులుగా, మీ ముందు ఉన్న వాస్తవాన్ని స్వీకరించాలి.

అందుకే నా సంస్థ చర్చా సన్నాహక విధానాలు, అందులో పాల్గొనే విధానాన్ని మార్చింది. పరస్పర చర్యకు ముందు మా బృందం ఎంత పరిశోధన చేసినా, మేము ఎల్లప్పుడూ మనల్ని మనమే అడుగుతాం: "వారు చెప్పేది ఎందుకు యిప్పుడు చెబుతున్నారు?" గమనించండి. చర్చ అనేది ప్రత్యర్థిపై పోటీ కాదని, నడుస్తున్న తాడు మీద నడక వంటిదని తెలుసుకోవాలి. చివరి లక్ష్యంపై చాలా దృష్టి పెడితే, అది మీ తదుపరి అడుగు నుంచి మీ దృష్టిని మరలిస్తుంది – అప్పుడు మీరు తాడు మీద నుంచి జారిపడే అవకాశం ఉంటుంది. కాబట్టి, తదుపరి అడుగుపై దృష్టి పెట్టండి – ఎందుకంటే మీరు అన్ని అడుగులను పూర్తి చేస్తే, తాడు చివరికి మిమ్మల్ని లక్ష్యానికి తీసుకువెళ్తుంది.

చాలామంది బ్లాక్ స్వాన్‌లు అనేవి గోప్యమైన లేదా కఠినంగా రక్షించబడిన సమాచారమని భావిస్తారు. కానీ వాస్తవానికి ఆ సమాచారం పూర్తిగా నిరపాయంగా కనిపించవచ్చు. ఇరువురూ దాని ప్రాముఖ్యతను

అసలు గ్రహించకపోవచ్చు. మీ ప్రత్యర్థి వద్ద ఎప్పుడూ వారు విలువను అర్థం చేసుకోని సమాచారపు భాగాలు ఉంటాయి.

లీవరేజ్ యొక్క మూడు రకాలు

నేను బ్లాక్ స్వాన్‌లను బయటపెట్టే నిర్దిష్ట పద్ధతుల గురించి మనం తిరిగి వద్దాం. ముందుగా, అసలు అవి ఎందుకు అంత ఉపయోగకరంగా ఉంటాయో తెలుసుకుందాం.

దాని సమాధానం – లీవరేజ్.

బ్లాక్ స్వాన్‌లు లీవరేజ్‌ను పెంచే సాధనాలు. అవి మీకు పైచేయి ఇస్తాయి.

మామూలుగా, "లీవరేజ్" అనేది ఒక మాంత్రిక పదం. కానీ అదే సమయంలో చర్చా నిపుణులు సులభంగా ఉపయోగిస్తారు, కానీ లోతుగా విశ్లేషించరు. అందువల్ల, ఇక్కడ నేను దానిని వివరించదలచుకున్నాను.

సిద్ధాంతపరంగా, లీవరేజ్ అంటే నష్టాన్ని కలిగించే, లాభాన్ని అడ్డుకునే సామర్థ్యం. మీ ప్రత్యర్థి ఎక్కడ లాభపడాలనుకుంటున్నారు, ఏ నష్టాన్ని భయపడుతున్నారు? ఈ సమాచారపు వివరాలను మీరు కనుగొనగలిగితే, వారి అవగాహనలపై, చర్యలపై, నిర్ణయాలపై లీవరేజ్ సాధిస్తారని చెబుతారు. అయితే, మన అవాస్తవ భావాలు మన వాస్తవమయ్యే ప్రాక్టికల్ ప్రపంచంలో, "నష్టం" మరియు "లాభం" అనేవి అస్పష్టమైన భావనలు. మీ దగ్గర వాస్తవంగా ఉన్న లీవరేజ్ కంటే, మీవద్ద ఉందని వారు భావించే లీవరేజ్ మరింత ముఖ్యమైనది. అందుకే నేను చెబుతాను – ఎల్లప్పుడూ లీవరేజ్ ఉంటుంది. అది భావోద్వేగపరమైన అంశం కాబట్టి, అది వాస్తవంగా ఉన్నా లేకపోయినా సృష్టించవచ్చు.

వారు మీతో మాట్లాడుతున్నారంటే, మీకు లీవరేజ్ ఉంది. ఒక అపహరణలో లీవరేజ్ ఎవరికుంటుంది? అపహరణకర్తకా లేక బలిగొన్న కుటుంబానికా? చాలామంది అపహరణకర్తకే మొత్తం లీవరేజ్ ఉంటుందని అనుకుంటారు. అవును, అపహరణకర్త మీరు ప్రేమించే వ్యక్తిని అపహరించాడు. అలాగే, మీ వద్ద వారికి కావలసినది ఉంది. దేనికి ఎక్కువ

శక్తి ఉంటుంది? అపహరణకర్తలు అమ్మాలనుకునే "వస్తువు"కు ఎంతమంది కొనుగోలుదారులు ఉన్నారు? ఒక్కరే గనుక అయితే ఆ వ్యాపారం ఎంత విజయవంతం అవుతుంది?

లీవరేజ్‌కు అనేక అంశాలు ఉన్నాయి – సమయం, అవసరం, పోటీ మొదలైనవి. మీరు మీ ఇల్లు ఇప్పుడే అమ్మాల్సిన అవసరం ఉంటే, మీ వద్ద తక్కువ లీవరేజ్ ఉంటుంది. అవసరం లేకుండా అమ్మాలనుకుంటే, మీ వద్ద ఎక్కువ లీవరేజ్ ఉంటుంది. ఒకేసారి చాలామంది దానిపై బిడ్ వేస్తే – అదీ మీ అదృష్టం.

ఇక్కడ గమనించాల్సిన విషయం ఏమిటంటే, లీవరేజ్ అనేది "పవర్" (శక్తి) కాదు. డొనాల్డ్ ట్రంప్ వద్ద అపారమైన శక్తి (పవర్) ఉండొచ్చు. కానీ అతను ఎడారిలో చిక్కుకుపోతే, ఆ ప్రాంతంలో నీరు అమ్మే ఏకైక దుకాణంలో నీరు ఉంటే —— ఆ దుకాణం యజమానికే ఎక్కువ లీవరేజ్ ఉంటుంది.

లీవరేజ్‌ను అర్థం చేసుకోవడానికి ఒక మార్గం – అది పార్టీల మధ్య కదిలే ద్రవంలా ఉంటుంది. ఒక చర్చకర్తగా, మీరు ఎల్లప్పుడూ ఏ వైపు, ఏ సమయంలో, చర్చ విఫలమైతే ఎక్కువ నష్టమని భయపడుతున్నారో తెలుసుకోవాలి. ఎవరు ఎక్కువ నష్టానికి భయపడుతున్నారో – వారికే తక్కువ లీవరేజ్ ఉంటుంది. దానికి వ్యతిరేక పక్షం వాళ్లకి ఎక్కువ లీవరేజ్ ఉంటుంది. లీవరేజ్ పొందడానికి, మీరు మీ ప్రత్యర్థిని ఒప్పించాలి – ఒప్పందం విఫలమైతే వారికి నిజమైన నష్టం జరుగుతుందని.

వర్గీకరణ పరంగా చూస్తే, లీవరేజ్ మూడు రకాలుగా ఉంటుంది: పాజిటివ్, నెగటివ్, మరియు నార్మేటివ్.

నిశ్చయాత్మకమైన అధికారం (Positive Leverage)

పాజిటివ్ లీవరేజ్ అంటే సాదాసీదాగా చెప్పాలంటే – చర్చకర్తగా మీరు మీ ప్రత్యర్థి కోరుకునే విషయాలను అందించటానికి లేదా నిలిపివేయటానికి సామర్థ్యం కలిగి వుండటం. మరోవైపు "నాకు కావాలి..." అని చెబితే, ఉదాహరణకు "నాకు మీ కారు కొనాలి" అని అంటే, మీరు పాజిటివ్ లీవరేజ్ కలిగి ఉన్నారు.

అప్పుడు మీ వద్ద శక్తి ఉంటుంది – మీరు వారి కోరికను నెరవేర్చవచ్చు; మీరు దాన్ని నిలిపివేసి వారికి బాధ కలిగించవచ్చు; లేదా వారి కోరికను ఉపయోగించి మరొకరితో మంచి ఒప్పందం సాధించవచ్చు.

ఒక ఉదాహరణ చూద్దాం:

మీరు మీ వ్యాపారాన్ని అమ్మకానికి పెట్టిన మూడు నెలల తర్వాత, ఒక సంభావ్య కొనుగోలుదారు (potential buyer) "అవును, నేను దీన్ని కొనాలనుకుంటున్నాను" అని చెబుతాడు. మీరు ఆనందిస్తారు. కానీ కొన్ని రోజుల్లోనే ఆయన ఇచ్చిన ఆఫర్ చాలా తక్కువగా ఉందనిపిస్తుంది. అది మీకు చాలా నిరాశను కలిగిస్తుంది. ఒకవేళ ఇది మీకు వచ్చిన ఒకే ఒక ఆఫర్ అయితే, మీరు ఏమి చేస్తారు?

ఇప్పుడు, మీరు ముందే ఇతర కొనుగోలుదారులతో అయినా కొంతమేరకు సంబంధం కలిగి ఉంటే, ఆ ఆఫర్‌ను పోటీ వాతావరణం సృష్టించడానికి ఉపయోగించి, బిడ్డింగ్ వార్ ప్రారంభించవచ్చు. కనీసం మీరు వారిని ఒక ఎంపిక చేయడానికి ప్రేరేపిస్తారు.

అయితే, మీవద్ద ఇతర ఆఫర్లు లేకపోయినా, లేదా ఈ కొనుగోలుదారుడే మీ మొదటి ఎంపిక అయినా, వారు తమ కోరికను వెల్లడించిన తర్వాత మీరు ముందుకంటే ఎక్కువ శక్తి కలిగి ఉంటారు. ఇప్పుడు మీరు వారు కోరుకునేదాన్ని నియంత్రిస్తున్నారు. అందుకే అనుభవజ్ఞులైన చర్చకర్తలు ఆఫర్ ఇవ్వడాన్ని ఆలస్యం చేస్తారు – వారు తమ లీవరేజ్‌ను వదులుకోవాలనుకోరు.

పాజిటివ్ లీవరేజ్ చర్చలో మీ మనోభావాన్ని మెరుగుపరుస్తుంది. ఇప్పటి వరకు మీరు పెట్టుబడిదారుని నుండి ఏదో కోరుకునే స్థితిలో ఉండగా, ఇప్పుడు మీ ఇద్దరూ ఒకరి నుంచి మరొకరు ఏదో కోరుకునే స్థితిలో ఉన్నారు.

దీన్ని పొందిన తర్వాత, మీ ప్రత్యర్థి ఇంకేమి కోరుకుంటున్నాడో గుర్తించవచ్చు. అతను మీ సంస్థను దశలవారీగా కొనాలనుకోవచ్చు. మీరు ధర పెంచితే, ఆ విధంగా అతనికి సహాయం చేయండి. అతని ఆఫర్ అతని వద్ద ఉన్న మొత్తం డబ్బు కావచ్చు. అప్పుడు మీరు ఇలా చెప్పవచ్చు – "మీ ఆఫర్‌కి నేను కంపెనీ 75 శాతం మాత్రమే అమ్మగలను" అని.

ప్రతికూల లాభదాయకత (Negative Leverage)

"లీవరేజ్" అనే పదం వింటే ఎక్కువ మంది మనసులోకి వచ్చే భావన – ఇదే నెగటివ్ లీవరేజ్. ఇది చర్చకర్త తన ప్రత్యర్థిని బాధపెట్టగల సామర్థ్యం. ఇది బెదిరింపుల మీద ఆధారపడుతుంది: మీరు "మీ వాగ్దానం/బిల్లు మొదలైనవి నెరవేర్చకపోతే, నేను మీ ప్రతిష్ఠను నాశనం చేస్తాను" అని చెప్పగలిగితే, మీరు నెగటివ్ లీవరేజ్ కలిగి ఉన్నారు.

ఇలాంటి లీవరేజ్ మనం ముందు చర్చించిన ఒక భావన – నష్టం భయం (loss aversion) – కారణంగా ప్రజల దృష్టిని ఆకర్షిస్తుంది. ప్రభావవంతమైన చర్చకర్తలు ఎప్పటినుంచో తెలుసుకున్నట్లుగా, మానసిక శాస్త్రజ్ఞులు పలుమార్లు నిరూపించినట్లుగా, మనసులో "నష్ట భయం" అనేది "లాభం" కంటే పెద్దగా పనిచేస్తుంది. మంచి ఒప్పందం పొందడం మనను ఒక ప్రమాదకరమైన నిర్ణయానికి ప్రేరేపించవచ్చు, కానీ మన ప్రతిష్ఠను కాపాడుకోవాలనే ప్రేరణ మరింత బలమైనది.

అప్పుడు మీరు ఏ రకమైన బ్లాక్ స్వాన్‌లను నెగటివ్ లీవరేజ్‌గా గుర్తించాలి? ప్రభావవంతమైన చర్చకర్తలు తమ ప్రత్యర్థికి ముఖ్యమైన విషయాలను సూచించే, తరచూ పరోక్షంగా బయటపడే సమాచారాన్ని గమనిస్తారు. వారి ప్రేక్షకులు ఎవరు? వారికి ప్రతిష్ఠ, స్థానం అంటే ఏమిటి? వారిని ఎక్కువగా ఏం ఆందోళన కలిగిస్తోంది? ఈ సమాచారాన్ని తెలుసుకోవడానికి ఒక మార్గం – చర్చా టేబుల్ బయటకు వెళ్లి, మీ ప్రత్యర్థి బాగా తెలిసిన మూడో వ్యక్తితో మాట్లాడడం. అత్యంత ప్రభావవంతమైన మార్గం – మీ ప్రత్యర్థితో చేసే పరస్పర చర్యల ద్వారానే ఆ సమాచారాన్ని సేకరించడం.

అయితే, ఒక హెచ్చరిక: నేను నేరుగా బెదిరింపులు చేయడాన్ని నమ్మను. చిన్న చిన్న బెదిరింపులను కూడా చాలా జాగ్రత్తగా వాడాలి. బెదిరింపులు అణుబాంబుల్లా ఉంటాయి – అవి విషపూరిత అవశేషాలను మిగిల్చుతాయి. వాటిని శుభ్రం చేయడం కష్టం. మీరు వాటిని జాగ్రత్తగా నిర్వహించకపోతే, మీకు మీరే హాని చేసుకుంటారు. మొత్తం చర్చను పాడు చేస్తారు.

మీరు మీ నెగటివ్ లీవరేజ్‌ను బలవంతంగా ప్రత్యర్థిపై రుద్దితే, వారు దానిని తమ స్వాతంత్ర్యాన్ని లాక్కోవడంగా భావిస్తారు. ప్రజలు సాధారణంగా

తమ స్వాతంత్ర్యాన్ని వదులు కోవడానికంటే మరణాన్ని కూడా స్వీకరిస్తారు. లేదా వారు అసహజంగా ప్రవర్తించి చర్చను పూర్తిగా మూసేస్తారు.

మరింత సూక్ష్మమైన పద్ధతి ఏమిటంటే – మీ నెగటివ్ లీవరేజ్‌ను లేబల్ చేసి, దాడి చేయకుండా స్పష్టంగా తెలియజేయడం. "మీరు ఎల్లప్పుడూ సమయానికి చెల్లించడం ఎంతో విలువగా భావిస్తున్నట్టు అనిపిస్తోంది" లేదా "మీరు నన్ను ఏ స్థితిలో ఉంచుతున్నారో మీకు పట్టనట్టు ఉంది" వంటి వాక్యాలు చర్చా ప్రక్రియను నిజంగా తెరవగలవు. "మీరు నన్ను ఏ స్థితిలో ఉంచుతున్నారో మీకు పట్టనట్టు ఉంది" అనడం నిజంగా చర్చా ప్రక్రియను తెరవగలదు.

నైతిక ప్రమాణాల ఆధారం (Normative Leverage)

ప్రతి వ్యక్తికి తనకు చెందిన నియమాలు మరియు నైతిక రూపరేఖలు ఉంటాయి.

నార్మేటివ్ లీవరేజ్ అంటే ప్రత్యర్థి యొక్క ప్రమాణాలు, నైతిక విలువలను ఉపయోగించి మీ స్థానం ముందుకు నెట్టడం. వారి నమ్మకాలతో వారి చర్యల మధ్య విరుద్ధత చూపగలిగితే, మీకు నార్మేటివ్ లీవరేజ్ ఉంటుంది. ఎవరూ ద్వేషపరుడిలాగ కనిపించాలనుకోరు.

ఉదాహరణకు, మీ ప్రత్యర్థి కంపెనీ కొనుగోలు చేసే సమయంలో సాధారణంగా క్యాష్ ఫ్లోకి ఒక నిర్దిష్ట మల్టిపుల్ చెల్లిస్తామని సరళంగా చెప్పితే, మీరు మీ కోరుకున్న ధరను ఆ విలువీకరణకు అనుగుణంగా తీర్చిదిద్దవచ్చు.

మీకు నార్మేటివ్ విలువను ఇస్తున్న బ్లాక్ స్వాన్‌లను కనుగొనడం చాలా సులభం కావచ్చు – మీ ప్రత్యర్థి ఏమి నమ్ముతారనే దాన్ని అడిగి, ఉదారంగా వినడమే సరిపోతుంది. వారు మాట్లాడే భాష ఏమిటో గమనించి, మీరు అదే భాషలోనే సమాధానం ఇవ్వాలి.

వారి మతాన్ని తెలుసుకోండి

మార్చి 2003లో నేను ఒక రైతుతో చర్చలు నడిపాను. అతను 9/11 తర్వాత మీరు ఊహించలేని అత్యంత అసంభవమైన తీవ్రవాదిగా మారాడు.

డ్వైట్ వాట్సన్ అనే నార్త్ కరోలినా పొగాకు రైతు తన జీపుకు కొన్ని బ్యానర్లు, తలక్రిందులుగా ఉన్న యు.ఎస్. జెండాతో అలంకరించిన జాన్ డీర్ ట్రాక్టర్‌కు కట్టి, పొగాకు రైతులను వ్యాపారం నుండి తొలగిస్తున్నాయని

అతను భావించిన ప్రభుత్వ విధానాలకు నిరసనగా వాషింగ్టన్ డి.సి.కి నడిపించడంతో ఈ నాటకం ప్రారంభమైంది.

వాట్సన్ రాజధానికి చేరుకున్నప్పుడు, అతను తన ట్రాక్టర్‌ను వాషింగ్టన్ స్మారక చిహ్నం, వియత్నాం వెటరన్స్ స్మారక చిహ్నం మధ్య ఉన్న ఒక చెరువులోకి లాగాడు. దాని లోపల "అర్గానోఫాస్ఫేట్" బాంబులు ఉన్నాయని, ఏ క్షణమైనా దానిని పేల్చివేస్తానని బెదిరించాడు.

లింకన్ స్మారక చిహ్నం నుండి వాషింగ్టన్ స్మారక చిహ్నం వరకు ఎనిమిది బ్లాకుల ప్రాంతాన్ని పోలీసులు నిరోధించడంతో రాజధాని లాక్‌డౌన్‌లోకి వెళ్లింది. బెల్ట్‌వే స్నైపర్ దాడుల తర్వాత కేవలం కొద్ది నెలల తర్వాత, ఇరాక్ యుద్ధానికి సన్నాహాలతో పాటు, వాట్సన్ దేశ రాజధానిని గందరగోళంలోకి నెట్టిన సౌలభ్యం ప్రజలను భయపెట్టింది.

తన సెల్ ఫోన్‌లో మాట్లాడుతూ, వాట్సన్ వాషింగ్టన్ పోస్ట్‌కు తాను do-or-die (చేయడం లేదా చనిపోవడం) అనే మిషన్‌లో ఉన్నానని, తగ్గించిన సబ్సిడీలు పొగాకు రైతులను ఎలా చంపుతున్నాయో చూపించడానికి వచ్చానని చెప్పాడు. దేవుడు తనను నిరసనను ప్రదర్శించమని తనకు ఆదేశించాడని, అందువల్ల ఎక్కడికీ వెళ్లేది లేదని పోస్ట్‌కు చెప్పాడు.

"అమెరికా ఈ విధంగా నడుస్తుందంటే, యిదే దానికి నరకం" అతను చెప్పాడు. "నేను లొంగిపోను. వారు [నన్ను] నీటి నుండి పేల్చివేయవచ్చు. నేను స్వర్గానికి వెళ్ళడానికి సిద్ధంగా ఉన్నాను"

FBI నన్ను నేషనల్ మాల్‌లోని మార్చబడిన RVకి తీసుకొచ్చింది. అక్కడ నేను FBI ఏజెంట్లు, యు.ఎస్. పార్క్ పోలీసుల బృందానికి మార్గదర్శకత్వం వహించాలి. మేము వాట్సన్‌ను తనను తాను చంపుకోకుండా మాత్రమే కాకుండా మరెవరిని చంపనీయకుండా అతనితో మాట్లాడటానికి ప్రయత్నించాము.

ఆ తర్వాత మెల్లగా, మేము వ్యాపారంలోకి దిగాము.

యు.ఎస్. రాజధానిలో కీలకమైన భాగాన్ని నాశనం చేస్తానని బెదిరించే వ్యక్తితో మీరు ఆశించినట్లుగా, ఇది నిజంగానే ఉద్రిక్తంగా ఉంటుంది. షార్ప్‌షూటర్లు తమ ఆయుధాలను వాట్సన్‌పై గురిపెట్టారు. అతను ఏదైనా వెర్రి మొర్రిగా ప్రవర్తిసే కాల్చడానికి వారికి "గ్రీన్ లైట్" ఉంది.

ఏదైనా చర్చలలో, ముఖ్యంగా ఇలాంటి ఉద్రిక్త పరిస్థితిలో, మీరు ఎంత బాగా మాట్లాడతారు అనేది కాదు, మీరు ఎంత బాగా వింటారు అనేది మీ విజయాన్ని నిర్ణయిస్తుంది. "ఇతరులను" అర్థం చేసుకోవడం అనేది ఒప్పించేలా మాట్లాడటానికి, వారికి అనుగుణంగా ఉండే ఎంపికలను అభివృద్ధి చేయడానికి ముందస్తు షరతు. కనిపించే చర్చ ఉంది. ఆపై ఉపరితలం క్రింద దాగి ఉన్న అన్ని విషయాలు ఉన్నాయి (బ్లాక్ స్వాన్స్ నివసించే రహస్య చర్చల స్థలం).

ఈ దాచిన స్థలానికి ప్రవేశం చాలా తరచుగా ఎదుటి పక్షం యొక్క ప్రపంచ దృష్టికోణం, వారి ఉనికికి కారణం, వారి మతాన్ని అర్థం చేసుకోవడం ద్వారా వస్తుంది. నిజానికి, మీ ప్రత్యర్థి యొక్క "మతం" (కొన్నిసార్లు దేవుడితో ముడిపడి ఉంటుంది కానీ ఎల్లప్పుడూ కాదు) లోతుగా త్రవ్వడం అంటే చర్చల టేబుల్‌కు మించి, మీ ప్రత్యర్థి యొక్క జీవితంలోకి, భావోద్వేగమైన, ఇతరత్రా, వెళ్లడం అని అంతర్లీనంగా సూచిస్తుంది.

మీరు మీ ప్రత్యర్థి యొక్క ప్రపంచ దృష్టికోణాన్ని అర్థం చేసుకున్న తర్వాత, మీరు ప్రభావాన్ని నిర్మించగలరు. అందుకే మేము వాట్సన్‌తో మాట్లాడుతున్నప్పుడు నేను నా శక్తిని, తార్కికంగా అతనిని లొంగిపొమ్మని వాదించడం కంటే, అతను ఎవరో వెలికితీయడానికి ప్రయత్నించడంలో వెచ్చించాను.

దీని నుండి మాకు తెలిసిందేమిటంటే, వాట్సన్ తన 1,200 ఎకరాల పొగాకు పొలంలో జీవనోపాధి చేసుకోవడం కష్టంగా ఉందని, అది అతని కుటుంబానికి ఐదు తరాలుగా వస్తూ ఉంది. కరువు దెబ్బకొట్టడం, అతని పంట కోటాను సగానికి తగ్గించడం తర్వాత, వాట్సన్ తాను ఇకపై వ్యవసాయం చేయలేనని నిర్ణయించుకుని తన అభిప్రాయాన్ని తెలియజేయడానికి వాషింగ్టన్‌కు వెళ్లాడు. అతనికి తను చెప్పింది వినే వాళ్లు కావాలి. అందువల్ల అతను ఏమి కోరుకుంటున్నాడో తెలుసుకోవడం మాకు సానుకూల లివరేజ్ ని ఇచ్చింది.

వాట్సన్ మాకు అతను ఒక అనుభవజ్ఞుడని కూడా చెప్పాడు. అనుభవజ్ఞులకు నియమాలు ఉన్నాయి. ఇది మీరు వినాలనుకునే సంగీతంలో కూడా తెలుస్తుంది. ఎందుకంటే ఇది ప్రామాణిక పరపతిని అందిస్తుంది. అతను లొంగిపోవడానికి సిద్ధంగా ఉన్నానని, కానీ వెంటనే కాదని అతను

మాకు చెప్పాడు. 1970లలో 82వ ఎయిర్‌బోర్న్‌లో మిలిటరీ పోలీస్ అధికారిగా, అతను శత్రువుల చేతిలో చిక్కుకుపోయినట్లయితే, మూడు రోజులలోపు బలగాలు రాకపోతే అతను గౌరవంగా లొంగిపోవచ్చని అతను నేర్చుకున్నాడు. కానీ అంతకు మునుపు కాదు.

ఇప్పుడు, మేము అతనికి పట్టుకోగల స్పష్టమైన నియమాలను కలిగి ఉన్నాము. అతను వైదొలగవచ్చని అంగీకారం కూడా సూచించింది. చనిపోవడం గురించి అతను కాస్త గర్వంగా ఉన్నప్పటికీ, అతను జీవించాలనుకుంటున్నాడని. బందీ చర్చలలో మీరు నిర్ణయించడానికి ప్రయత్నించే మొదటి విషయాలలో ఒకటి మీ ప్రత్యర్థి యొక్క భవిష్యత్తు దృష్టికోణంలో వారు జీవించడానికి ఇష్టపడుతున్నారా, లేదా అనేది. వాట్సన్ అవును అని సమాధానం ఇచ్చాడు.

మేము ఈ సమాచారాన్ని ఉపయోగించాము - ప్రతికూల పరపతి యొక్క భాగం, ఎందుకంటే మేము అతను కోరుకున్నది తీసివేయవచ్చు: జీవితంలో అతను వినిపించాలనే కోరిక యొక్క సానుకూల పరపతి. అందువల్ల మేం దానితో పని చేయడం ప్రారంభించాము. అతను ఇప్పటికే జాతీయ వార్తలలో చేరుకున్నాడని, అతని సందేశం ప్రజలలో జీవించాలనుకుంటే అతను జీవించి ఉండాలని మేము వాట్సన్‌కు నొక్కి చెప్పాము.

అతను సజీవంగా బయటకు రాకపోవడానికి నిజమైన అవకాశం ఉందని అర్థం చేసుకునేంత తెలివైనవాడు వాట్సన్. కానీ అతను ఇప్పటికీ తన సైనిక గౌరవ నియమాలను కలిగి ఉన్నాడు. అతని స్వంత కోరికలు, భయాలు కొంత సానుకూల, ప్రతికూల పరపతిని ఉత్పత్తి చేయడానికి సహాయపడ్డాయి. కానీ అవి అతను తన జీవితాన్ని జీవించే ప్రమాణాలకు రెండవ కోవలోకి చెందుతాయి.

మూడవ రోజు వరకు వేచి ఉండటం ఆకర్షణీయంగా ఉంది. కానీ మేము అంత దూరం వేచి ఉండగలమా అని నేను సందేహించాను. ప్రతి గంట గడుస్తున్న కొద్దీ వాతావరణం మరింత ఉద్రిక్తంగా పెరుగుతోంది. రాజధాని ముట్టడిలో ఉంది. అతను పేలుడు పదార్థాలను కలిగి ఉండవచ్చని మేము నమ్మడానికి కారణం ఉంది. అతను ఒక తప్పు కదలిక చేస్తే, ఒక స్పాస్టిక్ ఫ్రీక్-అవుట్ చేస్తే, స్నైపర్లు అతనిని చంపుతారు. అతను ఇప్పటికే అనేక

విస్ఫోటనాలు చేసాడు. కాబట్టి గడిచిన ప్రతి గంట అతనిని ప్రమాదంలోకి నెట్టి వేసింది. అతను ఇప్పటికీ తనను తాను చంపుకోవచ్చు.

కానీ మేము దానిపై ఏమీ చెప్పలేకపోయాము; మేము అతనిని చంపుతామని బెదిరించలేము. అది పని చేస్తుందని ఆశించలేము. దానికి కారణం "శక్తి యొక్క పారడాక్స్" అని పిలువబడేది – అంటే, మనం ఎంత గట్టిగా నెట్టితే, మనకు ప్రతిఘటన ఎదురవడానికి అంత ఎక్కువ అవకాశం ఉంది. అందుకే మీరు ప్రతికూల పరపతిని తక్కువగా ఉపయోగించాలి.

అయినప్పటికీ, సమయం తక్కువగా ఉంది. మేము విషయాలను వేగవంతం చేయాలి.

కానీ ఎలా?

తర్వాత జరిగినది మీ ప్రత్యర్థి యొక్క ప్రపంచ దృష్టికోణాన్ని అర్థం చేసుకోవడానికి, అవతలి వాళ్లు చెప్పింది వినడం చర్చల డైనమిక్‌ను రూపాంతరం చేసే బ్లాక్ స్వాన్‌ను ఎలా బహిర్గతం చేయగలదో చూపించే అద్భుతమైన ఉదాహరణలలో ఒకటి. వాట్సన్ మాకు తెలుసుకోవలసినది నేరుగా చెప్పలేదు. కానీ అతను చెప్పిన ప్రతిదానిని తెలియజేసే సూక్ష్మ సత్యాన్ని మేము శ్రద్ధగా గమనించడం ద్వారా వెలికితీశాము.

దాదాపు ముప్పై-ఆరు గంటల తర్వాత, వాట్సన్ చేస్తున్న సూక్ష్మ సూచనలను శ్రద్ధగా వింటున్న మా బృందంలోని FBI ఏజెంట్ విన్నీ మిల్లర్ నా వైపు తిరిగింది.

"అతను భక్తి కలిగిన క్రైస్తవుడు" ఆమె నాకు చెప్పింది. "రేపు మూడవ రోజు ప్రారంభం అని అతనికి చెప్పండి. క్రైస్తవులు యేసు క్రీస్తు తన సమాధిని విడిచిపెట్టి స్వర్గానికి వెళ్లిన రోజు అని నమ్ముతారు. క్రీస్తు మూడవ రోజు సమాధి నుండి బయటకు వచ్చినట్లయితే, వాట్సన్ ఎందుకు రాకూడదు?"

ఇది గాఢంగా వినడం యొక్క అద్భుతమైన ఉపయోగం. వాట్సన్ యొక్క పదాల ఉపపాఠ్యాన్ని అతని ప్రపంచ దృష్టికోణం యొక్క జ్ఞానంతో కలపడం ద్వారా ఆమె మేము వాట్సన్‌కు చూపించగలిగింది మేము వినడమే కాదు, మేము అతన్ని అర్థం చేసుకోవడం కూడా జరిగిందని.

మేము అతని ఉపపాఠ్యాన్ని సరిగ్గా అర్థం చేసుకుంటే, ఇది అతనికి వివాదాన్ని గౌరవంగా ఆపడానికి, అతన్ని, అతని నమ్మకాలను గౌరవించే శత్రువుకు లొంగిపోతున్నట్లు భావనతో అలా చేయడానికి అనుమతిస్తుంది.

మీ ప్రత్యర్థి నిర్ణయాలు తీసుకోవడానికి ఉపయోగించే ప్రపంచ దృష్టికోణంలో మీ డిమాండ్లను ఉంచడం ద్వారా, మీరు వారికి గౌరవం చూపుతారు. అది మీకు శ్రద్ధ, ఫలితాలను పొందుతుంది.

మీ ప్రత్యర్థి యొక్క మతాన్ని తెలుసుకోవడం కేవలం ప్రామాణిక పరపతిని పొందడం మాత్రమే కాదు. బదులుగా, ఇది మీ ప్రత్యర్థి యొక్క ప్రపంచ దృష్టికోణం యొక్క సమగ్ర అవగాహనను పొందడం - ఈ సందర్భంలో, అక్షరాలా ఒక మతం - మరియు ఆ జ్ఞానాన్ని మీ చర్చల చర్యలను తెలియజేయడానికి ఉపయోగించడం.

మీ ప్రత్యర్థి యొక్క మతాన్ని ఉపయోగించడం చాలా ప్రభావవంతంగా ఉంటుంది. ఎందుకంటే ఇది వారిపై అధికారం కలిగి ఉంటుంది. ఎదుటి వ్యక్తి యొక్క "మతం" అంటే మార్కెట్, నిపుణులు, దేవుడు, లేదా సమాజం - అతనికి ముఖ్యమైనది - న్యాయమైన మరియు న్యాయబద్ధమైనదిగా నిర్ణయించినది. ప్రజలు ఆ అధికారానికి లొంగిపోతారు.

వాట్సన్‌తో తదుపరి సంభాషణలో, మరుసటి ఉదయం మూడవ రోజు తెల్లవారుజామున అని మేము ప్రస్తావించాము. లైన్ మరో వైపు చాలా సమయం నిశ్శబ్దం నెలకొంది. మా నెగోషియేషన్ ఆపరేషన్ సెంటర్ చాలా నిశ్శబ్దంగా ఉంది. మీ పక్కన ఉన్న వ్యక్తి గుండె కొట్టుకోవడం మీకు వినిపించేంత నిశ్శబ్దంగా!

వాట్సన్ దగ్గాడు.

"నేను బయటకు వస్తాను" అతను అన్నాడు.

అలాగే వచ్చాడు. నలభై ఎనిమిది గంటల ప్రతిష్టంభనను ముగించాడు. తనను తాను హాని నుండి కాపాడుకున్నాడు. దేశ రాజధానిని మళ్లీ తన సాధారణ జీవితాన్ని తిరిగి ప్రారంభించడానికి అనుమతించాడు.

పేలుడు పదార్థాలేవీ కనుగొనబడలేదు.

వాట్సన్ కథ నుండి "వారి మతాన్ని తెలుసుకోవడం" యొక్క ప్రాముఖ్యత స్పష్టంగా తెలుస్తుంది. మతాన్ని సరిగ్గా తెల్సుకోవడానికి ఇక్కడ రెండు చిట్కాలు ఉన్నాయి:

- మీరు వినే ప్రతిదాన్ని సమీక్షించండి. మీరు మొదటిసారి ప్రతిదీ

వినలేక పోవచ్చు. అందువల్ల మళ్లీ ఒకసారి తనిఖీ చేయండి. మీ టీమ్ సభ్యులతో నోట్స్ పోల్చండి. చర్చలను ముందుకు తీసుకెళ్లడంలో మీకు సహాయపడే కొత్త సమాచారాన్ని మీరు తరచుగా కనుగొంటారు.

- పంక్తుల మధ్య వినడమే పని అయిన బ్యాకప్ శ్రోతలను ఉపయోగించండి. మీరు తప్పిపోయిన విషయాలను వారు వింటారు.

మరో మాటలో చెప్పాలంటే: వినండి, మళ్లీ వినండి, మరింత వినండి.

మీ ప్రతిపక్షం యొక్క "మతం" – ఒక భారీ బ్లాక్ స్వాన్ – యొక్క సమగ్ర అవగాహన, చర్చల ఫలితాలకు దారితీసే ప్రామాణిక పరపతిని ఎలా అందించగలదో మనం చూశాము. కానీ మీ ప్రతిపక్షం యొక్క "మతాన్ని" నేర్చుకోవడం మీకు మెరుగైన ఫలితాలను సాధించడానికి వీలు కల్పించే ఇతర మార్గాలు ఉన్నాయి.

సారూప్యత సూత్రం

సామాజిక శాస్త్రవేత్తల పరిశోధన సమర్థవంతమైన చర్చాకారులు యుగాలుగా తెలిసిన విషయాన్ని నిర్ధారించింది: అంటే, మనం వారిని సారూప్యంగా లేదా పరిచితంగా చూసినప్పుడు మనం ప్రజలను మరింత విశ్వసిస్తాము.

ప్రజలు తమ సమూహంలో ఉన్నవారిని విశ్వసిస్తారు. చెందడం ఒక ప్రాథమిక ప్రవృత్తి. మీరు ఆ ప్రవృత్తిని, "ఓహ్, మేము ప్రపంచాన్ని అదే విధంగా చూస్తాము" అనే భావనను ప్రేరేపించగలిగితే, మీరు వెంటనే ప్రభావాన్ని పొందుతారు.

మన ప్రతిపక్షం మన స్వంత వైఖరులు, నమ్మకాలు, ఆలోచనలు – దుస్తుల విధానాలు కూడా – మనకు సారూప్యమైన వాటిని ప్రదర్శించినప్పుడు, మనం వారిని ఇష్టపడతాము, వారిని విశ్వసిస్తాము. క్లబ్ సభ్యత్వాలు లేదా కళాశాల పూర్వ విద్యార్థుల స్థితి వంటి నిస్సార సారూప్యతలు కూడా సాన్నిహిత్యాన్ని పెంచుతాయి.

అందుకే అనేక సంస్కృతులలో చర్చాకారులు ఆఫర్ల గురించి ఆలోచించడానికి ముందే సాన్నిహిత్యాన్ని పెంపొందించడానికి ఎక్కువ

సమయం వెచ్చిస్తారు. రెండు పక్షాలకు వారు సేకరించే సమాచారం సమర్థవంతమైన ఒప్పందం చేసుకోవడానికి, పరపతిని పెంపొందించడానికి కీలకమని తెలుసు. ఇది కుక్కలు ఒక దాని చుట్టూ మరొకటి తిరగడం, ఒక దాని కొకటి వెనుక వాసన చూడడం వంటిది.

నేను ఒకసారి ఓహియోలో ఒక CEOతో మా సేవల కోసం ఒక ఒప్పందంపై పనిచేశాను. అక్కడ సారూప్యత సూత్రం ప్రధాన పాత్ర పోషించింది.

నా ప్రత్యర్థి నిరంతరం నేను గమనించే సూచనలు చేస్తూ ఉన్నాడు. అవి పునర్జన్మ పొందిన క్రైస్తవ విషయాలు. మేము మాట్లాడుతున్నప్పుడు అతను తన సలహాదారులను తీసుకురావాలా వద్దా అనే విషయంలో ముందుకు వెనుకకు వెళ్తూనే ఉన్నాడు. తన సలహాదారుల మొత్తం సమస్య స్పష్టంగా అతనికి బాధ కలిగించింది; ఒక సమయంలో అతను "ఎవరూ నన్ను అర్థం చేసుకోరు" అని కూడా చెప్పాడు.

ఆ క్షణంలో అతను చెప్పేదాని సారాంశాన్ని సంగ్రహించే క్రైస్తవ పదం కోసం నేను నా మెదడును రాక్ చేయడం ప్రారంభించాను. ఆ పదం నా మనస్సులోకి వచ్చింది. చర్చిలో ప్రజలు తరచుగా మన స్వంతమైన, మన ప్రపంచపు – అందువల్ల దేవుని – వనరులను నిజాయితీ, జవాబుదారీతనం, బాధ్యతతో నిర్వహించడానికి ఒకరికి ఉన్న విధిని వర్ణించడానికి ఉపయోగించే పదం.

"ఇది నిజంగా మీకు స్టీవార్డ్‌షిప్, కాదా?" నేను అన్నాను.

అతని స్వరం వెంటనే బలపడింది. "అవును! మీరు మాత్రమే అర్థం చేసుకున్నారు" అతను చెప్పాడు.

ఆ క్షణంలో అతను మమ్మల్ని నియమించుకున్నాడు. నేను అతని గాఢమైన కారణాలను అర్థం చేసుకున్నానని, సారూప్యత, పరస్పర చెందుతాయనే భావనను యాక్సెస్ చేయడం ద్వారా చూపించడం ద్వారా, నేను అతనిని ఒప్పందానికి తీసుకురాగలిగాను. కేవలం సారూప్యత కారణంగానే కాదు, ఆ సారూప్యత యొక్క క్షణం ద్వారా సూచించబడిన అవగాహన కారణంగా నేను ఈ క్రైస్తవునితో ఒక రకమైన భాగస్వామ్య గుర్తింపును స్థాపించిన నిమిషంలో, మేము ముందుకు వెళ్లాము.

ఆశలు మరియు కలల యొక్క శక్తి

మీకు మీ ప్రత్యర్థి యొక్క మతం తెలిసిన తర్వాత అతను జీవితం నుండి నిజంగా ఏమి కోరుకుంటున్నాడో మీరు దృశ్యమానం చేయగలిగినప్పుడు, మీరు ఆ ఆకాంక్షలను అతనిని మిమ్మల్ని అనుసరించేలా చేయడానికి ఒక మార్గంగా ఉపయోగించవచ్చు.

ప్రతి ఇంజనీర్, ప్రతి కార్యనిర్వాహకుడు, ప్రతి పిల్లవాడు - మనమందరం అసాధారణమైనవి చేయగలమని నమ్మాలనుకుంటాము. పిల్లలుగా, మన పగటి కలలు మనల్ని గొప్ప ఆటగాళ్లుగా చూపిస్తాయి: ఆస్కార్ గెలుచుకునే నటుడు, గేమ్-విన్నింగ్ షాట్ కొట్టే క్రీడాకారుడు. అయితే మనం పెద్దవారైనప్పుడు, మన తల్లిదండ్రులు, ఉపాధ్యాయులు, స్నేహితులు సాధ్యమైన దాని గురించి కంటే మనం ఏమి చేయలేము, చేయకూడదు అనే దాని గురించి ఎక్కువ మాట్లాడతారు. మనం విశ్వాసాన్ని కోల్పోవడం ప్రారంభిస్తాము.

కానీ ఎవరైనా మనం ఎల్లప్పుడూ కోరుకునే దాని అభిరుచిని ప్రదర్శించినప్పుడు, అక్కడికి ఎలా చేరుకోవాలో ఉద్దేశపూర్వకమైన ప్రణాళికను తెలియజేసినప్పుడు, సాధ్యమైన దాని గురించి మన అవగాహనలు మార్చుకోవడానికి మనం అంగీకరిస్తాము. ఆనందం పొందే మార్గాల కోసం మనమందరం ఆకలితో ఉన్నాము. ఎవరైనా మన కోసం ఆ మార్గాన్ని ధైర్యంగా చూపించినప్పుడు, మనం సహజంగా అనుసరిస్తాము.

కాబట్టి మీరు మీ ప్రత్యర్థి యొక్క అసాధ్యమైన లక్ష్యాలను నిర్ధారించినప్పుడు, వారి లక్ష్యాల పట్ల - మరియు వాటిని సాధించగల వారి సామర్థ్యం పట్ల అభిరుచిని వ్యక్తం చేయడం ద్వారా మీ స్వంత శక్తిని, అనుసరించగలిగే సామర్థ్యాన్ని కోరుకోండి.

టెడ్ లియోన్సిస్ ఇందులో గొప్పవాడు. వాషింగ్టన్ విజార్డ్స్ ప్రొఫెషనల్ బాస్కెట్‌బాల్ టీమ్, వాషింగ్టన్ క్యాపిటల్స్ ప్రొఫెషనల్ హాకీ టీమ్ యజమానిగా, అతను ఎల్లప్పుడూ ప్రజలు తమ మనవరాళ్లకు చెప్పే క్రీడలలో అమరమైన క్షణాలను సృష్టించడం గురించి మాట్లాడుతూ ఉంటాడు. వారిని అమరులను చేయబోయే వ్యక్తితో ఒప్పందానికి రావాలని ఎవరు కోరుకోరు?

కారణంగా మతం

సహేతుకమైన స్వరంలో చేసిన "ఎందుకంటే" కారణంతో అనుసరించే అభ్యర్థనలకు ప్రజలు అనుకూలంగా స్పందిస్తారని పరిశోధన అధ్యయనాలు చూపించాయి.

1970 ల చివరి నుండి ఒక ప్రసిద్ధ అధ్యయనంలో, హార్వర్డ్ మనస్తత్వశాస్త్ర ప్రొఫెసర్ ఎల్లెన్ లాంగర్, ఆమె సహచరులు కాపీ మెషీన్ల కోసం వేచి ఉన్న వ్యక్తుల దగ్గరికి చేరుకుని వారు నిల్చుని వున్న క్యూ లైన్లో మధ్యలో నిల్చోవచ్చా అని అడిగారు. కొన్నిసార్లు వారు కారణం చెప్పారు; కొన్నిసార్లు చెప్పలేదు. ఆమె కనుగొన్నది వెర్రి విషయం: ఆమె కారణం చెప్పకపోయినప్పటికీ, 60 శాతం మంది ఆమెను అనుమతించారు, కారణం చెప్పినప్పుడు, 90 శాతం కంటే ఎక్కువ మంది అనుమతించారు. చిత్రం ఏమిటంటే కారణం అర్థవంతంగా ఉందా లేదా అనే విషయం పట్టింపు లేదు. ("క్షమించండి, నా దగ్గర ఐదు పేజీలు ఉన్నాయి. నేను కాపీలు తీయాలి కాబట్టి లైన్లో నిల్చోవచ్చా?" అనేది బాగా పనిచేసింది.) ప్రజలు కేవలం ఫ్రేమ్‌వర్క్‌కు సానుకూలంగా స్పందించారు.

ఫోటో కాపీ చేయడం వంటి సాధారణ విషయంతో తెలివితక్కువ కారణాలు పనిచేసినప్పటికీ, మరింత సంక్లిష్టమైన సమస్యలపై మీ ప్రత్యర్థి యొక్క మతాన్ని సూచించే కారణాలను అందించడం ద్వారా మీ ప్రభావాన్ని పెంచుకోవచ్చు. ఆ క్రైస్తవ CEO అతను నా సంస్థను నియమించుకోవడానికి అంగీకరించినప్పుడు నాకు తక్కువ ఆఫర్ ఇచ్చినట్లయితే, నేను ఇలా సమాధానం చెప్పి ఉండవచ్చు, "నేను ఇష్టపడతాను కానీ నా వనరులకు బాధ్యత కలిగిన స్టీవార్డ్‌గా ఉండాల్సిన విధి నాకు కూడా ఉంది."

ఇది పిచ్చితనం కాదు, అది ఒక సంకేతం

(IT'S NOT CRAZY, IT'S A CLUE)

అజ్ఞాతాన్ని స్వీకరించడం మానవ స్వభావం కాదు. అది మనలను భయపెడుతుంది. దానిని ఎదుర్కొన్నప్పుడు మనం దాన్ని పట్టించుకోము. దానినుంచి పారిపోతాము, లేదా దాన్ని తిరస్కరించడానికి అనువైన ముద్ర

వేస్తాము. చర్చలలో (negotiations) ఆ ముద్ర తరచుగా ఈ వాక్యంగా వ్యక్తమవుతుంది – "వాళ్లు పిచ్చివాళ్లు!"

ఇది నేను అమెరికా బందీ-చర్చ విధానంలోని కొన్ని అమలు విధానాలపై తీవ్రంగా విమర్శించే ప్రధాన కారణాలలో ఒకటి – అంటే "ఉగ్రవాదులు" (The Terrorists) అని విస్తృతంగా పిలిచే గుంపులతో, ఉదాహరణకు తాలిబాన్ లేదా ఐసిస్ వంటి గుంపులతో, మేము చర్చలు జరపము అన్న విధానం.

ఈ "చర్చలేమీ చేయకూడదు" అనే నిబంధనకు కారణం సి.ఎన్.ఎన్ జాతీయ భద్రతా విశ్లేషకుడు, జర్నలిస్టు పీటర్ బర్గెన్ చెప్పిన మాటల్లో సారాంశంగా ఉంది: "మత ఉన్మాదులు, స్వయం ప్రభువుల మోహంలో ఉన్నవారితో చర్చలు సాధారణంగా బాగా జరగవు."

దానికి ప్రత్యామ్నాయంగా మనం ఎంచుకున్నది ఏమిటంటే – వారి మతాన్ని, వారి ఉన్మాదాన్ని, వారి భ్రమలను అర్థం చేసుకోకపోవడం. "చర్చలు బాగా జరగవు" అని కాకుండా, మనం భుజాలు పైకెత్తి, "వాళ్లు పిచ్చివాళ్లు!" అని చెబుతాము.

కానీ ఇది పూర్తిగా తప్పు. మనం ఈ విషయాలను అర్థం చేసుకోవాలి. నేను ఇది చెబుతున్నది, నేను సాఫ్ట్‌హెడ్డ్ పసిఫిస్ట్ (softheaded pacifist) నని కాదు (FBI అటువంటి వారిని నియమించదు), కానీ ఈ విషయాలను అర్థం చేసుకోవడం ద్వారానే మనం ప్రత్యర్థుల బలహీనతలు, కోరికలు తెలుసుకోగలమని, దాని ద్వారా ప్రభావం చూపగలమని తెలుసు. అలాంటి అవగాహన పొందడానికి మీరు మాట్లాడకపోతే సాధ్యమవదు.

"వాళ్లు పిచ్చివాళ్లు" అనే మాట ఎవరికీ మినహాయింపు కాదు. అది ప్రతి రకమైన చర్చల్లో కనిపిస్తుంది – తల్లిదండ్రుల సంభాషణలలోనూ, కాంగ్రెస్ ఒప్పందాలలోనూ, కార్పొరేట్ బేరసారాలలోనూ కూడా!

కానీ "వాళ్లు పిచ్చివాళ్లు!" అని చేతులు ఎత్తేయాలని మనకు బలంగా అనిపించే క్షణం తరచుగా బ్లాక్ స్వాన్ (Black Swan)లను కనుగొనే అత్యుత్తమ సమయం అవుతుంది – అవి చర్చను పూర్తిగా మార్చగలవు. మనకు అర్థంకాని లేదా "వింత"గా అనిపించే విషయాలు వినిపించినప్పుడు లేదా కనిపించినప్పుడు ఒక కీలకమైన దారిమలుపు వస్తుంది: మనకు తొలుత

అర్థం కాని దానిలోకి మరింత లోతుగా ప్రవేశించాలా, లేక చర్చ వ్యర్థమని భావించి వదిలేయాలా అన్నది. మొదటిది విజయం వైపు దారి తీస్తుంది; రెండవది మాత్రం ఖచ్చితమైన వైఫల్యం.

హార్వర్డ్ బిజినెస్ స్కూల్ ప్రొఫెసర్లు దీపక్ మల్హోత్రా మరియు మ్యాక్స్ హెచ్. బాజెర్మన్ రాసిన "Negotiation Genius"4 అనే గొప్ప పుస్తకంలో, చర్చకారులు తమ ప్రత్యర్థి పక్షాన్ని పొరపాటున "పిచ్చివాళ్లు" అని పిలిచే సాధారణ కారణాలను వివరిస్తారు.

ఆ కారణాలను ఇక్కడ పరిశీలిద్దాం.

తప్పు #1: వారు సరైన సమాచారంతో లేరు

(THEY ARE ILL-INFORMED)

తరచుగా ప్రత్యర్థి పక్షం తప్పు సమాచారంతో వ్యవహరిస్తుంది; తప్పు సమాచారం ఉన్నప్పుడు వారు తప్పు నిర్ణయాలు తీసుకుంటారు. దీనికి కంప్యూటర్ రంగంలో గొప్ప పదం ఉంది: GIGO – Garbage In, Garbage Out.

ఉదాహరణకు, మల్హోత్రా తన విద్యార్థుల్లో ఒకరి కథ చెబుతాడు. ఆ విద్యార్థి ఒక మాజీ ఉద్యోగితో వివాదంలో ఉన్నాడు. ఆ ఉద్యోగి తనను తొలగించే ముందు చేసిన పనికి $130,000 కమిషన్ రావాలని చెప్పి, కోర్టు కేసు వేస్తానని బెదిరించాడు.

గందరగోళంలో పడిపోయిన ఆ ఎగ్జిక్యూటివ్ కంపెనీ అకౌంటెంట్లను సంప్రదించాడు. అక్కడ సమస్య బయటపడింది: ఉద్యోగిని తొలగించిన సమయంలో అకౌంట్స్ గందరగోళంగా ఉండేవి, కానీ తరువాత సరిచేయబడ్డాయి. సరైన సమాచారం దొరకడంతో అకౌంటెంట్లు చెప్పారు — వాస్తవానికి ఉద్యోగి కంపెనీకి $25,000 ఇవ్వాల్సి ఉంది.

కోర్టు కేసును తప్పించుకోవాలనే ఆసక్తితో ఎగ్జిక్యూటివ్ ఉద్యోగికి కాల్ చేసి వివరించాడు: "నువ్వు కేసు వదిలేస్తే, ఆ $25,000 నువ్వే ఉంచుకో." అతనిలో ఏదో తొందర కనబడటంతో, ఉద్యోగి కేసు కొనసాగిస్తానన్నాడు. అతను పూర్తిగా అనారోగ్యంగా, పిచ్చిగా ప్రవర్తించాడు.

మల్హోత్రా తన విద్యార్థికి చెప్పాడు – ఇది పిచ్చితనం కాదు; ఇది సమాచారం, నమ్మకం లోపం. అందుకే ఎగ్జిక్యూటివ్ ఒక అకౌంటింగ్ సంస్థతో ఆడిట్ చేయించి, ఫలితాలను ఉద్యోగికి పంపించాడు.

ఫలితం? ఉద్యోగి కేసు వదిలేశాడు.

స్పష్టమైన పాయింట్ ఏమిటంటే: పూర్తి సమాచారం లేని వారు, ఇతరులకు పిచ్చివాళ్లలా కనిపిస్తారు. అలాంటి వ్యక్తిని చర్చలో ఎదుర్కొన్నప్పుడు మీ పని ఏమిటంటే — వారికి తెలియని సమాచారాన్ని కనుగొని, అది అందించడం.

తప్పు #2: వారికి ఆంక్షలు ఉన్నాయి

(THEY ARE CONSTRAINED)

మీ ప్రత్యర్థులు చర్చలో తడబడుతూ ప్రవర్తిస్తే, వారికి చేయలేని పనులు ఉండి, అవి బయటపెట్టడానికి ఇష్టపడకపోవడం అనేది ఒక సాధారనమైన కారణం. ఇలాంటి ఆంక్షలు కూడా అత్యంత వివేకవంతుడినైనా అసహజంగా కనిపించేట్టు చేస్తాయి. వారికి కొన్ని విషయాలు చేయడం సాధ్యం కాకపోవచ్చు – చట్టంలోని మార్గాల వల్లా, ఇప్పటికే ఇచ్చిన వాగ్దానాల వల్లా, లేదా ఒక ఉదాహరణ (precedent) ఏర్పరచకూడదనే భయంతోనైనా.

లేదా వాళ్లకు ఒప్పందాన్ని ముగించే అధికారమే లేకపోవచ్చు.

ఇదే పరిస్థితి నా క్లయింట్ ఒకాయన ఎదుర్కొన్నాడు – అతను కోకా-కోలా కంపెనీతో ఒప్పందం కుదుర్చుకునేందుకు ప్రయత్నిస్తున్నప్పుడు.

అతను నెలల తరబడి చర్చలు జరుపుతున్నాడు. నవంబర్ వచ్చేసింది. సంవత్సరం ముగిసేలోపు ఒప్పందం కుదరకపోతే కొత్త బడ్జెట్ వచ్చే వరకు వేచి ఉండవలసి వస్తుందని భయపడ్డాడు.

సమస్య ఏమిటంటే – అతని కాంటాక్ట్ ఒక్కసారిగా స్పందించడమే ఆపేశాడు. కాబట్టి మేము అతనికి మా క్లాసిక్ "non-responder email" పంపమని చెప్పాము. అది ఎప్పుడూ పనిచేస్తుంది: "ఈ ఏడాది ఈ ఒప్పందాన్ని పూర్తిచేయడం గురించి మీరు వదిలేశారా?" ("Have you given up on finalizing this deal this year?")

అప్పుడు వింతగా ఏదో జరిగింది. కోకా-కోలా కాంటాక్ట్ ఆ పర్ఫెక్ట్ ఈమెయిల్‌కే స్పందించలేదు! ఏమైందో?

ఇది బయటనుంచి చూసినప్పుడు అసహజంగా అనిపించింది. కానీ ఆ వ్యక్తి అప్పటి వరకు నిజాయితీగా ప్రవర్తించాడు. కాబట్టి మేము మా క్లయింట్‌కి చెప్పాము. “అతను ఈ ఏడాదిలో ఒప్పందం పూర్తవుతుందని వదిలేశాడు కానీ అలా చెప్పడానికి ఇష్టపడటం లేదు. అతనికి ఎక్కడో ఆంక్ష ఉంది.”

ఈ సమాచారం చేతిలో ఉండగా, మేము మా క్లయింట్‌ను కాస్త లోతుగా వెతకమని చెప్పాము. అనేక ఫోన్ కాల్స్, ఇమెయిల్స్ తర్వాత, అతను తన కాంటాక్ట్‌ను తెలిసిన వ్యక్తిని కనుగొన్నాడు. అప్పుడు విషయం స్పష్టమైంది – మేము అనుకున్నట్టుగానే ఉంది. ఆ కాంటాక్ట్ ఉన్న విభాగం వారాల తరబడి గందరగోళంలో ఉంది. సంస్థలో అంతర్గత పోరాటాల నడుమ అతను తన ప్రభావాన్ని పూర్తిగా కోల్పోయాడు. ఆశ్చర్యంలేదు, దానిని ఒప్పుకోవడానికి అతనికి సిగ్గు వేసింది. అందుకే అతను మా క్లయింట్‌నుంచి తప్పించుకుంటున్నాడు.

సులభంగా చెప్పాలంటే, అతనికి పెద్ద ఆంక్షలు ఉండేవి.

తప్పు #3: వారికి వేరే ప్రయోజనాలు ఉన్నాయి

(THEY HAVE OTHER INTERESTS)

గడువు సమయం నాటికి బందీని చంపిన మొదటి మనిషి విలియం గ్రిఫిన్ గురించి ఒక్కసారి గుర్తు చేసుకోండి.

అప్పుడు FBI మరియు పోలీసు చర్చకారులు తెలుసుకోలేకపోయారు. అతని ప్రధాన ఉద్దేశం బందీని విడుదల చేసి డబ్బు పొందడమేమీ కాదు; అతడిని పోలీసులు కాల్చి చంపటం అతనికి కావాలి. అతని లోపల ఆ రహస్య ఆసక్తి తెలుసుకుని ఉంటే ఆ రోజు జరిగిన విషాదాన్ని కొంతవరకు తప్పించగలిగేవారు.

ఇలాంటి “రహస్య ప్రయోజనాలు” అంత అరుదు కావు. మీ ప్రత్యర్థులు తరచుగా, ఆఫర్ యొక్క నిజమైన విలువతో సంబంధం లేని కారణాల వల్ల దానిని తిరస్కరిస్తారు.

ఒక క్లయింట్ మీ ఉత్పత్తిని కొనుగోలు చేయడాన్ని వాయిదా వేయవచ్చు. దాంతో బిల్లు కొత్త సంవత్సరంలోకి వెళ్లిపోతుంది. తన పదోన్నతి అవకాశాలు పెరుగుతాయి. లేదా ఒక ఉద్యోగి బోనస్ సీజన్ ముందే ప్రాజెక్ట్ మధ్యలోనే రాజీనామా చేయవచ్చు. ఎందుకంటే అతనికి సహచరులు ఎక్కువ జీతం పొందుతున్నారని తెలిసిపోయింది. ఆ ఉద్యోగికి "న్యాయం" (fairness) కూడా డబ్బు లాగానే ఒక ఆసక్తి (interest).

ఎలాంటి పరిస్థితిలోనూ, ఈ వ్యక్తులు అనారోగ్యంగా ప్రవర్తించడం లేదు. వారు తమ సొంత అవసరాలు, కోరికలకు అనుగుణంగా, తమ దృష్టిలోని ప్రపంచ నియమాల ప్రకారం ప్రవర్తిస్తున్నారు. మీ పని ఏమిటంటే — ఈ బ్లాక్ స్వాన్‌లను వెలుగులోకి తీసుకురావడం. మనకు తెలిసినట్టుగా, మన ప్రత్యర్థి అవివేకి కాదని, అయితే, సరైన సమాచారం లేని వ్యక్తి అని, పరిమితులు ఉన్నవాడని, లేదా మనకు ఇంకా తెలియని ఆసక్తులను అనుసరిస్తున్నాడని గుర్తించినప్పుడు, మన చలనం చేసే స్థలం విస్తృతమవుతుంది. అలా చేసేటప్పుడు మీరు మరింత సమర్థవంతంగా చర్చలు జరపగలుగుతారు.

ఇక ఈ శక్తివంతమైన "బ్లాక్ స్వాన్" (అనూహ్యమైన రహస్య సమాచారం) లను కనుగొనడానికి కొన్ని మార్గాలు ఇక్కడ ఉన్నాయి గమనించండి.

ప్రత్యక్షంగా కలవండి

బ్లాక్ స్వాన్ ల గురించి మీరు నిజంగా టేబుల్ దగ్గర కూర్చోకపోతే కనుగొనడం చాలా కష్టం.

ఎంత పరిశోధన చేసినప్పటికీ, కొంత సమాచారం మీరు ముఖాముఖిగా కలుసుకోకపోతే తెలిసే అవకాశం ఉండదు.

ఈ రోజుల్లో చాలామంది యువతీ యువకులు దాదాపు ప్రతి విషయాన్నీ ఇమెయిల్ చేస్తారు. అదే జీవనం అయిపోయింది. కానీ ఇమెయిల్ ద్వారా బ్లాక్ స్వాన్లను కనుగొనడం చాలా కష్టం – ఎందుకంటే మీరు ఎంత అద్భుతమైన "లేబుల్స్" (labels) మరియు "క్యాలిబ్రేటెడ్ ప్రశ్నలు" వేసినా, ఇమెయిల్ ద్వారా ప్రత్యర్థికి ఆలోచించడానికి, తనను తాను తిరిగి సమతుల్యంగా చేసుకోవడానికి ఎక్కువ సమయం దొరుకుతుంది. దీంతో అతను ఎక్కువ సమాచారం బయటపెట్టకుండా జాగ్రత్త పడతాడు.

అదనంగా, ఇమెయిల్ ద్వారా మాటల స్వరాన్ని (tone-of-voice) గ్రహించలేము, అలాగే శరీర భాష (nonverbal response)ను కూడా అర్థం చేసుకోలేము (మనం గుర్తుంచుకోవాలి — 7-38-55 నియమం).

ఇప్పుడు మళ్లీ నా క్లయింట్ కథకు వస్తే – అతను కోకా-కోలా కంపెనీని క్లయింట్‌గా పొందేందుకు ప్రయత్నించాడు. కానీ కంపెనీలో వున్న అతని సంప్రదింపుదారుడు (contact) పదవి నుండి పక్కకు నెట్టివేయబడ్డాడని తెలిసింది.

నాకు అర్థమైనదేమిటంటే – నా క్లయింట్‌కు కోకా-కోలాతో ఒప్పందం కావాలంటే, అతని సంప్రదింపుదారుడు తాను ఈ పరిస్థితికి పనికిరాడని అంగీకరించి, సరైన ఎగ్జిక్యూటివ్‌కు పరిచయం చేయాల్సిందే. కానీ ఆ వ్యక్తి తాను ఇంకా ముఖ్యుడిననే భావనతో ఉన్నాడు కాబట్టి అలా చేయాలనుకోలేదు.

అప్పుడు నేను నా క్లయింట్‌కి చెప్పాను – "ఆ వ్యక్తిని కోకా-కోలా కార్యాలయం బయటికి తీసుకెళ్లి కలవండి. 'మీ ఫేవరెట్ స్టేక్ హౌస్‌కి వెళ్లి, కొంచెం సరదాగా గడుపుదాం. వ్యాపారం గురించి మాట్లాడనే వద్దు' అని చెప్పండి"

ఆ ఆలోచన ఏమిటంటే – కారణం ఏదైనా కావచ్చు – ఆ వ్యక్తి సిగ్గుపడవచ్చు, నా క్లయింట్‌ను ఇష్టపడకపోవచ్చు, లేదా పరిస్థితి గురించి మాట్లాడాలనుకోకపోవచ్చు – కానీ ఏదైనా సరే, విషయాన్ని ముందుకు తీసుకెళ్లడానికి ఏకైక మార్గం వ్యక్తిగతంగా, ప్రత్యక్షంగా కలవడమే.

అలా అతను ఆ వ్యక్తిని డిన్నర్‌కి తీసుకెళ్లాడు, వాగ్దానం చేసినట్టుగా వ్యాపారం గురించి మాట్లాడలేదు. కానీ వ్యాపారమేమీ ప్రస్తావించకూడదు అనడం అసాధ్యం. ఆ వ్యక్తి కూడా సడలిపోయి, తాను ఈ విషయానికి సరైన వ్యక్తి కాదని, తన విభాగం అస్తవ్యస్తంగా ఉందని, ఈ ఒప్పందం కోసం మరొకరికి పని అప్పగించాల్సి ఉంటుందని అంగీకరించాడు. చివరికి అలా చేశాడు కూడా.

ఒప్పందం సంతకం కావడానికి సంవత్సరం పట్టినా, చివరికి అది జరిగిపోయింది.

రక్షణ లేకుండా ఉన్న క్షణాలను గమనించండి

మీరు ప్రత్యక్షంగా కలవాల్సిందే అయినా, ఫార్మల్ వ్యాపార సమావేశాలు, నిర్మాణాత్మక సంభాషణలు, ప్లాన్ చేసిన చర్చలు – ఇవి సాధారణంగా

తక్కువ సమాచారం అందించే సమయాలు, ఎందుకంటే ఇలాంటి సందర్భాల్లో అందరూ అత్యంత రక్షణతో వ్యవహరిస్తారు.

బ్లాక్ స్వాన్ల కోసం వేట చేయడం అత్యంత ఫలప్రదం అవుతుంది. ఉదాహరణకు, భోజన సమయాల్లో (నా క్లయింట్ కోకా-కోలా సంప్రదింపుదారునితో కలిసినట్టు) లేదా ఫార్మల్ చర్చలకు ముందు లేదా తర్వాత చిన్న విరామాల సమయంలో వాటిని నిర్వహించాలి.

ఒక సాధారణ సమావేశంలో మొదటి కొన్ని నిమిషాలు (వ్యాపార విషయాలు మొదలయ్యే ముందు) మరియు చివరి కొన్ని క్షణాలు (అందరూ బయలుదేరే సమయం) చాలాసార్లు మధ్యలో చెప్పిన దానికన్నా ఎక్కువ తెలియజేస్తాయి. అందుకే పాత్రికేయులు తమ రికార్డర్ ఎప్పుడూ ఆఫ్ చేయరు – ఇంటర్వ్యూ ప్రారంభం, ముగింపు సమయంలోనే ఉత్తమమైన విషయాలు బయటపడతాయి.

అలాగే మధ్యలో సంభాషణలో అంతరాయం కలిగినప్పుడు, విచిత్రమైన ప్రతిస్పందనలు వచ్చినప్పుడు, లేదా ప్రవాహం భంగమయ్యే ఏ సందర్భంలోనైనా గమనించండి. ఎవరు తమ రక్షణ కవచాన్ని కాసేపు తగ్గిస్తారో, ఇతరులు ఎలా స్పందిస్తారో చూడడం ద్వారా బంగారంలాంటి సమాచారం లభిస్తుంది.

అర్థం కాని పని ఉన్నచోటే —— డబ్బు దాగి ఉంటుంది

విద్యార్థులు తరచుగా నన్ను అడుగుతారు – బ్లాక్ స్వాన్లు అనేవి ఏదైనా ప్రత్యేకమైన సమాచారమా, లేక ఏదైనా మార్పు తెచ్చే సమాచారం అని. నా సమాధానం ఎల్లప్పుడూ ఒకటే – "మీకు తెలియనిది, కానీ అది పరిస్థితిని మార్చగలిగితే – అదే బ్లాక్ స్వాన్."

ఇదే విషయాన్ని స్పష్టంగా చెప్పడానికి, నా MBA విద్యార్థుల్లో ఒకరి కథ చెబుతాను. అతను వాషింగ్టన్‌లోని ఒక ప్రైవేట్ ఈక్విటీ రియల్ ఎస్టేట్ సంస్థలో ఇంటర్న్‌గా పనిచేస్తున్నాడు. అతని ప్రత్యర్థి చేసిన చర్యలు అర్థం కాని విధంగా అనిపించడంతో, ఒక చిన్న "లేబల్" వాడి, అనుకోకుండా సంవత్సరాలుగా నేను చూసిన అత్యద్భుతమైన బ్లాక్ స్వాన్‌ను బయటపెట్టాడు.

ఆ విద్యార్థి రియల్ ఎస్టేట్ లక్ష్యాలపై పరిశీలన (due diligence) చేస్తుండగా, సంస్థలోని ఒక ప్రధాన అధికారి అతనిని చార్లస్టన్, సౌత్ కరోలినాలోని ఒక మిక్స్‌డ్-యూజ్ ప్రాపర్టీని పరిశీలించమని అడిగాడు. చార్లస్టన్ మార్కెట్‌పై అనుభవం లేకపోవడంతో, అతను ఆ ప్రాపర్టీని అమ్ముతున్న బ్రోకర్‌కి కాల్ చేసి, మార్కెటింగ్ ప్యాకేజీని అభ్యర్థించాడు.

ఆ డీల్ గురించి, మార్కెట్ గురించి మాట్లాడిన తర్వాత, అతను, అతని బాస్ నిర్ణయించిన దేమిటంటే, అడిగిన ధర ($4.3 మిలియన్) సుమారు $450,000 ఎక్కువ అని. ఆ సమయంలో నా స్టూడెంట్ బ్రోకర్ కి కాల్ చేసి ధర, తదుపరి చర్యల గురించి చర్చించాడు.

ప్రాథమిక నమస్కారాల కార్యక్రమం తర్వాత, బ్రోకర్ అడిగాడు – "ఆ ప్రాపర్టీ గురించి మీ అభిప్రాయం ఏమిటి?"

విద్యార్థి అన్నాడు, "ఆస్తి ఆసక్తికరంగా ఉంది. కానీ మాకు మార్కెట్ ఫండమెంటల్స్ గురించి తెలియదు. డౌన్‌టౌన్ ప్రాంతం, కింగ్ స్ట్రీట్ మాకు నచ్చుతాయి, కానీ మాకు చాలా ప్రశ్నలు ఉన్నాయి."

అప్పుడు బ్రోకర్ చెప్పాడు, "నేను ఈ మార్కెట్లో పదిహేనేళ్లుగా ఉన్నాను, నా దగ్గర పూర్తి సమాచారం ఉంది." ఇక్కడే నా విద్యార్థి "ఎలా"; "ఏమిటి" ప్రశ్నలతో సమాచారం సేకరించడానికి పూనుకున్నాడు.

"అద్భుతం," అన్నాడు విద్యార్థి. "మొదటగా, ఆర్థిక మాంద్యం చార్లస్టన్‌పై ఎలా ప్రభావం చూపింది?"

బ్రోకర్ వివరంగా సమాధానం ఇచ్చాడు, మార్కెట్ మెరుగుదల యొక్క నిర్దిష్ట ఉదాహరణలు చెప్పాడు. దాంతో అతని పరిజ్ఞానం స్పష్టమైంది.

విద్యార్థి అన్నాడు, "నేను మంచి చేతుల్లో పడినట్టుగా అనిపిస్తోంది!" (ఇది లేబల్ వాడకం —— అనుబంధాన్ని పెంచడం కోసం). "తదుపరి ప్రశ్న, ఈ రకమైన భవనానికి ఏ రకం క్యాప్ రేట్ ఆశించవచ్చు?"

తదుపరి సంభాషణలో, విద్యార్థి తెలుసుకున్నాడు, యజమానులు సాధారణంగా 6–7 శాతం రాబడి పొందవచ్చు. ఎందుకంటే ఈ భవనాలు స్థానిక విశ్వవిద్యాలయ విద్యార్థుల మధ్య చాలా ప్రాచుర్యం పొందాయి. ఆ యూనివర్సిటీ పెరుగుతోంది. అదీగాక 60 శాతం విద్యార్థులు క్యాంపస్ బయటే ఉంటారు.

ఇంకా తెలిసింది ఏమిటంటే, ఆ ప్రాంతంలో భూమి కొనడం, కొత్త భవనం నిర్మించడం అసాధ్యం లేదా చాలా ఖర్చుతో కూడుకున్నది. గత ఐదేళ్లుగా చారిత్రాత్మక పరిరక్షణ నియమాల వలన కొత్త భవనాలు నిర్మించలేదు. అక్కడ భూమి కొని భవనం నిర్మించడానికి తక్కువలో తక్కువ 2.5 మిలియన్ డాలర్లు ఖర్చవుతుందని చెప్పాడు.

"ఈ భవనం చాలా బాగుంది, విద్యార్థులకు అందుబాటులో ఉన్న ఇతర భవనాలతో పోలిస్తే చాలా మెరుగ్గా ఉంది," అని బ్రోకర్ చెప్పాడు.

విద్యార్థి అన్నాడు, "ఇది ఒక సాధారణ మల్టీఫ్యామిలీ బిల్డింగ్ కంటే, విద్యార్థుల కోసం నిర్మించిన డార్మిటరీలా పనిచేస్తున్నట్టు కనిపిస్తోంది," అని లేబల్ వేశాడు. దాంతో అతను మరింత సమాచారం పొందాలనుకున్నాడు.

సమాచారం పొందాడు కూడా!

బ్రోకర్ నవ్వుతూ అన్నాడు, "అవును, అదృష్టం కానివ్వండి, దురదృష్టం కానివ్వండి అలాగే జరుగుతుంది. ఆక్యుపెన్సీ ఎప్పుడూ 100 శాతం ఉంటుంది, ఇది డబ్బు ఇచ్చే ఆవు లాంటిదే. కానీ విద్యార్థులు విద్యార్థుల్లాగే ప్రవర్తిస్తారు..."

ఆ సమయానికి విద్యార్థి తలలో ఒక ఆలోచన మెరిసింది. ఏదో తేడా ఉంది. ఇంత లాభదాయకమైన భవనాన్ని, అభివృద్ధి చెందుతున్న విశ్వవిద్యాలయం పక్కన ఉన్నది, ధనిక నగరంలో ఉన్నది — ఎందుకు అమ్ముతారు? అది ఏ ప్రమాణంలో చూసినా అవివేకం. కొంచెం అయోమయంగా ఉన్నప్పటికీ, ఇంకా చర్చ దృక్పథంలోనే ఉన్న విద్యార్థి ఒక లేబల్ వేశాడు. పొరపాటున పరిస్థితిని తప్పుగా లేబుల్ చేయడంతో, బ్రోకర్ దాన్ని సరిదిద్దడానికి ప్రయత్నించాడు — అలా బ్లాక్ స్వాన్ బయటపడింది.

విద్యార్థి అన్నాడు, "ఇంత లాభదాయకమైన భవనాన్ని అమ్ముతున్నారంటే, అమ్మేవారికి భవిష్యత్తు మార్కెట్ పట్ల ఏదో అనుమానం ఉన్నట్టుంది కదా?"

"బాగుంది," అని అతను అన్నాడు, "అమ్మేవారికి అట్లాంటా మరియు సవానాలో కొన్ని కఠినమైన ప్రాపర్టీలు ఉన్నాయి. కాబట్టి ఆ ఇతర మోర్ట్‌గేజ్‌లను చెల్లించడానికి ఈ ప్రాపర్టీని అమ్మి బయటపడాల్సి వస్తోంది."

వావ్! ఆ క్షణంలోనే నా విద్యార్థి ఒక అద్భుతమైన "బ్లాక్ స్వాన్"ను

కనుగొన్నాడు. అమ్మేవారు ఇప్పటి వరకు ఎవరికీ తెలియని పరిమితుల వల్ల ఇబ్బందిపడుతున్నారు.

నా విద్యార్థి బ్రోకర్ ఇతర ప్రాపర్టీల గురించి చెబుతున్నప్పుడు, ఫోన్‌ను మ్యూట్‌లో పెట్టి తన బాస్‌తో ధరపై చర్చించాడు. వెంటనే బాస్ అనుమతి ఇచ్చాడు. తక్కువ మొత్తంతో ఒక "లోబాల్ ఆఫర్" ఇవ్వమని, అంటే అత్యంత తక్కువ ధరతో ప్రారంభించి, బ్రోకర్‌ను అతని కనిష్ట స్థాయికి లాగాలని.

తర్వాత అతను బ్రోకర్‌ను అడిగాడు. "అమ్మేవారు త్వరగా ఒప్పందం ముగించడానికి సిద్ధంగా ఉంటారా?" అని. సమాధానం "అవును." దాంతో అతను తన ఆఫర్‌ను సెట్ చేశాడు.

"నాకు సరిపడా సమాచారం దొరికింది అనిపిస్తోంది," అన్నాడు. "మేము $3.4 మిలియన్లు ఇవ్వడానికి సిద్ధంగా ఉన్నాం."

"సరే," అని బ్రోకర్ స్పందించాడు. "ఇది అడిగిన ధర కంటే చాలా తక్కువ. అయినా నేను ఈ ఆఫర్‌ను అమ్మేవారికి చూపించి, ఆయన ఏమనుకుంటారో చూద్దాం."

ఆ రోజుకి సాయంత్రం బ్రోకర్ తిరిగి కాల్ చేశాడు. అమ్మేవారు చెప్పారు — "ధర చాలా తక్కువ, కానీ $3.7 మిలియన్లు తీసుకుంటాను." నా విద్యార్థి ఆనందంతో కుర్చీ నుండి పడిపోబోయాడు. ఎందుకంటే ఆ కౌంటర్ ఆఫర్ అతను ఊహించిన లక్ష్య ధర కంటే తక్కువగా ఉంది! కానీ వెంటనే దానిని అంగీకరించకుండా, విలువను వదులుకోకుండా "వింప్-విన్" (నిజమైన లాభం లేకుండా ఒత్తిడితో ఒప్పుకున్న ఒప్పందం) డీల్‌లో పడిపోకుండా మరింతగా నెట్టాడు. అతను "లేదు" అనే పదాన్ని వాడకుండా "లేదు" అన్న భావనను తెలిపాడు.

"అది మేము భావిస్తున్న విలువకు దగ్గరగా ఉంది" అన్నాడు, "కానీ మేం సమ్మతంగా $3.55 మిలియన్లకు మించి చెల్లించలేం."

(తర్వాత నా విద్యార్థి నాతో చెప్పాడు — "ఇక్కడ నేను ఒక 'లేబుల్' లేదా 'క్యాలిబ్రేటెడ్ ప్రశ్న' వాడి బ్రోకర్‌ను అతడే తనకు వ్యతిరేకంగా బిడ్ వేసేలా చేసుంటే బాగుండేది." నేను అంగీకరించాను. కానీ ధర ఎంతగా పడిపోయిందో చూసి అతను ఆశ్చర్యపడి పాత పద్ధతి బేరసారాల్లోకి జారిపోయాడు.)

"నేను కేవలం $3.6 మిలియన్ల వరకు మాత్రమే తగ్గడానికి అధికారం పొందాను" అని బ్రోకర్ అన్నాడు. ఇది చూసి స్పష్టమవుతోంది. అతను ఎప్పుడూ "అకెర్మాన్ మోడల్" నేర్చుకున్న చర్చా తరగతికి వెళ్లలేదని, లేదా బేరసారాల నుంచి తప్పించుకునే విధంగా షరతులకు మలుపు ఇవ్వడం తెలియదని.

నా విద్యార్థి బాస్ సంకేతం ఇచ్చాడు. "$3.6 మిలియన్లు సరిపోతాయి" అందువల్ల అతను ఆ ధరను అంగీకరించాడు.

నా విద్యార్థి తన సంస్థ కోసం అద్భుతమైన ఒప్పందాన్ని సాధించడానికి ఉపయోగించిన పలు సాంకేతికతలను నేను ఇక్కడ ప్రస్తావించాను. "లేబుల్స్" వాడకం, "క్యాలిబ్రేటెడ్ ప్రశ్నలు", పరిమితులను పరిశీలించడం, చివరికి ఒక అందమైన బ్లాక్ స్వాన్‌ను కనుగొనడం. ఇది కూడా గుర్తించదగ్గ విషయం. నా విద్యార్థి ముందుగానే విస్తృతంగా సిద్ధమయ్యాడు; లేబుల్స్, ప్రశ్నలు సిద్ధం చేసుకున్నాడు, అందువల్ల బ్రోకర్ ఆ బ్లాక్ స్వాన్ ఇచ్చిన క్షణంలోనే దానిపై దూకగలిగాడు.

అమ్మేవారు ఈ భవనాన్ని అమ్మి, నష్టమిస్తున్న ఇతర ప్రాపర్టీలపై ఉన్న రుణాలను చెల్లించడానికి ప్రయత్నిస్తున్నారని తెలుసుకున్న వెంటనే, అతనికి "టైమింగ్" ఎంతో ముఖ్యమని అర్థమైంది.

అయితే, ఎప్పుడూ మెరుగుదలకు స్థలం ఉంటుంది. తర్వాత అతను నాతో చెప్పాడు. "నేను అంత తొందరగా లోబాల్ ఆఫర్ ఇవ్వకూడదు. ఆ సందర్భాన్ని ఉపయోగించి ఇతర ప్రాపర్టీల గురించి చర్చించి ఉండాల్సింది." అలా చేసి ఉంటే, అమ్మేవారి పోర్ట్‌ఫోలియోలో మరిన్ని పెట్టుబడి అవకాశాలు కనుగొనేవాడేమో.

అదనంగా, అతను మరింత సహానుభూతిని పెంచి, మరింత తెలియని విషయాలను వెలికి తీయగలిగేవాడు. ఉదాహరణకు "ఇప్పుడు మీకు కష్టంగా ఉన్న మార్కెట్లు ఏమిటి?" వంటి లేబుల్స్ లేదా క్యాలిబ్రేటెడ్ ప్రశ్నల ద్వారా. బహుశా అమ్మేవారిని ప్రత్యక్షంగా కలిసే అవకాశం కూడా దొరికేదేమో.

అయినా సరే, చక్కగా చేసాడు!

జీవితంలో మీరు కోరుకున్నదాన్ని పొందడం నేర్చుకోవడంలో భయాన్ని జయించడం

మనుషులు సాధారణంగా ఘర్షణ (conflict) గురించి భయపడతారు. అందువల్ల, వారు సార్ధకమైన వాదనలనుంచి దూరంగా ఉంటారు. ఎందుకంటే వాదన స్వరము తీవ్రమై, తాము తట్టుకోలేని వ్యక్తిగత దాడులుగా మారుతుందేమోనని భయపడతారు. ఆత్మీయ సంబంధాలలో ఉన్నవారు చాలాసార్లు తమ స్వంత ఆసక్తులను వ్యక్తపరచటానికి భయపడతారు. దాంతో, “లోభులు” లేదా “స్వార్ధపరులు” అని పిలవబడతామేమోనని భయంతో ప్రతి విషయాన్నీ రాజీ చేసుకుంటారు. ఇలా వారు లొంగిపోతారు, అంతర్గతంగా కోపం పెంచుకుంటారు, చివరికి ఒకరినొకరు దూరం చేసుకుంటారు. మనమందరం విన్నాము. కొందరి పెళ్లిళ్లు ఎప్పుడూ, ఎటువంటి గొడవలు లేకుండానే విడాకులవరకు వెళ్లిపోతాయి.

కుటుంబాలు అంటే, మానవ సమాజంలోని ప్రతి భాగం (ప్రభుత్వం నుండి వ్యాపారం వరకు) యొక్క అత్యంత స్పష్టమైన రూపం మాత్రమే. కొద్దిమంది సహజంగా అందులో చక్కగా ఉండేవారిని తప్పిస్తే, ప్రతి ఒక్కరికీ మొదట్లో చర్చలు (negotiation) అంటే ద్వేషమే. మీ చేతులు చెమటపట్టుతాయి, “పోరాడు లేదా పారిపో” ప్రతిస్పందన (fight-or-flight response) ఉత్పన్నమవుతుంది. సాధారణంగా “పారిపోవడమే” ప్రాధాన్యతగా ఉంటుంది. మీ ఆలోచనలు తడబడతాయి.

మనలో చాలామంది చేసే మొదటి సహజ ప్రతిస్పందన, భయంతో వెనక్కి తగ్గడం, చేతులు ఎత్తేయడం, పారిపోవడం. ఒక అత్యంత తీవ్ర “ఆంకర్” (anchor) వేయాలనే ఆలోచన కూడా మనలో భయాన్ని కలిగిస్తుంది. అందుకే “వింప్-విన్” (wimp-win) ఒప్పందాలు — అంటే, ఇరువురూ నిజంగా సంతోషించని రాజీలు — ఇంట్లోనూ, కార్యాలయంలోనూ సాధారణంగా కనిపిస్తాయి. (ఒక చర్చలో మీరు వాదన లేకుండా ఎదుటివారి ధరను వెంటనే అంగీకరిస్తే, అది wimp-win deal అవుతుంది. అంటే, మీరు గెలిచినట్టు కనిపిస్తారు కానీ వాస్తవానికి నష్టపోయి ఉంటారు. అను.)

కానీ కాసేపు ఆలోచించండి. మనం నిజంగా ఎదురుగా కూర్చున్న

వ్యక్తిని భయపడుతున్నామా? నిజంగా చెప్పాలంటే, చాలా అరుదైన సందర్భాలు తప్పించి, అతను మీ మీదకు దూకి మిమ్మల్ని చేయి చేసుకోడు.

అవును, మన చెమట పట్టిన చేతులు అనేవి కేవలం శరీరంలోని భయానికి ప్రతిబింబం మాత్రమే. కొన్ని నాడీ కణాలు ("న్యూరాన్లు") అకస్మాత్తుగా సిగ్నల్ పంపుతున్నాయి. దానికి మూల కారణం మనిషి సహజమైన వృత్తి — తన గుంపులో (tribe) ఇతరులతో సఖ్యంగా ఉండాలనే ఆకాంక్ష. అంటే, మనకు భయమేసేది ఎదురు కూర్చున్న వ్యక్తి కాదు — ఘర్షణ (conflict) అనే భావన మాత్రమే!

ఈ పుస్తకం మీలో ఒక్క విషయం అయినా సాధిస్తే, అది ఘర్షణ పట్ల ఉన్న భయాన్ని తొలగించడం కావాలి. ఆ ఘర్షణను సహానుభూతి (empathy) తో నడిపించడం నేర్పించాలి. మీరు ఏ విషయంలోనైనా గొప్పవారవ్వాలంటే — గొప్ప చర్చకుడు కావాలన్నా, గొప్ప మేనేజర్, గొప్ప భర్త, గొప్ప భార్య కావాలన్నా — ఇది నేర్చుకోవాల్సిందే. మీ లోపల ఉన్న ఆ చిన్న "జిన్నీ" (genie) – "వదిలేయ్, అలా వాదించకూడదు, శాంతిగా ఉండు" అని చెప్పే వాణ్ణి నిర్లక్ష్యం చేయాలి. అలాగే, "ఎదురు దాడి చేయ్, అరిచి చెప్పు" అని చెప్పే మరో జిన్నీని కూడా పట్టించుకోకూడదు.

మీరు ఆలోచనాత్మకమైన, నియమితమైన ఘర్షణను స్వీకరించాలి. ఎందుకంటే అదే సమర్థవంతమైన చర్చలకు మరియు జీవితానికి పునాది. ఈ పుస్తకం మొత్తం మీద మేము చెప్పిన విషయం గుర్తుంచుకోండి. మీ ప్రత్యర్థి అనేది వ్యక్తి కాదు; ప్రత్యర్థి అంటే పరిస్థితి. మీరు విభేదిస్తున్న వ్యక్తి నిజానికి మీ భాగస్వామి.

ఎక్కువ పరిశోధనలు మనకు తెలియజెప్పేది ఏమిటంటే, వ్యక్తులు తమ లక్ష్యాల గురించి సూటిగా, నిజాయితీగా ఘర్షణ పడితే, అది సమస్య పరిష్కార ప్రక్రియను ఉత్సాహపరుస్తుంది, సహకార పద్ధతిలో నడిపిస్తుంది. నైపుణ్యం ఉన్న చర్చకులు ఘర్షణను సృజనాత్మకంగా ఉపయోగించి, వ్యక్తిగత యుద్ధంగా మార్చకుండా చర్చను కొనసాగించే ప్రతిభ కలిగి ఉంటారు.

గుర్తుంచుకోండి, మీరు నమ్ముతున్న విషయానికి బలంగా నిలబడటం స్వార్థం కాదు. అది దౌర్జన్యం కాదు. అది కేవలం మీకే సహాయపడడం కూడా కాదు. మీ మెదడులోని అమిగ్డాలా అనే భాగం — భయాన్ని ప్రాసెస్

చేసే భాగం — మీకు "వదిలేయ్", "నువ్వు తప్పు చేస్తున్నావు", "మరొకరే సరైనవాడు" అని నమ్మించే ప్రయత్నం చేస్తుంది.

కానీ మీరు ఒక నిజాయితీ గల, సత్యనిష్ఠ వ్యక్తి, ఒక న్యాయమైన ఫలితాన్ని కోరుకునే వ్యక్తి అయితే, ఆ అమిగ్డాలాను పట్టించుకోవాల్సిన అవసరం లేదు.

ఈ పుస్తకంలో చెప్పిన చర్చా శైలి, సమాచారాన్ని సేకరించడంలో ఆసక్తి కలిగిన, సహానుభూతి గల, ఉత్తమ ఒప్పందాన్ని వెతికే దృక్పథం — దానితో మీరు చేయాలనుకుంటున్నది ఏంటంటే, విలువను వెలికి తీయడం. బలవంతం చేయడం కాదు, అవమానించడం కాదు.

మీరు క్యాలిబ్రేటెడ్ ప్రశ్నలు అడిగినప్పుడు, మీరు మీ ప్రత్యర్థిని మీ లక్ష్యాల దిశగా నడిపిస్తున్నారు — ఇది నిజం. కానీ అదే సమయంలో, మీరు వారికి కూడా సహాయం చేస్తున్నారు. తమకు ఏమి కావాలో, ఎందుకు కావాలో, దాన్ని ఎలా సాధించాలో వారు ఆలోచించేలా చేస్తున్నారు. ఇలా మీరు వారిని సృజనాత్మకత వైపు, సహకార పరిష్కారం వైపు నెడుతున్నారు.

నేను నా ఎరుపు 4Runner కొనుగోలు చేసినప్పుడు, నాకు చిన్న లాభం వచ్చినందుకు సేల్స్‌మాన్ నిరాశ చెందాడనడంలో సందేహం లేదు. కానీ అతనికి తన కోటా టార్గెట్ ను చేరుకునే అవకాశం కల్పించాను. అలాగే నేను టయోటాకు కార్‌లాట్ చెల్లించినదానికంటే ఎక్కువ ధర చెల్లించాను. నేను "గెలవాలి" అనే ఉద్దేశ్యంతో, అతనిని అవమానపరచాలనుకుంటే, ఆ వాహనాన్ని దొంగిలించేవాడిని.

అందుకే, నేను ఒక అభ్యర్థనతో ముగిస్తున్నాను: అది ఆఫీసులో కానీ కుటుంబ భోజన టేబుల్ వద్ద కానీ అయినా సరే — నిజాయితీగా, స్పష్టంగా ఉండే విభేదాలను దూరం పెట్టకండి. అవే మీకు ఉత్తమమైన కారు ధర, ఎక్కువ జీతం, పెద్ద విరాళం తీసుకువస్తాయి. అలాగే అవే మీ వివాహాన్ని, స్నేహాన్ని, కుటుంబాన్ని కాపాడతాయి.

ఒక వ్యక్తి అసాధారణమైన చర్చకర్తగా, అలాగే మంచి మనిషిగా మారగలిగేది వినడంలోనూ, మాట్లాడడంలోనూ స్పష్టత మరియు సహానుభూతితో ఉండడం ద్వారానే. మన ప్రతిపక్షాన్ని — అలాగే మనల్ని కూడా — గౌరవంగా, మర్యాదగా చూడడం ద్వారానే. ముఖ్యంగా, మనం ఏం కోరుకుంటున్నామో, ఏం చేయగలమో — అలాగే ఏం చేయలేమో — నిజాయితీగా అంగీకరించడం ద్వారానే. ప్రతి చర్చ, ప్రతి సంభాషణ,

ప్రతి జీవిత క్షణం అనేది చిన్న చిన్న విభేదాల సమాహారం. వాటిని సరిగ్గా నిర్వహిస్తే అవి సృజనాత్మకమైన అందాన్ని చేరుకుంటాయి.

వాటిని ఆలింగనం చేసుకోండి.

ముఖ్యమైన పాఠాలు (KEY LESSONS)

మనకు తెలియనివి మనల్ని లేదా మన ఒప్పందాలను నాశనం చేయగలవు. కానీ వాటిని బయటపెట్టడం చర్చ దిశనే పూర్తిగా మార్చి, ఊహించని విజయాన్ని తీసుకురాగలదు.

బ్లాక్ స్వాన్స్ — ఆ శక్తివంతమైన "తెలియని తెలియనివి" — వాటిని కనుగొనడం సహజంగానే కష్టం. ఎందుకంటే మనం ఏ ప్రశ్నలు అడగాలో కూడా తెలియదు. ధనం ఎక్కడ ఉందో తెలియకపోతే, ఎక్కడ తవ్వాలో ఎలా తెలుసుకుంటాం?

ఇక్కడ కొన్ని ఉత్తమ పద్ధతులు ఉన్నాయి — బ్లాక్ స్వాన్స్‌ను బయటకు తీయడం, వాటిని ఉపయోగించుకోవడం కోసం! గుర్తుంచుకోండి, మీ ప్రతిపక్షం కూడా ఆ సమాచారం ఎంత ముఖ్యమో తెలియకపోవచ్చు, లేదా దాన్ని బయటపెట్టకూడదని కూడా తెలియకపోవచ్చు. కాబట్టి నిరంతరం ప్రశ్నించండి, పరిశీలించండి, సమాచారం సేకరించండి.

- మీకు తెలిసినవాటినే — మీ "known knowns" — మార్గదర్శకంగా ఉంచండి, నీ అవి మీ చూపును మూసివేయ నివ్వకండి. ప్రతి కేసు కొత్తది, కాబట్టి సౌకర్యవంతంగా అనుకూలంగా ఉండండి. గ్రిఫిన్ బ్యాంక్ సంక్షోభాన్ని గుర్తుంచుకోండి: ఎవరూ డెడ్‌లైన్‌లో బందీలను చంపలేదు... చంపేంతవరకు.
- బ్లాక్ స్వాన్స్ లేవరేజ్‌ను (ప్రభావాన్ని) అనేక రెట్లు పెంచుతాయి. లీవరేజ్ మూడు రకాలుగా ఉంటుంది: Positive leverage – ఎవరికైనా వారు కోరుకున్నదాన్ని ఇవ్వగల సామర్థ్యం. Negative leverage – ఎవరికైనా నష్టం కలిగించే సామర్థ్యం. Normative leverage – మీ ప్రతిపక్షం నమ్మకాల ప్రకారం వారినే ఒప్పించడం.

- ప్రత్యర్థుల "మతాన్ని" అర్థం చేసుకోవడానికి ప్రయత్నించండి. వారి ప్రపంచ దృష్టిలోకి దిగడం అంటే కేవలం చర్చల టేబుల్ దాటి వారి జీవితంలోకి, భావోద్వేగాల్లోకి ప్రవేశించడం. అదే చోట బ్లాక్ స్వాన్స్ ఉంటాయి.
- మీ ప్రత్యర్థులు చెప్పిన ప్రతిదాన్ని మళ్లీ సమీక్షించండి. మొదటిసారి మీరు అన్నీ వినలేరు. కాబట్టి రెండోసారి పరిశీలించండి. జట్టు సభ్యులతో నోట్స్‌ను పోల్చుకోండి. మధ్యలో వినడం మాత్రమే బాధ్యతగా ఉంచిన సహచరులను ఉంచండి — వారు మీరు మిస్ అయిన విషయాలను గుర్తిస్తారు.
- సామాన్యత సూత్రాన్ని (Similarity Principle) ఉపయోగించండి. మనుషులు తమతో సాంస్కృతికంగా పోలిక ఉన్నవారికి సులభంగా అంగీకరిస్తారు. కాబట్టి వారిని ఏమి ప్రభావితం చేస్తుందో తెలుసుకోండి. మీరు కూడా అదే నేపథ్యం పంచుకుంటున్నారని చూపండి.
- ఎవరో అనారోగ్యంగా లేదా "పిచ్చిగా" కనిపిస్తే — ఎక్కువ సందర్భాల్లో వారు అలా ఉండరు. ఆ పరిస్థితిని ఎదుర్కొనేప్పుడు పరిమితులను, దాచిన కోరికలను, తప్పు సమాచారాన్ని వెతకండి.
- మీ ప్రతిపక్షంతో నేరుగా ముఖాముఖి సమయం కల్పించండి. 10 నిమిషాల ముఖాముఖి సంభాషణ అనేక రోజుల పరిశోధన కంటే ఎక్కువను చెబుతుంది. ప్రారంభం మరియు ముగింపులో లేదా ఎవరో పరిమితిని దాటి మాట్లాడినప్పుడు — వారిలోని అప్రయత్నమైన వాచిక, అవాచిక సంకేతాలపై ప్రత్యేక దృష్టి పెట్టండి.

కృతజ్ఞతలు

ఈ పుస్తకం నా కుమారుడు బ్రాండన్ సహాయం లేకుండా సాధ్యమయ్యేది కాదు. జార్జ్‌టౌన్ యూనివర్సిటీలో టీచింగ్ మొదలుపెట్టినప్పటి నుండి, ఈ ఆలోచనలను రూపుదిద్దడంలో, సృష్టించడంలో బ్రాండన్ నాకు సహాయపడుతూనే ఉన్నాడు. మొదట అతను చేసిన పని తరగతులను వీడియో తీయడం మాత్రమే. అప్పుడే, ఏది బాగా పనిచేస్తుందో, ఏది పనిచేయడం లేదో కూడా నాకు తన అభిప్రాయం చెప్పేవాడు. నిజం చెప్పాలంటే, అతను రెండు సంవత్సరాల వయసు నుంచే నాతో చర్చలు (negotiations) మొదలుపెట్టాడు. అతను తన హైస్కూల్ వైస్ ప్రిన్సిపల్‌తో సమస్యలో చిక్కుకున్నప్పుడు బయటపడటానికి 'సహానుభూతి' (empathy) వాడాడని తెలిసిన రోజు నుండి నాకు ఇది తెలుసు. నా అద్భుతమైన సహరచయిత తాల్ రజ్‌తో నా మొదటి సమావేశంలో కూడా బ్రాండన్ అక్కడే ఉండి, తాల్ సమాచారాన్ని అర్థం చేసుకునే సమయంలో తన అభిప్రాయ ప్రవాహాన్ని కొనసాగించాడు. నా అద్భుతమైన ప్రచురణాధికారి హోలిస్ హైంబౌచ్‌తో మొదటి ప్రగతి కాన్ఫరెన్స్ కాల్‌లో, హోలిస్ బ్రాండన్ పాత్ర గురించి అడిగినప్పుడు, తాల్ అన్నాడు — "బ్రాండన్ ఉన్నప్పుడు అది గదిలో మరో క్రిస్ ఉన్నట్టే ఉంటుంది" అందువల్ల, ఏ విధంగా చూసినా బ్రాండన్ గురించి చెప్పడం అనివార్యం.

తాల్ రజ్ అసలైన ప్రతిభావంతుడు. అతడిలా రాసే ఒక జీనియస్ లేకుండా ఎవరు బిజినెస్ బుక్ రాసినా వాళ్లు ఎక్కువ దూరం వెళ్ళలేరు. ఇది చెప్పుకోవడానికి సింపుల్‌గానే ఉంది. అతడు ఎంత తెలివైనవాడో, ఎంత త్వరగా విషయాలు గ్రహిస్తాడో నాకే నమ్మశక్యం కాదు. అతను నిజమైన బిజినెస్ రైటింగ్ కళాకారుడు. వ్యక్తిగా కూడా గొప్పవాడు.

స్టీవ్ రాస్, నా ఏజెంట్, అద్భుతమైన నిజాయితీ గల వ్యక్తి. ఈ పుస్తకానికి అతను సరైన వ్యక్తి. అతనికి పరిశ్రమపై ఉన్న గొప్ప పరిజ్ఞానం ఈ పుస్తకం బుజువు చేసింది. అతడిని కలుసుకోవడం నా అదృష్టం.

హోలిస్ హైంబౌచ్ ఒక అద్భుతం! ఆమె హార్పర్‌కాలిన్స్ టీమ్‌ను నడిపి, ఈ పుస్తకంపై విశ్వాసం ఉంచి కొనుగోలు చేసినందుకు నేను ఆనందంగా ఉన్నాను. ధన్యవాదాలు, హోలిస్.

బ్లాక్ స్వాన్ టీమ్‌లో చేరి మనందరినీ కలిపి ఉంచిన మాయా స్టీవెన్‌సన్‌కి ధన్యవాదాలు. నీ వల్ల మనం ఇంకా ముందుకు వెళ్తున్నాం. ధన్యవాదాలు.

షీలా హీన్ మరియు జాన్ రిచర్డ్సన్ ఇద్దరూ అద్భుతమైన వ్యక్తులు. బందీల చర్చా పద్ధతులు (hostage negotiation ideas) వ్యాపార ప్రపంచానికి కూడా సరిపోతాయని చూపినవారు వీరే. షీలా నా గురువు హార్వర్డ్ లా స్కూల్‌లో. ఆమె బోధనా విధానం, వ్యక్తిత్వం నన్ను ఉత్సాహపరుస్తాయి. రెండు సంవత్సరాల తర్వాత ఆమె నన్ను తనతోపాటు బోధించమని ఆహ్వానించింది. సంవత్సరం తరువాత జాన్, నన్ను తనతో కలిసి హార్వర్డ్‌లో అంతర్జాతీయ వ్యాపార చర్చల (International Business Negotiation) కోర్సు బోధించమని కోరాడు. ఆ ప్రక్రియలో ఆయన మార్గనిర్దేశం చేయడంతో జార్జ్‌టౌన్‌లో అదనపు ప్రొఫెసర్‌గా పని చేసే అవకాశం లభించింది. పని ముందుకు జరగకుండా, అయోమయంగా వున్న సమయంలో కూడా షీలా, జాన్ ఇద్దరూ నా వెంటే ఉన్నారు. వారు లేకుంటే నేను ఎక్కడ ఉండేవాడినో నాకు తెలియదు. ధన్యవాదాలు మీ ఇద్దరికీ.

గ్యారీ నోస్నర్ నా ఎఫ్‌బీఐ గురువు. బందీ చర్చల ప్రపంచాన్ని అతడే పునర్నిర్మించాడు (అతని క్రైసిస్ నెగోషియేషన్ యూనిట్–CNU టీమ్ సహాయంతో). నేను ఏం చేయాలనుకున్నా అతను నన్ను ప్రోత్సహించాడు. నన్ను ఎఫ్‌బీఐ ప్రధాన అంతర్జాతీయ అపహరణ చర్చకుడిగా నియమించాడు. నేను ఉదయం ఐదు గంటలకు ఫోన్ చేసి “మూడు గంటల్లో కిడ్నాప్ కేసుకి బయలుదేరుతున్నాను” అంటే అతను “వెళ్ళు” అనేవాడు. అతని మద్దతు ఎప్పుడూ తగ్గలేదు. అతని నాయకత్వంలో CNU అత్యంత ప్రతిభావంతమైన బందీ చర్చకుల బృందాన్ని ఏర్పాటు చేసింది. మేమంతా అక్కడ ఉన్నప్పుడు అది తన శిఖర స్థాయికి చేరింది. మేము ఎంత అదృష్టవంతులమో అప్పుడు మాకు తెలియదు. జాన్ ఫ్లడ్, విన్స్ డాల్ఫోన్జో, చక్ రిజిని, విన్ని మిల్లర్, మానీ

సుయారెజ్, డెనిస్ బ్రైడెన్, నీల్ పర్టెల్, స్టీవ్ రొమానో — మీరు అందరూ రాక్‌స్టార్స్. మీ అందరి నుంచి చాలా నేర్చుకున్నాను. నా భాగస్వామి చక్ నన్ను ఎంతగా భరించాడో నమ్మలేకపోతున్నాను. డెనిస్ ఒక గురువుగా, స్నేహితుడిగా నాకు తోడుగా ఉన్నాడు. విన్స్‌తో తరచూ తగువులు పడ్డా, అతని ప్రతిభ వల్లనే నేను ఎదిగాను.

ఆ కాలంలో ఎఫ్‌బీఐ క్రిటికల్ ఇన్సిడెంట్ నెగోషియేషన్ టీమ్‌లో ఉన్న వారందరికీ ధన్యవాదాలు.

టామీ కొరిగన్, జాన్ లిగ్వోరి న్యూయార్క్ సిటీలో నా సోదరుల్లా ఉన్నారు. మన ముగ్గురం కలసి అసాధారణమైన పనులు చేశాం. టామీ కొరిగన్ జ్ఞాపకం నన్ను ఇప్పటికీ ప్రేరేపిస్తుంది. నేను జాయింట్ టెరరిస్ట్ టాస్క్ ఫోర్స్ సభ్యుడిగా పనిచేసినందుకు గర్విస్తున్నాను. మనం చెడుతో పోరాడాం. క్రైసిస్ నెగోషియేషన్ టీమ్‌లో నా సహచరులు రిచీ డిఫిలిప్పో, చార్లీ బొడ్విన్ – మీరు ఇద్దరూ నాకు ఎంతో నేర్పారు. ధన్యవాదాలు.

ఎన్‌వైపిడీ హోస్టేజ్ నెగోషియేషన్ టీమ్‌కి చెందిన హ్యూ మెక్‌గోవాన్, బాబ్ లౌడెన్ తమ జ్ఞానాన్ని నాతో పంచుకున్నారు. బందీ చర్చల ప్రపంచానికి మీరు ఇద్దరూ అనివార్యమైన ఆస్తులు. ధన్యవాదాలు.

వాషింగ్టన్, డి.సి. ప్రాంతంలో డెరెక్ గాంట్ అద్భుతమైన సహచరుడు. డెరెక్ అన్నీ అర్థం చేసుకుంటాడు. ధన్యవాదాలు, డెరెక్. కేథీ ఎల్లింగ్‌స్వర్త్, ఆమె దివంగత భర్త బిల్ – మీరు ఇద్దరూ సంవత్సరాలుగా మంచి స్నేహితులు, మద్దతుదారులు. మీ స్నేహానికి, ఆదరణకు నేను కృతజ్ఞుడిని.

టామ్ స్ట్రెంట్జ్ ఎఫ్‌బీఐ బందీ/సంక్షోభ చర్చల కార్యక్రమానికి గాడ్‌ఫాదర్. ఇప్పటికీ నా కాల్స్ తీసుకుంటూ నాతో మాట్లాడటం నమ్మలేకపోతున్నాను. ధన్యవాదాలు, టామ్.

జార్జ్‌టౌన్, యూఎస్‌సీ విద్యార్థులు ఈ ఆలోచనలు ఎక్కడైనా పనిచేస్తాయని, ఇప్పుడు కూడా నిరూపిస్తున్నారు. "నాకు అరవై సెకన్లలో కార్ కావాలి, లేదంటే ఆమె చస్తుంది" అని నేను చెప్పినప్పుడు ఊపిరి ఆపుకున్న విద్యార్థులు ఒక్కరే కాదు! ఈ ప్రయాణంలో నాతో కలిసి నడిచినందుకు ధన్యవాదాలు. జార్జ్‌టౌన్, యూఎస్‌సీ – రెండూ అద్భుతమైన విద్యాసంస్థలు. రెండూ ఉన్నత విద్యా ప్రమాణాలు, ఉన్నత విద్యార్థుల విజయానికి అంకితమై ఉన్నాయి.

తమ జీవితంలో అతి చీకటి సమయంలో నాకు అవకాశం ఇచ్చి సహాయం చేయమన్న బందీలకూ, వారి కుటుంబాలకు నేను కృతజ్ఞుడిని. మీలో కొందరు ఇప్పటికీ నాతో సంబంధం కొనసాగిస్తున్నందుకు ధన్యుడిని. విశ్వం మీకు ఆ మార్గాన్ని ఎందుకు ఇచ్చిందో నాకు అర్థం కాదు. కానీ మీ కృప వల్ల నేను ఆశీర్వదించబడ్డాను. (నాకు అవసరమైనంత సహాయం నేను పొందాను.)

అనుబంధం

ఒక చర్చ (Negotiation) "వన్ షీట్" సిద్ధం చేయండి

చర్చ అనేది ఒక మానసిక పరిశోధన (psychological investigation). ఇలాంటి పరిశోధనలోకి వెళ్లేటప్పుడు, కొంత నమ్మకం పొందడానికి మేము మా క్లయింట్లందరికీ సూచించే ఒక సరళమైన సన్నాహక వ్యాయామం ఉంది. ఇది మీరు ఉపయోగించబోయే ప్రధాన పద్ధతుల (లేబుల్స్, క్యాలిబ్రేటెడ్ ప్రశ్నలు మొదలైనవి) జాబితా, ఆ నిర్దిష్ట చర్చ పరిస్థితికి అనుగుణంగా ఉంటుంది.

ఒత్తిడి పరిస్థితుల్లో మీరు "అవకాశానికి తగిన స్థాయికి ఎదగరు" – మీరు చేసిన అత్యున్నత స్థాయి సన్నాహకానికి మాత్రమే చేరుకుంటారు.

ఈ వ్యాయామాన్ని కాస్త లోతుగా చూడటానికి ముందు ఒక జాగ్రత్త: కొందరు చర్చ నిపుణులు సన్నాహకాన్ని అతి స్థాయిలో పూజిస్తారు – వారు చర్చలు ఎలా సాగుతాయో, ఒప్పందం ఏ రూపంలో ఉంటుందో ముందుగానే పూర్తిగా రాసిన స్క్రిప్ట్‌లను సిద్ధం చేయమని సలహా ఇస్తారు. మీరు ఇంతవరకు చదివిన దానిని బట్టి చూసినపుడు, ఇది వృథా ప్రయత్నం అని మీరు అర్థం చేసుకుంటారు. ఈ విధానం చర్చలలో మీ సృజనాత్మకతను తగ్గిస్తుంది. అంతే కాకుండా, ఇతరుల చేతులలో మీరు సులభంగా చిక్కుకుంటారు.

మా సంస్థ అనుభవాల ఆధారంగా చెప్పాలంటే, ప్రతి చర్చకు సరైన

ప్రాథమిక సన్నాహకం చేయడం వల్ల కనీసం 7:1 లాభం వస్తుంది – అంటే, తరువాతి దశలలో మళ్లీ చర్చలు చేయాల్సిన సమయం లేదా అమలుపరచే సమస్యలు తగ్గిపోతాయి.

ఎంటర్‌టైన్‌మెంట్ ఇండస్ట్రీలో, ఒక ప్రోడక్ట్‌కి సంబంధించిన ముఖ్యమైన సమాచారం సారాంశంగా ఉండే ఒక పత్రాన్ని “వన్ షీట్” అంటారు. అలాగే, మనం కూడా చర్చకు సంబంధించిన పద్ధతులు, సాధనాలు ఏమిటో సూచించే ఒక “నెగోషియేషన్ వన్ షీట్” తయారు చేయాలి.

ఇందులో ఐదు చిన్న విభాగాలు ఉంటాయి.

విభాగం I: లక్ష్యం The Goal

ఉత్తమమైన, దారుణమైన పరిస్థితులను ఆలోచించండి. కానీ కాగితం మీద రాయవలసింది మాత్రం “ఉత్తమ” ఫలితాన్ని సూచించే ఒక స్పష్టమైన లక్ష్యం మాత్రమే.

సాధారణంగా చర్చ నిపుణులు ఇలా చేయమని సూచిస్తారు:

మీ “బాటమ్ లైన్” (తక్కువలో తక్కువ అంగీకరించదగిన స్థాయి) రాయండి; మీరు నిజంగా ఏం కోరుకుంటున్నారు; దానికి ఎలా చేరుకుంటారు; మరియు ఎదురుపక్షం వాదనలకు మీరు ఎలాంటి సమాధానాలు ఇస్తారు.

కానీ ఈ సాంప్రదాయ సన్నాహకం అనేక రకాలుగా విఫలమవుతుంది. ఇది ఊహాశక్తిలేనిది, సాధారణ “ఆఫర్/కౌంటర్ ఆఫర్/మధ్యలో కలుసుకోవడం” అనే అంచనాకు దారితీస్తుంది. ఫలితాలు వస్తాయి కానీ అవి సాధారణంగా సగటు స్థాయిలో మాత్రమే ఉంటాయి.

సాంప్రదాయ సిద్ధత విధానంలో ప్రధాన కేంద్రబిందువుగా ఉన్నది – మరియు దాని అత్యంత బలహీన బిందువుగా (Achilles' heel) పరిగణించబడేది –BATNA అని పిలువబడే ఒక అంశం.

రోజర్ ఫిషర్ మరియు విలియం యూరీ 1981లో రాసిన Getting to Yes అనే పుస్తకంలో దీనిని పరిచయం చేశారు. దీని అర్థం — Best

Alternative To a Negotiated Agreement (ఒప్పందం అమలు జరగకపోతే మీకు అందుబాటులో ఉన్న ఉత్తమ ప్రత్యామ్నాయం). ఇది మీ చివరి మార్గం. ఉదాహరణకు, మీరు మీ పాత BMW 3 - సిరీస్ కారు అమ్మడానికి ఒక కార్ లాట్‌కి వెళ్తే, మరొక డీలర్ ఇప్పటికే $10,000 ఆఫర్ ఇచ్చి ఉంటే – అదే మీ BATNA.

సమస్య ఏమిటంటే, చర్చల్లో పాల్గొనే వారిని BATNA తక్కువ లక్ష్యాలకు దారి తీస్తుంది. పరిశోధకులు కనుగొన్నది ఏమిటంటే, చర్చలు వంటి సంక్లిష్టమైన, ఒత్తిడితో కూడిన పరిస్థితుల్లో మనుషులు దృష్టిని నిలుపుకునే సామర్థ్యం పరిమితంగా ఉంటుంది. అందువల్ల, ఒకసారి చర్చ ప్రారంభమైన తర్వాత, మనకు అత్యంత మానసిక ప్రాధాన్యత కలిగిన దృష్టిబిందువుకు మనం ఆకర్షితులమవుతాం.

ఆ సందర్భంలో, BATNA పట్ల అతిగా మక్కువ చూపడం అనేది దానిని మీ లక్ష్యంగా మార్చుతుంది. అలా మీరు అడిగే గరిష్ఠ పరిమితిని నిర్ణయిస్తుంది. BATNA పై గంటల తరబడి పనిచేసిన తర్వాత, దాని పైన ఉన్న ప్రతిదానిని మానసికంగా వదులుకుంటారు

దేవుడికే తెలుసు – తక్కువ లక్ష్యాలను పెట్టుకోవడం ఎంత ఆకర్షణీయమో. ఆత్మగౌరవం చర్చల్లో ఒక పెద్ద అంశం. అందుకే చాలామంది దానిని కాపాడుకోవడానికి వినయపూర్వకమైన (modest) లక్ష్యాలను ఏర్పాటు చేస్తారు. తక్కువ లక్ష్యాన్ని పెట్టుకున్నప్పుడు విజయం సాధించినట్టు చెప్పుకోవడం సులభం. అందుకే కొందరు చర్చ నిపుణులు అంటారు – "win-win" లక్ష్యాలు పెట్టుకున్నామని అనుకునే చాలామందికి నిజానికి "wimp-win" మనస్తత్వం ఉంటుందని. "wimp-win" చర్చకుడు తన కనీస రేఖ (bottom line) మీదే దృష్టి పెడతాడు – చివరికి అతను అక్కడికే చేరుకుంటాడు.

అయితే BATNA మీ కేంద్రబిందువు కాకపోతే, దాని స్థానంలో ఏది ఉండాలి?

నేను నా క్లయింట్లకు చెప్పేదేమిటంటే, చర్చకు ముందు "ఉత్తమ" మరియు "దారుణ" ఫలితాల పరిధిని ఆలోచించండి. ఈ రెండు అంచులను అర్థం చేసుకుంటే ఏ పరిస్థితికైనా సిద్ధంగా ఉంటారు. మీరు అంగీకరించలేని దానిని గుర్తించండి. అత్యుత్తమ ఫలితం ఏమిటో ఊహించండి. కానీ

గుర్తుంచుకోండి – ఇంకా మీకు తెలియని సమాచారం ఉంది కాబట్టి, "ఉత్తమ ఫలితం" ఇంకా మెరుగ్గా ఉండే అవకాశం ఉంది.

ఎప్పుడూ "ఇదే నాకు కావలసినది" అని కఠినంగా అనుకోకండి – ఎందుకంటే ఇంకేదైనా మంచి అవకాశం రావచ్చు. ఈ అనుకూల దృక్కోణంతో చర్చలోకి ప్రవేశిస్తే మీరు గెలిచే మనస్థితితో వస్తారు.

ఉదాహరణకి, మీరు పాత స్పీకర్లు అమ్ముతున్నారని, కొత్త వాటికి $100 అవసరమని అనుకుందాం. మీరు $100 కనీస ధరపై దృష్టి పెట్టితే, ఆ సంఖ్య వినగానే సడలిపోతారు – అదే మీరు పొందుతారు. కానీ అవే స్పీకర్లు వాడిన వస్తువుల దుకాణంలో $140కి అమ్మబడుతున్నాయని మీకు తెలిసి ఉంటే, మీరు $150ని "హై-ఎండ్ గోల్"గా పెట్టి, ఇంకా మంచి డీల్‌కి సిద్ధంగా ఉండవచ్చు.

ఇప్పుడు, నేను నా కస్టమర్‌లకు కొంత నిర్మాణాత్మక భద్రత కల్పించేందుకు ఉత్తమ/దారుణ పరిమితి (best/worst range) గురించి ఆలోచించాలని సలహా ఇస్తున్నప్పటికీ, వాస్తవానికి మీ "one sheet"లో ఏం ఉండాలో చూసుకుంటే – నా సలహా ఏంటంటే ఎల్లప్పుడూ గరిష్ఠ లక్ష్యానికే కట్టుబడి ఉండండి. అది మీ మానసిక శక్తులను ప్రేరేపించి, కేంద్రీకరించుతుంది; అలాగే, ఆ లక్ష్యానికి తక్కువగా ఉన్న ఏ ఒప్పందాన్నైనా "నష్టం"గా భావించేలా మీ మనసును సిద్ధం చేస్తుంది. దశాబ్దాలుగా జరిగిన లక్ష్యనిర్ధారణ పరిశోధన చెబుతున్నదేమిటంటే – నిర్దిష్టమైన, సవాలు చేసే కానీ వాస్తవమైన లక్ష్యాలను ఏర్పాటు చేసుకున్నవారు, లక్ష్యాలు పెట్టుకోని లేదా "నా వంతు ప్రయత్నం చేస్తాను" అనే స్థాయిలోనే ఉండిపోయిన వారికంటే మెరుగైన ఒప్పందాలు సాధిస్తారు.

సారాంశం: ఎక్కువ ఆశించే వారు (మరియు దానిని స్పష్టంగా వ్యక్తపరచేవారు) ఎక్కువ పొందుతారు.

మీ లక్ష్యాన్ని నిర్ణయించడానికి నాలుగు దశలు:

1. ఆశావహమైన, సాధ్యమైన లక్ష్యాన్ని స్పష్టంగా నిర్వచించండి.
2. దాన్ని రాసుకోండి.
3. మీ సహచరులతో చర్చించండి (దీంతో వెనక్కి తగ్గే అవకాశాలు తగ్గుతాయి).

4. చర్చకు వెళ్లేటప్పుడు ఆ రాసిన లక్ష్యాన్ని మీ వెంట తీసుకెళ్ళండి.

విభాగం II: సారాంశం Summary

చర్చకు దారితీసిన తెలిసిన వాస్తవాలను రెండు మూడు వాక్యాల్లో సారాంశంగా రాయండి.

మీరు కోరుకుంటున్నది మాత్రమే కాకుండా, మరో పక్షం వాదనలను కూడా "టాక్టికల్ ఎంపథీ"తో ఎదుర్కొనే సిద్ధత ఉండాలి. ఎందుకంటే వారు కూడా తమకు అనుకూలమైన వాస్తవాలను ప్రదర్శించడానికి సిద్ధంగా వస్తారు.

ప్రారంభంలో ఇద్దరూ ఒకే పేజీలో ఉండాలి.

మీరు ఎందుకు అక్కడ ఉన్నారు? మీరు ఏం కోరుకుంటున్నారు? వారు ఏం కోరుకుంటున్నారు? ఎందుకు? – ఈ ప్రశ్నలకు మీరు స్పష్టమైన వివరణ ఇవ్వగలగాలి.

మీరు చెప్పిన సారాంశం విని ఎదురుపక్షం "అదే కదా" అని స్పందిస్తేనే మీరు దానిని సరిగ్గా చేసినట్లు అనుకోవాలి. లేనిపక్షంలో కాదు.

విభాగం III: లేబుల్స్/ఆరోపణ పరిశీలన Labels/Accusation Audit

మూడు నుండి ఐదు "లేబుల్స్" సిద్ధం చేసుకోండి – ఇవి ఆరోపణలను ముందుగానే అంచనా వేసి వాటిని నిశ్శబ్దం చేయడానికి సహాయపడతాయి.

మీ సారాంశంలోని వాస్తవాలపై మీ ప్రత్యర్థులు ఎలా భావిస్తారో ఊహించండి. వారు చేసే (అసలు లేకుండా, అన్యాయమైన) ఆరోపణలను రాయండి. వాటిని లేబుల్స్‌గా మార్చండి. ప్రతి లేబుల్‌ను వాడి కొంచెం రోల్‌ప్లే చేయండి.

ప్రతీ పరిస్థితిలో ఉపయోగపడే కొన్ని "fill-in-the-blank" లేబుల్స్ ఇవి:

"అలా అనిపిస్తోంది ________ మీకు చాలా విలువైనట్టుగా"

"మీకు ఇది నచ్చనట్టుంది ________ "

"మీరు దీనిని విలువైనదిగా భావిస్తున్నట్టుంది ________ "

"________ మీకు ముఖ్యమైందిగా అనిపిస్తోంది ________ "

"________ వల్ల మీకు సౌలభ్యం కలుగుతున్నట్టుంది ________ "

"మీరు ________ చేయడానికి వెనుకాడుతున్నట్టున్నారు ________ "

ఉదాహరణకి, మీరు ఒక ఫ్లాట్ లీజ్‌ని తిరిగి చర్చించి సబ్‌లెటింగ్ అనుమతించమని కోరుతున్నారని, కానీ ల్యాండ్‌లార్డ్‌కి అది నచ్చదని మీకు తెలిసి ఉంటే, మీరు ముందుగా సిద్ధం చేసే లేబుల్స్ ఇవి కావచ్చు: "మీరు సబ్‌లెటింగ్ అభిమానిగా లేరన్న భావన కలుగుతోంది" లేదా "మీకు స్థిరమైన అద్దెదారుడు కావాలని అనిపిస్తోంది."

విభాగం IV: క్యాలిబ్రేటెడ్ ప్రశ్నలు (Calibrated Questions)

మీ విలువ, మీ ప్రత్యర్థి విలువలను వెల్లడించడానికి, అలాగే ఒప్పందాన్ని అడ్డుకునే అవకాశమున్న కారణాలను గుర్తించి అధిగమించడానికి మూడు నుంచి ఐదు క్యాలిబ్రేటెడ్ ప్రశ్నలను సిద్ధం చేయండి.

ప్రభావవంతమైన చర్చాకారులు తమ ప్రత్యర్థుల ప్రకటించిన స్థానాలను (అంటే వారు కోరుకుంటున్నది) దాటి, వారి లోతైన ప్రేరణలను (అంటే వారు ఎందుకు కోరుకుంటున్నారు అనే కారణాలను) అర్థం చేసుకుంటారు. ఈ ప్రేరణలు వారు 'దేని గురించి ఆందోళన చెందుతున్నారు', 'దేనిని ఆశిస్తున్నారు', లేదా 'దేనిని కోరుకుంటున్నారు' అనే అంశాలుగా ఉంటాయి.

ఇతర పక్షం దేని గురించి ఆందోళన చెందుతుందో తెలుసుకోవడం సులభంగా అనిపించవచ్చు. కానీ చర్చల పట్ల మన మానవ స్వభావం చాలాసార్లు మనకే అడ్డంకిగా మారుతుంది. సాధారణంగా మనం భావించే తప్పుడు అంచనా ఏమిటంటే – ఇతర పక్షం అవసరాలు మన అవసరాలకు విరుద్ధమని. ఫలితంగా మన దృష్టి మన సమస్యలకే పరిమితమవుతుంది; కానీ అవతలి పక్షం కూడా తన ప్రత్యేక ప్రపంచ దృష్టి ఆధారంగా ప్రత్యేకమైన సమస్యలను కలిగి ఉంటుంది అనే విషయాన్ని మరిచిపోతాం. గొప్ప

చర్చాకారులు యిలా కళ్ళమూసుకునే అలవాటును అధిగమించి, ఇతర పక్షాన్ని నిజంగా ప్రేరేపిస్తున్నది ఏమిటో తెలుసుకోవడానికి అంతులేని ఆసక్తి చూపుతారు.

హ్యారీ పాటర్ రచయిత జె. కె. రౌలింగ్ ఈ భావనను అద్భుతంగా చెప్పింది: "మీరు ఇతరుల వాస్తవికతను అంగీకరించాలి. మీరు అనుకుంటారు 'వాస్తవం చర్చకు లోబడి ఉంటుందని, మీరు చెప్పినదే నిజమని'. అయితే, మీరు అంగీకరించాలి – మేము కూడా మీలాగానే వాస్తవానికి చెందినవారమేనని; మీరు దేవుడు కాదని అంగీకరించాలి"

ప్రతి పరిస్థితిలో మీరు తిరిగి తిరిగి ఉపయోగించే కొన్ని "ఏమిటి (What)" మరియు "ఎలా (How)" ప్రశ్నలు ఉంటాయి. వాటిలో కొన్ని ఇవి:

మనం ప్రయత్నిస్తున్నది ఏమిటి?

ఇది ఎలా విలువైనది?

ఇక్కడ ప్రధాన అంశం ఏమిటి?

అది విషయాలను ఎలా ప్రభావితం చేస్తుంది?

మీరు ఎదుర్కొంటున్న అతిపెద్ద సవాలు ఏమిటి?

ఇది లక్ష్యానికి ఎలా సరిపోతుంది?

ఒప్పందాన్ని అడ్డుకునే (behind-the-table) కారణాలను గుర్తించ డానికి ప్రశ్నలు:

చర్చల అమలు ఒక కమిటీ ద్వారా జరుగుతున్నపుడు, ఆ కమిటీ మద్దతు కీలకం. అందువల్ల, ఆ కమిటీ వెనుక ఉన్నవారి ఉద్దేశాలను బయటకు తీయడానికి మీ ప్రశ్నలను సరిచేయాలి. ఉదాహరణకు:

ఇది మీ బృందంలోని మిగతా వారిని ఎలా ప్రభావితం చేస్తుంది?

ఈ కాల్‌లో లేని వ్యక్తులు ఈ నిర్ణయంపై ఎంత వరకు ఏకీభవిస్తున్నారు?

ఈ అంశంలో మీ సహచరులు ప్రధాన సవాలుగా ఏమి చూస్తున్నారు?

ఒప్పందాన్ని అడ్డుకునే సమస్యలను గుర్తించి తేలిక చేయడానికి ప్రశ్నలు:

చాలాసార్లు చర్చల లోపల ప్రభావం ఉన్నవారు ప్రస్తుత పరిస్థితిలో సౌకర్యంగా ఉంటారు. మార్పు వారిని "తమ పని సరిగా చేయలేదన్న" భావనలో పడేస్తుంది. ఇలాంటి చర్చల్లో మీరు ఎదుర్కొనే సమస్య – మార్పు వారికి అవమానం కాకుండా, వారిని మంచి కాంతిలో ఎలా చూపించాలో అనే దానిపై ఉంటుంది.

మీరు డబ్బుపైనే దృష్టి కేంద్రీకరించే ప్రలోభంలో పడతారు. కానీ కొంతసేపు దాన్ని పక్కన పెట్టండి. చాలా చర్చలు డబ్బు కాకుండా ఆత్మగౌరవం, స్థానం, స్వాతంత్ర్యం వంటి అంశాల చుట్టూ తిరుగుతాయి.

వారు కోల్పోతున్నదిగా భావించే విషయాలను ఆలోచించండి. ఒక నష్టం, సమానమైన లాభం కంటే కనీసం రెండింతలు ఎక్కువగా బాధిస్తుంది.

ఉదాహరణకు – మీకు ప్రత్యర్థిగా ఉన్న వ్యక్తి కొత్త అకౌంటింగ్ సిస్టమ్‌ను అమలు చేయడంలో సంకోచిస్తుంటే (మీరు దాన్ని అమ్ముతుంటే), కారణం – తన వార్షిక సమీక్షకు నలభై నెలలు మాత్రమే మిగిలి ఉండగా, ఏదైనా తప్పు జరిగితే ఇబ్బంది అవుతుందనే భయం కావచ్చు. ధర తగ్గించడం బదులు, మీరు అతని బాస్‌ను ఇంప్రెస్ చేయడంలో సహాయం చేస్తామని హామీ ఇవ్వవచ్చు – ఉదాహరణకు: "మేము 90 రోజుల్లో ఇన్‌స్టాలేషన్ పూర్తిచేస్తాము" అని.

ఒప్పందాన్ని అడ్డుకునే అంశాలను వెలికి తీయడానికి ఉపయోగించే ప్రశ్నలు:

ఇక్కడ మనం ఎదుర్కొంటున్నది ఏమిటి?

మీరు ఎదుర్కొంటున్న అతిపెద్ద సవాలు ఏమిటి?

మాతో ఒప్పందం కుదుర్చుకోవడం విషయాలను ఎలా ప్రభావితం చేస్తుంది?

మీరు ఏమీ చేయకపోతే ఏమవుతుంది?

ఏమీ చేయకపోవడం మీకు ఎంత నష్టం కలిగిస్తుంది?

ఈ ఒప్పందం చేయడం మీ కంపెనీ గర్వించే విలువలతో ఎలా సరిపోతుంది?

ఈ ప్రశ్నలను రెండు లేదా మూడు సమూహాలుగా అడగడం చాలా ప్రభావవంతం – ఇవి దగ్గరగా ఉండడం వల్ల ప్రత్యర్థి ఒకే అంశాన్ని వేర్వేరు కోణాల్లో ఆలోచించేలా చేస్తాయి.

ప్రతి పరిస్థితి ప్రత్యేకమైనదే అయినప్పటికీ, సరైన ప్రశ్నల మిశ్రమాన్ని ఎంచుకోవడం ద్వారా మీరు ప్రత్యర్థి 'ఏమి కోరుకుంటున్నారు, వాళ్లకు ఏది అవసరం' అనే సమాచారాన్ని వెలికి తీయగలుగుతారు – అలాగే వారిని మీ దృష్టికోణంలో ఆలోచించేలా చేస్తారు.

తర్వాతి దశ, వారు ఇచ్చిన సమాధానాలకు అనుగుణంగా లేబుల్స్ (labels) ఉపయోగించడానికి సిద్ధంగా ఉండండి.

ముందుగానే లేబుళ్లు సిద్ధం చేసుకోవడం వల్ల, నీ ప్రత్యర్థులు చెప్పే ప్రతిస్పందనలను వేగంగా తిరిగి వారి వైపుకే మళ్లించగలుగుతారు. దాంతో వారు మీకు కొత్తగా, విస్తృతమైన సమాచారాన్ని అందిస్తూనే ఉంటారు. ఇంకా చెప్పాలంటే, ఇవి ఖాళీ ప్రదేశాలు నింపే రకమైన లేబుళ్లు –– ఎక్కువగా ఆలోచించకుండా వేగంగా ఉపయోగించగలవు.

"మీకు ________ చాలా ముఖ్యమైందనిపిస్తోంది."

"మీరు భావిస్తున్నట్టు నా కంపెనీకి ________ చేయగల ప్రత్యేక సామర్థ్యం ఉంది."

"మీరు ________ గురించి ఆందోళన చెందుతున్నట్టు కనిపిస్తోంది."

విభాగం V: నగదు కాని ఆఫర్లు (Noncash Offers)

మీ ప్రత్యర్థి వద్ద ఉన్న, డబ్బు కాకుండా యింకా విలువైన అంశాల జాబితాను సిద్ధం చేయండి.

మిమ్మల్ని మీరే ఈ ప్రశ్న అడగండి: "వాళ్లు ఏమి ఇస్తే మనం దాదాపు ఉచితంగానే చేయడానికి సిద్ధమవుతాం?" నేను ముందుగా చెప్పిన లాయర్ల అసోసియేషన్ ఉదాహరణ గుర్తుందా? అక్కడ నా ప్రత్యర్థి ఆసక్తి – బోర్డుకి

తాను తక్కువ ఖర్చుతో పని చేశానని చూపించడంలో ఉంది. ఆ సందర్భంలో మనం ఒక పరిష్కారాన్ని కనుగొన్నాం – వారు కొంత డబ్బు ఇవ్వడం బదులు, తమ మాగజైన్‌లో నా గురించి ఒక కవర్ స్టోరీ ప్రచురించడం. అది వారికి తక్కువ ఖర్చుతో కూడుకున్నది, కానీ నాకు చాలా ఉపయోగకరమైంది.

మా సంస్థ ది బ్లాక్ స్వాన్ గ్రూప్ (The Black Swan Group) గురించి మరిన్ని వివరాలు, చర్చలపై మేము అందించే అదనపు సమాచారం లేదా మీ కంపెనీకి నేను ప్రసంగించడానికి సంబంధించిన వివరాల కోసం దయచేసి మా వెబ్‌సైట్‌ను సందర్శించండి: www.blackswanltd.com

NOTES

CHAPTER 1: THE NEW RULES

1. Robert Mnookin, *Bargaining with the Devil: When to Negotiate, When to Fight* (New York: Simon & Schuster, 2010).
2. Roger Fisher and William Ury, *Getting to Yes: Negotiating Agree-ment Without Giving In* (Boston: Houghton Mifflin, 1981).
3. Daniel Kahneman, *Thinking, Fast and Slow* (New York: Farrar, Straus & Giroux, 2011).
4. Philip B. Heymann and United States Department of Justice, *Lessons of Waco: Proposed Changes in Federal Law Enforcement* (Washington, DC: U.S. Department of Justice, 1993).

CHAPTER 2: BE A MIRROR

1. George A. Miller, "The Magical Number Seven, Plus or Minus Two: Some Limits on Our Capacity for Processing Information," *Psychological Review* 63, no. 2 (1956): 81-97.

CHAPTER 3: DON'T FEEL THEIR PAIN, LABEL IT

1. Greg J. Stephens, Lauren J. Silbert, and Uri Hasson, "Speaker- Listener Neural Coupling Underlies Successful

Communication," *Proceedings of the National Academy of Sciences of the USA* 107, no. 32 (August 10, 2010): 14425-30.

2. Matthew D. Lieberman et al., "Putting Feelings into Words: Affect Labeling Disrupts Amygdala Activity in Response to Affective Stimuli," *Psychological Science* 18, no. 5 (May 2007): 421–28.

CHAPTER 4: BEWARE "YES"-MASTER "NO"

1. Jim Camp, *Start with NO: The Negotiating Tools That the Pros Don't Want You to Know* (New York: Crown Business, 2002).

CHAPTER 6: BEND THEIR REALITY

1. Herb Cohen, *You Can Negotiate Anything* (Secaucus, NJ: Lyle Stuart, 1980).
2. Antonio R. Damasio, *Descartes' Error: Emotion, Reason, and the Human Brain* (New York: Quill, 2000).
3. Jeffrey J. Fox, *How to Become a Rainmaker: The People Who Get and Keep Customers* (New York: Hyperion, 2000).
4. Daniel Ames and Malia Mason, "Tandem Anchoring: Informa- tional and Politeness Effects of Range Offers in Social Exchange," *Journal of Personality and Social Psychology* 108, no. 2 (February 2015): 254-74. q90 2912

CHAPTER 7: CREATE THE ILLUSION OF CONTROL

1. Kevin Dutton, *Split-Second Persuasion: The Ancient Art and New Science of Changing Minds* (Boston: Houghton Mifflin Harcourt, 2011). unsystemu iesige or all Aagtoo).
2. Dhruv Khullar, "Teaching Doctors the Art of Negotiation," *New York Times,* January 23, 2014, http://well.blogs.

nytimes.com /2014/01/23/teaching-doctors-the-art-of-negotiation/, accessed September 4, 2015.

CHAPTER 8: GUARANTEE EXECUTION

1. Albert Mehrabian, Silent Messages: Implicit Communication of Emotions and Attitudes, 2nd ed. (Belmont, CA: Wadsworth, 1981), and Albert Mehrabian, *Nonverbal Communication* (Chicago: Aldine-Atherton, 1972).
2. Lyn M. Van Swol, Michael T. Braun, and Deepak Malhotra, "Evi- dence for the Pinocchio Effect: Linguistic Differences Between Lies, Deception by Omissions, and Truths," *Discourse Processes* 49, no. 2 (2012): 79-106.

CHAPTER 9: BARGAIN HARD

1. Gerald R. Williams, *Legal Negotiations and Settlement* (St. Paul, MN: West, 1983).
2. Marwan Sinaceur and Larissa Tiedens, "Get Mad and Get More than Even: The Benefits of Anger Expressions in Negotiations," *Journal of Experimental Social Psychology* 42, no. 3 (2006): 314-22.
3. Daniel R. Ames and Abbie Wazlawek, "Pushing in the Dark: Causes and Consequences of Limited Self-Awareness for Interper- sonal Assertiveness," *Personality and Social Psychology Bulletin* 40, no. 6 (2014): 1-16.

CHAPTER 10: FIND THE BLACK SWAN

1. Nassim Nicholas Taleb, Fooled by Randomness: *The Hidden Role of Chance in Life and in the Markets* (New York: Random House, 2001).
2. Nassim Nicholas Taleb, *The Black Swan: The Impact of the Highly Improbable* (New York: Random House, 2007).

3. Ellen J. Langer, Arthur Blank, and Benzion Chanowitz, "The Mindlessness of Ostensibly Thoughtful Action: The Role of 'Place-bic' Information in Interpersonal Interaction," *Journal of Personality and Social Psychology* 36, no. 6 (1978): 635–42.
4. Deepak Malhotra and Max H. Bazerman, *Negotiation Genius: How to Overcome Obstacles and Achieve Brilliant Results at the Bargain- ing Table and Beyond* (New York: Bantam Books, 2007).

అనువాదకుని గురించి

ఆకురాతి భాస్కర్ చన్ద్ర, కామర్స్ లోనూ, న్యాయశాస్త్రం లోనూ పట్టభద్రులు, తెలుగు సాహిత్యం, సామాజిక శాస్త్రాలలో స్నాతకోత్తర పట్టభద్రులు. Indian Institute of Bankers లో సర్టిఫైడ్ అసోసియేట్. 36 సంవత్సరాలు బ్యాంకింగ్ రంగంలో అధికారిగా, అనేక రాష్ట్రాలలో, వివిధ సేవలు అందించారు. ఆయన 70 కి పైగా కథలు, 30 కి పైగా నవలలు, రేడియో నాటకాలు రాసారు. ఆయనకు అత్యంత ఇష్టమైన ప్రక్రియ "నాటకం". నాటక రచయితగా 25 నాటకాలు, 50 నాటికలు రచించారు. ఆంధ్రప్రదేశ్ ప్రభుత్వం వారు నిర్వహించే నంది నాటకోత్సవాలలో మూడుసార్లు ఉత్తమ రచయితగా నంది బహుమతులు అందుకున్నారు. మిగిలిన వివిధ విభాగాలలో ఆయన నాటకాలకు 26 నంది బహుమతులు దక్కించుకున్నారు. "వామన వృక్షం" రేడియో నాటకం ఆల్ ఇండియా రేడియో వారు నిర్వహించిన జాతీయ నాటక ఉత్సవాలలో ఉత్తమ నాటకంగా ఎన్నిక కాబడి ఏకకాలంలో 15 భాషల్లో ప్రసారం చేయబడింది. పొట్టి శ్రీరాములు తెలుగు విశ్వవిద్యాలయం నుండి ప్రతిభా పురస్కారాన్ని, 2012 ప్రపంచ తెలుగు మహాసభలలో నాటక రంగ పురస్కారాన్ని అందుకున్నారు. నాటక రచయితగా, దర్శకుడిగా వందలకొద్దీ పురస్కారాలను అందుకున్నారు. శ్రీ దేవదాస్ కనకాల మాస్టార్ గారి దర్శకత్వంలో కొన్ని టీవీ సీరియళ్లకు, డాక్యుమెంటరీలకు రచన, స్క్రీన్ ప్లే అందించారు. కొన్ని లఘు చిత్రాలకు స్క్రిప్ట్ సమకూర్చారు. వాటిలో రెండు లఘు చిత్రాలు బహుమతులు అందుకున్నాయి. చిత్రలేఖనం కూడా ఇష్టపడే యాయన రవీంద్రనాథ్ ఠాగూర్ "గీతాంజలి" పద్యాలకు, పత్రికలలో పెన్ డ్రాయింగ్స్ గీసారు. ఆంధ్రప్రదేశ్, కృష్ణాజిల్లా, గుడివాడలో పుట్టి పెరిగి, విజయవాడలో కాలేజీ చదువు, మద్రాస్ నగరంలో సినీ జర్నలిస్ట్ గా కొంతకాలం గడిపిన రచయిత ప్రస్తుతం హైద్రాబాద్ స్థిర నివాసంగా చేసుకున్నారు.

a.bhaskarchandra@gmail.com